பால் மீசை
கன்னட மொழிபெயர்ப்புச் சிறுகதைகள்

பால் மீசை
கன்னட மொழிபெயர்ப்புச் சிறுகதைகள்

நஞ்சுண்டன் (1961–2019)
மொழிபெயர்ப்பாளர்

சேலத்தைச் சேர்ந்த நஞ்சுண்டன் பெங்களூர்ப் பல்கலைக் கழகத்தில் புள்ளியியல் துறையில் பேராசிரியராகப் பணிபுரிந்தவர். 'சிமெண்ட் பெஞ்சுகள்', 'மாற்றம்' ஆகியவை இவரது கவிதைத் தொகுதிகள். மொழிப் பிரக்ஞையும் வடிவ போதமும் மிக்க சிறந்த சிறுகதைகளைப் படைத்தவர். சீரிய இலக்கிய வாசிப்பு அனுபவங்கள் சார்ந்தும் செம்மையாக்கச் செயல்பாடுகள் குறித்தும் தொடர்ந்து கட்டுரைகள் எழுதியவர். 'யுகாதி', 'மரணம் மற்றும்', 'அக்கா' ஆகிய சிறுகதைத் தொகுப்புகளையும், யூ.ஆர். அனந்தமூர்த்தியின் 'பிறப்பு', 'அவஸ்தை' ஆகிய நாவல்களையும் கன்னடத்திலிருந்து மொழிபெயர்த்துள்ளார்.

'அக்கா' என்ற சிறுகதைத் தொகுப்பிற்கு மொழிபெயர்ப்பிற்கான சாகித்ய அகாதெமி விருதை 2012ஆம் ஆண்டில் பெற்றுள்ளார். தமிழ் இலக்கணத்தைக் கசடறக் கற்றவர். 'செம்மை' அமைப்பின் மூலம் தமிழ் இலக்கிய உலகில் எடிட்டிங் சார்ந்த விழிப்புணர்வை உண்டாக்கியவர்.

மனைவி காஞ்சனா தமிழ்நாடு அரசுத் தேர்வுத் துறையில் மண்டல துணை இயக்குநராகப் பணியாற்றி ஓய்வு பெற்றவர். மகன் சுகவனன் கலிஃபோர்னியா பல்கலைக்கழகத்தில் முதுகலை மாணவர்.

சிவபிரசாத் (பி. 1981)
தொகுப்பாசிரியர்

சேலம் மாவட்டம் எட்டிமாணிக்கம்பட்டி சொந்த ஊர். சிற்றிதழ்களிலும் இணைய இதழ்களிலும் சிறுகதைகள், விமர்சனக் கட்டுரைகள் எழுதிவருகிறார். சேலம் 'சொற்சுனை' அமைப்பில் இலக்கியம் சார்ந்த செயல்பாடுகளை மேற்கொண்டுவருகிறார். 2022ஆம் ஆண்டில், காலச்சுவடு பதிப்பகத்தின் வெளியீடான எழுத்தாளர் நஞ்சுண்டனின் 'காற்றின் நிழல்' என்ற நூலின் தொகுப்பாசிரியர். அரசுப் பள்ளியில் கணித ஆசிரியர்.

மனைவி சுகன்யா, மகள் யாழினி.

பால் மீசை
கன்னட மொழிபெயர்ப்புச் சிறுகதைகள்

மொழிபெயர்ப்பாளர்
நஞ்சுண்டன்

தொகுப்பாசிரியர்
சிவபிரசாத்

காலச்சுவடு பதிப்பகம்

● அன்பார்ந்த வாசகருக்கு,

வணக்கம்.

காலச்சுவடு நூலை வாங்கியமைக்கு நன்றி.

நூலின் உள்ளடக்கம், உருவாக்கம், அட்டைப்படம் இன்ன பிற அம்சங்கள் பற்றிய உங்கள் கருத்துகளையும் ஆலோசனைகளையும் காலச்சுவடு வரவேற்கிறது. தகவல், எழுத்து, வாக்கியப் பிழைகள் தென்பட்டால் கட்டாயம் தெரிவித்து உதவுங்கள். நூல் தயாரிப்பில் கடும் குறைபாடு இருப்பின் மாற்றுப் பிரதி உங்களுக்குக் கிடைக்கக் காலச்சுவடு ஏற்பாடு செய்யும்.

மின்னஞ்சல்: **publisher@kalachuvadu.com**

காலச்சுவடு நாகர்கோயில் அலுவலகத்திற்குக் கடிதம் அனுப்பலாம்.

தங்கள்

எஸ்.ஆர். சுந்தரம் (கண்ணன்)

பதிப்பாளர் — நிர்வாக இயக்குநர்

பால் மீசை ❖ கன்னட மொழிபெயர்ப்புச் சிறுகதைகள் ❖ தமிழில்: நஞ்சுண்டன் ❖ தொகுப்பாசிரியர்: சிவபிரசாத் ❖ மொழிபெயர்ப்பு ©சு.காஞ்சனா ❖ முதல் பதிப்பு: டிசம்பர் 2023, இரண்டாம் பதிப்பு: மே 2024 ❖ வெளியீடு: காலச்சுவடு பப்ளிகேஷன்ஸ் (பி) லிட்., 669, கே.பி. சாலை, நாகர்கோயில் 629001

paal miicai ❖ Short Stories Translated from Kannada ❖ Translator: Nanjundan ❖ Compilor: Sivaprasath ❖ Translation © S. Kanchana ❖ Language: Tamil ❖ First Edition: December 2023, Second Edition: May 2024 ❖ Size: Demy 1 x 8 ❖ Paper: 18.6 kg maplitho ❖ Pages: 304

Published by Kalachuvadu, Publications Pvt. Ltd., 669 K.P. Road, Nagercoil 629001, India ❖ Phone: 91-4652-278525 ❖ e-mail: publications@kalachuvadu.com ❖ Printed at Clicto Print, Jaleel Towers,42 KB Dasan Road, Teynampet Chennai 600018

ISBN: 978-81-19034-37-6

05/2024/S.No. 1254, kcp 5135, 18.6 (2) 1k

நஞ்சுண்டன் அவர்களின் தாயார்
சந்தானலக்ஷ்மி அவர்களின் நினைவுக்கு

பொருளடக்கம்

தொகுப்புரை 11

வாழ்க்கைக் குறிப்பு 15

பால் மீசை
– கன்னட மூலம்: ஜெயந்த் காய்கிணி 19

காரணம்
– கன்னட மூலம்: விவேக் ஷான்பாக் 36

தன்மயியின் விடுமுறை
– கன்னட மூலம்: ஜெயந்த் காய்கிணி 55

சுமித்ராவுக்கு ஒரு செய்தி
– கன்னட மூலம்: ஜெயந்த் காய்கிணி 67

சவுக்குமர நிழல்
– கன்னட மூலம்: ஜெயந்த் காய்கிணி 80

நோ பிரசன்ட்ஸ் ப்ளீஸ்
– ஜெயந்த் காய்கிணி 90

செவ்வந்திப்பூ லாரி
– கன்னட மூலம்: ஜெயந்த் காய்கிணி 100

அமிர்தவள்ளிக் கஷாயம்
– கன்னட மூலம்: ஜெயந்த் காய்கிணி 107

குசுமபாலெ
– கன்னட மூலம்: தேவனூரு மஹாதேவ 118

பொய்யைவிட ருசியானது இல்லை
– கன்னட நாட்டுப்புறக் கதை 138

புகைப்படம்
– கன்னட மூலம்: எஸ். திவாகர் 143

இத்தத்
 – கன்னட மூலம்:- பொளுவார் மகம்மது குன்ஹி   148

கடசிரார்த்தம்*
 – கன்னட மூலம்: யு.ஆர். அனந்தமூர்த்தி   171

அனாதைகள்
 – கன்னட மூலம்: இராகவேந்திர காசனீஸ்   201

தொடுவானம்
 – கன்னட மூலம்: சாந்திநாத் தேசாய்   230

அபச்சூர்ப் போஸ்ட்டாபீஸ்
 – கன்னட மூலம்: பூர்ணச்சந்திர தேஜஸ்வி   255

உமாபதியின் ஸ்காலர்ஷிப் யாத்திரை
 – கன்னட மூலம்: பி. லங்கேஷ்   276

ஏற்புரை
 என் மொழிபெயர்ப்பு அனுபவங்கள்
  – நஞ்சுண்டன்   297

தொகுப்புரை

நஞ்சுண்டன் அவர்கள் கவிதை, கட்டுரை, சிறுகதை, மொழிபெயர்ப்பு, செம்மையாக்கம் என்று இலக்கியத்தின் பல்வேறு வடிவங்களில் தன்னை முழுமையாக ஈடுபடுத்திக்கொண்டவர். 'யுகாதி', 'மரணம் மற்றும்', 'அக்கா' முதலான சிறுகதைத் தொகுப்புகளையும் யு.ஆர். அனந்த மூர்த்தியின் நாவல்களான 'பிறப்பு', 'அவஸ்தை' என ஐந்து நூல்களைக் கன்னடத்திலிருந்து தமிழுக்கு மொழிபெயர்த்துள்ளார். இவை பரவலாக வாசிக்கப்பட்டு அவருக்கு சாகித்ய அகாதெமி விருதையும் பெற்றுத்தந்தன. தொடர்ந்து கன்னட இளம் படைப்பாளிகளின் கதைகளையும் கவிதைகளையும் மொழிபெயர்த்துவந்தார். அவை இதழ்களில் வெளியானதோடு சரி; நூல் வடிவம் பெறவில்லை. அவரும் அதில் ஆர்வம் காட்டவில்லை.

நஞ்சுண்டன் எழுதிய சிறுகதைகள், கட்டுரைகள், செம்மையாக்கக் குறிப்புகள் ஆகியவை அவருடைய மரணத்திற்குப் பிறகு 'காற்றின் நிழல்' எனும் தலைப்பில் கடந்த வருடம் வெளியானது. அதன் தொடர்ச்சியாக அவரின் மொழிபெயர்ப்புகளைத் தொகுக்கும் முயற்சியே இந்நூல்.

இதில் மொத்தம் பதினேழு கதைகள் உள்ளன. இதில் கன்னட எழுத்தாளர் ஜெயந்த் காய்கினியின் எட்டுக் கதைகள் இடம்பெற்றுள்ளன. காய்கினி ஏராளமான சிறுகதைகளை எழுதி

யிருக்கிறார். அவற்றில் முக்கியமான சிறுகதைகள் *"DOTS AND LINES"* என்ற பெயரில் ஆங்கிலத்தில் மொழிபெயர்க்கப் பட்டுள்ளன. இந்த எட்டுக் கதைகளும் ஆங்கில நூலிலிருந்து தேர்வு செய்யப்பட்டு, கன்னடத்திலிருந்து தமிழுக்கு மொழிபெயர்க்கப் பட்டவை. இவற்றைத் தொகுத்து 'பால் மீசை' என்ற தலைப்பில் நூலாகக் கொண்டுவர நினைத்தார். காய்கினியிடமும் பேசி அனுமதியும் பெற்றிருந்தார். ஆனால் சில காரணங்களால் அப்போது புத்தகமாகக் கொண்டுவர முடியாமல்போனது.

கன்னட தலித் இலக்கியத்தில் முக்கியமான படைப்பாகக் கருதப்படுவது 'குசுமபாலே'. இப்படைப்பிற்காக மைய சாகித்ய அகாதெமி விருதை தேவனூரு மகாதேவா பெற்றுள்ளார். இந்த நாவல் நஞ்சன்கூடு பகுதி விவசாயிகளின் வட்டார வழக்கு மொழியில் எழுதப்பட்டுள்ளது. இதை மொழிபெயர்ப்பது மிகவும் சிக்கலானது. சோதனை முயற்சியாக நாவலின் நான்கு அத்தியாயங்களை நஞ்சுண்டன் மொழிபெயர்த்திருக்கிறார்.

கன்னட எழுத்தாளர் எஸ். திவாகரின் 'புகைப்படம்' என்ற கதை விகடன் தடம் இதழில் வெளியாகிப் பரவலாகப் பேசப்பட்டது. கன்னட நாட்டுப்புறக் கதையான 'பொய்யைவிட ருசியானது இல்லை' என்ற கதை நடுகல் இதழில் வெளியானது. உயிர்மை இதழில் வெளிவந்த 'இத்தத்' என்ற சிறுகதை அவர் மொழிபெயர்த்த கடைசிக் கதை.

தன்னுடைய 'யுகாதி' என்ற முதல் தொகுப்பிற்கு மறுபதிப்பு கொண்டுவர வேண்டும் என்று விரும்பினார். இதற்காக அவரிடமிருந்த ஒரே பிரதியை என்னிடம் கொடுத்துத் தட்டச்சு செய்துதரச் சொன்னார். நானும் எனக்குத் தெரிந்த நண்பர் மூலம் முடித்துக் கொடுத்தேன். அக்கதைகளை மீண்டும் திருத்திச் செம்மையாக்கம் செய்து கொண்டுவந்துவிடலாம் என்றார். ஆனால் அடுத்த இரண்டு மாதத்தில் அவருடைய மரணம் நிகழ்ந்துவிட்டது. எனவே இத்தொகுப்பில் அவர் விரும்பிய 'யுகாதி' சிறுகதைத் தொகுப்பின் ஐந்து கதைகளையும் சேர்த்திருக்கிறேன்.

இந்தத் தொகுப்பில் உள்ள கதைகளின் ஆண்டுகள் அவை மொழிபெயர்க்கப்பட்ட ஆண்டுகளே தவிர இதழ்களில் வெளியான ஆண்டுகள் அல்ல.

நஞ்சுண்டனின் தாயார் திருமதி சந்தான லக்ஷ்மியம்மாள் உடல் நலக்குறைவால் அண்மையில் மரணம் அடைந்தார். அந்தத் துக்கத்தில் பங்கெடுக்கச் சென்றிருந்தபோது நஞ்சுண்டன்

அவர்களின் சகோதரி திருமதி சுசிலா அக்கா 'காற்றின் நிழல்' புத்தகத்தை அம்மா அடிக்கடி வாசித்துக் கொண்டிருப்பார் என்று சொன்னார். இந்தப் புத்தகத்தை அவருக்குச் சமர்ப்பிக்கிறேன்.

நஞ்சுண்டனின் மொத்தப் படைப்புகளையும் ஒரே நூலாகக் கொண்டுவர வேண்டும் என்று சொன்னபோது பக்க அளவு, விற்பனை சார்ந்த நடைமுறைச் சிக்கல்களைப் புரிய வைத்து இரண்டு பதிப்பாகக் கொண்டுவரலாம் எனக் கவிஞரும் காலச்சுவடு இதழின் பொறுப்பாசிரியருமான சுகுமாரன் அவர்கள் ஆலோசனை சொன்னார். 'காற்றின் நிழல்' புத்தகத்திற்கு நஞ்சுண்டன் பற்றியக் கட்டுரை, பின்னட்டைக் குறிப்பு ஆகியவற்றை எழுதிக்கொடுத்தார். சென்னைப் புத்தகத் திருவிழாவில் இந்தப் புத்தகத்தை நீங்கள்தான் வெளியிட வேண்டும் எனக் கேட்டபோது சம்மதித்தார். ஆனால் அவரின் உடல்நிலை சரியில்லாத காரணத்தால் பங்கெடுக்க முடியவில்லை. இப்போது இரண்டாம் தொகுப்பான 'பால் மீசை' நூல் வெளியாவதிலும் அவரின் முன்னெடுப்பும் பங்களிப்பும் முக்கியமானவை. அவருக்கு என் நன்றியைத் தெரிவித்துக் கொள்கிறேன்.

கடைசி நேரத்தில் கேட்டபோதும் நூலை வெளியிட்டுப் பேசிய பழ. அதியமானுக்கு நன்றி சொல்லக் கடமைப்பட்டுள்ளேன். எழுத்தாளர் பெருமாள்முருகன் வருகைபுரிந்ததும், தன்னோடு நஞ்சுண்டனின் நண்பரும் கன்னட எழுத்தாளருமான விவேக் ஷான்பாக்கை அழைத்து வந்ததும் மகிழ்ச்சிக்குரிய தருணங்கள். இந்த நேரத்தில் இருவருக்கும் நன்றியைத் தெரிவித்துக் கொள்கிறேன். கவிஞர் கான் தன் மனைவியோடு விழாவில் கலந்துக்கொண்டார். நண்பரும் இலக்கிய வாசகருமான சரவண கணேஷ் பங்கேற்றார். அவர்களின் அன்பிற்கு என் நன்றி.

நஞ்சுண்டனின் படைப்புகளை நூலாக்கம் செய்ய வேண்டும் என்று அவரின் நண்பர்கள் தேவிபாரதி, மு. குலசேகரன், பெங்களூர் சீனிவாசன் முதலானவர்கள் என்னிடம் சொல்லியபடி இருப்பார்கள். அவர்களின் தூண்டுதலே எனக்கான உந்துதலாக இருந்தது. இந்த நூலுக்காக பொன். குமார், இலா. வின்சென்ட் ஆகியோர் நான் கேட்ட சில தகவல்களைக் கொடுத்தார்கள். அனைவருக்கும் என் அன்பும் நன்றியும்.

இந்த நூல் வெளியாவதில் மிகுந்த ஈடுபாடு காட்டியவர் நஞ்சுண்டனின் மனைவி காஞ்சனா. சென்ற வருடம் நடைபெற்ற விழாவில் 'காற்றின் நிழல்' நூலைப் பெற்றுக்கொண்டு

தன் கணவர் குறித்த அனுபவங்களை பகிர்ந்துகொண்டார். அவருக்கும் நன்றி. அமெரிக்காவில் படித்துக்கொண்டிருக்கும் நஞ்சுண்டனின் மகன் சுகவனன் நிகழ்வில் கலந்துகொண்டதில் மகிழ்ச்சி.

நஞ்சுண்டன் தன் தம்பியின் பிள்ளைகள் சரணமலர், சித்தார்த் இருவர் மீது அன்போடும் அவர்களின் எதிர்காலம் குறித்த அக்கறையோடும் இருந்தார். அவர்களையும் இத்தருணத்தில் நினைத்துக்கொள்கிறேன்.

இந்தப் புத்தகம் வெளிவரத் துணைநின்ற பதிப்பாளர் கண்ணன், எழுத்தாளர் அரவிந்தன், அட்டை வடிவமைத்த மு. மகேஷ், நூலாக்கத்தில் பங்காற்றிய காலச்சுவடு பணியாளர்கள் ஜி.ஆர். மணிகண்டன், பா. கலா முருகன் ஆகிய அனைவருக்கும் அன்பும் நன்றியும்.

சேலம்   **சிவபிரசாத்**
மே 29, 2023

வாழ்க்கைக் குறிப்பு

நஞ்சுண்டன் (1961–2019)

சேலம் மாவட்டம் கொண்டலாம்பட்டியில் 1961, ஏப்ரல், 12ஆம் தேதி பிறந்தார். தந்தை கோவிந்தராஜ், தாய் சந்தானலக்ஷ்மி, தங்கை சுசிலா, தம்பி வாசுதேவன். கன்னடத்தைத் தாய்மொழி யாகக் கொண்ட பட்டு நெசவாளர் குடும்பம். 1965ஆம் ஆண்டு பனமரத்துப்பட்டி அரசு ஊராட்சி ஒன்றிய நடுநிலைப் பள்ளியில் ஆரம்பக் கல்வி; கொண்டலாம்பட்டி அரசுப் பள்ளியில் உயர்நிலைக் கல்வி. சேலம் சௌடேஸ்வரி கல்லூரி யில் புகுமுக வகுப்பில் தேர்ச்சி பெற்று இளநிலை புள்ளியியல் பயின்றார். சென்னை மாநிலக் கல்லூரியில் முதுநிலை புள்ளியியல் முடித்து சிதம்பரம் அண்ணாமலை பல்கலைக்கழகத்தில் ஆய்வியல் நிறைஞர் (M.Phil) பட்டம் பெற்றார். 1986ஆம் ஆண்டு பெங்களூர் பல்கலைக்கழகத்தில் பேராசிரியராகப் பணியில் சேர்ந்தார். பணியில் சேர்ந்த சில வருடங்களில் சென்னைப் பல்கலைக் கழகத்தில் முனைவர் பட்டம் பெற்றார். ஹாங்காங், மலேசியா, சிங்கப்பூர், இலங்கை பல்கலைக்கழங்களில் நடைபெற்ற சர்வதேசக் கருத்தரங்குகளில் பங்கேற்று ஆய்வுரைகள் நிகழ்த்தி யுள்ளார். சில ஆண்டுகள் பொறுப்பு துறைத் தலைவராகவும் பணியாற்றியுள்ளார். இவருடைய வழிகாட்டலில் பல மாணவர்கள் முனைவர் பட்டம் பெற்றுள்ளார்கள்.

பள்ளிப் பருவத்திலேயே வாசிப்பின்மீது ஆர்வம் கொண்டு தமிழ் இலக்கியம், இலக்கணங்களைக் கசடறக் கற்றவர். இவரின் முதல் கவிதைத் தொகுப்பான 'சிமெண்ட் பெஞ்சுகள்' 1996ஆம் ஆண்டு நவம்பரில் வெளியானது. இரண்டாம் கவிதைத் தொகுப்பு 'மாற்றம்' (2000), கன்னடத்திலிருந்து மொழிபெயர்த்த சிறுகதைத் தொகுப்பு 'யுகாதி' (2000) ஆகிய மூன்றையும் சேலம் ஓவியர்-எழுத்தாளர் மன்றம் பதிப்பித்துள்ளது. மரணத்தை மையமாகக் கொண்ட சிறுகதைகளின் தொகுப்பு 'மரணம் மற்றும்' (2002), பத்துப் பெண் எழுத்தாளர்களின் கதைகள் அடங்கிய தொகுப்பு 'அக்கா' (2007), யு.ஆர். அனந்த மூர்த்தியின் நாவல்கள் 'பிறப்பு' (2001), 'அவஸ்தை' (2011) என ஐந்து மொழி பெயர்ப்பு நூல்கள் வெளிவந்துள்ளன. இதில் யுகாதி நீங்கலாக மற்ற நான்கு தொகுப்புகள் காலச்சுவடு வெளியீடுகள்.

'சேலம் கவிதைகள்' (1999) எனும் தொகுப்பு நூலையும் கர்நாடக அரசின் மொழி வளர்ச்சி ஆணையம் வெளியிட்ட 'கன்னடம்: ஒரு சுயபோதினி' (2003) எனும் நூலையும் எழுதி யுள்ளார். இவரின் மறைவுக்குப் பிறகு சிறுகதைகள், கட்டுரைகள், செம்மைக் குறிப்புகள் தொகுக்கப்பட்டுக் 'காற்றின் நிழல்' (2022) என்ற தலைப்பில் காலச்சுவடு வெளியீடாக வந்துள்ளது.

இவர் 'பிரதி', 'செம்மை' என இரண்டு சிற்றிதழ்களை நடத்தியுள்ளார். பிரதி கவிதை அழகியலுக்கான சிற்றிதழ். 2011இல் தொடங்கப்பட்ட செம்மை இதழ் செம்மையாக்கத்தின் முக்கியத்துவத்தை உணர்த்தும் விதத்தில் வெளிவந்தது. பெங்களூரிலிருந்து வெளிவந்த வித்தியாசம் என்ற சிற்றிதழில் ஆலன் திலக் என்ற புனைப்பெயரில் இணையாசிரியராகப் பல கட்டுரைகள் எழுதியுள்ளார். இரண்டாயிரத்திற்குப் பிறகு காலச்சுவடு இதழின் ஆசிரியர் குழுவில் பணியாற்றினார். பெங்களூர் பல்கலைக்கழகமும் காலச்சுவடு இதழும் இணைந்து நடத்திய தமிழ்-கன்னடக் கவிஞர்கள் கலந்துகொண்ட மொழிபெயர்ப்புப் பட்டறையை ஒருங்கிணைத்தார்.

தமிழ் இலக்கணத்தை ஆழ்ந்து கற்றதால் செம்மையாக்கம் சார்ந்த பணிகளில் மிகுந்த ஈடுபாடு கொண்டார். சர்வதேசத் தரத்திற்குத் தமிழ் எடிட்டிங்கை உயர்த்தும் கனவோடு 'செம்மை' என்ற அமைப்பை உருவாக்கினார். இந்த அமைப்பில் பெ. பாலசுப்ரமணியன், பெ. முத்துசாமி, இரா. சக்திவேல், ந. கவிதா, கீழ்வேளூர் பா. ராமநாதன் முதலானவர்கள் அவரோடு இணைந்து பணி செய்தார்கள்.

ஏற்காட்டில் 2010ஆம் ஆண்டு ஜனவரி மாதம் இரண்டு நாட்கள் சிறுகதைச் செம்மையாக்க முகாமை நடத்தினார். பின்

அதே ஆண்டு அக்டோபர் மாதத்தில் தரங்கம்பாடியில் இரண்டு நாட்கள் சிறுகதைச் செம்மையாக்க முகாம் நடத்தப்பட்டது. இரண்டிலும் பல மூத்த படைப்பாளிகளும் இளம் எழுத்தாளர்களும் ஆர்வத்துடன் பங்கேற்றனர். 2012ஆம் ஆண்டில் பெங்களூர் பல்கலைக்கழக வளாகத்தில் செம்மையாக்கம் சார்ந்த ஒரு நாள் கருந்தரங்கை நடத்தினார். காலச்சுவடு, உயிரெழுத்து முதலான இதழ்களில் "செம்மைக் குறிப்புகள்" என்ற பத்தியைப் பத்தாண்டுகளுக்கு மேலாக எழுதிவந்தார். ஏராளமான நாவல்கள், சிறுகதைகள், கட்டுரைகள், கவிதைகளைச் செம்மையாக்கம் செய்துள்ளார்.

'பிறப்பு' நாவல் மொழிபெயர்ப்புக்காக 2008ஆம் ஆண்டின் நல்லி – திசையெட்டும் விருதும் 'அக்கா' சிறுகதைத் தொகுப்பிற்காக 2012ஆம் ஆண்டின் மத்திய சாகித்ய அகாதெமி விருதும் பெற்றுள்ளார்.

புதிய இடங்களுக்குப் பயணம் செய்வது, விதவிதமான உணவுகளைச் சமைப்பது, தரமான, பாரம்பரியமான உணவகங்களைத் தேடிக் கண்டடைவது, ஜேம்ஸ்பாண்ட் படங்களைப் பார்ப்பது ஆகியவை இவருக்குப் பிடித்தமான பொழுதுபோக்குகள். அபாரமான நினைவாற்றல் கொண்டவர். மொழி, வரலாறு சார்ந்த தகவல் களஞ்சியமாக நண்பர்களால் நினைவு கூரப்படுபவர்.

பெங்களூரில் தான் தங்கியிருந்த இல்லத்தில் 2019, டிசம்பர் 21ஆம் தேதி மரணம் அடைந்தார்.

பால் மீசை

கன்னட மூலம்: ஜெயந்த் காய்கிணி

டோம்பிவிலியின் ராஜாஜி சாலையிலுள்ள சுப்ரியா அபார்ட்மென்டின் முதல் கட்டடத்தின் மேல் வீட்டில் குடும்பத்தவர்களெல்லாம் தூங்கிய பிறகு, சமையலறையில் பாத்திரம் கழுவி, கடைசியாகக் கடப்பாக்கல் மேடையைத் துடைத்துக் கொண்டிருக்கும் புண்டனுக்கு[1] இப்போது பன்னிரெண்டு வயது. கடந்த இரண்டு வருடங்களாக அவன் இங்கே வீட்டுவேலை செய்கிறான். புண்டலிகன் என்னும் பெயர் தன் அரைப்பாகத்தை என்றைக்கோ இழந்து பேருக்காகப் புண்டனாயிருந்த அவனுக்குத் தனக்கு எவ்வளவு வயது என யோசிக்கும் சந்தர்ப்பமே வரவில்லை. ஆனாலும் வீட்டுக்காரரின் மகள் பிங்கியின் பிறந்த நாள், கேக், பலூன், பார்ட்டிகளின் சந்தர்ப்பம் வந்தபோதெல்லாம் குவியல் குவியலான தட்டுகளில் விருந்தினர்கள் தின்னாமல் விட்ட ஜவ்வரிசி வத்தலை 'புண்டூ, இது எச்சிலாகறதே இல்ல' என்று எஜமானியம்மா வேகவேகமாக எடுத்து ஒரு சின்ன டப்பாவில் போட்டு 'இது உனக்குத்தான். வேணுங்கறப்ப சாப்புடு' என்று தன்னை சந்தோஷப்படுத்த முயலும்போது தன் பிறந்த நாள் எதுவாகவிருக்கலாம் எனக் கணநேரமாவது யோசிக்கிறான். சாயாகீத், சித்ரமாலா வரும்போது தவறாமல் சார் எஜமானியம்மாவிடம் 'புண்டனைக் கூப்புடு' என்று அழைக்கும்போது மிகவும் பூரித்துச் சந்தோஷப்படுகிறவன், அவர்களுக்கு எதற்குச் சிரமம் என்று

விளம்பரங்கள் ஆரம்பமாகும்போதே வேலையை முடித்துச் சட்டெனத் திரைச்சீலையின் மறைவுக்கு வரும்போது 'கூப்புடறதுக்கு முன்னாடி ஏன்டா வந்தே?' எனத் திட்டு வாங்கியிருக்கிறான். சித்ரமாலாவில் கன்னடப்பாட்டு வந்தால் சார், 'புண்டா, இது எந்தப் படத்துலன்னு சொல்லுடா' என்று புண்டனிடம் பாசம் காட்டுவார். புண்டன், 'இது ஸ்ரீநாத், இது அம்பரீஷ்.

இந்தப் படம் ஹொன்னாவரத் தியேட்டருக்கு வந்திருந்துச்சு. அண்ணா பட்களத்துலயிருந்து என்னை சைக்கிள்ல டபுள்ஸ் கூட்டிப்போயிருந்தான்' என்றெல்லாம் நெஞ்சு நிமிர்த்திச் சொல்லிக்கொண்டு போகும்போது 'ஷ ஷ' என்று எல்லோரும் அவன் வாயை மூடுவார்கள். துணி துவைப்பது, வீடு துடைப்பது, பாத்திரங்கள் கழுவுவது, எஜமானியம்மாவுக்குச் சமையலில் உதவுவது, ஓய்ந்த நேரத்தில் பிங்கியுடன் விளையாடுவது எல்லாம் புண்டனின் வேலைகள். மத்தியானம் எஜமானி யம்மா தூங்கும் சமயத்தில் பிங்கி, புண்டனின் சாம்ராஜ்யம் ஆரம்பமாகும். மூன்று வயதுச் சிறுமி பிங்கிக்குப் புண்டனின் வாயிலிருந்து வரும் ஒவ்வொரு வார்த்தையும் வரம். முதன் முதலில், 'புண்டா, பிங்கிக்குக் கதை சொல்லுடா' என்றபோது அவன் தத்தளித்துப்போனான். படிப்படியாக வாய்க்கு வந்தபடி கதை புணையத் தொடங்கி இப்போது பிங்கிக்குக் கதை சொல்வதில் விற்பன்னனாகிவிட்டிருந்தான்.

கதையிலேயே தூக்கத்துக்கான சூழ்நிலையை வருவித்துப் பிங்கியைப் படுக்கவைத்து சபாஷ் என்று எண்ணிக்கொள்வான். ஒவ்வொருமுறை பிங்கி தூங்கிவிட்டாலும் தன் கற்பனைக் கதையின் வேகத்தை நிறுத்த முடியாமல் சற்று நேரம் தனக்குத் தானே கதை சொல்லிக்கொண்டே உட்கார்ந்திருப்பான். சார்கூட அப்படித்தான். எப்போதும் ரசிகர்கள் கிடைக்காதவர்போலப் பிங்கியைத் தூங்கவைக்கும் சாக்கில் சினிமாப் பாட்டுகளைப் பாடி அவள் தூங்கிய பிறகும் தம்தனதம்தன என்று தலை யாட்டியவாறே ஒன்றிரண்டு பாடல்கள் அதிகமாகவே பாடி எஜமானியம்மா 'இப்ப போதும்' என்ற உடனே நிறுத்திவிடுவார். புண்டன் தினத்துக்கொரு புதுப் புதுச் சங்கதியைத் தன் கதையில் சேர்த்துக்கொள்வான். ஒருமுறை அவன் கதையில் மகாபாரதத்தின் பீமனும் எதிர்ப் பெட்டிக்கடைப் பீடாக்காரனும் சேர்ந்து வந்து, என்ன செய்வது எனத் தோன்றாமல் கடைசியில் தன் கதையால் பீடாக்காரனின் கடையைச் சுக்குநூறாக்கிவிட்டு, இருந்த எல்லாப் பீடாக்களையும் கையில் கசக்கி வாயில் போட்டு மென்றுகொண்டே பீமன் ஸ்டேஷன் பக்கம் நடந்துவிட்டான். இப்படிப் புண்டன் தன் கதைகளுக்கு அற்புதமான போக்கைத்

தந்துகொண்டிருந்தான். பிங்கிக்குச் சாப்பாடு, சிற்றுண்டி, பால், தூக்கம் என எல்லாவற்றையும் சிட்டிகை போடுவதுபோல நிர்வகித்துக்கொண்டிருந்தான்.

எஜமானியம்மா தன் உறவினர்கள் யாருடைய வீட்டிலிருந்தோ அங்கே புண்டனின் வயதேயான பையன்கள் இருந்திருக்க வேண்டும்; அவன் அளவுக்கேற்ற பயன்படுத்திய ஒன்றிரண்டு பேன்ட், சர்ட்களைக் கொண்டுவந்து கொடுத்திருந்தார். எங்காவது வெளியே போக வேண்டியிருந்தால் அல்லது வீட்டுக்கு விசேஷமான விருந்தினர்கள் யாராவது வந்தால் புண்டன் அவற்றை அணிய வேண்டியிருந்தது. அதில் டீ சர்ட் ஒன்றின் கழுத்து எலாஸ்டிக் தளர்ந்திருந்தாலும் மார்புப் பகுதியின் மேல் ஒரு தோணியின் வண்ணச் சித்திரம் அழகாக இருந்தது. சற்று நீளமாயிருந்த பேன்ட்டின் காலை எஜமானியம்மா மடித்துத் தைத்துத் தந்திருந்தார். இவன் அந்த உடையைப் போட்டுக்கொண்டால் பிங்கி மிகுந்த சந்தோஷப்படுவாள். 'புந்தூ. . . புந்தூ. . .' என்றபடி அவன் பின்னால் ஓடுவாள். அவன் ஸ்டூலின் மேல் கோலைப் பிடித்துக் கழைக்கூத்தாடியைப் போலத் துணிகளை உலர்த்தப் போடும்போது கீழிருந்து பிழிந்த துணிகளைப் பிங்கி எடுத்துக்கொடுப்பாள். துணிகளிலிருந்து உதிரும் துளிகளின் மழை அவளது சிமிட்டும் கண்கள், கன்னங்களின் மேல் விழும்போது அவளுக்கும் புண்டுவுக்கும் மகிழ்ச்சி ஏற்படும். அவன் சப்பாத்திக்கு மாவு பிசையும்போது அவளும் உட்காருவாள். அப்போது அவன் சின்ன மாவு உருண்டையை அவளுக்குச் செய்துதர வேண்டும். அவள் அதை உருட்டிச் சின்னச் சப்பாத்தி செய்ய வேண்டும். அதோடு மகிழ்ச்சியுடன் அவன் முதுகின் மேல் அவன் கழுத்தைக் கட்டிக் கொண்டு பின்னால் தொங்குவாள். அவன் அப்படியே உருளுவான். ஜமக்காளத்தையும் லுங்கியைப் போர்வையாகவும் கொண்ட, பகலில் எங்கோ அடங்கியிருக்கும் தன் படுக்கையை அவன் சத்தமில்லாமல் வெளியே எடுத்து விரிப்பதை மெச்சுதலோடு பார்த்தவாறு நிற்பாள். தானும் அவனுக்குப் படுக்கை விரிக்க உதவுவாள். பிறகு எஜமானியம்மா எவ்வளவு அதட்டினாலும் அவனுடனேயே உட்கார்ந்து அவன் சொல்லும் கதையைக் கேட்டபடி தூங்குவாள். சாருக்கு இது சரியெனத் தோன்றாவிட்டாலும் பிங்கியைச் சமாளிக்கும் வேறு வழிகள் அவருக்கு வாய்க்காததால் ஒரு மாதிரிப் புண்டன் மேல் முனகியதாகக் காட்டித் தூங்கிப்போன பிங்கியைத் தூக்கிக்கொண்டு படுக்கையறைக்குச் செல்வார். பிறகு புண்டன் தன் வேலையைத் தொடர்வான். தீபாவளியின்போது பிங்கிக் கென்று வாங்கிவந்த எல்லாப் பட்டாசுகளையும் இவனே வெடித்தான். ஏனென்றால் பிங்கி கம்பி மத்தாப்பைப்

பால் மீசை ✻ 21 ✻

பிடிப்பதற்கும் அஞ்சும் பயந்தாங்கொள்ளி. கடைசியில் ஒரு குச்சியில் மத்தாப்பைக் கட்டிப் பற்றவைத்து அவள் கையில் தந்து எரித்துத் தைரியம் வரவழைத்துப் படிப்படியாக, அவள் கம்பி மத்தாப்பையாவது பிடிக்கத் தைரியம் வரவழைத்தபோது, புண்டன் குதித்து ஓடி வீட்டுக்கு வந்து செய்தி சொன்னான்.

ஒவ்வொரு மாதமும் தவறாமல் அவனுக்கு ஊரிலிருந்து கார்டு வந்துகொண்டிருந்தது. பட்களத்துக்கு அருகே ஷிரூரிலிருந்த அவன் வீட்டிலிருந்து அம்மா யார் யாரைக்கொண்டோ எழுதிப் போட்டுக்கொண்டிருந்தாள். இங்கிருந்து இவன் சார்பாக எஜமானியம்மா இவன் நலம் தெரிவித்துக் கார்டு எழுதிக் கொண்டிருந்தார். இரண்டாம் வகுப்புவரை படித்திருந்தாலும் கடிதம் எழுதத் தெரியாதா என்று அதட்டி, பிங்கியைப் பார் எவ்வளவு புத்திசாலி என்று பொய்யாக அவளை ஏற்றிவைத்து அவளை வீட்டுப் பாடம் செய்யவைத்துக் கொண்டிருந்தார். பிங்கி காகிதத்தில் குண்டு குண்டாகக் கிறுக்கி 'இது புந்தூவோட கன்னடம்' என்று கைக்கொட்டிச் சிரிப்பாள்.

தொடக்கத்தில் ஊரிலிருந்து கடிதம் வந்த தினம் புண்டன் உற்சாகமற்றவனைப்போல இருந்துவிடுவான். பிங்கி 'புந்தூ ஏன் விளையாட வரல்ல?' என்றால் எஜமானியம்மா 'அவனுக்கு அவங்க அம்மாகிட்டருந்து கடிதம் வந்திருக்குதல்ல. அவனுக்கு வீட்டு ஞாபகம் வந்திருக்கு' என்று பரிதாபக் குரலில் சொல்லிக் கொண்டிருந்தார். படிப்படியாகக் கடிதங்கள் அவனுக்குப் பழக்கமாயின. ஊரிலிருந்து வந்த கார்டுகளையெல்லாம் நடுவில் மடித்து அவற்றைக்கொண்டு ஆடும் ரயில் விளையாட்டைப் பிங்கிக்குச் சொல்லித் தந்தான். நேராக நடுவில் மடித்த கார்டுகளை ஒன்றுக்குப் பின்னால் ஒன்றாக நீளமாக வைத்துக் கொண்டே போய்க் கடைசிக் கார்டைப் பூ என்று ஊத வேண்டும். அது தனக்கு முன்னாலுள்ள கார்டையும் அந்தக் கார்டு தனக்கு முன்னாலுள்ள கார்டையும் இப்படி ஒன்றின் மேலொன்றாகக் கார்டுகள் படபடவென விழுந்துகொண்டேபோவதைப் பார்த்துப் பிங்கி ஹோ என்று கைத்தட்டுவாள். பிறகு அந்தக் கார்டுகளை ஒன்றாக அடுக்கி, எஜமானியம்மா கொடுத்த, ரப்பர் பேண்ட் போட்டு இறுக்கி பிங்கியின் விளையாட்டுச் சாமான்களின் பெட்டியில் வைப்பான். இந்த ரயில் எங்கே போகிறது என்றால் பட்களத்துக்கு என்பான். 'இங்கே நாங்கள் நலம். உன் அண்ணன் ட்ரக்கில் வேலைக்குப் போகிறான். தங்கை துளசி பள்ளிக்கூடத்துக்குப் போகமாட்டேனென்று அடம்பிடித்துக்கொண்டிருக்கிறாள். பூப்பறிப்பதையும்கூடச் செய்வதில்லை. கவலைப்படாதே.' ஏறக்குறைய இதே வருணனை இந்த ரயிலின் எல்லாப் பெட்டிகளின் மீதும்

எழுதப்பட்டிருந்தது. ஒவ்வொரு புதிய கார்டு வந்தபோதும் சார், 'வாங்கிக்க. உங்க ரயிலுக்கு ஒரு புதுப் பெட்டி' என்றபடி தந்துகொண்டிருந்தார். சில சமயம் உற்சாகத்தோடு 'என் தங்கச்சி துளசி ரொம்பப் புத்திசாலி. என்னைவிட ரொம்ப. அவளோட நான் இப்படியே விளையாடிட்டிருந்தேன். விளையாட வைச்சிட்டிருந்தேன்' எனச் சொல்லிக்கொண்டு போவான்.

யாரோ நாயக்கர்[2] வீட்டுப் புழக்கடைத் தோட்டத்துக்குத் தண்ணீர் பாய்ச்சும் வேலைக்காரக் குடும்பமாயிருந்த புண்டனின் வீட்டில் இப்போது அவனுடைய அம்மா, அண்ணன், தங்கை மட்டுமே இருந்தார்கள். தென்னை ஓலைகளைக்கொண்டு பந்தலிட்ட சின்ன வீடு ஏற்படுத்திக்கொண்டிருந்த அவர்கள் நாயக்கரின் அந்தப் புழக்கடையைப் பார்த்துக்கொள்வது, நீர் பாய்ச்சுவது, தேங்காய்களைப் பறித்து அனுப்புவது, தினமும் காலையில் புழக்கடை முழுவதும் பூக்கும் வெவ்வேறு வகையான பூக்களைப் பறித்து நாயக்கர் வீட்டுப் பூஜைக்கு அனுப்புவது ஆகியவற்றைச் செய்ய வேண்டும். இந்தப் பூப்பறிக்கும் வேலை அம்மாவுடையதாயிருந்தது. அவள் ஒவ்வொரு செடியையும் தொட்டுத் தடவிப் பேசியதைப் போலிருந்தது. அப்பா இறந்ததும் அண்ணன் வேலைக்கு அலையத் தொடங்கிய பிறகு, இளம் புண்டன் பொறுப்புக்கு இந்த வேலை வந்தது. மிகுந்த மகிழ்ச்சி யுடன் புண்டன் பூப்பறிக்கப் போய்க்கொண்டிருந்தான். இடது கையில் பிரம்புக் குடலை, வலது கையில் மூங்கில் குச்சியில் கட்டிய சின்னக் கொக்கி, புழக்கடை முழுக்கப் பூக்கள் அழைக்கும் மரம், செடி, கொடிகள். எத்தனை வகையான பூக்கள்! ஜிமிக்கிப் பூ, சங்கு புஷ்பம், விதவிதமான செம்பருத்தி, ஊசிமல்லி, குண்டுமல்லி, சந்திரகாந்தம், கனகாம்பரம், செஞ்செண்பகம், மஞ்சள் அரளி என ஒன்றா இரண்டா! ஒட்டகச்சிவிங்கி போன்ற செம்பருத்தியின் கழுத்துக்குக் கொக்கிப்போட்டு மிகக் கவனமாக இழுத்துப் பூவைப் பறிப்பான். மழைக்காலத்தில் துளிகள் சேர்ந்த பூவின் இதழ்கள். மதில்சுவருக்கு அருகிலிருந்த மஞ்சள் அரளிமரத்துக் கிளைகளோ ஆகாயத்திலிருந்து தொங்கவிடப்பட்ட இருக்கைகளைப் போலிருந்தன. ஏறிஏறி வழுவழுப்பாயிருந்த அதன் நடுப்பகுதியைச் சுற்றி ஏறி டார்ஜானைப்போல புண்டன் அந்தக் கிளை இருக்கைகளில் ஆடியபடியே உட்காருவான். அதோடு அரளிப் பூக்களைப் பறித்துச் சிகரெட்போல் விரல்களுக்கிடையில் சொருகிக் கொண்டு தேனை உறிஞ்சியபடி உட்காரும் அவனிடம் கீழிருந்து துளசி, 'அண்ணா எனக்கும் கொடு' என்று கெஞ்சுவாள். அப்போது கடவுள் காட்சிதந்து வரம் அளிப்பதுபோல ஒன்றிரண்டு பூக்களை அவள்மேல் எறிவான். பிறகு வழி முழுக்கப் பூவின் இனிப்புச் சிகரெட்டு பிடித்தபடி அண்ணனும் தங்கையும் நாயக்கர்

வீட்டுக்குப் போவார்கள். தங்கள் பெரிய திண்ணைமேல் உட்கார்ந்திருக்கும் நாயக்கர் குடலையிலிருந்து பூக்களைக் கொட்டி ஒவ்வொன்றாகப் பொறுக்கி இலைகிலை எடுத்து விட்டுப் பக்கத்திலிட்டு, மூன்று பெரிய பங்குகளாகவும் ஒரு சிறிய பங்காகவும் பிரிப்பார். மூன்று பாகங்களாகப் பிரிந்திருந்த அண்ணன் தம்பி மூன்று பேரின் பூஜைக்கு அந்த மூன்று பெரிய பங்குகள். அந்தப் பங்குகளிலும் அழகான பெரிய பூக்கள் கொண்டதை நாயக்கர் தன் வீட்டுப் பூஜைக்கே வைத்துக் கொள்வார். சாதாரண செம்பருத்தி, அரளி, நித்யகல்யாணி பூக்களின் சிறிய பங்கைப் புண்டனுக்குக் கொடுப்பார். அது புண்டன் வீட்டுக் கல்தெய்வத்துக்கு. அப்படியென்று புண்டனே அழைத்துக்கொண்டிருந்தான். ஏனென்றால் விநாயகர் சதுர்த்தியின்போது, கணபதி பிரதிஸ்டையைப் பார்க்கப் போயிருந்தபோது, நாயக்கர் வீட்டுத் தெய்வங்கள் தாமிரம், பித்தளை, வெள்ளி, தங்கம் ஆகியவற்றில் பளபளக்கும் தெய்வங்களாயிருந்தன. இவர்களுடையதோ பந்தலின் வெளிக்கூண்டில் சப்பட்டையாயிருக்கும் கல்தெய்வம். அவனுக்கு இந்தச் செம்பருத்தியும் சின்ன நித்யகல்யாணியும் போதும். ஒவ்வொரு முறை கொய்யாமரத்துக்கு அடியில் அபூர்வமாகப் பூக்கும் நீலவண்ண டேலியாப் பூவை அல்லது வெள்ளைச் சந்திரகாந்தப் பூவை எந்தத் தெய்வத்தின் பங்குக்கும் போகவிடாமல் திருடி அமுக்கி வைத்துக்கொள்வார்கள். அவை வாடும்வரைக்கும் அவற்றைப் புழக்கடையில் எங்காவது ரகசியமாக வைத்து அவ்வப்போது பார்த்தும் முகர்ந்தும் மகிழ்ச்சியடைவார்கள். அப்போது நாயக்கர் பூக்களைப் பங்கு பிரிக்கும்போது புண்டனுக்குக் குறும்புச் சிரிப்பு வரும். விடியற்காலையில் அம்மாவுக்குப் புண்டனை அடையாளம் காண்பது வெகுசுலபமாக இருந்தது. அவன் போகும் தடத்தில் உறிஞ்சிப்போட்ட மஞ்சள் அரளிப்பூக்கள் விழுந்துகிடக்கும்.

இங்கே வந்த பிறகு வீட்டிலிருந்து வெளியே போனது மிகக் குறைவேயானாலும் எங்காவது திருமணத்துக்கோ பிங்கியைப் பார்ட்டிக்கோ அழைத்துச் செல்லும்போது புண்டனின் கண்கள் பூச்செடிகளைத் தேடித் தோற்றன. பூக்கடைகளென்னவோ ஏராளமாக இருந்தன. தமிழர்களின் கோயிலொன்றுக்கு வெளியே பரதேசியைப் போலக் கோணல்மாணலாக நின்ற பாரிஜாத மரத்தை விட்டால் பூக்களைக் கொண்ட மரம், செடிகளே அவனுக்குத் தென்படவில்லை. இப்படியாக ஊரில் இப்போது பூப்பறிக்கும் வேலையைத் தொடரக்கூடிய துளசியின் பாக்கியத்தை நினைத்துப் பொறாமைப்பட்டான். எஜமானியம்மா வேண்டாமென்றாலும் டால்டா டப்பாவில் பூஜைக்காகக் கடையிலிருந்து வாங்கிவரும் இரண்டரை சாண் மாலையின்

காய்ந்த சாமந்திப் பூவின் விதைகளை உதிர்த்துத் தண்ணீர் ஊற்றிக்கொண்டிருந்தான். பால்கனியில் செருப்பு, பழைய பேப்பர், பிங்கியின் சைக்கிள் ஆகியவற்றுக்கு நடுவே டப்பாவுக்குள்ளிருந்து வெளிவந்து சாமந்திகள் மலர்ந்துகொண்டிருந்தன. பிங்கியோ அந்தப் பூக்களைப் புந்தூ பூ புந்தூ பூ என்று சொல்லிக்கொண்டிருந்தாள். ஒருமுறை இந்தப் பூந்தொட்டியின் பின்னால் விழுந்த பிங்கியின் சீருடைக்கு இஸ்திரி போட மறந்த புண்டனை 'அந்த டப்பாவைப் பூவோட சேர்த்து உன் தலையில தூக்கிப் போடறேன்' என்று எஜமானியம்மா அதட்டினார். அப்போது ஏனோ பிங்கி, புண்டன் இருவருக்கும் சிரிப்பு வந்தது.

நகரத்திலிருந்த நர்சரிக்குப் பிங்கியைக் கூட்டிச்செல்வதையும் திரும்ப அழைத்துவருவதையும் புண்டன் மிகுந்த உற்சாகத்தோடு செய்துகொண்டிருந்தான். இரண்டுமுறையும் தலைவாரிக்கொண்டான். சாலையின் அக்கம்பக்கத்தை முழுவதுமாகப் பார்த்துப் பிங்கிக்கு எதையெதையோ காட்டி நம்பவைத்தபடி கூட்டிச்செல்வான். ஒரு பக்கம் காரேஜ், இன்னொரு பக்கம் மாவரைக்கும் மில்லின் மேல் சின்ன தொழிற்சாலை. இரண்டுக்கும் நடுவே நர்சரி. சின்ன மரக் கதவைத் திறந்து சிறைச்சாலையிலிருந்து விடுதலை செய்ததைப் போல குழந்தைகளை வெளியே விட்டுக்கொண்டிருந்தார்கள். ஏலம் போடுகிறவர்களைப்போல குழந்தைகளைத் தூக்கிக் காட்டிக்கொண்டிருந்தார்கள். சம்பந்தப்பட்டவர்கள் முன்னால் வராதிருந்தால் அந்தக் குழந்தையை உள்ளே அனைத்து வேறொன்றைக் காட்டுவார்கள். இப்படியாக அங்கே அழைத்துச் செல்லக் கணநேரம் தாமதமானாலும் குழந்தை உள்ளே அனைத்துக்கொள்ளப்பட்டது. அரை மணிநேரத்துக்குப் பிறகு, புண்டனைக் கண்டதும் பிங்கி கண் மலர்த்தி 'புந்தூ. . .' என்று கையாட்டிக் கூப்பிடுவாள். வெளியே வந்தவுடனே புண்டன் அவள் பையில் எல்லாப் புத்தகங்களும் சரியாக இருக்கின்றனவா, பென்சிலும் ரப்பரும் இருக்கின்றனவா என்று பார்ப்பான். தண்ணீர் குடித்தாயா இல்லையா என்று கேட்டுக் குடித்திருக்காவிட்டால் 'நான் கதை சொல்லணுன்னா தண்ணி குடி' என்று போக்குகாட்டிக் குடிக்கவைப்பான். பிறகு சாலையைக் கடக்கும்வரை அவனுடைய வியப்பான செய்திகள்தாம். 'இன்னக்கி உன்னோட கதையில யாரு வரணும்?' என்று கேட்பான். அப்போது பிங்கி சாலையில் தெரியும் ஜனங்களில் சிலரைக் காட்டி 'அவன். . . அது. . .' என்று சொல்வாள். 'அந்தப் பச்சைக் காரு இருக்குல்ல, நேத்தைக்குக் கதையில மொதல்ல வந்தது அது தான்' என்று அவன் சொன்னால், அவள் பக்கத்தில் போய்ப் பார்ப்பாள். அவர்கள் இருவரையும் அபாரமாக வசீகரிக்கும் நடமாடும் பீடாக்காரன் சாலையிலிருந்தால் அவன் பக்கம்

சுற்றிவந்து அவன் கை வேகத்தைப் பயபக்தியோடு இருவரும் பார்ப்பார்கள். கழுத்தில் சின்னப் பெட்டியைக் கட்டி அதில் தாமிரப் பாத்திரங்களை வைத்து அவன் நடந்துகொண்டிருந்தான். சாலையில் போய்வந்து கொண்டிருக்கும் யாரும் வேண்டு மென்றால் அவனை நிறுத்திப் பீடா வாங்கிக்கொள்வார்கள்.

ஊரில் பீடாக்கடையில் குச்சி சொருகிய பீடாவைவிடக் கண்ணெதிரில் தயாராகும் இந்தப் பீடா புண்டனுக்கு ஆச்சரிய மாகத் தெரிந்தது. பளபளவென மினுங்கும் பாத்திரங்களிலிருந்து என்னென்னவோ எடுத்துத் தடவி வண்ண வண்ணமான மசாலா நிரப்பி மடித்து வாடிக்கையாளரின் கையில் கொடுப்பான். வாடிக்கையாளர் பணம் கொடுத்து வாயில் திணித்துக் கொள்வதற்குள் முன்னால் நடப்பான். அவன் நடக்கும்போது பாக்குத் தூளும்கூட அசையாது. ஒரு நாள் பிங்கியைத் திரும்ப அழைத்துவந்த போது மிகுந்த தைரியம் வரவழைத்து எட்டணா கொடுத்து ஒரு பீடா வாங்கிக்கொண்டான். புரச இலையில் கட்டிக்கொடுத்த அதைக் காற்சட்டைப் பையின் மூலையில் வைத்து இரவு வருவதற்காகவே காத்திருந்தான்.

இரவில் எல்லோரும் படுத்த பிறகு, பால்கனியில் பரப்பி யிருந்த துணிகளையெல்லாம் எடுத்து மடித்துவைத்து, செடிகளுக்குத் தண்ணீர் ஊற்றிய பிறகு, பதற்றப்படாமல் காற்சட்டைப் பையிலிருந்து பொட்டலத்தை எடுத்தான். மிகக் கவனமாகப் பொட்டலத்தைப் பிரித்து ஒரு வகையில் கறுப்பாகப் பழசாகிப்போன பீடாவைப் பூப்போலப் பிரித்தெடுத்து உள்ளேயிருந்த மசாலாவைப் பார்த்து மீண்டும் மடித்து மற்ற கட்டடங்களின் விளக்குகள் அணைவதைப் பார்த்தபடி வாயில் போட்டுக்கொண்டான். ஒரு துளியையும் விழுங்காமல் உமிழாமல் நீலகண்டன்போல் எவ்வளவோ நேரம் கண்மூடிக்கொண்டு மிதந்தான். அதற்குள் உள்ளேயிருந்து எழுந்து வந்த சார் 'புண்டூ, கொஞ்சம் உப்புத் தண்ணீ காய்ச்சிக் குடுடா. தொண்டை கரகரன்னு இருக்கு' என்றார். களுக்கென்று முடிந்தளவுக்கு விழுங்கியவன் சமையலறைக்கு ஓடி கியாஸ் அடுப்பைப் பற்ற வைத்துப் பின்னால் நின்றிருந்த சாரின் பக்கம் தவறியும் திரும்பிப் பார்க்காமல் கோபத்தில் விழித்தெழுந்த மருமகளைப்போல வாய் திறக்காமல் இறுகிய முகத்தோடு அவர் சொன்னதற்கெல்லாம் வெறுமனே உம் கொட்டியபடி டம்ளரில் ஊற்றிக் கொடுத்து விட்டுப் பிழைத்தோம் என்று குளியலறைக்கு ஓடினான். உதட்டைத் தேய்த்துத் தேய்த்துக் கழுவுவதற்கு முன்னால் சிவந்திருக்கிறதா இல்லையா என்பதைக் கண்ணாடியில் பார்த்து மகிழ்ச்சியடைந்தான். மறுநாள் சாலையில் போனபோது பிங்கிக்குச் சிவந்த நாக்கைக் காட்ட மறக்கவில்லை. 'எப்பிடி

அது செவப்பாச்சு?' என்று அவள் கேட்டதற்குக் கனவில் நிறைய சிவப்புக் குச்சி ஐஸ் சாப்பிட்டதாகக் கூறினான்.

பிங்கியின் பிறந்த நாளுக்கு முந்தைய தினம் இரவு அவள் பிஞ்சுக் கைகளில் எஜமானியம்மா மருதாணி இட்டபோது, புந்தூவுக்கும் இடு என்று பிங்கி அடம்பிடித்தாள். எஜமானியம்மா புண்டூவின் உள்ளங்கையில் அழகான கொடியும் பூவும் வரைந்தார்.

'இப்பவே பாத்திரம் கழுவப் போகாதே. நாளைக்குக் கழுவு. இல்லன்னா மருதாணி நிறம் பிடிக்காது' என்றார். பிங்கியும் புண்டுவும் அப்போது கைதிகளைப் போலக் கையைத் தூக்கி உட்கார்ந்துவிட்டார்கள். சற்று நேரம் உட்கார்ந்திருந்த பிங்கி 'எனக்குச் சலிப்பா இருக்கும்மா' என்று கைகழுவிக்கொண்டு உட்கார்ந்துவிட்டாள். புண்டனுக்குத் தர்மசங்கடமாக இருந்தது. அறிந்தும் அறியாதவன்போலத் தான் ஒருவனே கையைத் தூக்கி உட்கார்ந்திருக்கிறோமே எனத் தோன்றிக் கையைக் கழுவிக் கொண்டு வேலைக்குக் கிளம்பிவிட்டான். மறுநாள் சிறிதே நிறம் பிடித்திருந்த பிங்கியின் கையைப் பார்த்து எஜமானியம்மா 'அட' என்று முத்தமிட்டிருக்க வேண்டும். ஏனென்றால் அவளும் ஓடோடி வந்து குளியலறையில் துணி துவைத்துக்கொண்டிருந்த புண்டனின் கையை இழுத்துச் சோப்பைத் துடைத்து அங்கும் சற்று நிறம் பிடித்திருந்ததைக் கண்டு 'அட' என்று முத்தமிட்டு 'சீ சோப்பு' என்று வெளியே ஓடினாள். அன்றைய அவர்கள் கதையில் குடிமக்களெல்லாம் முகத்துக்கும் மருதாணி இட்டுக்கொண்டு நடமாடினார்கள். குழந்தைகள் சிலர் சேர்ந்துகொண்டு ஒரு யானை முழுவதற்கும் மருதாணி இட்டிருந்தார்கள். அந்த யானையின் பிறந்த நாளுக்குத் தென்னைமர உயர கேக் இருந்தது.

இப்படியிருந்தபோது ஒரு நாள் அந்த வீட்டுக்குப் புதிய விருந்தினர் ஒருவர் வந்தார். கண்ணாடி அணிந்திருந்தார். எஜமானியம்மாவுடனும் சாருடனும் அவர் நீண்ட நேரம் பேசினார். இடையிடையே தண்ணீர், தேநீர், பழம் எடுத்துக் கொண்டு புண்டன் வந்தபோது அவனைப் பார்த்து, 'எப்படி இருக்கறே புண்டலீக்?' என்று பெயர் சொல்லிக் கூப்பிட்டார். புண்டன் வெட்கப்பட்டு உள்ளே ஓடினான். தன் பெயரைத் தெரிந்துவைத்திருக்கும் இவர் யாரப்பா என எண்ணி உள்ளே விளக்கை அணைத்து இருட்டிலேயே திரைக்குப் பின்னால் நின்று அவரைப் பார்த்தான். பேச்சைப் பார்த்தால் அவர்கள் பக்கத்தவரே. ஆனால் பரிச்சயமான முகமல்ல. விருந்தினர் தனக்குச் சாக்லேட் கொண்டுவந்திருக்க வேண்டும். இனியென்ன தருவார் என்று சற்று நேரம் அப்படியே விருந்தினரின் கையில் கன்னம் கின்னம் நிமிண்டிக்கொண்ட பிங்கி நேரம் வீணாயிற்று என எண்ணி 'புந்தூ' என்றபடி உள்ளே நடந்தாள். சமையலறையிலேயே

பிங்கி விளையாட்டுச் சாமானைப் பரப்பிக்கொண்டு உட்கார்ந்தாள். பிங்கி கோபுரம் கட்டியபோது அவளுக்கு உதவிக் கொண்டே ஒரு பக்கம் பட்டாணியைத் தின்னக் கொடுத்துக் கொண்டிருந்தான். 'நீயும் சாப்புடு' என்று பிங்கி அவன் வாய்க்குள் திணிக்க வந்தால் உயிர் போனாலும் வாய் திறக்கவில்லை. அதற்குள் எஜமானியம்மா 'பிங்கீ, அங்கிள் கிளம்பிட்டார் பாரு' என்று உள்ளே வந்தார். அவர் பின்னாடி வந்த கண்ணாடி சார் 'இந்த சன்டே எங்க வீட்டுக்குச் சாப்புட வரணும் பிங்கீ. புண்டலீகனையும் அழைச்சிட்டு வா' என்று சொன்னார். அவர் போன பிறகு எஜமானியம்மா, 'புண்டா, நாளன்னைக்கு அந்தேரியிலயிருக்கற அவர் வீட்டுக்குப் போகணும். அது ரொம்ப தூரம். காலையிலேயே கிளம்பணும். அதனால நாளை ராத்திரி இட்டிலிக்கு மாவாட்டாதே. பிரட் சாப்டுட்டுக் கிளம்பிடலாம்' என்றார். பிறகு சற்று நேரம் கழித்து 'புண்டு, உனக்கு ஒரு சந்தோஷச் செய்தி. இப்ப வந்திருந்தாருல்ல ராவ்னு. அவர் வீட்டுல ஆறு மாச சின்னக் குழந்தை இருக்குது. அந்தக் குழந்தையைப் பாத்துக்க உன் தங்கச்சி துளசி இருக்கறா. போன ரெண்டு வாரமா உன்னைப் பாக்கணுன்னு ரொம்ப அடம் பிடிக்கிறாளாம். ரொம்ப நல்ல மனுஷங்க. எப்படி இங்கவரைக்கும் வந்தாரு பாரு. நாளன்னைக்குப் போகலாம். நீயும் அவளைப் பார்த்த மாதிரி ஆச்சி. அவளுக்கும் கொஞ்சம் தைரியம் வரலாம்' என்றார்.

புண்டனால் நம்பவே முடியவில்லை. துளசி! இங்கே! தன் கதை ஒன்றில் வந்ததைப்போல. நம்பலாமா வேண்டாமா என அவனுக்குத் தெரியவில்லை. தான் வீட்டை விட்டு வந்தபோது எவ்வளவு சின்னவளாக இருந்தாள். கிணற்றுச் சுவருக்குப் பக்கத்தில் சின்னச் செடியிலிருந்த செம்பருத்தி மொக்குக்கும் அவள் கை எட்டவில்லை. அடம்பிடிக்கிற பெண். அம்மாவுக்கு ரொம்பத் தொல்லை கொடுத்தாளோ என்னவோ? புண்டன் மிகுந்த உத்வேகத்தோடு தன் வேலையைத் தொடங்கினான். பிங்கி என்றைக்கும்போலப் பால் குடிக்கமாட்டேனென்று அடம்பிடித்தபோது சார் 'புண்டா, இவளைப் பால் குடிக்க வை' என்று பிங்கியை உள்ளே அனுப்பினார். புண்டன் பால்கனி யில் அவளை உட்கார்த்தித் தங்கையைப் பற்றிச் சொல்லத் தொடங்கினான். 'துளசி மத்தியானம் சூடான மணல்மேலயும் சாவதானமா நடப்பா. மத்தவங்கன்னா ஓடணும். காலை அவ்வளவு சுடும். துளசி பச்சை வாழைக்காயையும் தின்னுக் காட்டுவா. எவ்வளவு கசப்பான பிஞ்சுக் கொய்யாக் காயையும் மென்னு தின்னுவா. இந்த அண்ணன்னா போதும் கடகடன்னு நடுங்குவா.' பிங்கி கண்களை மலர்த்திக் கடக்கடக்கெனப் பாலைக் குடித்து முடித்தாள். உடனே ஓடிக் கண்ணாடிக்கு முன்னால் நின்று 'சே, இன்னக்கி மீசை சரியா வரவே இல்ல'

என்று முணுமுணுத்தாள். பால் மீசை பெரிதாயிருந்தால் அவளுக்கு மகிழ்ச்சி. 'நாளக்கி இதைவிடப் பெரிய மீசை வரவைக்கலாம்' என்று புண்டன் படுக்கை விரிக்கப் போனான். படுக்கை விரித்தபோது திரும்பத் திரும்பப் போர்வையில் குண்டுக்கட்டாக விழுந்து பிங்கி உருளத் தொடங்கினாள். 'போய்ப் பல் தேச்சுக்க. இல்லன்னா கதை இல்லை' என்று அவளைத் துரத்தினான். பிங்கி தூங்கிய பிறகு எஜமானியம்மா வந்து 'புண்டு, உன்னோட அந்த சர்ட் பேன்ட் துவச்சிதானே இருக்குது? இல்லன்னா நாளைக்கே துவைச்சுப் போடு' என்றார்.

மறுநாள் பிங்கியை நர்சரியில் விட்டு வந்ததுமே புண்டன் தன் சர்ட் பேன்ட்டைத் துவைத்து வெளிக் கம்பியில் காயப் போட்டான். எஜமானியம்மா அங்கேயே சோபாவின் மேலிருந்த பிங்கியின் ஜட்டியைப் பார்த்து 'அட, ஜட்டி போட்டுக்காமயே போயிருக்கறாளேடா. சீக்கிரம் எடுத்துட்டுப் போ. சே பாவம்' என்று அவன் கையில் ஜட்டியைக் கொடுத்துத் துரத்தினார். அவசரத்தில் செருப்புகூடப் போட்டுக்கொள்ளாமல் பிங்கியின் ஜட்டியைப் பிடித்துக்கொண்டு புண்டன் ஓடினான்.

நர்சரி வாசலில் ஆசிரியை ஒருவரிடம் பிங்கி வேண்டுமெனச் சொன்னான். அவள் வந்தவுடன் சார் சொல்வதுபோல 'நங்கூபாயி ஹனகல்[3]' என்று கிண்டல் செய்தபடி ஓரமாக அழைத்துப் போய் ஜட்டியை அணிவித்தான். 'வீட்டுக்குப் போயிடலாமா?' என்றவள் கண்களை மலர்த்தியபோது 'சே சே, இன்னும் டைமிருக்கு' என்று உள்ளே அனுப்பினான். மீண்டும் வீட்டுக்கு ஓட்டமாகத் திரும்பினான். வழியில் எதிர்ப்பட்ட நடமாடும் பீடாக்காரனைப் பார்த்து காற்சட்டைப் பையில் எட்டணா இல்லாததால் சலிப்பாக இருந்தது. ஆனால் துளசிக்காக ஏன் ஒரு பீடா வாங்கிக்கொண்டு போகக் கூடாது எனத் தோன்றியது. பிங்கியைத் திரும்ப அழைத்துவர மீண்டும் வந்தபோது மின்சாரத் துறையினர் செடி வெட்டும் டிரக்கை வைத்துக்கொண்டு கம்பிக்குக் குறுக்கே வரக்கூடிய கிளைகளைக் கத்தரித்துக்கொண்டிருந்தார்கள். டிரக்கின் பின்னால் தீயணைக்கும் வண்டிக்கு இருப்பதுபோல ஏணி இருந்தது. சீருடை அணிந்து ஜனங்கள் ஏறி இறங்கி வேலைசெய்து கொண்டிருந்தார்கள். வெட்டிய கிளை கம்பிமேல் விழாமல் கயிறு போட்டு இழுத்துக் கொண்டிருந்தார்கள். பிங்கியைத் திரும்ப அழைத்துவரும் வரைக்கும் இந்த வேலை நடந்துகொண்டிருக்கட்டும் கடவுளே என்று பிரார்த்தித்தவாறு புண்டன் நடைபோட்டான். அவள் பையை எடுத்துக்கொண்டவுடனே அவளைத் தண்ணீர் குடிக்க வைத்து 'உனக்கு ஒரு அதிசயம் காட்டறேன். மரம் வெட்டுற ட்ரக்' என்று நீண்ட அடியெடுத்துவைத்து அவளை இழுத்துக்

கொண்டு வந்தான். இப்போது வெட்டும் வேலை முடிந்திருந்தது. கீழே விழுந்திருந்த கிளை, கொப்புகளை ஓரிடத்தில் சேர்த்து வைத்திருந்தார்கள். அப்போது நேராக இருந்த ஏணி இப்போது சின்னதாகி டிரக்கின் பின்னால் படுத்திருந்தது. பிங்கி பார்க்க முடியாமல் போச்சே என்று புண்டனுக்கு ஏமாற்றமாக இருந்தது. 'இருக்கட்டும், நானே உனக்குச் சொல்றேன்' என்று விளக்கமாகச் சொல்லியவாறு வீட்டுப் பக்கம் புறப்பட்டான். பிங்கி 'ஏன் வெட்டறாங்க?' என்றாள். 'அது ஒயர்மேல வரக் கூடாதுன்னு' என்றான். 'ஏன் வரக் கூடாது?' என்றாள். 'மரத்துக்கு அப்ப ஷாக் அடிக்கும்' என்றான். அப்போது பிங்கி 'மரத்துக்கு ஷாக் அடிச்சா என்னாகும்?' என்றாள். 'ஒன்னுல்ல, மரம் பேச ஆரம்பிக்கும். நடமாட ஆரம்பிக்கும். இந்தக் கடைகள்லயிருந்து பலகாரம் கிலகாரம் திருடித் திங்க ஆரம்பிக்கலாம்' என்று சொன்னான். 'ஐய்யோ' என்றவாறு பிங்கி வீட்டை அடைந்தாள்.

மத்தியானம் தூங்குவதற்கு முன்பு எஜமானியம்மா 'புண்டு, உன்னோட தங்கச்சி அங்கேயே இருக்கறது நல்லது தானே? உனக்கு வேணுங்கறப்ப பார்க்கலாம். ஆனால் அவளுக் கென்னமோ அங்க இருக்கப் புடிக்கலயாம். ரொம்ப அடம்பிடிக்கிறாளாம். சின்னக் குழந்தை இருக்கற வீடு. அவ உம் பேச்சைக் கேப்பால்ல? நீ அவளுக்கு நிதானமா விளக்கிச் சொல்லு. நீ சொன்னா கண்டிப்பா கேப்பா. என்னன்னாலும் நீ அண்ணா. அவங்க சொன்னபடி கேக்கச் சொல்லு' என்று திரும்பத் திரும்பச் சொன்னார். துளசியின் சின்ன முகம் கண்ணெதிரே வந்தாலும் அது சற்று பிங்கியின் முகம்போலவே வடிவம் கொண்டது. 'சரி சரி' என்றவாறு பிங்கியின் உடைகளுக்கு இஸ்திரி போட்டான். இஸ்திரி போட்டு முடித்த பிறகு இஸ்திரிப் பெட்டியின் சுவிட்சை அணைத்தான். எஜமானியம்மா 'இஸ்திரிப் பெட்டி சூடாயிருக்கு. உன் துணிக்கும் போட்டுக்க. நாளக்கி நீ அழகாத் தெரியணும்' என்றார். உற்சாகத்துடன் ஓடிப்போய் மடித்துவைத்திருந்த தன் சர்ட், பேன்ட் கொண்டுவந்தான். சர்ட்டுக்குப் போட்டு முடிப்பதற்குள் இஸ்திரிப் பெட்டி குளிர்ந்துவிட்டது. ஆனாலும் அதைப் பேன்டின் மேல் ஓட்டி எப்படியும் இரவு படுக்கும்போது தலைக்கடியில் வைத்துக் கொண்டால்போயிற்று என நினைத்துக்கொண்டான். எஜமானியம்மா தூங்கிக்கொண்டிருந்தபோது வீதியில் பீடாக்காரன் கூவியது கேட்டது. எட்டணா எடுத்துக்கொண்டு சத்தமில்லாமல் இறங்கி ஓடிப்போய்ப் பீடா கட்டிக்கொண்டு வந்து பேன்ட்டின் பையில் வைத்துவிட்டான்.

மறுநாள் விடியற்காலை எட்டு மணிக்கே எல்லோரும் தயாராகி டோம்பிவிலி ஸ்டேஷனிலிருந்தார்கள். ஞாயிற்றுக்

கிழமையாதலால் டிக்கெட்டுக்கு நீண்ட வரிசை. பிங்கியின் கைபிடித்து நின்றிருந்த புண்டன் மக்கள் வெள்ளத்தைப் பார்த்து வாயடைத்துப் போயிருந்தான். பிங்கியே அவனுக்குத் தைரியம் கொடுப்பவளைப்போலக் காணப்பட்டாள். சார் டிக்கெட் வாங்கி வந்தார். எஜமானியம்மா பிங்கியைப் பிடித்துக்கொண்டார். சார் புண்டனின் கைப்பிடித்துக்கொண்டார். ரயில் ஒன்று பிளாட்பாரத்துக்கு வந்தவுடனே சார் அதற்குள் சட்டென்று பார்த்து 'அடுத்த வண்டி பிடிக்கலாம். இது வேண்டாம்' என்று அறிவித்தார். எல்லோரும் பின்னுக்கு வந்தார்கள். நெருப்பு விழுந்த புற்றின் எறும்புகள்போல உள்ளிருந்த ஜனங்கள் வெளியே பாய்ந்தார்கள். பிறகு வெளியிலிருந்தவர்கள் உள்ளே. கண நேரத்துக்குள் ரயில் புறப்பட்டுப்போனது. 'பாத்தியா புண்டா. முடிஞ்சளவு சீக்கிரமா ஏறணும்' என்று சார் சொன்னார். சில நிமிடங்களிலேயே இன்னொரு ரயில் வந்தது. கண்மூடித் திறப்பதற்குள் எல்லோரும் உள்ளே புகுந்துகொண்டார்கள். சாரின் வயிற்றில் புண்டனின் முகம் ஒட்டியிருந்தது. எல்லாப் பக்கத்திலிருந்தும் ஜனங்கள் மிதித்துக்கொண்டிருந்தார்கள். இப்போது சார் பிங்கியைத் தூக்கிக்கொண்டார். எஜமானி யம்மாவைக் காணவில்லை. நடுவிலெங்கோ பிங்கி 'கடல் கடல்' என்று கத்தினாள். அப்போது சார், 'இல்ல பிங்கி, அது சின்ன ஆறு. இப்ப பாலம் வரும் பாரு' என்றார். புண்டனுக்கு எதுவும் தெரியவில்லை. அக்கம்பக்கத்தில் நின்றிருந்தவர்களின் வயிறு, பாக்கெட்டு, பைகளின் இருட்டு மட்டுமே முகத்தில் படிந்திருந்தது. பாலத்தைக் கடந்தபோது ரயிலின் சத்தம் மாறியது. வந்த புதிதில் இதே மாதிரி சார் அவர்களை எங்கோ அழைத்துப் போனார். கடலுக்குப் பக்கத்தில் குன்றின்மேல் ஒரு பூங்கா இருந்தது. பிரம்மாண்டமான சிமெண்ட் பூட்ஸும் இருந்தது. அங்கிருந்து சார் தொலைவில் கடலில் தெரிந்த தீவுப் பகுதி ஒன்றைக் காட்டி 'பார் புண்டா, அதுதான் உன் பட்களம். எவ்வளவு பக்கத்துல இருக்குது பார். லாஞ்சுல போனா ரண்டே நிமிசத் தூரந்தான்' என்று சிரித்தார். அது பொய் என்று தெரிந்திருந்தாலும் புண்டன் ஏனோ அந்தப் பூங்காவில் இருந்தவரைக்கும் அந்தப் பகுதியையே பார்த்தவாறு உட்கார்ந்திருந்தான். தாதரில் ரயில் மாறிய பிறகு எல்லோருக்கும் உட்கார அங்கும் இங்கும் இடம் கிடைத்தது. சார் இப்போது புண்டனின் காதில் 'உன் தங்கச்சிக்குச் சொல்லு. அடம்கிடம் பிடிக்காம அவுங்க குழந்தைய நல்லாப் பாத்துட்டா நாங்களும் அவளுக்கு ஒரு பரிசு தர்றோம்னு' என்றார். பிங்கி புண்டனையே சிமிட்டும் கண்களால் பார்த்துக்கொண்டிருந்தாள். புண்டனின் தாடையைத் தன் பக்கம் இழுத்தவாறு 'இந்த ரயில் சலிப்பாயிருக்குது புந்தூ. நம்ம பட்கள அட்டை ரயிலே நல்லா இருக்குது. சலிப்பாயிருந்தா நிறுத்திடலாம்' என்றாள். சார்

மீண்டும் புண்டனின் காதைத் தன் பக்கம் இழுத்து 'துளசிக்கு சரியா எடுத்துச் சொல்லு. வேணுன்னா மாசத்துக்கு ஒரு தடவை நீங்க சந்திக்கிறதுக்கு ஏற்பாடு பண்ணலாம். அவங்க சொன்னபடி கேட்டு அவங்களோட எந்தச் சாமானையும் நாசம் பண்ண வேண்டான்னு சொல்லு. அன்னைக்கிக் கோவத்துல ஒரு கப்பை வீசி எறிஞ்சி ஒடச்சிப் போட்டுட்டாளாம். ஏழெட்டு வயசுப் பொண்ணுன்னு அவங்களும் சகிச்சிட்டிருக்காங்க' என்றார். புண்டனுக்கு மெதுவாகப் பயம் ஆரம்பமாயிற்று. அந்தேரியில் ஆட்டோ ஏறியபோது பிங்கியின் கையைப் பிடித்துக்கொள்ள அவன் மறந்துவிட்டான். எஜமானியம்மா மிக அதிகமாகக் கோபப்பட்டார்.

மணி அடித்த பிறகு ராவ் வீட்டின் கதவு திறக்கச் சில வினாடிகள் ஆயின. அதற்குள்ளாகவே எஜமானியம்மா 'பலகாரம் கொடுத்தா கை நீட்டிச் சாப்டுறாத. உனக்கு வேற தருவாங்க. சோபாமேல ஒக்காராதே' என்றெல்லாம் படபடத்தார். கதவின் மேஜிக் ஐ வழியாகப் பார்த்த கண்ணாடி சார் 'ஓஹோ, வாங்க வாங்க' என்றவாறே கதவைத் திறந்தார். 'ஒக்காருங்க ஒக்காருங்க' என்று எல்லோரையும் உள்ளே வரவழைத்துக்கொண்டார். பிங்கியின் கன்னத்தை நிமிண்டி 'இங்க பாருடீ, யாரெல்லாம் வந்திருக்காங்கன்னு' என்று மனைவியை அழைத்தார். 'புண்டலீக் அழகாத் தெரியறே. ஒக்காரு ஒக்காரு' என்று அவர் சொன்ன போது அவன் சோபாவின் மேல் உட்கார்ந்துவிடுவானோ எனப் பயந்த எஜமானியம்மா 'இருக்கட்டும் . . . இருக்கட்டும், புண்டு அங்கயே கார்ப்பெட்மேல ஒக்காரு' என்று டீப்பாய்க்குப் பக்கத்தில் இடம் காட்டினார். புண்டன் பயந்துகொண்டே உட்கார இருந்ததற்குள் கண்ணாடி சார் 'இருக்கட்டும். இங்க வேண்டாம், அங்க ஒக்காரு' என்றவாறு சற்றுத் தூரத்திலிருந்த டைனிங் டேபிளின் நாற்காலியைக் காட்டினார். வேண்டாம் என்பதைப்போல எஜமானியம்மா அவனுக்குக் கண்களால் சைகைசெய்தார். அதற்குள் உள்ளேயிருந்து மிஸஸ் ராவ் கைத் துடைத்துக்கொண்டே வந்து 'வணக்கம். குழந்தையத் தூங்கப் பண்ணிட்டு வந்தேன். ஊருலயிருந்து வந்திருந்த என்னோட அம்மா முந்தாநேத்துதான் திரும்பிப் போனாங்க' என்றார். புண்டன் பக்கம் திரும்பி 'அடே, நீதானா துளசியோட அண்ணா? பையன் ஸ்மார்ட்டா இருக்கான்ல. துளசீ' என்று கூப்பிட்டார்.

புண்டனின் கண்கள் நடுங்கியபடி வீட்டின் உட்பகுதியையே பார்த்தன. அவன் இதயம் ஏனோ அடித்துக்கொள்ளத் தொடங்கியது. மெலிந்த கைகள் திரைச்சீலையை மெதுவாக விலக்க, சின்ன துளசி வந்து நின்றாள். அவள் கண்கள் புண்டனையே ஏக்கத்தோடு பார்த்தன. வெளுப்பாகத் தடித்து வளர்ந்திருந்த

அண்ணனைப் பார்த்து ஒருவிதமான வெட்கத்தோடு சிரித்தாள். மற்றவர்களைப் பார்த்து ஒரு அடி பின்னால் நகர்ந்து நின்றாள். புண்டனும் அவளைப் பார்த்து மெலிதாகப் புன்னகைத்தான். கண்ணாடி சார் இப்போது 'அண்ணா ரண்டு வருசத்துல உடம்பு ஊறி அழகா ஆயிருக்கானில்லியா? இங்கிருந்தா நீயும் அப்படியே ஆயிடுவே வா. வெளியே வா. பேசு' என்று அழைத்தார். அவள் முன்னால் வரவில்லை. அவள் அணிந்திருந்த விசித்திரமான சட்டையில் அவள் கைகால்கள் குச்சிகளைப்போலத் தெரிந்தன. பிங்கி ஓடிப்போய்த் துளசியின் அருகில் நின்று விளையாட்டுப் பொருளைப் பார்ப்பவளைப்போல பார்த்துக்கொண்டு நின்றாள். எஜமானியம்மா 'பிங்கி இங்க வா. அண்ணன் தங்கச்சி பேசிக்கட்டும் விடு' என்று பிங்கியை அதட்டிக் கூப்பிட்டார். பிங்கி இப்போது புண்டனின் பக்கம் போய் நின்றாள். 'ஓ, அவனோட ரொம்ப ஒட்டிக்கிட்டிருக்கா' என்று மிஸஸ் ராவ் ஆச்சரியப் பட்டார். 'இங்க பேசறதுக்கு வெட்கமாயிருக்கலாம். உள்ளே போயிடுங்க. பெட் ரூமில சாவதானமா உட்கார்ந்துட்டுப் பேசுங்க. அங்க குழந்தை தூங்குது. கொஞ்சம் மெதுவாப் பேசுங்க' என்று மிஸஸ் ராவ் துளசியை அனுப்பினார். 'உம், நீயும் போ' என்று சொன்ன பிறகு, புண்டன் மெதுவாக அங்கே போனான். அவன் பின்னால் கிளம்பிய பிங்கியைத் தடுத்துக் கண்ணாடி சார் 'நீயும் அப்புறமா போவியாம்' என்று சொல்லி அவர்கள் இருவரும் உள்ளே போன பிறகு பெட்ரூமின் கதவைச் சற்றுச் சாய்த்து விட்டு வந்தார்.

புண்டனை ஒரு வகையான செவிட்டுத்தனம் கவியத் தொடங்கியது. ஏறக்குறைய பிங்கியின் உயரமே உள்ள தன் பேதைத் தங்கையிடம் இங்கே இப்போது என்ன பேசுவது, என்ன செய்வது என சற்றும் தோன்றவில்லை. பெரிய இரட்டைப் படுக்கையின் நடுவில் வண்ணப் போர்வையின் மேல் தலையணைகளுக்கு இடையில் குழந்தை பூப்போலத் தூங்கிக்கொண்டிருந்தது. இனிப்புக் கடையில் குலோப்ஜாமூனின் மேல் வைத்ததைப் போலக் குழந்தையின் மேல் ஒரு கொசுவலைபோல சின்னக் குடை இருந்தது. சற்றுத் தூரத்தில் ஜன்னல் பக்கம் இவன் அளவுக்கே பயந்தவளைப் போலிருந்த துளசி நின்றிருந்தாள். புண்டனுக்கு எதுவும் பேச வரவில்லை. துளசி வைத்த கண் வாங்காமல் அவனையே பார்த்துக்கொண்டிருந்தாள். இப்போ அங்கே யார் பூப்பறிக்கிறாங்க? இங்கே ஏன் வந்தே? ஏன் அடம்பிடிக்கிறே? ஏன் கப்பை ஒடச்சே? இவை எதுவும் கேட்க வரவில்லை. வந்ததைப் போல உணர்ந்தாலும் விக்கலும் வரவில்லை. மண்ணெண்ணெய் ஸ்டவ்வை அப்போதுதான் அணைத்தது போன்ற அமைதி. அதற்குள் குழந்தை ஈரப்படுத்திக்கொண்டு அசைந்தது. துளசி சரசரவென்று முன்னால் வந்து குடையை எடுத்துவிட்டுக்

குழந்தையின் கால்களைத் தூக்கி ஜட்டியைக் கழற்றித் துடைத்தாள். பக்கத்திலிருந்த புது ஜட்டியை மெதுவாகப் போட்டு விட்டாள். குழந்தையின் நெஞ்சை மெதுவாகத் தட்டிக் கொடுத்தாள். குழந்தை தூங்கியது. மீண்டும் குடை வைத்தாள். சில வினாடிகளுக்குப் பிறகு கதவைத் தள்ளிக்கொண்டு எஜமானியம்மா 'புண்டு, பிங்கி இங்கயும் அடம்பிடிக்க ஆரம்பிச்சுட்டா. நீயே குடிக்கவைச்சுடு' என்று பால் டம்ளரைப் பிடித்துக்கொண்டிருந்த பிங்கியைத் தரதரவென இழுத்துவந்து விட்டுப் போனார். தூங்கிவிட்ட குழந்தையைப் பார்ப்பதில் பிங்கி ஆழ்ந்திருந்தாள். குடையை எடுத்து உள்ளே கை நுழைத்துக் குழந்தையின் விரல்களைத் தொட்டுப் பின்னுக்கு நகர்ந்தாள். துளசி முன்னால் வந்து குடையைச் சரிசெய்தாள். பிங்கி குனிந்து குழந்தையை ஆர்வத்தோடு பார்த்துக் கொண்டிருந்தபோதே புண்டன் டம்ளரைக் கடகடவெனச் சாய்த்து அவளைப் பால் குடிக்கவைத்துவிட்டான். அவனே நம்ப முடியாதளவு பிங்கிக்குப் பெரிய மீசை வளர்ந்திருந்தது. கண்ணாடியில் பார்க்குமாறு சைகைசெய்தான். பெரிய மீசையைப் பார்த்துக் குதித்த பிங்கி எல்லோருக்கும் காட்ட வெளியே ஓடினாள்.

சற்று நேரத்தில் சமையல் தயாராகத் தொடங்கியது. 'முடிஞ்சுதா உங்க கூட்டம்?' என்று இருவரையும் வெளியே அழைத்தார்கள். சாப்பாடு பரிமாறுவதில், தட்டுகளை எடுப்பதில், பாத்திரங்களைக் கழுவுவதில் புண்டன் அதிகமாக ஓடியாடினான். 'அண்ணனைப் பாரு. எவ்வளவு நல்லாத் தயாராயிருக்கறான்' என்று எல்லோரும் திரும்பத் திரும்ப துளசியிடம் சொன்னார்கள். துளசியோடு உட்கார்ந்து புண்டன் சாப்பிட்டான். 'எவ்வளவு கச்சிதமா சாப்பிட்டிருக்கான் பாரு' என்று துளசிக்குக் காட்டினார்கள். பிற்பகல் தேநீர் தயாரித்துக் கப்புகளில் ஊற்றியபோது மிஸஸ் ராவ் கப்புகளை வெளியே எடுத்துப்போகக் காத்து நின்ற புண்டனிடம் 'தங்கச்சிக்கு எல்லாத்தையும் சரியாச் சொல்லியிருக்கறதானே? கொஞ்சம் திட்டிச் சொல்லியிருக்கணும்' என்று முணுமுணுத்தார். நான்கு மணிக்கு எல்லோரும் புறப்பட்டு நின்றார்கள். 'இனி நீங்க எங்க வீட்டுக்கு வாங்க. பிங்கி உனக்கு விளையாடக் குழந்தை வேணுமா?' முதலான பேச்சுகள் நடந்துகொண்டிருந்தபோது மிஸஸ் ராவ் 'துளசீ, நீ சரியா வேலைசெய்யலன்னா உன் அண்ணன் மறுபடியும் உன்னைப் பார்க்க வரமாட்டானாம். இல்லியாடா?' என்றார். அப்போது துளசி கீழே கார்ப்பெட்டில் சப்பணமிட்டு உட்கார்ந்திருந்தாள். அவள் பிஞ்சுத் தொடைகளின் மேல் சின்னத் துணி மடிப்பைப்[4] போட்டுக் குழந்தையைப் படுக்கவைத்திருந்தார்கள். 'ரண்டு கையாலயும் குழந்தையைப் பிடி. உன் கால் சின்னதாயிருக்குது. குழந்தை சாஞ்சிடலாம்'

என்று எஜமானியம்மா எச்சரித்தார். 'டாடா' 'பாய் பாய்' சொல்லியபடி எல்லோரும் வாசலுக்கு வெளியே வந்தார்கள். பையைப் பிடித்துக்கொண்டிருந்த புண்டன் வெளியே வந்தபோது ஒருமுறை திரும்பி துளசியைப் பார்த்தான். தொடைமேல் படுத்திருந்த குழந்தையை இரண்டு கைகளாலும் பிடித்துக் கண்சிமிட்டாமல் பார்த்துக்கொண்டிருந்த துளசி இளம் தாயைப் போலத் தெரிந்தாள். எதையோ மறந்தவனைப் போலச் சரக்கென்று உள்ளே போய் அவள் முன்னால் குனிந்து பேன்ட் பாக்கெட்டிலிருந்து பீடாப் பொட்டலத்தை எடுத்து அவள் பக்கத்தில் வைத்துவிட்டு வெட்கத்துடன் ஓடிவந்து மற்றவர்க ளோடு சேர்ந்துகொண்டான்.

அடிக்குறிப்புகள்

1. புண்டரீகம் என்றால் தாமரை. புண்டரீகன் திருமாலின் ஆயிரம் நாமங்களுள் ஒன்று. புண்டலீகன் இப்பெயரின் மற்றொரு வடிவம். எனவே புண்டன் என்னும் சொல்லால் அருவருப்படைய வேண்டியதில்லை.

2. வடகன்னட மாவட்டப் பகுதியில் பெரும்பாலும் செல்வந்தர்களான வீட்டில் கொங்கணி பேசும், பிற்படுத்தப்பட்ட வகுப்பினர்.

3. கங்குபாய் ஹனகல் தார்வாடில் பிறந்து ஹூப்ளியில் வாழ்ந்து 2009ஆம் ஆண்டு மறைந்த மிகப் பிரபலமான ஹிந்துஸ்தானிப் பாடகி. இக்கதையில் பிங்கியை அவள் தந்தை வேடிக்கையாக 'நங்குபாய் ஹனகல்' என்றழைக்கிறார்.

4. மூலத்தில் பயன்படுத்தப்பட்டுள்ள கொதடி (godhadi) என்னும் வட்டார வழக்குச் சொல்லுக்கு நிகரான தமிழ் வார்த்தை எனக்குத் தெரியவில்லை. கர்ப்பிணிகள் பழைய துணிகளை அடுக்கி மெத்தை போன்று தைப்பதற்குக் கொதடி என்று பெயர். வீட்டிற்குள்ளேயே பயன்படுத்தப்படுவதால் அழகெல்லாம் தேவையில்லை. பெரிய ஊசியைக் கொண்டு கோணல்மாணலாகத் தைத்தாலும் போதும். நிறைய எண்ணிக்கையில் கொதடி தயாரித்து வைத்துக்கொண்டு பிரசவத்திற்குப் பின் குழந்தையைக் கிடத்தப் பயன்படுத்திக் கொள்வார்கள். இது பண்பாட்டுப் பின்புலமுள்ள சொல்.

●

ஜனவரி 2013

காரணம்

கன்னட மூலம்: விவேக் ஷான்பாக்

மாரிகாம்பாள் கோயிலுக்கருகே போகும் சிறிய சாலையின் இரண்டு பக்கங்களிலும் அடுத்தடுத்து வீடுகள். அவற்றில் சில வளவு வீடுகளைப் போல இருபுறச் சுவர்களையும் பக்கத்து வீடுகளோடு பகிர்ந்துகொண்டிருந்தன. ஒரு முனையிலிருந்து இன்னொரு முனைக்குக் கோத்ததைப் போலிருந்த வீடுகளுக்கு நடுவில் பூச்சரத்தின் மத்திய நாராகச் சாலை ஓடியிருந்தது. அடுத்தடுத்திருந்த அந்த வீடுகளுக்கு நடுவிலிருந்த காலி இடத்தால், அந்தப் பக்கத்து வரிசை திடீரென வெட்டுப்பட்டிருந்தது. அந்தக் காலி இடத்திற்கு நேர் எதிரே, சாலைக்கு இந்தப் பக்கம், என் தாத்தாவின் வீடு.

பள்ளிக்கூடத்திற்கு விடுமுறை விட்டபோதெல்லாம் தாத்தாவின் வீட்டுக்குப் போவோம். ஒவ்வொருமுறை போனபோதும், பிறந்த வீட்டில் தன் கௌரவம் குறித்து அம்மா சண்டைபோட்டுக் கொண்டிருந்தாள். அதே நேரம் அவளுடைய நான்கு தங்கைகளில் யாராவது ஒருத்தர் பிறந்த வீட்டில் இருந்துவிட்டாலோ அக்கா தங்கை இருவரும் ஒன்றாகத் தாத்தா பாட்டிக்குக் குற்றவுணர்வு உண்டாகும்படி நடந்த, நடக்காத, நடந்திருக்கக் கூடிய பழைய சமாச்சாரங்களைக் கிளறிக் கிளறிச் சண்டைபோட்டுக்கொண்டிருந்தார்கள். எதை யாவது இந்த விஷயத்திற்குக் கொண்டுவந்து ஜோடிக்கும் கலை எல்லா அக்கா தங்கையருக்கும் கைவந்திருந்தது. இடையில் பேச்சு பெண்

பிள்ளைகளின் உரிமை, வரதட்சணை, சொத்தில் பங்கு முதலானவற்றைக் கடந்துபோகும். சட்டத்தின் இழைகளைப் பேச்சில் சூட்சுமமாகக் கோக்கவல்ல என் அம்மாவே அப்படிப்பட்ட பேச்சுகளுக்குக் காரணம் என்பது என் சந்தேகம். ஏதோ வரவேற்பிலிருந்த குறைபாடு, மறந்துபோன சீர்வரிசை, பேசிய பேச்சு, சொல்லாத புகழ்ச்சி, உடைந்த அப்பளம் இப்படி ஏதாவது ஒரு காரணம் சண்டையைப் பற்றவைக்கப் போதுமானதாயிருந்தது. சண்டையின் தீவிரத்தைப் பொருத்து நாங்கள் ஊர் திரும்பும் நாள் எவ்வளவு அருகிலிருந்தது என்பது தோராயமாகத் தெரியும்.

தாத்தாவின் வீட்டுக்கு முன்னாலுள்ள காலி இடம் இன்னும் நாலு வீடுகளையாவது கொள்ளக்கூடியளவு பெரியது. அந்த இடத்துக்கு வலப்பக்கத்தில் பண்டிதரின் வீடு. தாத்தா வீட்டுத் திண்ணையிலிருந்து பார்த்தால் காலி இடத்தை ஒட்டிய அந்த வீட்டின் உயரமான சுவர் தெரியும். அந்தச் சுவரிலிருந்த பெரிய பெரிய ஜன்னல்களுக்கு நான்கு கதவுகள். கீழ்க் கதவுகள் இரண்டும் எப்போதும் மூடியேயிருக்கும். மேல் பாகத்திலிருந்த கதவுகள் அரை மனசோடு திறந்துவைக்கப்பட்டதைப் போலிருக்கும். ஜன்னல்களின் தடித்த இரும்புக் கம்பிகள் வர்ணம் மங்கித் துருப்பிடித்திருந்தன. சுவரின் மேல் பாகத்தில் 'ஆஸ்துமாவைக் குணப்படுத்தும் டாக்டர் புரோஹித்தின் மருந்து' என ஆளுயர எழுத்துகளில் குண்டு குண்டாக எழுதியிருந்தது. அந்த விளம்பரத்தை எழுதிய பிறகு, டாக்டர் புரோஹித் நீண்ட காலம் வாழவில்லை என்று ஒருமுறை சொன்ன தாத்தா அந்த விளம்பரம், அந்த வீடு, அந்தச் சுவர் பற்றிப் பேசியது முழுவதும் புரியாமல் ரகசியமாகத் தோன்றியது. டாக்டர் புரோஹித் காலமான எவ்வளவோ வருடங்களுக்குப் பிறகும் விளம்பரம் மட்டும் அப்படியே இருக்கிறது. இதைக் கண் முன்னால் கொண்டுவராமல், எதிர் வீட்டையோ அந்தக் காலி இடத்தையோ நினைத்துப் பார்ப்பதே சாத்தியமல்ல. சிறுவர்களாகிய நாங்கள் ஒவ்வொருமுறையும் திண்ணைக்கு வந்தவுடனே கண்ணில் விழும் அந்த எழுத்துகளைச் சத்தமாக உச்சரிப்போம். என் தாத்தாவின் பல பேரப் பிள்ளைகளில் புதிதாகப் பள்ளிக்கூடத்தில் சேர்ந்தவர்கள் ஒன்றிரண்டு பேராவது இருப்பார்கள். அப்படிப் பட்டவர்களை 'இதைப் படி பார்க்கலாம்' என்னும்போது அவர்கள் ஒவ்வொரு எழுத்தாகக் கூட்டி 'ஆ ஸ் து மா' எனப் படித்தால் அவர்களைவிடச் சற்றுப் பெரியவர்களான என்னைப் போன்ற பிள்ளைகளுக்குச் சரளமாகப் படிக்கும் திறமையால் தற்பெருமை வந்துவிடும். அப்போது நாகேஷ் மாமா அங்கிருந்தால் சூப்பரின்டெண்டெண்ட் முதலான வார்த்தைகளை எழுதச் சொல்லி எங்கள் கர்வத்தை அடக்குவார்.

பால் மீசை

எதிரில் இருந்தது வீடல்ல, பெரிய அரண்மனையாகவே இருந்திருக்க வேண்டும் என எண்ணுமளவுக்குப் பெரியதா யிருந்தது. வீட்டின் ஒரு பாகத்திலேயே கடையிருந்தது. எதிரிலிருந்து பார்த்தால் வலப்பக்கத்திலிருந்த கடையும் இடப்பக்கத்தில் வீட்டுக்கென்று பிரத்யேகமாயிருந்த வாசலும் தெரிந்தன. மொத்தக் கட்டடத்தின் பீடமே சுமார் ஒன்றரை ஆளுயரமிருந்து, திண்ணையை அடையப் பத்துப் படியேற வேண்டியிருந்தது. முன்பக்கத்துத் திடமான கம்பங்கள், சாலையிலிருந்தே தெரியும் தடித்தடியான தூண்கள், வீட்டின் முன்வாசல் சித்திரங்கள் எல்லாம் ஒரு காலத்திய தங்கள் பகட்டைத் தக்கவைத்துக் கொள்ளப் போராடிக் கொண்டிருப்பதுபோலத் தெரிந்தன. பராமரிப்பின் தீண்டலே இல்லாத அந்தக் கட்டடத்தின் மேல், கண்ணுக்குத் தெரியாத கையொன்று உதாசீனத்தின் மெல்லிய வலையொன்றை விரித்து ஓர் ஆடம்பரத்தை நிதானமாக ஈன்றபடி, அதன் சோபையை மூடுவதைப்போலத் தோன்றியது. அந்த மங்களூர் ஓட்டு வீட்டின் சரிவான கூரைக்கு மேல் குப்பையும் கூளமும் நிரம்பி, பாசம் பிடித்த ஓடு வெயிலில் கருத்திருந்தது.

அகலமான பத்துப் படிகள் ஏறிப் போனால் உயர்ந்த திண்ணை. கடைக்குப் போகிறவர்கள் இந்தப் பக்கம் வரக் கூடாது என்று அறிவுறுத்தும்படி நடுவில் சிறிய கைப்பிடிச் சுவர் இருந்தது. அந்தக் கடைக்குத் தனித் தனிப் பலகைகளாலான கதவு. கடையை மூடும்போது பலகைகளின் மேல் வெள்ளை வர்ணத்தால் என்றோ எழுதி மங்கிப்போன ஒன்றிலிருந்து இருபத்தெட்டு வரை எண்கள் தெரிந்தன. நாங்கள் சீக்கிரம் எழுந்த தினம், மதுகர் பலகைகளை ஒவ்வொன்றாகப் பக்கவாட்டில் எடுத்துவைத்துக் கடையைத் திறப்பது கண்ணில்பட்டால், எந்த வரிசையில் அவைகளைத் திறப்பான் என்று பந்தயம்கட்டுவோம்.

கடைக்குள் இரண்டு பக்கமும் வரிசை வரிசையாகக் கருங்காலி மர அலமாரிகளிருந்தன. அவற்றில் எதுவும் இல்லை. கடை முழுவதும் காலியாயிருந்தது. உள்ளேயிருந்த இருட்டா லும் பின்பக்கச் சுவரின் மங்கிய வண்ணத்தாலும் இருந்திருந்தாற் போலச் சாலையிலிருந்து பார்த்தால் அது முடிவேயில்லாத குகையைப் போலாகிச் சுரங்கமாகத் தெரிந்தது. கடையின் முன்பாகத்தில் திறந்த கோணிப்பையில் தேங்காய்கள், பித்தளைத் தட்டத்தில் குங்குமக் குவியல், முறத்தில் ஊதுபத்திகள், இன்னொரு குடலையில் சின்னச் சின்னப் பூமாலைகள் – இவற்றைவிட்டால் அங்கே இருந்தது பெப்பர்மெண்ட் ஜாடிகள் ஆறேழு மட்டுமே. திண்ணை முனையில், சாலையிலிருந்து பார்த்தாலே கண்ணுக்குத் தெரிகிறார்போல, கைப்பிடியுள்ள சிறிய பிரம்புக் குடலைகள் இரண்டில் தேங்காய், ஓர் ஊதுவத்திக்

கட்டு, பூமாலை, குங்குமப் பொட்டலம், பச்சை ரவிக்கைத் துணி. பக்கத்தில் ஒரு தகட்டில் 'இங்கே மாரிகாம்பாள் தேவியின் மடி நிறையும் குடலைகள் கிடைக்கும்' என்று வெள்ளை வர்ணத்தில் கோணல் எழுத்துகளில் எழுதியிருந்தது.

அந்தக் கடைக்கு ஊர்க்காரர்கள் யாரும் போகவில்லை. அவர்கள் தினசரி வாங்கும் எந்தப் பொருளும் அதிலில்லை. வெளியூரிலிருந்து கோயிலுக்கு வரும் ஜனங்கள் இந்தச் சாலை வழியாக நடந்து போனால், உடனே வாங்கிக் கடவுளுக்குப் படைக்கலாம் என்பதைப்போலத் தயாராயிருக்கும் குடலை களைப் பார்த்து ஒன்றை வாங்குவார்கள். எப்போதாவது ஒருமுறை அவர்களோடு வரும் பிள்ளைகள் பெப்பர்மிண்டுக்காக அடம்பிடிப்பார்கள். திரும்பிப் போகும்போது காலிக் குடலையைத் திருப்பித் தர வேண்டுமென்று எவ்வளவு அழுத்திச் சொன்னாலும் சிலர் மறந்துபோவதால் அவர்கள் திரும்பி வருவது சற்றுத் தாமதமானாலும் மதுகர் கவலைப்பட்டுக் கொண்டிருப்பான். அவன் திரும்பத் திரும்பத் திண்ணை முனைக்கு வந்து, கோயில் பக்கம் பார்வையைச் செலுத்தி, திரும்பிக் கல்லாவில் உட்கார்வது தாத்தா வீட்டிலுள்ளவர்கள் கண்ணில் விழுந்தால் 'இவனோட குடலை வரலன்னு தெரியுது. குட்டிபோட்ட பூனை மாதிரி அலையறான்' என்று சொல்வார்கள். ஒரு பிரம்புக் குடலையின் காரணமாக அவ்வளவு கலவரமடைய வேண்டிய அவன் நிலைமையைப் பற்றிக் கருணை, அருவருப்பு, அவமானம் எல்லாமும் அந்தப் பேச்சில் இருந்ததாகத் தோன்றியது. குடலையைத் தாமதமாகத் திருப்பித் தந்தவர்கள் 'ஐயா வாங்கிக்குங்க' என்று சொல்லிக் கொடுத்துவிட்டுப்போகும்போது தனக்குள் ஏற்படும் நிம்மதியால் அவமானப்பட்டவனாக 'இருக்கட்டும் இருக்கட்டும். அங்கியே வச்சிட்டுப் போங்க' என்று மதுகர் அலட்சியமாக நடித்தது எல்லோருக்கும் தெரிந்து அது கேலிக்குரிய விஷயமாக இருந்தது. நாகேஷ் மாமா அங்கே இருந்து விட்டாலோ 'இப்பப் பாரு, அவங்க அந்தப் பக்கம் போனதுமே குடலையைத் திருப்பித் திருப்பிச் சோதிப்பான்' என்று சொல்வார். தாத்தா மட்டும் இப்படிப்பட்ட கசப்பான பேச்சு காதில் விழுந்தால், 'சொத்தை இழந்த வலி என்னான்னு உங்களுக்குத் தெரியாது' என்று முகுளமாகச் சொல்லிக்கொண்டிருந்தார்.

கடைக்குள்ளே, வலது ஓரத்தில் அழகான கல்லாப்பெட்டி. அதற்குப் பின்னால் இருக்கும் மர ஆசனத்தில் மதுகர் உட்கார்வான். மங்கிப்போன வெள்ளைப் பைஜாமாவும் வெள்ளைச் சட்டையும் போட்டுக்கொண்டு, முன்பக்கம் வழுக்கையாகிப்போன தன் தலையை இடது கையால் அவ்வப்போது தடவியபடி வெளுத்த கண்களால் வெறுமனே சாலையைப் பார்த்தவாறு ஏதோ பெரிய

வியாபாரத்தை எதிர்பார்த்திருப்பதைப்போல நாள் முழுக்கக் கல்லாவில் உட்கார்ந்தே இருப்பான்.

மதுகர் தானாக யாருடனும் பேச்சுக்கொடுக்கமாட்டான். தாத்தா தினந்தோறும் காலையில் தன் கடைக்குப் போகும்போது அவனை அழைத்துப் பேசுவார். வீட்டிலிருந்து தாத்தா வெளியே வந்ததுமே அவன் உட்கார்ந்தவிடத்திலேயே அசைந்து கல்லாவி லிருந்து எழத் தயாராவான். அவர், அவன் கடைக்கு எதிரே வந்து 'மதுகர் . . .' என்றதுமே எழுந்து வந்து படியிறங்கிப் பணிவோடு நிற்பான். தினந்தோறுமான ஒரு நிமிடத்து அந்தக் குசல விசாரிப்பை முடித்துக்கொண்டு தாத்தா தன் கடைக்குப் போவார்.

○

தாத்தா வீட்டெதிரே காலி இடமிருந்தாலும் பிள்ளைகளை அங்கே விளையாடவிடவில்லை. பண்டிதர் வீட்டுக்குச் சேர்ந்த அதை யாரும் எதற்கும் பயன்படுத்தியதாகத் தெரியவில்லை.

'இப்படிப்பட்ட ஒரு வீதியில இந்த இடத்துக்குத் தங்கம் விலை கிடைக்கும்' என்று என் சித்தியின் கணவர், மத்தியானச் சாப்பாட்டுக்குப் பிறகு, தாத்தா வீட்டுத் திண்ணையில் உட்கார்ந்து, எதிரிலிருந்த இடத்தையே உற்றுப் பார்த்தவாறு நாகேஷ் மாமா விடம் சொல்லிக்கொண்டிருந்தார்.

வெற்றிலையை உள்ளங்கையில் பிடித்துச் சோதித்தபடி, தகுந்த பாக்குக்காகச் சுருக்குப் பையில் விரல்களை விட்ட நாகேஷ் மாமா 'அந்தப் பொம்பளை இருக்கறவரைக்கும் இதோட பேச்சுக்கே யாரும் வரமாட்டாங்க மாமா' என்றார்.

'இந்தக் காலத்துல அதையெல்லாம் நம்பறது கஷ்டம்பா' என்றார் அவர். ஹொன்னாவரத்தில் அவருக்கு நாலாவித வியாபாரங்கள் இருந்தன. தொட்டதெல்லாம் துலங்கும், சுக்கிர திசை நடக்கிறது, எதையும் பிடித்துச் சொந்தமாக்கிக்கொள்வார் என்பது அவர் புகழ். தோணியிலிருந்து ஐஸ்ஃபாக்டரிவரை பல வியாபாரங்களில் விற்பன்னராக இருந்தார். எதிரிலிருந்த இடத்தின் மூலம் பெறக்கூடிய லாபத்தை மனசிலேயே கணக்குப் போட்டவாறு பேசினார்.

அவர் மனப்போக்கை அறிந்தவராக நாகேஷ் மாமா அந்த இடத்தைப் பற்றி மேலும் சொல்லத் தொடங்கினார்.

'சமீபத்துலதான் ஊர்லயிருந்து ஹம்மன்னனின் மகன் காளைமாட்டு வண்டி ஓட்டிக்கிட்டு வந்திருந்தான். அதுதான் அவன் மொத தடவையா இங்க வந்தது. மத்தியான நேரம். நாங்கல்லாம் உள்ள இருந்தோம். எதிரே காலி இடம் தெரிஞ்சுது. காளைகளையும் வண்டியையும் அங்கயே கட்டி, புல் போட்டுட்டு

வீட்டுக்குப் பின்பக்கம் வந்து பேசினான். தாகத்துக்குத் தண்ணி குடுத்து ஒக்கார வச்சோம். "காளைங்களைக் கொட்டாயில கட்டு"ன்னு அம்மா சொன்னப்பத்தான் அவன் அதுங்களை எதிர்ல இருக்கற இடத்துல கட்டிட்டு வந்த விஷயம் எங்களுக்குத் தெரிஞ்சுது. "ஐயய்யோ வேண்டாம்ப்பா. பின்பக்கம் கொண்டுவந்து கட்டு"ன்னு அம்மா அவசரப்படுத்தி அவனைத் தண்ணிகூடக் குடிக்கவிடாம பின்னால கொண்டுவந்து கட்டவச்சாங்க. கட்டுமஸ்தா நல்ல யானைக்குட்டிங்க மாதிரி இருந்த காளை மாடுங்க. திரும்ப ஊருக்குப் போறப்ப மோட்டார்காரு மோதி ஒரு காளையோட கால் முறிஞ்சிபோச்சாம். இதுக்கு என்னா சொல்றது?'

'நான் அவளைப் பார்த்ததே இல்லை. அவ ஜன்னல்லியே உட்கார்ந்திருப்பாளாமே நிஜமாடா?'

'இந்தப் பக்கத்துலயிருந்து தெரியாது. அந்தச் சுவர் இருக்கு தல்ல, அதுல கடைசியிலிருக்கற ஜன்னல்ல அப்பப்ப மூஞ்சி தெரியுதுங்கறாங்க. எனக்கோ அங்க இருட்டைவிட்டா வேறொன்னும் தெரியறதில்ல.'

'உங்கப்பா இதையெல்லாம் ஒத்துக்கறதில்ல. இல்லியாடா?'

'அவரை மாத்துறது கடவுளாலயும் சாத்தியமில்ல. கண்ணு முன்னால இருக்கறதைப் பார்க்கத் தயாராயில்லாதவரை என்ன சொல்றது. அவ்வளவெல்லாம் எதுக்கு – போன வருசம் கோவாவுலருந்து நரசிம்மன் மகள் ஜக்கு வந்திருந்தா. அவளோட மகனுக்குப் பதினாறு வயசு. எல்லார் கண்ணுலயும் விழற மாதிரிக் கட்டுமஸ்தாயிருந்த பையன். இது சம்பந்திங்க வீடில்லயா? எல்லாரும் இங்கே வந்திருந்தாங்களாம். மறுநாளே பையன் காய்ச்சல் வந்து படுத்துட்டான். அது டைஃபாய்டா மாறி அவனைக் காப்பாத்தறதுக்குள்ள போதும் போதுன்னாயிடிச்சி. மறுபடியும் அவள் கண்ணுல படறதில்ல, அந்த வீட்டுல கால் வைக்கறதில்லன்னு ஜக்கு சபதம் போட்டுட்டுப் போனா. இதுக்கு என்னா சொல்றது?'

'இப்ப இந்த இடம் குறைஞ்ச விலைக்குக் கிடைக்கும். இப்ப வாங்கிப்போட்டா பின்னால ஏதாவது செய்யலாம்.'

'அவன் விக்கணுமில்ல! ஒரு நாளைக்குப் பத்து ரூபாய்க்கு வியாபாரமாகறதில்ல. அதென்ன காத்தைச் சாப்புட்டு வாழறாங்களோ என்னமோ? கல்யாணம் சீர் சௌத்திக்குப் போறதில்ல. வாடான்னா ரொம்ப வியாபாரமிருக்கறவ னாட்டமா "கடையை விட்டுட்டு எப்படி வர்றது? இங்கக் கல்லா வுல யார் ஒக்காருவாங்க?"ங்கறான். முன்னாடி ஒரு தடவை அவன் மனசைத் தெரிஞ்சுக்கலான்னு நானே இந்த இடத்தை

வித்துடுன்னு சொல்லியிருந்தேன். என்னா பதில் சொன்னான் தெரியுமா? அதை வித்துட்டா கிராக்கிகளுக்கு வண்டி கட்ட இடமிருக்காதுன்னான். அவன் அப்பா வசதியாயிருந்த காலத்துல இங்க நிரந்தரமாப் பந்தல் போட்டு, கிராக்கிங்களோட வண்டி கட்டறதுக்கு உபயோகிச்சாங்களாம். இல்ல, மனுசனோட பிரம்மைக்கும் ஒரு அளவு இருக்கணும்.'

'அவன் உன் அப்பா பேச்சைக் கேக்கலாமோ என்னவோ?'

'அப்பாவை ஒத்துக்கவைக்கிறது சாத்தியமல்ல. வேற யார் மூலமாவது போனாலும் மதுகர் அப்பாவைக் கேட்காமல் ஒரு அடியெடுத்து வைக்க மாட்டான். இந்த விஷயத்தை மறந்துடுங்க' வாயில் நிரம்பிய சாறால் கடைசி வார்த்தைகளைக் குழறல் குழறலாக உச்சரித்தவாறு நாகேஷ் மாமா பேச்சை முடித்துக் கவளத்தை உமிழத் திண்ணை ஓரத்துக்குப் போனார்.

யாரும் அந்தப் பெண்ணைப் பற்றி இப்படி இப்படி என்று முழுசாகச் சொல்லியிருக்காவிட்டாலும், காதில் விழுந்த பேச்சு, திருட்டுத்தனமாகக் கேட்ட சம்பாஷணை, விளையாட்டுத்தனமான ஆர்வத்தால் நடத்திய துப்புத்துலக்கும் வேலை ஆகியவற்றால் அவளுடைய சித்திரம் ஒன்று காலவோட்டத்தில் எனக்குள் தோன்றியிருந்தது. என் அம்மாவும் தாத்தாவும் மட்டும் அவளிடம் மென்மையாக இருந்தது அவர்கள் பேச்சிலிருந்தே தெரிந்தது. மற்றவர்கள் யாரும் அவளைப் பற்றி நல்லவிதமாகப் பேசியதாக எனக்கு நினைவேயில்லை.

எதிர்ப்பக்கத்து அந்தப் பெரிய வீடு கனஷியாமப் பண்டிதருடையது. அவள் பண்டிதரின் ஒரே தங்கை. பெயர் முக்தா. கனஷியாமப் பண்டிதர் ஊரில் பெரிய வியாபாரி. ஒருகாலத்தில் அவர் கடை பெரிய மளிகைக் கடையென்று பிரபலமாகியிருந்தது. சுற்றுவட்டாரக் கிராமங்களிலிருந்தும் ஜனங்கள் கல்யாணச் சாமான்கள் வாங்குவதற்கு அந்தக் கடைக்கு வந்துகொண்டிருந்தார்கள். அவர் வீட்டிலிருந்த வில்வண்டியில் உட்கார்ந்து ஒரு கல்யாணத்துக்குப் போயிருந்ததையும் அதில் விரிக்கப்பட்டிருந்த மிருதுவான ஜமக்காளத்தையும் என் அம்மா வர்ணித்தது எனக்குத் துல்லியமாக நினைவிருக்கிறது. பணம் அழகு எல்லாம் இருந்தும் முக்தாவின் கல்யாணம் நடக்க வேண்டிய காலத்தில் நடக்கவே இல்லை. ஜாதகத்தோஷமோ வேறேதோ ஒன்றில்லாவிட்டால் இன்னொரு காரணத்தால் தள்ளித் தள்ளிப்போய் அப்படியும் தர்னமக்கியிலிருந்த குடும்பம் ஒன்றில் எல்லாம் கூடிவந்து கல்யாணமாயிற்று. கனஷியாமப் பண்டிதர் தாராளமாக வரதட்சிணை கொடுத்தார். அவள் கணவன் எதிர்பாராதவிதமாக இறக்கும்வரை எல்லாம்

சரியாகவே இருந்தது. பிறகு கணவன் வீட்டாரின் தொல்லை ஆரம்பமாயிற்று. அவள் கண்ணில் விழுந்ததெல்லாம் பாழாய்ப் போயிற்றென்ற பேச்சு வழக்கத்துக்கு வந்தது.

காய்த்துக்கொண்டிருந்த தென்னைமரம் அவள் கண்பட்டு இடிவிழுந்து எரிந்துபோனதாம்.

ஆள்காரனின் கல்யாண ஊர்வலத்தைப் பார்த்து அவன் மனைவி நன்றாயிருக்கிறாள் என்றாளாம் இவள். இரண்டே நாளில் அவளைப் பாம்பு கடித்தது. தங்கள் வீட்டுக் கிணற்றில் தண்ணீர் வற்றுவதில்லை என்றாளாம். அந்தக் கோடையிலேயே கிணற்றின் தரை தெரிந்தது. மகமாயி தேவியின் தேரைப் பார்ப்பதற்கு இரண்டு கண் போதாது என்றாளாம். தேரின் கீல் முறிந்துபோக வேண்டுமா? கடவுளாலும் தாங்கிக்கொள்ள முடியாதளவுக்கு அவள் கண் உக்கிரமானதா? இப்படி அவள்மேல் அபவாதத்துக்கு அடுத்து அபவாதம் வந்தது. நான்காம் பிறைச் சந்திரனைப் பார்த்து இப்படியாகிவிட்டதோ என்னவோ என்று நினைத்து வினாயகர் விரதமிருந்து பூஜைகூடச் செய்தாள். இதற்கெல்லாம் மகுடம் வைத்தாற்போல அவள் கொழுந்த னுடைய மகன் விளையாட்டுத்தனமாகப் பாக்கு மரம் ஏறப் போய்க் கால் வழுக்கி விழுந்து உயிரைவிட்டான். அது நடந்த வுடனே இந்தச் சம்பவம் நடப்பதற்கு முன்னால் முக்தா என்னென்ன சொல்லியிருந்தாள் என்றெல்லாம் விசாரணை நடந்து அடுத்து என்ன என்று ஆலோசிப்பதற்கு முன்னதாகவே அவள் கொழுந்தன் எரியும் கொள்ளிக்கட்டையைப் பிடுங்கி அவளை அடிக்க வந்திருந்தான். யாருடைய வீட்டிலோ பதுங்கி யிருந்து அந்த இரவைக் கழித்தாள்.

மறுநாள் அவள் கணவனுடைய பெரிய அண்ணன் அவளைப் பிறந்த வீட்டுக்கு அழைத்து வந்தார். வந்தவர் கனஷியாமப் பண்டிதரின் கௌரவத்தைக் கணக்கிலெடுத்துக்கொள்ளாமல் வாய்க்கு வந்தபடி பேசினார். அந்த நேரத்தில் அங்கே ஊர்க் காரர்கள் நான்கு பேர் இருந்தார்கள். அவர்களுக்கு எதிரே மானம்போன வலி ஒரு பக்கமும் தங்கையின் மேல் வந்த அபவாதம் ஒரு பக்கமும் பண்டிதரைத் தாக்கி, அவருக்குக் கோபம் பொங்கிவந்து சம்பந்திகளின் மூத்த மகனுக்குக் கபாலத்தில் அடி விழுந்தது. 'கல்யாணம் பண்ணிக் குடுத்ததுமே அவளுக்கு இந்த வீடும் வீட்டுக்காரங்களும் இல்லன்னு நெனச்சிட்டியா? பாதிச் சொத்தை அவள் பேருக்கு எழுதிவைக்கிறேன். நீங்க தாட்சண்யம் பாத்துப் போடுற சோறு அவளுக்கு வேண்டியதில்ல. . .' என்று கூடியிருந்தவர்கள் எதிரே கத்தினார். அதுவே கடைசி. மறுபடியும் முக்தா கணவன் வீட்டுக்குப் போகவில்லை.

செய்தி பரவுவதற்குக் கண நேரமும் தாமதமாகவில்லை. இத்தனை நாளில்லாத அவளது கெட்ட கண் இருந்திருந்தாற் போல எப்படி வந்தது என்று யாரும் கேள்வி கேட்கவில்லை. இந்த ஊரில் நடந்த எல்லாத் தீமைகளுக்கும் அவள் கண்ணே ஏதோ ஒருவகையில் காரணமெனப் பெயர் பெறத் தாமதமாக வில்லை. பாகவதர் வீட்டு வைக்கோற்பொதியில் பற்றிய தீ, வாடிபுக்ரியுடைய மகளின் தற்கொலை, விட்டல் ராவுடைய மகனுக்கு ஏற்பட்ட மனப்பிறழ்வு, பிறந்தவுடனே இறந்த லக்கப்பாவின் பேரக்குழந்தை – எல்லாவற்றுக்கும் அவளே காரணமானாள். அவள் ஊருக்கு வந்ததும் எல்லாத் தீமை களுக்கும் காரணம் கிடைக்கத் தொடங்கியது. எப்போதோ அவள் பேசியது, பார்த்த பார்வை, சிரித்த விதம், தொட்ட பொருள் எல்லாமும் கண்ணுக்குத் தெரியாத விதியின் விளையாட்டுக்குப் பின்னாலுள்ள காரணங்களாகத் தோன்றத் தொடங்கின. கண்ணுக்குத் தெரியாத விதியை எல்லோரும் மறந்து, எதிரே தெரிந்த முக்தாவைக் குறைகூறத் தொடங்கினார்கள். கைமீறிய துயரங்களுக்கும் கண்ணுக்குத் தெரியாத வலிகளுக்கும் அவ்வளவு சுலபமாகக் கிடைத்த காரணத்தை விட்டுக்கொடுக்க யாரும் தயாராயில்லை.

❍

அம்மாவின் கடைசித் தம்பி சுதீர் மாமாவின் கல்யாணத்திற் காகத் தாத்தாவின் வீட்டுக்குப் போயிருந்தோம். கல்யாணத்தை முடித்துக்கொண்டு பெல்காமிலிருந்து திரும்பி வந்த மறுநாள் மத்தியானம் அம்மா என்னைப் பலவந்தமாகத் தூங்கவைக்க முயன்றுகொண்டிருந்தாள்.

கும்மிருட்டாயிருந்த அந்த அறையில் கட்டிலின் மேல் நானும் அம்மாவும் படுத்திருந்தோம். அங்கேயே கீழே பாயில் படுத்திருந்த பாட்டியின் பேச்சு எதிர்வீட்டு முக்தாவின் பக்கம் திரும்பியது. குடும்பத்தின் புது மருமகள் சுரேகா மாமிகூட அங்கேயே இருந்தாள். பாட்டி மிக விவரமாகச் சொல்லிக் கொண்டிருந்தாள், அம்மா அந்தப் பேச்சைக் கேட்டபடி பொறுமையில்லாமல் படபடத்துக்கொண்டிருந்தது எனக்குப் படுத்திருந்தவாக்கிலேயே தெரிந்தது.

‘அந்த வீட்டுலயிருக்கறவங்களுக்கு அதானல ஒண்ணும் ஆகறதில்லையா?’ என்று பயத்தைப் போக்கிக்கொள்வதற்காக சுரேகா மாமி கேட்டாள்.

‘ஆகாம என்னா? ஆனது போதாதா? எப்படியிருந்த கனஷியாமப் பண்டிதரோட கடை இப்படியாயிடிச்சி. நான் பொய் சொல்றதில்ல. யாரை வேணாக் கேட்டுப்பாரு. கடை

வியாபாரம் எப்படியிருந்துச்சுன்னா. . . பக்கத்துலயேயிருந்த வீட்டுக்குச் சாப்புடப் போகக்கூட அவருக்கு நேரம் கிடைக்கல. செவ்வாய்க்கிழமை சந்தை நாளு ஜனங்க வரிசையா நின்னு சாமான் வாங்கிட்டிருந்தாங்க. திண்ணையில இந்தப் பக்கத்தி லிருந்து அந்தப் பக்கம்வரைக்கும் பைகளை அடுக்கிவைப்பாங்க. எல்லாமே மாயம் பண்ணுன மாதிரிக் கரைஞ்சுபோச்சுல்ல. இப்பப் பாரு கடையோட கதியை. காலியாயிருக்குது. எல்லாம் என் கண்ணு முன்னாலயே நடந்துச்சு. பார்த்துட்டிருக்கறப்பவே மொத்தக் குடும்பத்தையும் தரித்திரம் புடுச்சிருச்சி.'

என் பக்கத்தில் படுத்திருந்த அம்மா அங்கிருந்தே பேசினாள். 'போதும்மா உம் பேச்சு. அவ என்ன பண்ணிட்டா? இதுக்கெல் லாம் கனஷியாமப் பண்டிதரோட மகனே காரணங்கறதை ஏன் யாரும் சொல்றதில்ல?'

'அவனுக்கு அப்படிப்பட்ட புத்தி வர்றதுக்கும் ஒரு காரணம் இருக்கணுமில்லியா? இல்லன்னா எல்லாம் சரியா யிருந்த பையன் யாரோ சாமியார் பேச்சைக் கேட்டு வீட்டுல யிருந்த தங்கத்தையெல்லாம் அவனுக்கு மூட்டைகட்டிக் குடுத்துட்டான்னா நம்ப முடியல. கெட்ட காலத்துல என்னென்ன புத்தியைக் குடுக்கறான் அந்த ஆண்டவன். . .'

'அப்படிச் சொல்லு. இந்த முட்டாள் மதுகருக்குப் பணத்தாசை அதிகமாயிடுச்சி. சாமியார் தங்கத்தை ரண்டு மடங்காக்கித் தர்றேன்னு சொன்னானாம். இவன் குடுத்தானாம். யார்கிட்டயும் ஒரு வார்த்தை கேக்கல. எல்லாம் முடிஞ்சப்பறம் அழுதா என்னா வரும். . ?'

'அவனுக்கு அப்படிப்பட்ட புத்தி வர்றதுக்குக் காரணம். . .'

பாட்டியின் பேச்சைக் கத்தரித்து அம்மா பேசினாள். 'காரணத்தை நான் சொல்றேன். பண்டிதர் பாதிச் சொத்தைத் தன்னோட தங்கச்சிக்கு எழுதிவச்சதுமே அவன் வயிறு திகு திகுன்னு எரியத் தொடங்கிச்சி. கல்யாணமாயி வீட்டைவிட்டு வெளிய போனவ பேருல பாதிச் சொத்தை எழுதறதுன்னா எப்படி? அப்பாவுக்கு எதிருல பேச்செடுக்கத் தைர்யமில்ல.

கோவத்துல செஞ்சானோ பேராசையினாலயோ தன் ஆம்புளத்தனத்தக் காட்டுறதுக்கோ அல்லது அது அவன் பொங்கி யெழுந்த விதமோ – ஆனாலும் ஒரே நாளுல தண்டவாளப் பெட்டி காலியாயிடுச்சி.'

'அதுக்கும் முன்னால என்னாச்சி கேளு. ஒரு நாளு அவ அண்ணனைச் சாப்புடக் கூப்புடறதுக்குக் கடைக்கு வந்தாளாம். பண்டிதர் கல்லாவுல ஒக்காந்து பணத்தை எண்ணி நோட்டுகளைக்

கட்டாக் கட்டிக்கிட்டிருந்தப்ப அதை இவ்வளவு பெரிசாக் கண்ணை விரிச்சிப் பாத்தாளாம். அவ்வளவுதான் எல்லாமே கழுவிவிட்ட மாதிரி சுத்தமாப் போயிடிச்சி. . . இதுக்கென்னா சொல்ற?'

அம்மா மறுபடியும் பேச்சைத் தொடராமல், 'அரண்டவன் கண்ணுக்கு இருண்டதெல்லாம் பேய்' என்று எல்லோருக்கும் கேட்கும்படி முனகிவிட்டு எழுந்து போனாள். பாட்டி புது மருமகளோடு தன் பேச்சைத் தொடர்ந்தாள்.

'தங்கம் போன பிறகு கனஷியாமப் பண்டிதரோட தலைவிதியே மாறிப்போச்சி. பாத்துட்டிருக்கும்போதே கடையில வியாபாரம் குறையத் தொடங்கிச்சி. அதே நேரத்துல நகரத்துல சங்கர நாயக்கரோட புதுக்கடை ஆரம்பமாச்சி. ஆறே மாசத்துல பண்டிதர் செத்துப்போயிட்டாரு. அவர் சாகறப்ப தங்கச்சிக்கு என்ன சொன்னாரோ என்னவோ? அல்லது அவரோட முடிவுக்கு அவளே காரணன்னு ஜனங்க பேசிக்கிட்டது அவ காதுலயும் விழுந்துச்சோ என்னமோ? "இனி நான் இந்த வீட்டுலயிருந்து வெளியே வர்றது ஒரே தடவைதான் – பாடைமேல"ன்னு சபதம் போட்டா. அதுக்கப்பறம் இவ்வளவு வருசமாச்சி, ஒரு தடவைகூட அவ வெளிய வரல.'

'அதுக்கு முன்னால வெளியிலயெல்லாம் நடமாடிக்கிட்டிருந்தாளா?' பயந்த குரலில் சுரேகா மாமி கேட்டாள்.

'ஆமாமா. எல்லா இடத்துக்கும் போயிட்டிருந்தா. தன் மேல வந்த பழியெல்லாம் பொய்யின்னு சொல்லிக்கிட்டிருந்தா. அதை நிரூபிச்சிக் காட்டுறதுக்குன்னே வெளியில நடமாடுனதாத் தோனிச்சி. ஆனால் ஒரு தடவை சந்தேகக் கோடு மனசுல விழுந்தா கடவுளாலயும் அதை அழிக்க முடியாது. அவளைப் பாத்தாலே ஏதோ பயம். என்ன சொல்லுவாளோ எதுல அவ கண்ணு படுமோன்னு பயம். அது எதுவரைக்கும் போச்சின்னா அவ காதுல விழுந்துடுமோன்னு இந்த ஊர் ஜனங்க தங்களைப் பத்தி நல்லதைச் சொல்லறதக்கூட விட்டுட்டாங்கல்ல. நல்லா இருந்த புருசன் பொண்டாட்டி அவ கண்ணுல பட்ட நாலு நாள்ல பிரிஞ்சுப் போறதுன்னா என்ன சொல்றது? வேற யாரும் இல்ல – ரங்கப்பாவோட மகனும் மருமகளும்தான். புதுப் பொண்டாட்டியோட கோயிலுக்குன்னு வந்தவன் முக்தா மாமின்னு பேச்சுக்குடுத்துட்டுப் போனான். யாரையும் சரியாத் தலைதூக்கிக்கூடப் பாக்காத பையன். நாலு நாள்கூடக் குடும்பம் நடத்தல. யாரோ மேல் ஊர்க்காரிகிட்ட மயங்கிப் பம்பாயிக்கு ஓடிப்போகணுமா? அது நடந்த பிறகு சில பேரு வாய்விட்டே அவளுக்குச் சொன்னாங்க – நீ இனிமே இங்கக்

கால்வைக்காதேன்னாங்க. மொதல்ல யார் பேச்சையும் கேட்காதவ கனஷியாமப் பண்டிதர் செத்த பிறகு மட்டும் மாறினா. அதுக்குக் காரணம் அவங்கவங்களுக்குத் தெரிஞ்ச மாதிரி ஊகம் பண்ணிக்கிட்டதுதானே ஒழிய யாருக்கும் உள்ளார்ந்த நிஜம் தெரியாது.'

'அதுக்குப் பிறகு அவ வெளியவே வரலியா?'

'இல்ல. மதுகரோட கல்யாணத்துக்கும் வரலை. அவனுக்குப் பொண்ணு தேடறது எவ்வளவு கஷ்டமாச்சு தெரியுமா? கடைசியில ஹளதிபுரத்துலயிருந்து வயசு மீறுன ஏழைக் குடும்பத்துப் பொண்ணைக் கொண்டுவந்தாங்க. அவ இவனை விட மடப் பொண்ணு. காளிதேவிக்குப் புருசனில்ல, வேதாளத் துக்குப் பொண்டாட்டியில்லங்கற பேச்சு இருக்குதுல்ல. அது இவங்களுக்குப் பொருந்தும். என்னா ஜோடி! பரமாத்மாவே தன் கையால செஞ்சிருக்கறான். . .'

'நம்ம வீட்டுத் திண்ணையில நின்னா அவ தெரிவாளா?'

'அப்படியெல்லாம் பயப்பட வேண்டியதில்ல. அப்படி ஒண்ணும் ஆகாது. அங்கக் கடைசி ஜன்னல் வழியா அவ வெளிய பார்க்கறான்னு ஜனங்க சொல்றாங்க. நானோ பார்த்ததில்ல. அந்த ஜன்னல்ல இருட்டைவிட்டா வேறெதுவும் தெரியரதில்ல. அவ கிரகாச்சாரத்துனாலதான் முன்னாடி இருக்கற இடத்துக்கும் யாரும் போறதில்ல.'

அதற்குள் என் அம்மா திரும்பி வந்திருந்ததால், பேச்சு அங்கேயே நின்றது. பாட்டி சொன்ன ஜன்னலை நான் பார்த்திருந்தேன். அது மிகக் கொஞ்சமே திறந்திருந்தது. எவ்வளவு உற்றுப் பார்த்தாலும் உள்ளே வெறும் இருட்டு மட்டுமே தெரியும்.'

மத்தியானம் பெண்கள் யாரும் தூங்கவில்லை. வேறு விஷயங்கள் என்னென்னவோ பேசினார்கள். சற்று நேரத்திற்குப் பிறகு பாட்டி, 'இன்னக்கி லட்டுப் பொட்டலங்களை வினியோகிக்கற வேலையை முடிச்சிருக்கலாம்' என்றார். திருமணம் போன்ற சுபகாரியங்களுக்குப் பிறகு, தெருவிலுள்ள வீடுகளுக்கு, அந்தக் காரியங்களுக்கு வர முடியாமல் போனர்வ களுக்கு லட்டு வினியோகிப்பது எங்கள் வழக்கம். பாட்டியின் பேச்சை ஆமோதித்த எல்லோரும் ஒவ்வொருவராக எழுந்தார்கள்.

எழுந்து டீ குடித்து முடித்த பெண்களெல்லோரும் ஐந்தாறு லட்டுகளைக்கொண்ட பொட்டலங்களாகக் கட்டினார்கள். அவைகளை வீடு வீடாகக் கொடுக்கும் பொறுப்பு பிள்ளைகளுக்கு வந்திருந்ததால், அவர்களிடையே ஒரேயடியாக உற்சாகமும் கூச்சலும் ஆரம்பமாயின. ஒவ்வொரு பொட்டலமாக எடுத்து

அதை யார் வீட்டுக்குக் கொடுப்பதென்று பாட்டி சொல்வார். எங்கே என்று தெரிந்ததுமே அங்கே போகிறவரைக்கும் பையன்களுக்குக் கால் நிற்காது. தூரத்து வீடுகள் பெரிய பையன்களுக்கு மட்டும் ஒதுக்கீடு.

அப்படி என் கைக்கு வந்த பொட்டலம் எதிர் வீட்டுக்கு எனத் தெரிந்தபோது எனக்கு மிகுந்த ஏமாற்றமாயிருந்தது. அவ்வளவு அருகே போவதில் உற்சாகம் கொள்ள எதுவும் இல்லை. நான் பாட்டிக்கு முன்னால் நின்று முனகத் தொடங்கினேன். 'இப்பக் குடுத்துட்டு வா. நடுவுல கெடுபிடி பண்ணுனா யார் வீட்டுக்குக் குடுத்தேங்கற கணக்குத் தப்பிப்போயிடும். அங்க முன்னாடி மதுகர் இருப்பான் பாரு. சட்டுன்னு குடுத்துட்டு வா. அதுக்கப்பறம் பார்சூர்க்காரங்க வீட்டுக்கு உன்னையே அனுப்பறேன்' என்றார்.

நான் போனபோது மதுகர் கடையில் இருக்கவில்லை. அங்கேயே இரண்டு நிமிடம் நின்றாலும், அவன் வரும் அறிகுறி தெரியவில்லை. பார்சூர்க்காரர்கள் வீட்டுப் பொட்டலம் தயாராகியிருக்கலாம் என்று அவசரப்பட்டேன். கடையில் இல்லாவிட்டால் வீட்டிலிருப்பான் என்று நினைத்து அங்கேயே போய்க் கொடுத்துவிட்டு வரலாம் என்று வீட்டுக்குப் போனேன். நடுவிலிருந்த கைப்பிடிச் சுவரைத் தாண்டி வீட்டு வாசலுக்கு முன்னால் நின்றபோது உள்ளே யாரும் இருந்ததாகத் தெரிய வில்லை. தாழ்ப்பாளைத் தட்டினேன். பதிலில்லை. உள்ளே அடியெடுத்துவைத்தேன். ஒரு பெரிய பட்டகசாலை. அங்கே மெல்லிய இருட்டு. ஒரு பக்கம் மாடிக்குச் செல்லச் செங்குத்தான மரப்படிக்கட்டுகள். படியேறும்போது ஆதாரத்துக்காகப் பிடித்துக் கொள்ள வசதியாகயிருக்கட்டுமென்று ஒரு கயிறு மேலிருந்த தூணிலிருந்து தொங்கவிடப்பட்டிருந்தது. யாரும் கண்ணில்படாத அந்த வீட்டில் யாரோ நடமாடிக்கொண்டிருந்தார்கள் என்று உணர்த்துவதைப்போல அந்தக் கயிறு தொங்கிக்கொண்டிருந்தது. வீட்டின் வெறுமை தூக்கலாகத் தெரிந்தது. சுவர்களைவிட்டால் வேறெந்தப் பொருளும் இல்லவே இல்லை எனத் தோன்று மளவுக்கு அந்த வீடு வெறுமையாயிருந்தது. மேலும் உள்ளே சென்றால் அங்கே ஒரு பக்கம் களஞ்சிய அறைக்கு இருப்பது போன்ற இரும்புக் கதவு. அதைப் பூட்டியிருந்தார்கள். மேலும் அறைகளைத் தாண்டி முன்னால் போனதும், கடைசியில் ஒரு கதவும் அதற்கப்பால் வெளிச்சமாயிருந்த இடமும் தெரிந்தன. அடுப்புகளின் வரிசை காணப்பட்டதால் வெளியே தெரிந்தது சமையலறை எனப் புரிந்தது.

அதற்குள் இடப்பக்கத்து அறையிலிருந்து, 'யாருடா அது? ஆ. . . வா. இங்க. . . வா' என்று குரல் கேட்டுத் திடுக்கிட்டேன்.

மீண்டும் அந்தக் குரல் 'யாருடா அது? என்னடா வேணும்?' என்றது. கண்ணை எவ்வளவு இடுக்கிப் பார்த்தாலும் எதுவும் தெரியாத அளவு இருட்டே இருந்தது. அதுவுமில்லாமல் நான் புறவெளிச்சத்திலிருந்து அப்போதுதான் உள்ளே வந்திருந்தேன். தட்டுத்தடுமாறியபடி வந்த நோக்கத்தைச் சொன்னேன்.

'ஓ. . . பின்ன எதுக்குத் திருட வந்தவனாட்டம் பயப்படற? நீ அந்தண்ணனோட பேரனாடா?'

'ஆமா.'

'யாரு மகன்டா?'

என் அம்மாவின் பெயரைச் சொன்னேன்.

'ஏன் இப்படிப் பயப்படறே? வா இங்க. வா உள்ள.' அந்தக் குரல் தாஜா பண்ணும் விதமாகக் கேட்டது. நான் நின்றவிடத்திலேயே நின்று அந்த அறையின் இருட்டின் பக்கம் கைநீட்டி, கையிலிருந்த லட்டுப் பொட்டலத்தை முன்னால் வைத்தேன்.

'ஏ பயந்தாங்கொள்ளி. . . வாடா இங்கே' என்று வந்த குரலில் இப்போது கிழவியின் கடுமை இருந்தது. அதோடு என்ன நடக்கிறதென்று தெரிவதற்குள்ளாகவே உள்ளேயிருந்து நீண்டு வந்த கையொன்று லபக்கென்று என் முன்னங்கையைப் பிடித்து உள்ளே இழுத்துக்கொண்டது.

'எனக்கு வெளிச்சத்தைக் கண்டா ஆகறதில்ல. கண் வலிக்குது. அதான் உன்னை உள்ள வான்னேன். பயப்படாதே. ரண்டு நிமிசம் போகட்டும். அதுக்கப்பறம் ஜன்னல் கதவைக் கொஞ்சம் தொறக்கறேன். நாள் முழுக்க இந்த இருட்டு அறையி லயே இருக்கறேன்ல அதான்' என்று சொல்லியபடி என் கையைவிடாமல் அறைக்குள்ளே அழைத்துக்கொண்டு போனாள். அப்படி நான்கு அடி எடுத்துவைப்பதற்குள் என் முழங்காலில் மென்மையாக மோதித் தடுத்தது கட்டில்மேலிருந்த படுக்கை முனை எனத் தெரிந்தது. அவள் கட்டிலின் மேல் உட்கார்ந்தது கூடப் பார்க்காமலேயே எனக்குத் தெரிந்தது.

'உட்காருடா' என்றாள். 'நான் போறேன்' என்றேன்.

'உட்காருடா, புத்திசாலிப் பையா. உட்காரு. உங்க அம்மாவை நான் தொட்டில்ல போட்டு ஆட்டியிருக்கறேன்டா. அவளுக்குக் குண்டிகூடக் கழுவிவிட்டிருக்கறேன். இப்ப உன்னை ஒக்காந்துக்கோன்னு தாஜா பண்ண வேண்டி யிருக்குது. யார் லட்டு குடுத்தனுப்புனாங்க?'

'பாட்டி.'

'கல்யாணத்துக்கு நீயும் போயிருந்தியாடா?' 'ஊம்.'

‘கல்யாணம் பொண்ணு வீட்டுல நடந்துச்சா இல்ல கோயில்லயா?’ ‘வீட்டுலயே. அவங்களது பெரிய வீடு. பந்தல் போட்டிருந்தாங்க.’ ‘உன் புது மாமி அழகாயிருக்காளாடா? பேரென்னா?’

‘ஊம். அழகாயிருக்கா. சுரேகா மாமி.’

‘சுதீர் சுரேகா. சு. . . சு. நல்ல ஜோடிதான் விடு. பொண்ணு ஒயரமா இருக்காளாடா? என்ன நகை போட்டிருந்தாங்க?’

‘சுதீர் மாமாவைவிடக் குள்ளம். வளையல் போட்டிருந்தாங்க.’

‘அவனைவிட ஒயரமாயிருக்கற பொண்ணைக் கொண்டு வருவாங்களாடா? நல்ல பையன்டா நீ! வளையல் போடவே போடுவாங்க. வேற என்னா இருந்துச்சி? தோளுல ஏதாச்சும் இருந்துச்சா?’

இப்போது அவள் கேள்விக்குப் பதிலளிக்க மணமகளுக்கு என்னென்ன போட்டிருந்தார்கள் என்று ஞாபகப்படுத்திக் கொள்ள முயன்றேன். தோளில் எதுவும் இருந்தாற்போலில்லை. அதோடு அவள் இடுப்பில் ஏதாவது இருந்ததா? இல்லை, அனேகமாக அது பெரிய மாமிக்கு இருந்தது. எனக்கு எதுவும் தெரியாமல், பார்த்ததையும் கற்பனை செய்ததையும் வித்தியாசப் படுத்தாமல், எனக்குத் தோன்றியபடி பதிலளிக்கத் தொடங்கினேன்.

‘அவள் இடுப்பில் இருந்தது.’

‘அப்படியாடா? அப்புறம் கழுத்துல எத்தனை சங்கிலி இருந்துச்சி?’ ‘ஒன்னு.’

‘நீங்க பசங்க எதையும் கவனிக்கறதே இல்ல. நான் உன் வயசுல கல்யாணத்துக்குப் போனா வீட்டுக்கு வந்து பாட்டிக்கு எல்லாச் சங்கதியையும் ஒப்பிப்பேன். கொஞ்சம்கூட விடுபட்ட தில்ல.’

‘நான் போறேன்.’

‘இருடா இருடா. ஜன்னலைத் தொறக்கறேன். வெளியில குதிரையைக் கட்டிப்போட்டுட்டு வந்தவனாட்டமா குதிக்கிறியே?’ அவள் எழுந்து என் கையைவிட்டு ஜன்னல் கதவை மிகக் கொஞ்சம் நகர்த்தினாள். அந்த இடைவெளியில் மிகக் கொஞ்சமே வெளிச்சம் வந்தது.

‘வரபூஜையில’ மாப்பிள்ளையோட யார் ஒக்காந்தாங்க?’ ‘சந்துரு. சீமந்தினி மௌஷியோட மகன்.’

‘நீ ஏன் ஒக்காறல? பெரியவனாயிட்டியாடா? சாப்பாட்டுக்கு என்னடா செஞ்சிருந்தாங்க?’

'துவையல் சாதம்.'

'உன்னப்போயி கேட்டனே! எத்தனை வகையான இனிப்பு இருந்துச்சி?'

'ஜிலேபி, பாயசம், லட்டு. அப்புறம் அப்பளத்துல மாமா மாமியோட பேரு எழுதியிருந்தாங்க.'

சுட்ட அப்பளத்தில் அவர்கள் இருவர் பெயர்களையும் எழுதியிருந்தது எங்களுக்கெல்லாம் மிகவும் ஆச்சரியமான விஷயமாகயிருந்தது. அதுவும் மஞ்சள் வண்ணத்தில் எழுதி யிருந்தது அப்பளத்துக்கு உள்ளிருந்தே எழுந்துவந்ததைப் போலத் தோன்றியது. இதைச் சொல்லும் வாய்ப்பால் என் பேச்சுக்குப் புது உற்சாகம் வந்தது. அவள் இப்படிப்பட்டதைக் கேள்விப்பட்டேயிருக்கவில்லை. இதை நாந்தான் அவளுக்கு முதன்முதலாகச் சொன்னேன் என்னும் பிரக்ஞை என் பேச்சுக்குத் தன்னம்பிக்கை உணர்வைக் கொடுத்திருந்தது.

'அப்படின்னா நல்ல பெரிய குடும்பத்துலயே கல்யாண மாயிருக்குது. எத்தனை பேர் வந்திருந்தாங்க?'

'கூட்டமோ கூட்டம். மூணு மணிவரைக்கும் பந்தி நடந்துட்டிருந்துச்சி.'

'கல்யாணக் கோஷ்டியை எங்கே தங்கவச்சிருந்தாங்க? பெல்காமுல இப்பக் குளிராயிருக்குமில்ல?'

கல்யாணத்துக்கு முதல் நாள் இரவு ஒரு பெரிய வீட்டில் கல்யாணக் கோஷ்டியைத் தங்கவைத்தார்கள். அந்த ராத்திரி சுடச் சுடச் சாப்பிட்ட சாப்பாடு நினைவுக்கு வந்தது. விவரமாகச் சொன்ன அளவு அவளுக்குச் சந்தோசம் என்பது எனக்குத் தெரிந்திருந்தது. 'அடடே அடுத்ததைச் சொல்லு' என்னும் உற்சாகப்படுத்தும் பேச்சு காதில் விழுந்தவுடனே, விவரத்தோடு விவரம் சேர்ந்து அந்த இரவே என் கண்ணெதிரே வந்தாற்போலாயிற்று. கல்யாணக் கோஷ்டியைத் தங்க வைத்திருந்த அந்த வீட்டின் மாடியில் வரிசையாகப் படுக்கைகளை விரித்திருந்தார்கள். கோயில் பிரகாரத்தளவு பெரியதாயிருந்த அந்த அறைக்குப் பலவகையான கதவுகளிருந்தன. பயணக் களைப்பால் எல்லா அம்மாக்களுக்கும் பொறுமை சற்றுக் குறைந்திருந்தது. ஒன்றிரண்டு பிள்ளைகள் சின்ன தப்புக்கும் அடிவாங்கின. மாப்பிள்ளை அழைப்புக்குப் போய்த் திரும்புவதற்குத் தாமத மாகி, வரபூஜைக்கு அவசரப்படுத்தியதால் சில பெண்கள் வருத்தப் பட்டார்கள். அப்படியும் இவை எல்லாம் முடிந்து, அந்த அறையில் பெண்களும் பிள்ளைகளும் ஒரு பக்கமாகவும் ஆண்கள் இன்னொரு பக்கமும் படுத்தபோது இரவு நீண்டுவிட்டிருந்தது.

இறுதியாக நாகேஷ் மாமா ‘அணைக்கப்போறேன். . . அணைக்கப்போறேன்’ என்று பத்துமுறை எச்சரித்துக் கடைசி விளக்கை அணைத்தும் விட்டார். இன்னென்ன தூக்கம் பிடிக்க வேண்டியதுதான் என்றிருந்தபோது, ‘ரமாரமணா மதுசூதனா மனமோஹனா ஆ ஆ’ என்று ராகமாக ஹார்மோனியப் பெட்டியின் சுருதியோடு மராட்டிப் பாடலொன்று கேட்டது. இன்னமும் தூக்கம் பிடிக்காத பிள்ளைகள் படுக்கையிலேயே சடக்கென்று எழுந்து உட்கார்ந்தது தெரிந்து தாய்மார்கள் ‘ஸ். . . ஸ்’ என்று அவர்களது உற்சாகத்தை அடக்கப் பார்த்தார்கள். ஒரு பையன் குனிந்து ஜன்னல் வழியாகப் பார்த்ததுமே மேலும் பலர் எழுந்து எட்டிப் பார்க்கத் தொடங்கினார்கள். கீழே, வீட்டின் பின்பக்கத்தில் மறுநாள் கல்யாணச் சாப்பாட்டுக்கென்று காய்கறி நறுக்குவது ஆரம்பமாயிருந்தது. சுமார் ஏழெட்டுப் பேர் அரிவாள்மணையில் உட்கார்ந்து சரக்சரக்கென்று அரிந்து அரிந்து போட்டுக்கொண்டிருந்தார்கள். இரண்டு பேர் கரகர வென்று தேங்காய் துருவிக்கொண்டிருந்தார்கள். நடு இரவில் வேலைசெய்துகொண்டிருந்தவர்களின் மனமகிழ்ச்சிக்கென்று மணமகளின் அப்பா எதிரே ஹார்மோனியத்தை வாசித்துக் கொண்டு, பெருங்குரலில் கச்சேரியை ஆரம்பித்திருந்தார்.

முதல் பாடல் முடிந்து ஒரு நிமிட மௌனத் தறுவாயில், ‘கேயிசந்த மகரந்த பிரியா ஹா ஆ ஆ மிலிந்தா’ என்று மற்றொரு நாட்டியசங்கீதம் ஆரம்பமாயிற்று. பிள்ளைகளெல்லாம் ஜன்னல் பக்கம் குழுமிக் கீழே பார்க்கத் தொடங்கினார்கள். சண்டைக் காரர் எனப் பெயர்பெற்ற என் தாத்தாவின் தம்பி ‘தூத்தேறி. . . ராத்திரி முழுக்க நடக்கும்போலத் தெரியுது. இதுவரைக்கும் நாடக மேளக்காரங்க குடும்பத்துலயிருந்து பொண்ணு கொண்டாரல’ என்றார். இந்தப் பேச்சு அடுத்து என்ன என்ன சண்டை, சச்சரவுகளை உண்டாக்குமோ என்று எல்லோரும் காத்திருந்தபோது, அவர் ஒரேயடியாக எழுந்து ஜன்னலுக்குப் பக்கம் வந்து தம்முடைய கடூரமான குரலில் ‘யாருடா அது?’ என்று கத்தினார். கப்பென்று பாட்டு நின்றது. பிறகு கணநேர மௌனத்தைத் தொடர்ந்து அவரது அடுத்த வார்த்தைகள் முழங்கின. ‘. . . நேரங்காலம் தெரியாம இந்த ராத்திரியிலயா கத்துறது? நாங்க யாரும் இங்கத் தூங்க வேண்டாமா? பைத்தியக்காரா. . .’

ஹார்மோனியத்தை நிறுத்திய அவர் தலைதூக்கிப் பார்த்தார். மாடியில் விளக்கில்லாததால், உள்ளே இருந்தவர்கள் யாரும் தெரிந்திருக்க முடியாது. ஜன்னல் கம்பிகளில் முகம் பதித்திருந்த பிள்ளைகளை அவரவர் அம்மாக்கள் படுக்கைக்கு இழுத்தார்கள். அந்த அசரீரியின் ஆணையைப் பின்பற்றுபவரைப் போல அவர் தன் ஹார்மோனியப் பெட்டியை எடுத்துக்கொண்டு உள்ளே

நடந்தார். கீழே நின்று பாட்டைக் கேட்டுக்கொண்டிருந்து, இப்போது இந்தக் கடூரமான கத்தலால் தத்தளித்து மேலே ஜன்னல் பக்கம் பார்த்த பார்வையாளர் கூட்டத்தில் மறுநாள் சுதீர் மாமாவைக் கல்யாணம் செய்துகொள்ளவிருந்த சுரேகா மாமிகூடத் தெரிந்தாள். அவர் கண்களை இடுக்கி மாடி மேலிருந்த இருட்டு நிறைந்த ஜன்னல் பக்கம் பார்த்த விதத்தை நான் இரண்டிரண்டுமுறை விவரித்தும் பலனில்லை. ‘எப்படி நிறுத்தினேன் பாரு’ என்று தன் பிரதாபத்தை அந்த இரவு மட்டுமல்ல மறுநாளும் சின்ன தாத்தா வர்ணித்தார். என் தாத்தாவாகட்டும் சுதீர் மாமாவாகட்டும் அங்கேயே மாடியில் எங்களோடு படுத்திருந்தாலும் சின்ன தாத்தாவை எதிர்த்து ஒரே ஒரு வார்த்தையும் சொல்லவில்லை.

‘பெண் வீட்டுக்காரங்கன்ன அப்படித்தான். விழுங்கிட்டு இருக்க வேண்டியதுதான்’ என்று சொன்ன வார்த்தைகளால் விழிப்படைந்தவனைப்போல ‘நான் போறேன்’ என்று மீண்டும் என் ராகத்தைத் தொடர்ந்தேன். அவ்வளவு நேரம் இருந்தாலும் அந்த இருட்டுக்கு இன்னமும் என் கண்கள் பழக்கப்பட்டதாகத் தோன்றவில்லை. மூஞ்சியைக்கூடப் பார்த்திராத, எதிரிலிருந்த தெளிவற்ற உருவத்தோடு அவ்வளவு நேரம் என் விவாதம் நடந்திருந்தது.

என் அவசரத்தைத் தணிப்பவளைப்போல அவள் எழுந்து ‘எடுத்துக்கோ’ என்று காய்ந்த பதப்படுத்தப்பட்ட மாம்பழத் துண்டு ஒன்றைக் கொடுத்தாள். நான் அதை அப்படியே வாயில் போட்டதற்கு ‘அவசரப்படாதே’ என்றாள்.

அவளுக்குக் கல்யாணத்தைப் பற்றிக் கேட்க இன்னும் இருந்தது. ஆனால் நானோ பேச்சுக்குப் பேச்சு ‘போறேன். . . போறேன்’ என்று சொல்லத் தொடங்கியதால் விட்டுக் கொடுத்தாள்.

மீண்டும் அதே மெல்லிய இருட்டின் வெறுமையான அறைகளைத் தாண்டித் தாண்டி வெளி வாசலுக்கு வந்தேன். அவ்வளவு நேரம் எங்கிருந்தானோ? மதுகர் கல்லாவிலிருந்தே ‘உன்னை வீட்டுலயிருக்கறவங்க எல்லாம் தேடிக்கிட்டு இருக்க றாங்கடா. எங்க போயிருந்த நீ? ஊம். . .’ என்றான். நான் எதுவும் சொல்லாமல் திண்ணையிலிருந்து இறங்கி வீட்டுப் பக்கம் ஓடினேன்.

❍

நான் கண்ணில்படாமல் போயிருந்தபோது பார்சுவர்க்காரர்கள் வீட்டுக்கு அனுப்ப வேண்டிய லட்டுப் பொட்டலம் தயாராகிப் பாட்டிக்கு என் ஞாபகம் வந்திருந்தது. நான் போய் ஏற்கனவே

வெகு நேரமாயிருந்தாலும் திரும்பி வராததைக் கவனித்து மதுகரைக் கேட்டதற்கு நான் வரவேயில்லை என்று சொல்லி யிருக்கிறான். எல்லாப் பக்கமும் தேடியிருக்கிறார்கள். வீட்டுக்குப் பின்னால் போய்க் கிணறு, எருக்குழியென எல்லா இடங்களிலும் பார்த்தாயிற்று. தாத்தாவின் கடைக்கு ஆட்களை அனுப்பி யிருந்தார்கள். அதற்குள் நான் திரும்பியிருந்தேன்.

வந்த பிறகு நான் அவ்வளவு நேரம் எங்கேயிருந்தேன் என்று சொல்லியே ஆக வேண்டியிருந்தது.

'எதிர் வீட்டுக்குப் போயிருந்தேன். அங்க அந்தப் பாட்டி யோட பேசிட்டிருந்தேன்.' 'எந்தப் பாட்டி?'

'அந்தப் பொம்பளை.'

'ஓ அவளாடா? . . . இப்பப் பாட்டி மாதிரித் தெரியறா ளாடா?' என்று ஒரே சமயம் நாலாவிதமான ஓங்காரங்கள் புறப்பட்டன. என் அம்மாவும் சுரத்தற்று உட்கார்ந்திருந்தாள். தெளிவாகப் பார்த்தேயிராத அவள் தோற்றத்தைக் குறித்து நூற்றுக்கணக்கான கேள்விகள் என்னை முற்றுகையிட்டன. யாருடைய விஷயத்தைப் பற்றி என்னென்ன சொன்னேன் என்பது தொடர்பாக ஆதங்கமுற்ற குரலில் சூட்சுமமாக விசாரணை ஆரம்பமாயிற்று.

அவர்களுடைய பேச்செல்லாம் தீவிரமடைந்துகொண் டிருந்தபோது, நான் காணாமல்போன செய்தி கிடைத்து நாகேஷ் மாமா கடையிலிருந்து ஓடிவந்தார். விஷயம் தெரிந்து, 'ஒன்னும் ஆகாது விடு. இந்த ஒல்லிப்பிச்சான்மேல கண்ணு விழுந்தா தலைகீழாப் போகும் அவ்வளவுதான். அதனாலயாவது இவன் குண்டியில கொஞ்சம் கறி சேரட்டும்' என்றார். அந்தப் பேச்சைக் கேட்டு அம்மாவுக்குக் கோபம் வந்தது. தம்பியிடம் ஏதோ சொன்னாள். அவர் ஏதோ திருப்பிச் சொன்னார். ஆனாலும் சண்டையின் குரல் உச்சத்தையடையாததைப் பார்த்தால் நாங்கள் சீக்கிரம் தாத்தாவின் வீட்டைவிட்டுப் புறப்படுவதாகத் தெரியவில்லை.

அடிக்குறிப்பு

வரபூஜை: முகூர்த்தத்துக்கு முதல் நாள் மாலை மாப்பிள்ளை வீட்டாரைப் பெண் வீட்டார் வரவேற்று, மாப்பிள்ளைக்குச் செய்வது வரபூஜை. வரன் – மாப்பிள்ளை.

●

பிப்ரவரி 2013

தன்மயியின் விடுமுறை

கன்னட மூலம்: ஜெயந்த் காய்கிணி

இந்தக் கோடை விடுமுறையில் தார்வாட் தாத்தா வீட்டுக்குத் தன்மயி வந்தபோது வீட்டில் விசித்திரமான மேகங்கள் சூழ்ந்திருந்தன. எப்போதும்போல விடுமுறையின் மகிழ்ச்சி தென்படவில்லை. ஸ்டேஷனுக்குக் குஷீ சித்தியும் மஞ்சுவும் வந்திருந்தார்கள். குதிரை வண்டியிலிருந்து இறங்கி வீட்டுக்குள் நுழைந்தபோது தாத்தாவும் பாட்டியும் பாசத்தோடு உடம்பைத் தடவினாலும் சித்தப்பா ‘இந்தத் தடவை விடுமுறையைக் கொண்டாட முடியாது. படிக்கணும். எங்க மஞ்சுவுக்கும் இந்தத் தடவை எஸ்எஸ்எல்சி. அவன் படிப்பையும் கெடுக்கக் கூடாது’ எனத் தீவிரத் தொனியில் ஆணை பிறப்பித்துவிட்டார். தன்மயிக்கு அழுகையே வந்ததுபோலாயிற்று. ‘இந்தத் தடவை பியூசி முடியுது. அடுத்து என்னமோ ஏதோ? அந்தக் கோர்ஸ் இந்தக் கோர்ஸுன்னு எல்லாத்துக்கும் முயற்சிபண்ணணும். எத்தனையோ என்ட்ரன்ஸ் பரீட்சை எழுதணும். இந்தத் தடவை தார்வாடுக்குப் போகவே வேண்டாம்’ என்று மும்பையில் அப்பா அம்மா அதட்டியிருந்தாலும் ‘இல்ல நான் போயே தீருவேன். அடுத்து என்ன நடக்குன்னு யாருக்குத் தெரியும். ரிசல்ட் வந்தவுடனே திரும்பிடறேன். தாத்தா பாட்டி சித்தப்பா சித்தி ஆசீர்வாதத்தோட வர்றேன்’ என்றெல்லாம் அடம்பிடித்துச் சாப்பிடாமல் சண்டையிட்டுத் தன்மயி தார்வாடுக்கு வந்திருந்தாள். வருடத்துக்கொருமுறை தார்வாடின் சஞ்சீவினிச் சூழல் அவளுக்கு அவசியம் வேண்டும்.

மும்பை என்றால் ஊரே வீடு? சே. அது ஆயிரம் பெட்டிகளின் ரயில். ஆனால் தார்வாடிலோ பெரிய வீடு. ஆளுக்கொரு அறை. கடவுளுக்கும் ஒரு அறை. பச்சைப் பசேலென்ற தெருக்கள். எந்த அவசரமுமில்லாமல் பிறந்து நிதானமாக ஒன்றுக்குள் ஒன்று சேரும் பகலும் இரவும். அதோடு இவையெல்லாவற்றுக்கும் கலசம் இடுவதுபோலக் குஷீ சித்தியின் அன்பான இருப்பு. இந்த விடுமுறையிலாவது தார்வாடில் சைக்கிள் ஓட்டக் கற்றுக் கொள்ளும் அற்புதமான எண்ணம் தன்மயியை அதிதீவிரமாக இழுத்தது.

மத்தியானம் தூங்கும் பழக்கமோ தன்மயிக்கு முழுக்கப் புதிது. மாலையில் காய்கறி வாங்க மார்க்கெட்டுக்கு வருகிறவர்கள், அங்கங்கே குறுக்கே நடக்கிறவர்களின் முகங்களில் இருக்கும் மந்தகாசத்தை அவள் மும்பையில் கண்டதே இல்லை. அது எப்படிப்பட்ட சந்தோஷம் என அவளுக்குத் தோன்றியது. ஆனால் இந்த முறை மட்டும் தார்வாடுக்குப் புதிதாக ஏதோ சோம்பல் வந்ததைப் போலிருந்தது. தேர்வுக்கூடத்தில் வினாத்தாள் கொடுக்கும்போது நிலவுவது போன்ற கவலையால் ஏற்படும் சோம்பல். மும்பையில் இந்த முறையோ அப்பா அம்மா சினேகிதி அக்கம்பக்கத்திலிருப்பவர்கள் எல்லோரும் இப்படிப்பட்ட கவலையை இரண்டுமடங்காக்குவது போன்ற விவாதத்திலேயே தொடங்கியிருந்தார்கள். கேரியர், ஸ்கோப் என்றெல்லாம் உரையாற்றிக் கடைசியில் 'என்ன இருந்தாலும் நீயே தீர்மானி' என்று தன்மயியின் தலையில் கட்டினார்கள். பதின்பருவத்தின ளான அவளுக்கு இந்தப் பொறுப்பொன்றும் பாரமாக இருக்க வில்லை. ஆனால் அதைச் சுமத்தியவர்களின் பட்டுக்கொள்ளாத அக்கறை அவளுக்குப் பயத்தைத் தந்தது. என்னவோ மகத்துவம் மிக்க ஒன்றை தன் அக்கறையின்மையால் இழந்துவிடுவோம் என்று எல்லோரும் தன்னை நம்பச்செய்யும் பயம் அது. இந்தப் பயத்தை வெல்லத் தார்வாடைவிட்டால் தன்மயிக்கு வேறு எதுவும் தோன்றவில்லை. ஆனால் தார்வாடும் இப்போது அதே பயத்தின் விதையை ஊன்றுவதாக எண்ணினாள். மத்தியானம் தூங்கியெழுந்து வீங்கிய கன்னங்களில் பவுடர் பூசிக்கொண்டு காய்கறி வாங்க வந்த பெண்கள் அவளுக்குச் சலிப்பை ஏற்படுத்தி னார்கள். குஷீ சித்தி மட்டும் என்றும்போலத் தன்மயியைக் கவனித்துக்கொண்டாள்.

விடியற்காலையில் எழுந்து தன்மயி ஓட ஆரம்பித்தாள். விடியல் பசுமையின் பனியாகிப் பெயர் தெரியாத பறவையின் இனிமையாகி ஈர மண்ணின் வெட்டவெளியாக விரிந்தபோது என்றுமில்லாத உற்சாகத்தில் மிதந்தாள். ஆனால் பகல் ஏறத் தொடங்கியதுமே ரிசல்ட்டும் மார்க்ஷீட்டும் வயிற்றில் புளியைக்

கரைத்தன. அரிவாளைப் பிடித்து வந்தாற்போல டிகிரி, வேலை, ஹோமியோபதி போன்ற வார்த்தைகள் அசரீரியாகக் கேட்டுத் தொந்தரவு செய்தன. மத்தியானம் தூங்க முயன்றாள். குஷீ சித்திக்குச் சமையலில் உதவப் பார்த்தாள். சைக்கிள் ஓட்டக் கற்பது எப்போது எனக் கவலையோடு யோசித்தாள்.

ஏற்கனவே மும்பையிலிருந்து கடிதங்கள் வந்திருந்தன. இதைப் படி, அதைப் படி, இந்தச் செய்தித்தாளில் இந்த விளம்பரத்தைப் பார் முதலானவை. சித்தப்பாகூட வாய்ப்பு கிடைத்தபோ தெல்லாம் உரையாற்ற ஆரம்பித்தார். தன்மயி ஒருமுறை அவர் உரைக்கு நடுவிலேயே எழுந்து வெளியே புதிதாகப் பெய்த மழையைக் கையில் பிடிக்கப் போய்விட்டாள். அந்தக் கோர அவமானத்தின் குரோதத்தைச் சித்தப்பா மஞ்சுவின் மேல் கொட்டினார். தன்மயியைவிட்டு ஒரு கணமும் இருக்க முடியாத மஞ்சு இந்த முறை சித்தப்பாவுடைய குரோதத்தின் பிரம்புக்குப் பயந்து தன்மயியை மறந்துவிட்டிருந்தான். தன்மயியோடு சேர்ந்துகொண்டு விடுமுறையில் ஊர் முழுக்க அலைபவன் சிணுங்கிக்கொண்டே புத்தகத்தில் தலை கவிழ்த்தி மூலையில் உட்கார்ந்திருந்தான். அருகிலுள்ள கித்தூர் ராணி சென்னம்மா பூங்காவில் விளையாடும் சிறுவர்களின் சிரிப்போசை காற்றில் மிதந்து வந்தபோது காலை உதைத்துக்கொண்டு விசித்திரமாக அழுதான். அவனுடைய அம்மா குஷீ சித்திக்கு மட்டும் அவன் இம்சையைப் பார்க்க முடியாது. அவள் தன்மயியிடம் ‘அவனையும் கூட்டிட்டுப் போ’ என்று சொல்லி உலாவிவிட்டு வரவும் விளையாடவும் அங்கும் இங்கும் அனுப்பத் தொடங்கினாள். கடந்த முறை வந்தபோது ‘அடுத்த தடவை உனக்கு சைக்கிள் ஓட்டக் கத்துத்தரலன்னா என் பேர் மஞ்சுவல்ல’ எனச் சூளுரைத்திருந்த மஞ்சு இந்த முறை ‘சை’ எனச் சொல்லவும் தடதடவென்று நடுங்கினான். அப்பாவின் செருப்பு, சட்டை, சைக்கிளைப் பார்த்தாலும் அவரையே பார்த்ததாகப் பயந்து புத்தகம் உள்ள மூலைக்கு ஓடினான்.

குஷீ சித்தியைத் தவிர்த்து மற்றெல்லோருடைய கண்களிலும் கல்வி, ஒழுங்குகளின் ஆணை மிளிர்ந்துகொண் டிருந்ததைக் கவனித்த தன்மயிக்குச் சிரிப்பு வந்தது. குஷீ சித்தி மட்டும் பாசம் காட்டினாள். ஈரத்தலையை முந்தானையால் துடைத்துவிடுவாள். புடவை உடுத்திக்கொள்ளக் கற்றுத்தருகிறேன் என்று ட்ரங்குப்பெட்டிக்குள்ளிருந்து பூச்சியுருண்டைகளின் கும்மென்ற வாசனையடிக்கும் தன் சேலையை எடுத்துத் தருவாள். அப்போது பாட்டி ‘குஸுமா, ரொம்பப் பண்ணாதே’ என்று சொல்வாள்.

குஷீ சித்தியுடன் உலாவப் புறப்பட்டால், வீட்டிலிருந்து வெளியே வந்த வினாடியிலேயே அவள் தன்மயிக்கு வேறாகத் தோன்றினாள். சித்திகூடப் பட்டமேற்படிப்பு படித்தவள். ரேங்க் வாங்கியவள். திருமணத்துக்கு முன்னால் ஏதோ கல்லூரியில் கற்பித்துக்கொண்டிருந்தாள் என அப்பா அம்மா மரியாதையோடு பேசிக்கொண்டதைத் தன்மயி அறிவாள். அவள் அம்மாவுக்கும் குஷீ சித்திமேல் அதீதப் பிரியம். அதிகம் படித்திராத தன் அம்மா மும்பையில் வேலைபார்க்கும் ஒரே ஜம்பத்தால் இங்கே வந்தபோதெல்லாம், குஷீ சித்தி முந்தானையில் கைத்துடைத்துக்கொண்டே கேட்டுக்கு ஓடிவருவாள். அம்மா மும்பையைப் பற்றிக் கதையளக்கும்போதெல்லாம், அரிசி புடைத்துக்கொண்டோ சாப்பாட்டுத் தட்டுகளைத் துடைத்துக் கொண்டோ குஷீ சித்தி 'அப்படியா?' என்று கேட்பாள். தெருப் பிள்ளைகள் படிப்பு தொடர்பாக ஏதாவது ஆலோசனைக்காகச் சமையலறைக்குள் புகுந்தால் பாட்டி பயமுறுத்தித் திருப்பி அனுப்புவாள். தெருவின் வளர்ந்த பெண்களுக்கெல்லாம் அனைத்து வகையான விண்ணப்பங்களையும் குஷீ சித்தியே எழுதித் தருவாள். சித்தியின் பட்டமளிப்பு விழாப் புகைப் படத்தைத் தன்மயிக்குப் பார்க்க வேண்டுமென்றிருந்தது. கடந்த முறை வந்தபோது கேட்டிருந்தாள் என்று இந்த முறை பிறந்தகத்திலிருந்து ரகசியமாகத் தன் பால்யத்தின் எல்லாப் புகைப்படங்களையும் சித்தி கொண்டுவந்து வைத்திருந்தாள். கித்தூர் ராணி சென்னம்மா பூங்காவில் உட்கார்ந்து தன்மயியும் சித்தியும் அவற்றைப் பார்த்தார்கள். சித்தியும் முதல்முறை பார்ப்பவள்போலப் பார்த்தாள். இரட்டை ஜடை, அடர்ந்த புருவம், மின்னும் கண்கள். பட்டமளிப்புப் புகைப்படத்திலோ கௌன் போட்டுக்கொண்டு கறுப்புப் பறவைபோலத் தெரிந்தாள். குமாரி குஸுமா தொடவாட். அந்தப் புகைப்படத்தை யாருக்கும் காட்டக் கூடாது என்ற எச்சரிக்கையுடன் தன்மயிக்குக் கொடுத்தாள். தன்மயி 'சித்தி இன்னக்கி இந்தச் சேலை உடுத்து' என்றெல்லாம் சொல்லும்போது அவள் 'ஸ்ஸ்ஸ்' என்று யாராவது கேட்டுவிடுவார்கள் என்பதாக உதட்டின் மீது விரல் வைப்பாள். சித்தப்பா 'அவ அப்பாகிட்டயிருந்து கடிதம் வந்திருக்கு. அவளைப் பயாலஜி படிக்கச் சொல்லு' என்று அதட்டினால் கதவை மூடிக்கொண்டு தன்மயியும் சித்தியும் சீட்டு விளையாடு வார்கள். தன்மயி 'சித்தீ, நீ ஏன் பிஹெச்டி பண்ணல? நீ ஏன் திரும்பவும் லெக்சரர் ஆகக் கூடாது?' என்றெல்லாம் கேட்டால் சித்தி பதில் சொல்லாமல் விளையாட்டில் கவனம் செலுத்துவாள்.

ஒரு மாலையில் உலாவச் சென்ற தன்மயியும் மஞ்சுவும் திரும்பியபோது இரவு எட்டு மணியாகியிருந்தது. சித்தப்பா வெளித் திண்ணையிலேயே உட்கார்ந்திருந்தார். குஷீ சித்தி

சப்பாத்தி சுட்டுக்கொண்டிருந்தாள். பாட்டி தரையில் கால்நீட்டி உட்கார்ந்து கடிகாரத்தைப் பார்த்துக்கொண்டிருந்தாள். கேட் கிறீச்சென்றதுமே சித்தப்பா ஆக்ரோஷத்தோடு வந்தார். மஞ்சுவை இழுத்துக்கொண்டுபோய்த் தப்தப்பென்று அடிக்கத் தொடங்கினார். தன்மயி 'குஷீ சித்தீ. . .' என்று உள்ளே ஓடினாள். இருவரும் வெளியே வருவதற்குள் முதல் சுற்று முடிந்திருந்தது. 'அவளுக்குப் பெரியவங்கமேல எந்த மரியாதை யும் இல்ல. உனக்கென்ன கேடு? அவளுக்கென்னா மும்பையில அவங்க அப்பா அம்மா அவ எதைக் கேட்டாலும் வாங்கித் தர்றாங்க. நீ பெயிலான என்ன பண்ணுவே? பிச்சையெடுக்கப் போவ. நாளையிலயிருந்து வெளிய போனா பாத்துக்க?' என்று கத்தி இவையெல்லாவற்றுக்கும் நீயே காரணம் என்பதைப் போலத் தன்மயியின் பக்கம் பார்த்தார். குஷீ சித்தி மஞ்சுவை அணைத்துக் கொஞ்சி உள்ளே அழைத்துப் போனாள். தேம்பிக் கொண்டிருந்த தன்மயியையே அவள் மஞ்சுவைவிட அதிகம் தேற்றினாற்போலிருந்தது. இரவு படுப்பதற்கு முன் மஞ்சு 'அம்மா தன்மயிக்குச் சைக்கிள் ஓட்டக் கத்துக்கணுமாம். எப்படிக் கத்துத்தர்றது?' என்று மனப்பூர்வமாகக் கேட்டான். 'யூனிவர்சிட்டிக்கு உலாவப் போயிருந்தோம். நேரம்போனதே தெரியல' என்று சொன்னான். 'அங்கே கடிகாரம் எவ்வளவு பெரிசாயிருக்கு இல்லியா?' என்றான். குஷீ சித்தி தன் பல்கலைக் கழக நாட்களை நினைத்தவாறு தூங்கிப் போனாள். அப்போது நீல, சிவப்பு வண்ணப் பூக்கள் பல்கலைக்கழகத்தைச் சூழ்ந்திருந்தன. அவ்வப்போது புகைவண்டி 'கூ' என்று சுற்றிச் செல்லும். ரயில்வே கிராஸிங்கில் கேட் திறந்திருந்தால் ரயிலைக் காணாமல் ஏமாற்றம் உண்டாகும்.

தன்மயியின் கனவிலும் பல்கலைக்கழகத்தின் கோபுரம் வந்தது. பெரிய பெரிய ஃபைல்களைப் பிடித்தவர்கள், புத்திசாலித் தனத்தைக் குத்தகை எடுத்தவர்கள், கணகணவென்று மணி யடித்தவுடனே கையிலிருந்து விடைத்தாள்களைப் பிடுங்கிக் கொள்பவர்கள், ரிசல்ட் ரிசல்ட் என்று நோட்டீஸ் போர்டை முற்றுகையிடுகிறவர்களும் வந்தார்கள். சட்டென்று எழுந்து உட்கார்ந்தாள். இதயம் அடித்துக்கொள்ளும் பயம். இது என்றைக்கும்போல. தேர்வுக்கூடத்தில் பயங்கரமான மௌனம். அறிமுகமானவர்களும் முகத்தைத் திருப்பிக் கடைசி வேளையில் படபடவென நோட்ஸ் படிக்கும் பயம். 'டென் மோர் மினிட்ஸ், டை அப் யுவர் அடிஷனல்ஸ்.' மும்பையில் எத்தனையோ ரயில், பஸ்கள் மாறித் தொலைவிலுள்ள தேர்வு மையத்துக்குப் போகும்போது வழியில் மரீன் லைன்ஸ் பக்கம் இரண்டு நிமிடம் கடல் தெரியும். தேர்வு முடிந்து கடலைப் பார்த்தபடி நின்றுவிடத் தோன்றும்.

விடியற்காலை குஷ் சித்தி தன்மயியின் தலைவருடி எழுப்பித் தேநீர் கொடுத்தாள். 'தனு நீ சைக்கிள் ஓட்டக் கத்துக்கணுல்ல. நான் சித்தப்பாகிட்டச் சொல்றேன். அவரே கத்துக்குடுப்பாரு' என்று சொன்னாள். சித்தியின் முகத்தில் தோன்றிய விடியல் தன்மயிக்கு இதமாகவும் பாதுகாப்பானதாக வும் பட்டது. 'நெஜமாவா?' என்று ஜிங்கென எழுந்து உட்கார்ந் தாள். சப்பாத்தி சுடுவதில் சித்திக்கு உதவினாள். 'இங்கயிருக்கற யூனிவர்சிடி எவ்வளவு நல்லா இருக்கு. மும்பையில ஸ்கூல், காலேஜுன்னா வீதிக்கு வீதி மளிகைக் கடை மாதிரி இருக்கும். இங்க அப்படியல்ல. இதுக்கொரு கம்பீரம் இருக்கு' என்ற தன்மயியிடம் சித்தி 'எல்லாம் ஒண்ணுதான். உள்ள இருக்கற ஜனங்க ஒரே மாதிரிதான் இருப்பாங்க' என்றாள். குளிக்கப் புறப்பட்ட சித்தப்பாவுக்குத் துண்டு தந்துகொண்டே 'தன்மயி பாவம் சைக்கிள் ஓட்டக் கத்துக்கணுமாம். நீங்க கத்துக்குடுங்க' என்று சொன்னாள். சித்தப்பா 'இன்னக்கில்ல நாளைக்கி ரிசல்ட் வந்துரும். சைக்கிளாம் சைக்கிள். அப்புறம் மும்பையில அவ அப்பா நாம் இவளைக் கெடுத்துட்டோன்னு திட்டறதுக்கா?' எனப் படபடத்தபடி குளிக்கப் போனார். 'நீ படிப்பைப் பத்திப் பேசறதே இல்ல. இப்ப சைக்கிள் ஓட்டக் கத்துக்கணுங்கற. முடிஞ்சே போச்சு' என்று பாட்டி முணுமுணுத்தாள்.

தன்மயி அறைக்குப் போய் சூட்கேஸிலிருந்து ஒன்றிரண்டு புத்தகங்களை எடுத்துப் படிக்க முயன்றாள். புத்தக வரிகளில் அவளுக்கு மும்பையின் லோக்கல் ரயில்களின் சத்தம் கேட்டது. பெரிய பெரிய கரும்பலகைகள் எழுந்தன. 'கேரியர் கேரியர்' என்று அப்பா கூவியதாகவும் 'டிகிரி டிகிரி' என அம்மா அழுததாகவும் மும்பை வீட்டிலேயே இருந்ததாகவும் தோன்றிப் புத்தகத்தை மூடிவிட்டாள். ஜன்னலுக்கு வெளியே நீல வானம் அன்போடு பார்த்துக்கொண்டிருந்தது. வீடு முழுக்கச் சுற்றி வைத்த படுக்கைகள், மூடிவைத்த ட்ரங்க் பெட்டி, கப்போர்ட், கட்டிவைத்த பொட்டலங்கள். திறந்திருந்தது ஆகாயம் மட்டும். அதனால் அதைப் பார்ப்பதற்கு அவ்வளவு இதம். அதற்குள் உள்ளேயிருந்து வந்த குஷ் சித்தி மடித்துவைத்த ஒரு படுக்கை யின் மேல் உட்கார்ந்து தன்மயி திறந்திருந்த புத்தகங்களைப் பார்த்தாள். 'என் காலத்துல எனக்குப் புஸ்தகங்களே இல்ல. நான் லைப்ரரி அங்கே இங்கே போயி நோட்ஸ் எடுத்துக்குவேன். போன வருசம் வரைக்கும் அந்த நோட்ஸ் வச்சிருந்தேன். அதுங்க இருந்தவரைக்கும் பாரந்தான்னு பட்டு ஏனோ எரிச்சுட்டேன். மஞ்சு கப்பல் செஞ்சி விடறதுக்குக் கொஞ்சம் பயன்பட்டுச்சி' என்றாள். அவளுக்கு உயிரியல் மிகவும் பிடித்திருந்ததாம். வெளியே மெலிதாகத் தூறிக்கொண்டிருந்தது. தூக்கத்துக்கும் புத்தகங்களுக்கும் நடுவே கம்பிமேல் நடக்கும் சர்க்கஸை மஞ்சு

செய்துகொண்டிருந்தான். சித்தி 'அவன் வேண்டாம். நாம் ரண்டுபேர் மட்டும் போலாம்' என்றாள். தன்மயியிக்கு இழுத்து இழுத்து ஜடை போட்டாள். குட்டையான கூந்தலிலேயே குட்டி ஜடை போட்டுக்கொள்வதில் தன்மயியிக்கு மகிழ்ச்சி. மும்பையில் ஜடைக்கு எங்கே நேரம் என்று குட்டையாக வெட்டப்பட்ட கூந்தல் அவளுக்கு. பிறகு சித்தி சரசரவெனப் போய்ப் படபட வென்று ஒரு பொரியல் செய்தாள். 'வந்து சாதம் வடிக்கிறேன்' என்று பாட்டியிடம் சொன்னாள். ஐந்தே நிமிடத்தில் தயாராகித் தன்மயியுடன் வெளியே வந்தாள்.

கித்தூர் ராணி சென்னம்மா பூங்கா தாண்டி இடது பக்கமாக அவர்கள் சாதனா நகர்ப் பக்கம் நடந்தார்கள். அங்கே பெரிய பெரிய சுவர்களுக்குப் பின்னால் மன நோயாளிகளுக் கான மருத்துவமனையைக் காட்டினாள். முன்பு எத்தனையோ முறை அங்கே போயிருந்ததாகச் சித்தி சொன்னாள். அவளுக்குப் பிரியமான ஆசிரியை ஒருவர் அங்கிருந்தாராம். சுதந்திரப் போராட்ட வீராங்கனை. சமூக சேவகி. ஒத்தைப் பெண்மணி. அவர் தங்கியிருந்த வீட்டை அபகரிக்க அவருடைய உறவினர் யாரோ குண்டர்களை ஏவி வருடக்கணக்காகப் பயமுறுத்தி, இம்சித்ததால் சித்தப் பிரமை பிடித்து இதே மருத்துவமனையில் இறந்தாராம். அவரைப் பற்றிச் சொல்லியபடியே குஷ் சித்தி உணர்ச்சிவசப்பட்டவளாகப் பேச்சை நிறுத்தினாள். பல்கலைக் கழகத்திலிருந்ததுபோலவே இந்த மருத்துவமனையிலும் பெரிய கடிகாரம் ஒன்று இருந்தது.

சாதனா நகர்ச் சாலையில் பசுமை முளைவிட்டுக்கொண் டிருந்தது. எல்லாப் பக்கங்களிலும் புதிய வீடுகள் பசுமையைக் கத்தரித்து எழுந்துகொண்டிருந்தன. 'அது பேந்த்ரேயின் வீடு' எனச் சித்தி காட்டினாள். 'பேந்த்ரே யாரு?' என்ற தன்மயியின் கேள்விக்குச் சித்தி 'பேந்த்ரே பெரிய கவிஞர். முன்பு நான் காலேஜுல இருந்தப்ப எத்தனையோ தடவை வந்திருந்தாரு. சின்னவளாயிருந்தப்ப நான் அவர் வீட்டுக்குப் போயிருந்தேன்' என்று பெருமிதத்தோடு சொன்னாள். மெய்மறக்கச் செய்த பசுமையிலும் காற்றிலும் சித்தி 'நான் காலேஜுல இருந்தப்ப கவிதை எழுதிட்டிருந்தேன்' என்று சொல்லிவிட்டாள். 'இப்ப ஏன் எழுதறதில்ல?' என்று தன்மயி கேட்டுக்கொண்டிருந்தபோதே 'அட, கியாஸ் அடுப்புல பால் வச்சிருந்தனே?' என்று திடுக்கிட்டாள். இருவரும் வானொலி நிலையத்துக்குப் பக்கத்துக் குறுக்குத் தெரு வழியாக வேகமாக வீட்டை நோக்கி நடந்தார்கள். வானொலி நிலையத்துக்குப் பக்கத்திலுள்ள இந்தப் பழைய தடத்தில் பெயர் சொல்ல முடியாத எத்தனையோ புதர்கள். அவற்றில் காவி, மஞ்சள் வண்ணங்களில் நட்சத்திரங்கள் போன்ற

பூக்கள் நிறைந்திருந்தன. 'இந்தப் பூ, இலைகளின் காட்டு வாசனை எனக்குப் பிடிக்கும் என்று சித்தி மீண்டும் மீண்டும் அந்தப் புதர்களின் இலைகளையும் பூக்களையும் பிடுங்கி முகர்ந்தாள். எல்லாப் பக்கமும் மழை தன் பாட்டுக்குத் தூறிக்கொண் டிருந்தது. 'நீ இந்த வீதியிலேயே சைக்கிள் ஓட்டக் கத்துக்க. அதிகம் டிராஃபிக் இல்ல. குளிர்ச்சியாயிருக்கு' என்றாள் சித்தி.

வீட்டுக்குத் திரும்பியபோது பாட்டி 'பாலை மறந்துட்ட' என்றாள். குரங்கைப்போல மஞ்சு குட்டிக் கரணம் போட்டுக் கொண்டிருந்தான். அவனுக்கு எஸ்எஸ்எல்சி மேகசீன் தருவிக்க வேண்டுமா எஸ்எஸ்எல்சி மித்திரன் தருவிக்க வேண்டுமா என்னும் உச்ச விவாதக் கூட்டத்தில் தாத்தா, பாட்டி, சித்தப்பா பங்கு வகித்தார்கள். 'ரேங்க் ஹோல்டர் அம்மா இருக்கறப்ப அதெல்லாம் எதுக்கு வேணும்?' என்ற தாத்தாவின் விவேகமான வார்த்தைகளைப் பாட்டி, சித்தப்பா இருவரும் நக்கலாகத் திருப்பிச் சொன்னார்கள். தன்மயி கைகால் கழுவிக்கொண்டு மஞ்சுவின் பக்கத்தில் உட்கார்ந்தாள். சித்தி சமையலறைக்குச் சென்றாள். சித்தப்பா 'அப்பாவோட கடிதம் வந்திருக்குல்ல. ரிசல்ட் வந்த மாதிரிதான். உனக்கு சைக்கிள் ஓட்டக் கத்துக்கற வெறி வந்திருக்குன்னு அவருக்கு எழுதட்டுமா?' என்று கேட்டார். வெளியே பட்டாம்பூச்சியின் பக்கம் போய் உட்கார்ந்தாள். மங்கிக்கொண்டிருந்த மாலை நேரத்தைப் பார்த்தாள். மும்பையின் மாலைநேரம் செயற்கை விளக்குகளின் வெளிச்சத்தில் தெரிவதே இல்லை. கால் வைத்த இடமெல்லாம் விளக்கு. இங்கேயாவது அனைத்து வண்ணம், சுவை, வாசனைகளுடன் மாலை மறைகிறது. இந்த மாலை நேரத்துக்குச் சித்தியுடைய அணைப்பின் மென்மை இருக்கிறது. மஞ்சள் வண்ண நட்சத்திரப் பூவின் வாசனை இருக்கிறது. தன்மயி எழுந்து குஷீ சித்தியின் பக்கம் ஓடினாள். சமையலறையில் சப்பாத்தி உருட்டிக்கொண்டிருந்த குஷீ சித்தி இப்போது குமாரி குஸுமா தொட்வாட் ஆகியிருந்தாள். சீருடை யணிந்த ஸ்கவுட்டாக நகரத்தின் மத்தியில் வாகனங்களை நெறிப்படுத்திக்கொண்டிருந்தாள். நாலுகால் பாய்ச்சலில் நானூறு மீட்டர் தாண்டியிருந்தாள். பலத்த கைத்தட்டலுக்கு நடுவே மின்னும் ஷீல்டைப் பெற்றுக்கொண்டிருந்தாள். ஆனால் அதே சீருடையில் அதே நாலுகால் பாய்ச்சலில் ஓடித் திருமண மண்டபம் ஒன்றுக்குள் புகுந்த கணத்தில் எல்லாக் கைத்தட்டல் களும் நிற்க அதிர்ந்து நின்றாள். தன்மயி அவளையொட்டி நின்றிருந்தாள். தன்மயி அச்சு அசல் சின்னக் குஸுமாவாகவே தெரிந்தாள். தன்மயியின் கையில் சப்பாத்தி உருட்டும் கட்டை இருந்தது. ஆவேசத்தோடு சித்தி அதைப் பிடுங்கிக்கொண்டு அவளைப் பக்கத்தில் சேர்த்துக்கொண்டு 'இதெல்லாம் நீ செய்யாதே. வெளிய போ' என்றாள்.

இரவு தன்மயியின் கனவில் பெரிய தேர்வுக்கூடங்கள். ‘உன்னோட பேப்பர் இன்றைக்கே இருக்கிறது. தெரியாதா?’ எனப் பயமுறுத்துபவர்கள். பெரிய பெரிய ஸ்கேல், டேப் பிடித்து என்னென்னவோ அளப்பவர்கள். தேர்வுக்கூடத்தில் இடமே கிடைக்கவில்லை. கிடைத்தால் பையில் ஹால்டிக்கெட் இல்லை. ஆயிரக்கணக்கான பெண்பிள்ளைகளில் ஒருவரும் சினேகிதிகளல்ல. வியர்த்து எழுந்தாள். அதற்குள் இதயத்தில் குண்டு பாய்ந்ததுபோல அலாரம் அலறியது. ‘எந்திரிடா எந்திரிடா’ என்று சித்தப்பா மஞ்சுவைப் படிக்க எழுப்பும் சத்தம். கித்தூர் ராணி சென்னம்மா பூங்காவில் ஒவ்வொரு ஞாயிற்றுக்கிழமையும் போலீஸ் பேண்ட் சினிமாப் பாடல்கள் இசைப்பதைக் கேட்டு மஞ்சு மெய்மறப்பான். சின்னவனாக இருந்தபோது தானும் பெரியவனான பிறகு டிரம் வாசிப்பவ னாவேன் என்பான். பேண்ட்காரர்களை அவர்களுடைய தந்தைமார் இவ்வளவு கொடுமைப்படுத்தியிருக்க முடியாது என்று அவன் எண்ணியதைப் போலிருந்தது. இப்போது தன்மயியின் கனவில் மஞ்சு ஜரிகைச் சட்டை போட்டுக்கொண்டு ட்ரம் வாசித்த படி நடந்தான். ‘எந்திரிடா எந்திரிடா’ சித்தப்பா வின் குரல் இப்போது உச்சத்தையடையத் தன்மயி எழுந்து உட்கார்ந்தாள். தன்னையும் எழுப்புவதற்காகவே சித்தப்பா அப்படிக் கத்தினாரோ? அவளுக்கு மீண்டும் வயிறு கலங்கியது. சித்தப்பா ஏன் எப்போதும் குஷீ சித்தியிடம் மென்மையாகப் பேசுவதில்லை. சாப்பாட்டுக்கு உட்காரும்போதும், பிடுங்கி எறிவதைப்போலக் கவளத்தை வாயில் போட்டுக்கொள்கிறார். சித்தியின் முகத்தோடு முகம் பார்ப்பதேயில்லை. சித்தி ஏன் ரகசியமாக அழுகிறாள்? ‘உனக்கு எதைச் செஞ்சா சந்தோஷன்னு படுதோ அதையே செய்’ என்று ஏன் ஊக்குவித்தாள். அட்மிஷன் களின் தடம், ஓட்டத்தின் தடம், அளப்பவர்களின் தடம் என எல்லாத் தடங்களின் முனையிலும் ஒரு சித்தப்பா இருப்பாரா அல்லது சப்பாத்தி மணை இருக்குமா? குஷீ சித்தி எழுதிய கவிதைகள் எங்கே போயின? கனவில் என்பதாக இப்போது குஷி சித்தி தன்மயியின் பக்கத்தில் வந்து உட்கார்ந்தாள். அவள் கன்னங்கள் ஈரமாயிருந்தன. தன்மயிக்கு மீண்டும் தூக்கம் வந்தது.

அன்று சித்தப்பா எங்கும் போகவில்லை. காவல் காப்பவரைப் போல வீட்டிலேயே இருந்தார். ‘குளிங்க’ என்று இரண்டுமுறை சொன்னதற்குச் சித்தியின்மேல் எரிந்து விழுந்து திட்டினார். மஞ்சு தன் அம்மா தன்மயியிடம் காட்டும் அக்கறையால் எரிச்சலடைந்தோ அப்பாவுக்குப் பயந்தோ ஒருவகையான முட்டாளைப்போலப் பலமாக அவலயமாக வாக்கியங்களைப் படித்துக்கொண்டிருந்தான். அப்போது கொஞ்சம் தூங்கி விழுந்தான். ‘மஞ்சு ஏன்டா இப்படித் தூங்கறே?’ என்று தன்மயி

கேட்டதற்குப் பாட்டி 'போதும் போதும். அவனைப் பார்த்து நீ ஒழுங்கைக் கத்துக்கோ. மும்பையில உனக்கு ஒழுங்கைக் கத்துத்தர உன் அப்பா அம்மாவுக்கு நேரம் எங்கிருக்குது?' என்று முழங்கினாள். சித்தப்பா தன் பெரிய கரிய பூட்ஸுகளை நக்குபவரைப்போலச் சப்புக்கொட்டியவாறு பாலீஸ் போட்டுக் கொண்டிருந்தார். இடையிடையே 'மஞ்சு, எப்படியிருக்குது பாரு' என்று பூட்ஸுகளைக் காட்டினார். மஞ்சு தூங்குவதை நிறுத்தி 'அப்பா இன்னும் கொஞ்சம் வேணும்' என்று சொன்னான். மீண்டும் சித்தப்பா அழுத்தி அழுத்திப் பாலீஸ் போட்டார். தன்மயிக்கு இவையெல்லாம் தேர்வைவிடப் பயங்கரம் எனப் பட்டது.

மத்தியானம் சாப்பிட்டதும் சித்தப்பா பெரிதாகச் சத்தமெழுப்பியவாறு எங்கோ புறப்பட்டுப் போனார். தாத்தாவும் பாட்டியும் படுத்திருந்தார்கள். அனேகமாக எல்லா வீடுகளிலும் சோம்பல் கவிந்ததுபோலத் தூங்கும் நேரம் அது. கொஞ்சம் பழைய பத்திரிகைகளைப் புரட்டியபடி உட்கார்ந்த தன்மயி சலிப்புற்றுக் குஷீ சித்தியுடன் சேர்ந்துகொள்ள உள்ளே போனாள். அங்கே அவளைக் காணவில்லை. அப்படியே வீட்டின் பின்கதவைத் திறந்து பார்த்தாள். நம்ப முடியாத காட்சியொன்று தெரிந்தது. பின்பக்கத்துச் சின்னச் செவ்வகக் காம்பௌண்டுக்குள் சேலையைத் தூக்கி இடுப்பில் சொருகி வியர்த்த முகத்தோடு குஷீ சித்தி சைக்கிளைப் பிடித்தபடி பெடலில் ஏற முயன்று கொண்டிருந்தாள். தூறலோடு வெயிலடித்தபடி வித்தியாசமான வெளிச்சம் பரவியிருந்தது. தன்மயி சத்தமில்லாமல் மறைந்திருந்து பார்த்தாள். குஷீ சித்தி ஓடோடியவாறே பெடலில் ஏறி நேராக நிற்க எத்தனித்தாள். அடுத்து சீட்டில் உட்கார வேண்டியதுதான் என்பதற்குள் காம்பௌண்ட் முடிந்துவிட்டது. மீண்டும் சைக்கிளைத் திருப்பி மறுபடியும் அதேபோல ஓடிப் பெடலில் ஏறி நின்றாள். இந்த முறை பெடலில் ஏறியவுடனே சீட்டின் மேல் உட்கார்ந்துவிட்டாள். ஆஹா, அவள் முகத்தில் அதெப்படிப் பட்ட மகிழ்ச்சி! அதற்குள் சேலை முடிச்சு முடிச்சாகத் தடையாகி ஒரு பக்கம் சாய்ந்து இறங்கினாள். தன்மயி தாள முடியாமல் ஓடி இணைந்துகொண்டாள். 'எங்க மறந்துபோச்சோன்னு. உனக்குக் கத்துத்தர்றதுக்கு முன்னாடி எனக்குச் சரியா வரணுன்ல' என்ற அவளே உதட்டைக் கடித்து 'கொஞ்சம் பிடி' என்று சைக்கிளைத் தன்மயியின் கையில் கொடுத்துவிட்டுக் குனிந்து சேலையை வீராங்கனை மாதிரி கட்டிக்கொண்டாள். மீண்டும் தன்மயி முன்புபோலப் பிடித்துக்கொண்டிருக்க ஜம்மென்று ஏறி பேலன்ஸை மறுபடியும் அடைந்த மகிழ்ச்சியில் சுற்றி வந்தாள்.

தன்மயி 'சித்தீ ஐடியா. நீ என்னோட சல்வார் கமீஸ் போட்டுக்க' என்றாள். குஷீ சித்தி சின்னப் பெண்ணின்

மகிழ்ச்சியில் உள்ளே ஓடி ஒன்று இரண்டு மூன்று உடுப்புகளைப் போட்டுக் கழற்றிப் பிறகு மஞ்சள் சல்வார் கமீஸ் போட்டுக் கொண்டாள். கண்ணாடியில் திரும்பத் திரும்பப் பார்த்துக் கொண்டாள். தன்மயியிக்குக் குஷீ சித்தி தன் சிநேகிதியின் அளவே சின்னவளாகத் தெரிந்தாள். இருவரும் அவசரத்தோடு சத்தமில்லாமல் சைக்கிளை வெளியே கொண்டு வந்தார்கள். குஷீ சித்திக்கு மஞ்சுவின்மேல் பாசம் வந்தது. 'நீயும் வாடா ரேடியோ ஸ்டேஷன் ரோடுக்குப் போலாம். தன்மயிக்குச் சைக்கிள் ஓட்டக் கத்துத்தரலாம்' என்றாள். மஞ்சு தவித்துப்போனான். ஆனால் அம்மாவை முதன்முதலாகப் புதிய வேஷத்திலும் ஆவேசத்திலும் பார்த்த அவன் பயந்து 'இல்ல' என்று சொல்லிவிட்டான். அல்லாமல் தான் போனால் இவ்வளவு அற்புதமானவற்றைப் பற்றிக் கோள் சொல்ல யாரும் இருக்க மாட்டார்கள் என்றும் யோசித்தான்.

சாலையின் இரண்டு பக்கத்து வீடுகளிலும் மனிதர்களே இல்லையோ என்னும் பிரமையை உண்டுபண்ணும் மத்தியானம். ஈரமும் வெயிலுமான சாலையில் தூறலில் ஓடிக் கொண்டே குஷீ சித்தி சைக்கிளில் ஏறினாள். தன்மயி மட்கார்டைப் பிடித்துக்கொண்டு பின்னால் ஓடினாள். சித்தி யின் கண்ணெதிரில் அவள் பூர்வீக மண்ணின் சாலையே விரிந்துகொண்டிருந்தது. எத்தனையோ வருடங்களுக்குப் பிறகு சைக்கிளில் ஏறிய, தன்மயியின் உடையை அணிந்த குஷீ சித்தி அங்கங்கே தடுமாறினாள். இரண்டு பிரேக்குகளையும் பிடித்துக் குறுக்குமறுக்காக இறங்கினாள். வானொலி நிலையச் சாலையை அடைந்தபோது அங்கே குளிர்ச்சியான வித்தியாச மான அமைதி நிலவியது. மரக்கட்டைகளை ஏற்றிச் சென்ற லாரிகளின் உறுமல் சத்தம் சமீபத்திலேயே ஓடிக்கொண்டிருந்த நெடுஞ்சாலையிலிருந்து வந்துகொண்டிருந்தது. ஈரமான புதர்கள் தங்கள் மஞ்சள், காவிநிற நட்சத்திர வடிவப் பூக்களின் வாசனையைக் காற்றில் பரப்பிக்கொண்டிருந்தன. எல்லாத் தரித்திரத் திட்டுகளின் உலகத்தை எவ்வளவோ தூரம் கடந்து வந்தது போன்ற இதமான உற்சாகம்.

இந்தப் பக்கம் எவ்வளவோ நேரத்துக்குப் பிறகு சித்தப்பா வீட்டுக்குத் திரும்பிய பிறகு மஞ்சு தன் வாய் கிழிந்து போகிறளவு மூச்சுவிடாமல் எல்லாவற்றையும் சொன்னான். சித்தப்பா 'எங்கிருக் கறாங்க காட்டு' என்று அலறி வெளியே வந்தார். மஞ்சு முன்னால் ஓடியவாறும் சித்தப்பா மேல்மூச்சு வாங்கிக்கொண்டு நீண்ட அடியெடுத்து வைத்துப் பின்னாலுமாக வானொலி நிலையச் சாலைக்கு வந்தார்கள். சித்தப்பா 'எங்கடா அவங்க?' என்று கர்ஜித்தார். மஞ்சுவும் 'அதோ அங்கப் பாரு'

என்று காட்டினான். அடர் பச்சை இயற்கை ரம்மியமாயிருந்தது. தூரத்து இறக்கத்தில் சைக்கிளில் உட்கார்ந்திருந்தது தன்மயியா குஷீ சித்தியா எனப் புரியவில்லை. ஒருத்தி மட்கார்டைப் பிடித்திருந்தாள். இன்னொருத்தி சைக்கிள் மிதித்துக்கொண்டிருந்தாள். ஒரே வகையான உடையில் ஒரே மாதிரித் தெரிந்தார்கள். அதிர்ந்து நின்ற சித்தப்பாவைவிட்டு மஞ்சு 'ஹோ' என்று கத்தியபடி மெய்மறந்து அவர்களை நோக்கி ஓடினான். விசாலமான அந்த வழி தூரத்தில் மேட்டில் சற்றே வளைந்திருந்தது. இரண்டு பக்கங்களிலும் காவலுக்காக நின்றது போல நெருக்கமான மரங்கள். வண்ண ஓவியம் நீரில் கரைவது போல அந்தக் காட்சி முழுவதின் எல்லா வண்ணங்களையும் கரைத்து ஒன்றாக்கிக்கொண்டிருந்தது மழை. காவி, மஞ்சள் நிறப் பூக்கள், நட்சத்திரங்களைப்போலத் தெரிந்தவாறு மழையில் கரைந்துகொண்டே மேட்டின் வளைவில் அவர்கள் மறைந்தார்கள்.

●

மார்ச் 2013

சுமித்ராவுக்கு ஒரு செய்தி

கன்னட மூலம்: ஜெயந்த் காய்கிணி

மிக விரைவாகச் சமையல் வேலை முடித்து விட்டுச் சாலையைப் பார்த்தவாறிருக்கும் அந்த ஜன்னலுக்கு வந்து நிற்கும் சுமித்ரா இங்கே வந்து ஏற்கனவே மூன்று மாதங்களாகியிருந்தன. இங்கே என்றால் அவள் தம்பியின் மகன் வேறு இரண்டு பிரம்மச்சாரிகளுடன் வாடகைக்குப் பிடித்திருக்கும் மும்பையின் இந்த வீட்டுக்கு. வீடு என்றால் ஒரு சிறிய அறை. அதையொட்டிய சமையலறையும் இருக்கிறதா இல்லையா எனத் தெரியாத குளியல் மூலையும். சுமித்ராவின் தம்பி மகன் சுதாகர் ஏறக்குறைய இருபத்தைந்து வயதுப் பையன். எங்கோ வேலையிலிருக்கிறான். வாடகையைப் பங்கிட்டுக்கொள்வதற்காகத் தன்னோடு இன்னுமிரண்டு பிரம்மச்சாரிகளைச் சேர்த்துக்கொண்டிருக்கிறான். ஒருவன் கேரளாவின் ஜோஸ். இரவும் பகலும் மாநகரத்தின் ஏதோ தொழிற்சாலை வேலையில் எல்லோரும் தூங்கும் போது எழுந்து எல்லோரும் உற்சாகமாயிருக்கும் போது தான் களைத்துப்போய் அகாலத்தில் வாழ்க்கையைத் தள்ளுகிறவன். இன்னொருவன் – அவன் பெயரும் சரியாகத் தெரியவில்லை – ஏதோ ஏஜென்சியின் சேல்ஸ் சர்வீஸ் என்று வாரக் கணக்கில் மாதக்கணக்கில் காணாமல்போகிறவன். எல்லோரும் வெளியில் சாப்பிட்டுக்கொண்டிருந் தார்கள். வாடகை, பேப்பர் பில், எலக்ட்டிரிக் பில், விநாயக சதுர்த்தி, நவராத்திரி நன்கொடைகளைச்

சமமாகப் பங்கிட்டுக்கொண்டிருந்தார்கள். வெளிப் பலகாரம் தீர்த்தங்களிலேயே நேரத்தை வீணடித்துக்கொண்டிருந்தபோது ஏற்கனவே சற்றுப் பூஞ்சையாயிருந்த சுதாகருக்குக் காமாலை வந்தது. ஊருக்கு இதைப் பற்றித் தெரியப்படுத்தாமலே எப்படியோ இருந்தவிடத்திலேயே சுதாகர் குணமடைந்தான். அதன் பிறகு ஹொன்னாவரத்திலிருந்த அப்பாவுக்குக் கடிதம் எழுதினான். செய்தி தெரிந்தவுடனே அப்பா அதிர்ச்சியடைந்தார். ஹோட்டல் சாப்பாடு அது இது மண்ணு தின்று மகனின் ஆரோக்கியம் பாழாயிற்று என உடனே முண்டகோடிக்குச் சென்று, கணவனிட மிருந்து விலகித் தனியாக இருந்துகொண்டிருந்த அக்கா சுமித்ராவைத் தேடினார். கடைசியில் அவள் ஜனதா வீடொன்றில் கிடைத்தாள். கிடைத்தவுடனே திக்கித் திணறிச் சில நாட்கள் தன் மகனுக்குச் சமைத்துப்போடு என்று வேண்டிக் கொண்டு யாரையோ துணைக்குச் சேர்த்து மும்பையின் இந்தப் பிரம்மச்சாரிகளின் குகைக்கு அனுப்பிவிட்டார்.

கணவனிடமிருந்து விலகிய பிறகு சில நாட்கள் மஞ்சிகேரியி லியே இருந்த சுமித்ரா சில வருடங்கள் சிர்ஸியின் சித்தாபுரத்தில் கழித்துவிட்டுப் பிறகு கடந்த ஐந்தாறு வருடங்களாக முண்டகோடியின் ஜனதா வீட்டில் இருந்தாள். அறுபதைத் தாண்டவிருந்த மெலிந்த தேகத்தைக் கொண்ட இந்தப் பெண்மணிக்குத் தன் எத்தனை எத்தனை வருடங்கள் யார் யாருக்கு உதவியாக, யாருடைய பிள்ளைகளை வளர்க்க, யார் யாருக்கு மகப்பேற்றுச் சிசுருஷை செய்ய, யார் யாருக்குச் சாப்பாட்டு டப்பா தயார்செய்து அனுப்ப விரயமாயின என்பதன் நினைவில்லை. இப்போது முண்டகோடியின் சின்ன ஜனதா வீட்டில் பக்கத்துப் போலீஸ் காலனிப் பிள்ளைகளுக்குக் கதைகிதை சொல்லிக்கொண்டு வேலைக்குப் போகும் தாய்மார் களின் குழந்தைகளை வனிதா பத்திரிகையின் பாடல்களை எழுத்துவிடாமல் பாடித் தாலாட்டித் தூங்கச்செய்தபடி முதியோர் உதவித்தொகையின் ஐந்து நோட்டுகளை ட்ரங்க்பெட்டி யின் மூலையில் வைத்து மனசுக்குத் தோன்றும்போது, மனசுக்குப் பட்டவாறு செலவழித்துக்கொண்டிருந்தவளுக்குச் சமீபத்தில் வந்துபோயிராத இந்தத் தம்பிக்கு இருந்திருந்தாற்போல உதவ ஓடுவது அப்படியொன்றும் கடினமாயிருக்கவில்லை. இருந்த இரண்டு புடவைகள், கண்ணாடி, வனிதா பத்திரிகையின் சில இதழ்கள், டப்பாவில் எஞ்சியிருந்த துவரம் பருப்பு, சக்கரை, உப்பு எல்லாவற்றையும் சின்ன சின்ன பொட்டலங்களாகக் கட்டிப் பையில் வைத்துக்கொண்டு எலும்மிச்சம்பழ மொன்றைக் கெட்டியாக மூக்கோடு அழுத்திக்கொண்டு மும்பையை அடைந்தாள்.

இதுவரை அப்படியொன்றும் விசேஷமான பந்தம் இந்தத் தம்பியின் குடும்பத்தோடு அவளுக்கு இருந்ததில்லை. இவனோடு மட்டுமென்ன எந்த உறவுக்காரர்களோடும் போக்குவரத்து இல்லை. கணவனிடமிருந்து விலகுவதற்கு முன்னும் பின்னும் எப்படியிருக்கிறாள் என்ன சாப்பிட்டாள் என்பதைக் குறித்து அக்கறை செலுத்தவும் பயந்தவர்களோடு என்ன சம்பந்தம்? ஆனால் எத்தனையோ குடும்பங்களோடு அவளுக்குச் சம்பந்தம் ஏற்பட்டதே! சித்தாபுரத்தின் வாத்தியார் தம்பதியின் எட்டு மாதக் குழந்தை வளர்ந்து இவள் கையைப் பிடித்துக்கொண்டல்லவா பள்ளிக்கூடத்தின் படியேறியது. சிர்ஸி மருத்துவமனையில் பக்கவாதம் தாக்கிப் படுத்திருந்த கலகட்டகி வக்கீல் மாதக் கணக்கில் இவள் கொடுத்தனுப்பிய சாப்பாட்டினாலல்லவா தேறினார்? இந்தத் தம்பி வேண்டுகோளோடு வந்தபோது அவன் மகன் சுதாகர் எவ்வளவு பெரியவனாகியிருக்கலாம் என்று அவளால் கற்பனைசெய்யவே முடியவில்லை. சுதாகர் சின்னவனாயிருந்தபோது விடுமுறையைக் கழிக்க அவள் வீட்டுக்கு வந்துகொண்டிருந்தான். அப்போது அவள் மஞ்சிகேரியில் தங்கியிருந்தாள். வனத் துறையில் வேலையிலிருந்த அவள் கணவன் ரமாகாந்த் அப்போது அடிக்கடி அல்லவென்றாலும் மாதத்துக்கு இரண்டுமுறையாவது வீட்டுக்கு வந்துகொண்டிருந்தான். அப்போது இந்த சுதாகர் தலையில் வாழைப்பட்டையைச் சுற்றிக்கொண்டு மண்ணால் மீசை வரைந்துகொண்டு ஆலலல கீஹா என்று தனக்கும் தன் கணவனுக்கும் யக்ஷகானம் நடித்துக் காட்டியது, அவளுக்கு நினைவிருக்கிறது. அந்தப் பையனுக்குத் தன் கணவன் ஒரு நாள் முழுக்க வீட்டில் உட்கார்ந்து அட்டை கொண்டுவந்து அதற்குப் பளபளப்பான தகடு பொருத்தி, ஜிகினாப்பொடியை மைதாமாவுப் பசையுடன் பூசிக் குட்டி கிரீடத்தைச் செய்துதந்ததுகூட நினைவிருக்கிறது. அப்போது அந்தக் கணவனின் குடியும் அடிப்பதும் அவ்வளவு உச்சத்தை அடைந்திருக்கவில்லை. மாதக் கணக்கில் ஊரிலில்லாவிட்டாலும் வந்தபோது வீட்டுக்குத் தேவையானளவு அரிசி, பருப்பு, கருவாடு வாங்கிப்போட்டுக்கொண்டிருந்தான். தனக்குக் குழந்தைகளில்லை அல்லது உண்டான குழந்தைகள் ஒன்பது மாதம் நிறைவதற்கு முன்பே கைவிட்டுப்போயினவே என்னும் தன் மனசின் காயங்களுக்குச் சம்பந்தமே இல்லாதவனைப் போல இருந்துவிட்டுப் போவான். இருவருக்குமிடையில் பேச்சு வார்த்தையோ இல்லவே இல்லை. எந்தக் கட்டாயத்துக்காக வீட்டுக்கு வருகிறானோ என்று எண்ணுவதற்குள் இஸ்திரி செய்த பைஜாமாவைப் போட்டுக்கொண்டு எண்ணெய் தேய்த்துத் தலைவாரிக்கொண்டு மீண்டும் காட்டுக்குப் போய்விடுவான். சுமித்ரா வீட்டுக்கு எதிரில் டேலியா செடிகளை வளர்த்து,

தையல் வகுப்புக்குச் சென்ற பெண்களை வாய் நிறையச் சிரித்துப் புகழ்ந்து, அருகிலேயே இருந்த உயர்நிலைப் பள்ளிப் பிள்ளைகளுக்கு இடைவேளையின்போது வெல்லத் தண்ணீர் கொடுப்பது, அக்கம்பக்கத்து வீடுகளுக்கு வந்த கானடாவிருத்தம், ஜனசேவகன் முதலான உள்ளூர்ப் பத்திரிகைகளை எழுத்துவிடாமல் படிப்பது என்றிருந்தாள். வனவாசம், காட்டிலாகாவிலிருந்த கணவனுக்கா தனக்கா என்னும் அடிப்படைச் சந்தேகம் அப்போதிருந்தே அவளுக்கிருந்தது. வரிசையில் அவளுக்கு மேலும் கீழுமிருந்த எல்லா அண்ணன் தம்பிகளின் பிள்ளைகளுக்கும் விடுமுறையில் அவள் வீடே வேண்டும். 'அத்தே அத்தே' என்று அவளை அழைத்தபடி அவள் வீட்டு முற்றத்தில் தங்களுக்குத் தேவையான சுதந்திரத்தைப் பெற்று விளையாடிக்கொண்டிருந்தார்கள். அழுது அடம்பிடித்து மஞ்சிகேரிக்கு வரும் சுதாகரோ பள்ளிக்கூடம் திறக்க இரண்டு நாட்கள் இருக்கும்போது ஹொன்னாவரத்துக்குத் திரும்புவான்.

அதே சுதாகர் இப்போது இளைஞனாக வளர்ந்து சம்பளம்கிம்பளம் வாங்கும் வேலைபார்ப்பதையும் மழித்துக் கொள்வதையும் பார்த்து சுமித்ராவின் அசப்பில் தாயினுடைய முகம், தாடை மட்டும் அப்பாவுடையது என்று உள்ளுக்குள்ளேயே சிரித்தாள். அவன் அப்பாவுடைய மூக்குக்கு மேலான கோபம் அவனிடம் இன்னும் வரவில்லை அல்லது திருமணத்திற்குப் பிறகே வெளியே வருவதற்காக உள்ளுக்குள்ளேய உட்கார்ந்திருக் கிறதோ? மரியாதையான பையன். மற்றவர்கள் வந்தாலும் வராவிட்டாலும் எல்லோருடைய படுக்கையையும் இவனே விரிக்கிறான். சுமித்ராவுக்குச் சமையலறையிலேயே பெருக்கிப் படுக்கை போடுகிறான். தன் போர்வையையே கொடுத்திருந்தான். புடவையைப் போர்த்திக்கொண்டு படுப்பதுதான் தனக்குப் பழக்கம் என்ற பிறகு கட்டாயப்படுத்தவில்லை. 'இது வாங்கி வரட்டுமா அத்தே, அது வாங்கிவரட்டுமா அத்தே' என்று கேட்டுக்கொண்டேயிருக்கிறான். சுமித்ரா மிகுந்த பாசத்தோடு சமைத்தாள்.

சுமித்ராவின் வருகையால் பிரம்மச்சாரிகளின் தினசரி நடவடிக்கைகளில் சில மாற்றங்கள் ஏற்பட்டேயாக வேண்டியிருந் தது. வேண்டிய இடத்தில் வேண்டியபடி ஜட்டிகளை எறிவது, முக்கியமான இடங்களில் பேனா பென்சில்களால் ஆழமாகக் கீறப்பட்டிருந்த டிம்பிள், ஸ்ரீதேவி ஆகியோரின் போஸ்டர்கள், வாரத்துக்கு ஒருமுறையாவது நடைபெற வேண்டியிருந்த 'மோக்ஷகுண்டம்' மாலைநேரங்கள், இரவில் விளக்கை அணைத்துவிட்டுப் பக்கத்துக் கட்டடத்தின் படுக்கையறைகளில் பார்வைக்கு ஏதாவது மசாலா கிடைக்குமோ என்று காதைத்

தீட்டிக்கொண்டு முன்னங்காலில் ஜன்னல் பக்கம் நிற்பது அல்லது குறைந்தபட்சம் ஒவ்வொருவரும் தனியாக இருந்தபோது கிடைக்கும் ஏகாந்தமான காமக் கனவுகள் என எல்லாம் தாமாகவே முடிவுக்கு வந்து அந்த அறை அப்போதுதான் சலூனி லிருந்து வெளியே வந்த ஆளைப் போலத் தெரிந்தது – எல்லாம் சுத்தமாகவும் பளபளப்பாகவும் ஆனாலும் சற்று பேதைத்தனம். கண்ணை மூடிக்கொண்டு வாயில் போட்டாலும் இது எந்த ஹோட்டல் என்ன பதார்த்தம் என்று அடையாளம் காணுமளவு ஹோட்டல் சாப்பாடு சாப்பிட்டு நாக்கு செத்துப்போயிருந்த சுதாகருக்கு இந்த வாடகை வீட்டின் உடைந்த சின்ன கேஸ் அடுப்பின் மேல் பரபரவென அத்தை பால்யத்தின் நினைவைக் கிளறும் குழம்பு, தாளிதங்களின் கம்மென்ற வாசனை உலகத்தைத் திறந்தபோது வாய்பேச முடியாமல் வாவ் வாவ் என்று கண் மூடி அனுபவித்தான். ஜோஸுக்கு அவ்வளவு புளகாங்கிதம் ஏற்படாவிட்டாலும் 'சிம்பிள் ஹோம் மேட் ஃபுட்' என்று உற்சாகம் காட்டினான். தான் இந்த மாநகரத்தில் இழந்துவிட்டதாகப் பிரமித்த பால்யத்திற்குச் சம்பந்தப்பட்ட ஏதோ இந்தச் சாப்பாட்டின் சாக்கில் தனக்குள் மீண்டெழுந்த விதத்தால் உணர்ச்சிவயப்பட்ட சுதாகர் தன் அலுவலகத்தின் பெண்மணியொருத்தியின் உதவியுடன் அத்தைக்கென்று பூக்கள் போட்ட இரண்டு புடவைகள் வாங்கிவந்துவிட்டான். எத்தனையோ வருடங்களுக்குப் பிறகு கைக்கு வந்த மெத்தென்ற புதுப் புடவையின் ஸ்பரிசத்தை முகர்ந்தவாறு சுமித்ரா நெஞ்சோடு சேர்த்துக்கொண்டு 'சே சே சாதாரணப் புடவை வாங்கிட்டு வந்திருந்தா போதுமாயிருந்திருக்கும். எவ்வளவு விலை? ரண்டு எதுக்கு? ஒண்ணு உங்கம்மாவுக்கு இருக்கட்டும்' என்று சொன்ன அவள் மகிழ்ச்சி வெளியே தெரிந்துவிட்டதோ என்பதுபோலச் சட்டென்று சமையலறைக்கு ஓடினாள்.

ஒரே ஒரு வாரத்துக்குள் சுமித்ராவுக்கு இங்கத்திய வழக்கங்கள் பிடிபட்டுவிட்டன. முன்பு விடியற்காலையில் பால் பூத்துக்கு சுதாகர் தூங்கிவிழுந்துகொண்டே போய்க்கொண்டிருந் தான். இப்போது சுமித்ரா தானே எழுந்து பால் வாங்கிவர ஆரம்பித்தாள். இதனால் சுதாகரின் விடியற்காலையின் இனிப்பான தூக்கம் அதிகமாயிற்று. ஓய்வு நேரத்தில் விசிறியைத் துடைப்பது, ஜன்னல் கம்பிகளின் மேல் படிந்த தூசியைத் துடைப்பது ஆகியற்றைச் செய்தாள். இப்போது வேலைக்கு வந்து கொண்டிருந்த போசம்மாவுக்குத் துணி துவைக்கும் வேலையை மட்டும் கொடுத்துவிட்டு வீட்டைச் சுத்தம்செய்வதையும் பாத்திரங்கள் கழுவுவதையும் தானே மேற்கொள்ளத் தொடங்கி னாள். 'வேண்டாம் அத்தே, எங்களுக்குச் சமைச்சுப் போடுறதே உனக்குப் பாரம்' என்று சுதாகர் சொன்னாலும் 'சே சே இது

வீட்டு வேலை. அதுவுமில்லாம எனக்கு ரொம்பப் பிடிச்ச வேலை. நாங்க சின்னவங்களாயிருந்தப்ப அம்மா அப்பா விளையாட்டு விளையாடியபோதும் இதைவிட அதிகமா வேலைசெஞ்சோம்' என்ற பிறகு, 'நீ புடவை வாங்கிக்கொடுத்தது னால செய்யலப்பா' என்று சிரித்துவிட்டாள். சுதாகருக்கும் நிம்மதி ஏற்பட்டது. அத்தை மிகுந்த ஜாக்கிரதையாகப் புடவையை வைத்துக்கொண்டாள். விசேஷ சமயத்தில் உடுத்துவதாகச் சொன்னாள். இப்போது அவள் மத்தியானம் ஒருத்தியே மீன், காய்கறி மார்க்கெட்டுக்குப் போய்வர ஆரம்பித்தாள். சாலையை எங்கே கடக்க வேண்டும், எந்த மீன்காரி புதிய மீன் கொடுப்பாள், எந்தக் காய்கறிக்காரன் சில்லறையைச் சரியாகத் திருப்பித்தருவதில்லை, எந்தப் பெட்டிக்கடையில் பிரெட் வாங்க வேண்டும் என எல்லாம் புரிந்து சாலையில் குறுக்காக நடக்கும் நவநாகரிகப் பெண்களுக்கு நடுவே தைரியமாக சுமித்ரா நடமாடினாள். காரேஜுக்குப் பக்கத்தில் உடைந்த பிளாஸ்டிக் பக்கெட்டுகளைக் காய்ந்த இரும்புக் கம்பியால் ஒட்டவைப்பவனிடம் வெறும் நாலணாவில் எத்தனையோ நாட்களாகக் கட்டைவிரல் வார் அறுந்திருந்த தன் பிளாஸ்டிக் செருப்பைச் சரிசெய்துகொண்டபோதோ இந்தப் பரிச்சயமற்ற ஊரின் ரகசியங்களையெல்லாம் தெரிந்துகொண்டதுபோல மகிழ்ச்சியும் பெருமையும் அவளுக்கு ஏற்பட்டது. முதலில் வெறும் வாழைப்பழத் தோல், ஊதுபத்தி உறை, சிகரெட் துண்டுகளால் அரைகுறையாக நிறைந்திருந்த வீட்டின் குப்பை டப்பா இப்போது காய்கறி, வெங்காயத் தோல், மீன் முள் பொட்டலங் களால் நிரம்பி வழியத் தொடங்கியது.

இடையில் மாதத்துக்கொருமுறை வீட்டுக்காரனின் மனைவி ஜேகப்பாயி வந்துகொண்டிருந்தாள். இந்த வீடு நிறைய அவர்களுடைய ஒன்றிரண்டு இரும்பு அலமாரிகள் இருக்கின்றன. ஜேகப்பாயி அவற்றின் பூட்டைத் திறந்து அவற்றில் ஏதாவது வைப்பாள் அல்லது எடுத்துக்கொண்டு போவாள். அவள் கணவன் ஜேகப் கடந்த பதினைந்து வருடங்களாகத் துபாயில் வேலைசெய்கிறான். மூன்று வருடங்களுக்கொருமுறை வந்து பணம்கிணம் வங்கியில் போட்டுப் புதிய வீடுகளை வாங்கித் திரும்பிப் போகிறான். மனைவி இங்கே வாடகை வசூலித்த படி லிப்ஸ்டிக் பூசிக்கொண்டு பிள்ளைகளை வளர்த்துக் கொண்டிருக்கிறாள் என்பது தெரிந்ததுமே சுமித்ராவுக்கு விசித்திரமான அனுபவமாயிருந்தது. தங்கள் இருவரின் தாம்பத்தியத்துக்குமிடையே வேறுபாடு எதுவும் இருந்ததாக அவளுக்குத் தோன்றவில்லை. இவள் பணத்தின் பிடியிலிருந்து விலகியிருக்கிறாள். வேண்டா வெறுப்போடிருந்த திருமணப் பந்தத்தையும் இவளாகவே துறந்திருக்கிறாள். ஜேகப்பாயி பாவம்

எனத் தோன்றியது. 'நீங்க வந்தப்புறம் வீடு சுத்தமாயிருக்குது' என்று பாயி சொல்லிவிட்டு வாடகை வாங்கிச் செல்வாள். போகும்போது தங்களுடைய சாமான்களை வைத்திருக்கும் அலமாரிகள் சரியாகப் பூட்டியிருக்கின்றனவா அல்லவா என்பதைச் சரிபார்க்க மறந்ததில்லை. அந்த அலமாரிகளில் பிள்ளைகளின் பால்யகால ஆடைகள், சின்ன கால் சராய்கள் நிச்சயம் இருப்பதற்கில்லை. திறந்தால் போதும் மேலே விழுமள வுக்கு வெள்ளித் தட்டுகள் அத்தர் பாட்டில்கள் இருக்கலாம் என சுமித்ராவுக்கென்னமோ நிச்சயமாகத் தோன்றியது.

இப்போது சுமித்ரா வீட்டை அழகாக நிர்வகிக்கத் தொடங்கினாள். பக்கத்துத் தியேட்டர் ஒன்றில் மேட்னி காட்சிகளுக்கும் போய் வந்தாள். வரும்போது முனிசிபல் மார்க்கெட்டின் பக்கத்து ஆஞ்சநேயர் கோயிலில் சற்று நேரம் உட்கார்ந்திருந்துவிட்டு வருவாள். அங்கே தத்தம் பேரப்பிள்ளைகளைக் கவனித்துக்கொண்டு பிள்ளைகளின் குடும்பத்தோடு உபயோகமற்றவர்களாக இருக்கும் எத்தனையோ பேர் உட்கார்ந்திருப்பார்கள். தன் அறைகுறை மராத்தியைப் பயன்படுத்தி ஒன்றிரண்டு பேரின் நட்பைச் சம்பாதித்த சுமித்ரா அவர்கள் யோசனையின் பேரில் தினமும் விடியற்காலை ஜோஸின் சின்ன டிரான்சிஸ்டரில் பூனா, சாங்லி ரேடியோ நிலையங்களை வைத்து அபங்கங்களைக் கேட்கத் தொடங்கி னாள். தூங்கிக்கொண்டிருந்தவர்களின் உறக்கம் கெடக் கூடாதென்று கமெண்டரி கேட்பவர்களைப்போலக் காதோடு சேர்த்துவைத்துக்கொண்டு தலையாட்டிக்கொண்டே கேட்டாள். அந்த விடியலில் பறவைகளின் கிரீச்சொலி கேட்பதற்கு முன்பே எத்தனையோ கட்டடங்களின் வீட்டுக்கூடுகளிலிருந்து குக்கர் விசில் சத்தம் கேட்டது. மிக அவசரமாகச் சமையலை முடித்துப் பால்கனிகளில் புடவை காயப்போட்டு, பிள்ளைகளுக்குச் சாப்பாட்டு டப்பா தாயார்செய்து, படபடவென்று பவுடர் பூசிக்கொண்டு, கேட்டுப் பக்கம் ஓடிக்கொண்டே அங்கிருந்தே திரும்பித் திரும்பி 'கேஸ் ஸ்டவுல வச்சிருக்கற பால் பாத்திரத்தை மூடிவையுங்க' என்றெல்லாம் கத்திச் சொல்லியபடி கையில் வாட்சைப் பிடித்துக்கொண்டு அதற்குச் சாவி கொடுத்தவாறே சாலையை அடைந்து ரயில்வே ஸ்டேஷன் பக்கம் ஓடும் இளம் பெண்களை அவர்களின் உற்சாகத்தைப் பார்த்து சுமித்ராவுக்கு மயிர்க்கூச்செறியும். சாவி கொடுத்தவாறு சாலையை அடையும் இந்தக் காட்சி சுமித்ராவுக்குத் திரும்பத் திரும்பக் கண்முன்னால் வந்து தோன்றியது. சில்லரைக் குறைகளுக்கு அவர்கள் வாழ்க்கையில் இடமேயில்லை. அதிகமென்றால் சமையலறையில் இரண்டு மணிநேரம் கழித்து அதற்குள்ளாகவே குடும்பத்தைப் பராமரிக்கும், கணநேரத்தில் கூந்தலை ரப்பர் பேண்டால்

இறுக்கும் இந்தப் பருவப் பெண்களைப் பார்க்கும்போது தன் தலைமுறையைச் சேர்ந்தவர்களெல்லாம் இதே சமையலறையில் ஆயுள் முழுவதையும் வீணாகக் கழித்துவிட்டோமே எனத் தோன்றியது. அதே வேளை, தன் சமையலில் மயங்கிக் குளறும் சுதாகரின் சித்திரமும் கண்முன்னால் வந்தது. வந்த புதிதில் கண்மூடினால் போதும் சுற்றியும் கனபரிமாணத்தில் எழுந்து நின்ற முண்டகோடியின் ஜனதா வீடு, மஞ்சுகேரியின் நறுமணம், சித்தாபுரத்துக் காடுகள் இப்போது தெளிவில்லாமலாயின. வந்தபோது பையில் சுருளாகச் சுருட்டிக் கொண்டுவந்திருந்த வனிதா பத்திரிகையின் பழைய இதழ்கள் சமையலறையில் பிரிக்கப்படாமல் கிடந்தன. அவற்றைத் திறந்தால் எங்கே மீண்டும் முண்டகோடு கவியுமோ என்பதுபோலத் தொடத் தயங்கிக்கொண்டிருந்தாள். பக்கத்து வீட்டுக் குப்தேவைனி டீவி பார்க்க அழைத்தபோது முதன்முதலில் சங்கோஜப்பட்டவள் இப்போது செல்லத் தொடங்கினாள். சிமித்ராவின் வயதேயான குப்தேவைனி வீட்டிலேயே மிஷின் வைத்துக்கொண்டு புடவை களுக்கு ஃபால்ஸ் தைத்துத் தந்துகொண்டிருந்தாள். சுமித்ரா சுதாகர் தந்த புடவைக்கு அவளிடமே ஃபால்ஸ் தைத்துக் கொண்டாள். குப்தேவைனி வேண்டாமென்று எவ்வளவோ சொன்னாலும் பணம் கொடுத்தாள்.

இப்படியிருந்தபோது ஒரு நாள் சுதாகருக்கு ஹொன்னாவரத்திலிருந்து ஒரு கடிதம் வந்தது. அது அவன் அப்பா எழுதிய கடிதம். நலம் விசாரிப்புக்குப் பின் மலைமேலிருந்து வந்த செய்தியொன்றை எழுதியிருந்தார். அது சுமித்ராவின் கணவன் ரமாகாந்த் இறந்துபோன செய்தி. 'ரமாகாந்த் மலைமேல் தாண்டேலிக்குப் பக்கத்திலெங்கோ இறந்து போனானாம். கடந்த சில மாதங்களாக அதிகமாகக் குடித்ததால் லிவர் கெட்டிருந்ததாம். அவன் பக்கத்தவர்கள் யாரும் செய்தி சொல்லவில்லை. மாறாக வேறு யார் மூலமாகவோ செய்தி வந்தது. இதற்கு எத்தனை நாட்களானதோ தெரியவில்லை. சுமித்ராவுக்குச் செய்தி தெரிவிக்க வேண்டும்.' சுமித்ராவுக்குச் செய்தி தெரிவிக்க வேண்டும் என்னும் வாக்கியம் மட்டும் சுதாகரை அல்லாடவைத்துவிட்டது. மீண்டும் படிக்கத் தைரியம் வராமல் மடித்துச் சட்டைப் பையில் சொருகிக்கொண்டான். ஏதோ வேலையிருக்கிறது என்று செருப்பணிந்துகொண்டு வெளியே போய்விட்டான். அதிக நேரம் தமாதித்து வந்தாலும் சுமித்ரா சாப்பிடாமல் அவனுக்காகக் காத்திருந்தாள். அவன் வாட்டமுற்றிருந்ததைக் கவனித்தவள் பலவந்தப்படுத்தாமல் அவனுக்குத் தேவையான அளவே பறிமாறினாள். பிறகு குப்தேவைனி ஏதோ பழைய சீரியலின் கதை சொல்லவிருந்தாள்

74 நஞ்சுண்டன்

என்று ‘நீ படுத்துக்கோ’ என்று கதவைச் சாத்திக்கொண்டு போனாள்.

சுதாகருக்குத் தூக்கம் வருகிற மாதிரியே தெரியவில்லை. சுமார் பதினைந்து அல்லது இருபது வருடங்களாகக் கணவனை அவன் சொந்த வாழ்க்கைக்கே விட்டுக்கொடுத்து யார் யாருடைய வீடுகளிலோ அப்பளம், வடாம் போடுதல், மகப்பேற்றுப் பணிவிடை, பண்டிகைச் சமையல் எனச் செய்து கடைசியில் ஒருத்தியே ஜனதா வீட்டில் தனக்கு வேண்டியளவு மட்டும் சமைத்துக்கொண்ட பிள்ளைகளில்லாத இந்தப் பெண்மணிக்கு இந்தச் செய்தி என்னத்தைத் தெரிவிக்கும்? இதில் அவளுக்கு எப்படிப்பட்ட தகவலிருக்கும்? அவனைப் பற்றி இதுவரைக்கும் ஒரு வார்த்தைகூடப் பேசாமலிருந்துவந்த, முதியோர் உதவித் தொகை வரும் மணியார்டரில் அவன் பெயரோடு சேர்த்துக் கையெழுத்திடும்போது மட்டும் அவமானப்பட்டவளைப்போல வேதனை அனுபவிக்கும் சுமித்ராவுக்கு இந்தச் செய்தியைத் தெரிவிப்பது என்றால் என்ன? கதவின் உட்புறத் தாழ்ப்பாள் போட்டு விளக்கை ஏற்றி சுதாகர் மீண்டும் கடகடவென்று கடிதத்தைப் படித்தான். அவளுக்கு இந்தச் செய்தியின் அவசியமே இல்லை என எண்ணியவன் விளக்கை அணைத்துத் தன் பைஜாமா பையில் கடிதத்தை வைத்துக்கொண்டு படுத்தான். நடு இரவுக்குப் பிறகு எழுந்து பாத்திரங்கள் ஓசையெழுப்பாதபடி அவரைக் கொட்டையையும் உளுத்தம் பருப்பையும் தண்ணீரில் ஊறப்போட்டுவிட்டு அத்தை படுத்துக்கொண்டாள்.

மறுநாள் அலுவலகத்திலிருந்து திரும்பியபோது ஜோஸ், ‘அரே பாய் தொந்தரவா போயிடுச்சி. இன்னக்கி அத்தை பரண் மேலயிருந்த பழைய சாமான்களையெல்லாம் எடுத்து விக்கப் போயிருக்கா. அதோட பழைய சாமான்களுக்குப் பின்னாடி நாம அடுக்கிவச்சிருந்த காலி பாட்டில்களை எடுத்திருக்கணும். ஏன்னா பரண் காலியாயிருக்கு’ என்றான். ‘இருக்கட்டும் விட்றா அவளுக்குத் தெரியட்டும்’ என்றான். அதற்குள் படியேறி வந்த சுமித்ரா ‘என்ன பிள்ளைங்களோ எவ்வளவு பழைய சாமான்களை அடுக்கிவச்சிருக்கறீங்க! இருபது ரூபா கிடைச்சுது. என் பென்சன்கூட அவ்வளவு இல்ல’ என்று பையிலிருந்து பணத்தை எடுத்து சுதாகரிடம் கொடுத்தாள். ‘வீட்டு வாசலுக்கே வந்து பழைய சாமான் வாங்குறவங்க எடையில ஏமாத்தறாங்க. அதுதான் கடைப் பையனையே கூட்டிட்டுவந்து எடுத்துக் கடைக்கே போயிக் குடுத்துட்டு வந்தேன்’ என்றாள். பாட்டில்களின் பேச்சு வரவில்லை. ‘உங்க வீட்டுக்காரர் ஜேகப் வந்து பார்த்திருந்தா ஆத்திரப்பட்டிருப்பான்’ என்று சிரித்தாள். ஜோஸும் சுதாகரும் ‘வெளியே போயிட்டு வர்றோம்’ என்று கீழிறங்கிப்போனார்கள்.

பரணிலிருந்து கீழிறக்கிய பாட்டில்கள் இப்போது சுமித்ராவை மெல்ல அல்லாடவைத்தன. ஒரு கணநேரம் ராமாகாந்தே இந்த வீட்டில் இருந்துவிட்டுப் போனதுபோலத் தோன்றிக் கலவரமடைந்தாள். குப்தேவைனி கொடுத்த மராட்டிப் பத்திரிகைகளைப் புரட்டினாள். உரையாடல்களில்லாத கேலிச் சித்திரங்களை மட்டுமே தேர்ந்து பார்த்தாள். சுதாகர் வந்து படுக்கை விரித்தான். ஜோஸ் சாலையில் சிகரெட்டை முடிக்க நின்றிருக்க வேண்டும். ‘வீட்டிலேயே சிகரெட் பிடி’ என்று எத்தனைமுறை சொல்லியிருக்கிறாள். அந்த மலையாளி கேட்பதில்லை.

இரவு இருவரும் தூங்கியபோது என்றைக்கும்போல ஜன்னல் பக்கம் நின்றாள். அரைகுறைப் போர்வையில் ஒடுங்கி யிருந்த இருவரையும் பார்த்தவாறு நின்றாள். தனக்குக் குழந்தைகள் பிறந்திருந்தால் தான் ரமாகாந்தின் மலட்டுச் சிறை யில் நிரந்தரமாக விழுந்திருப்பேனோ என்று அவளுக்கேனோ தோன்றியது. சாலையில் வாகனங்களின் எண்ணிக்கை குறைந்து எதிர்ப் பக்கத்துக் கட்டடத்தின் பெண்களெல்லாம் விளக்கை அணைத்த பிறகும் எவ்வளவோ நேரம் அப்படியே நின்றாள். இந்தப் பெண்கள் திருமணமாகிக் குழந்தைகள் பெற்றாலும் தங்கள் தங்கள் உடை, புடவையணியும் முறை, விதவிதமான கொண்டை போட்டுக்கொள்ளுவதில் ஆர்வத்தைக் குன்றாமல் வைத்திருப்பதைப் பார்த்து சுமித்ராவுக்கு மகிழ்ச்சி. பக்கத்து வீட்டின் பருமனான பெண்ணோ கணவனின் கையாலேயே அதென்னவோ சாகர் சோட்டியாம் – பெரிய சின்ன ஜடை – போட்டுக்கொண்டதைப் பார்த்தபோது இந்த ஆற்றலுக்கும் சம்சார சாகரத்துக்கும் அவ்வளவு ஒன்றும் தொடர்பு இருந்ததாக அவளுக்குத் தோன்றவில்லை.

குப்தேவைனியின் படிக்கும் பழக்கம் அவளுக்கு மகிழ்ச்சியைக் கொடுத்தது. குப்தேவைனிக்கு தன்வரலாறுகளை மட்டும் படிக்கும் பைத்தியம். ஐந்நூறுக்கும் மேற்பட்ட தன்வரலாறுகளை அவள் படித்திருக்கிறாள். மராட்டியில் தன்வரலாறுகள் புதினங்களைவிடப் பிரபலமாம். அவற்றில் தனக்குக் கிடைப்பவை வேறெங்கும் கிடைக்கமாட்டா என்பது குப்தேவைனியின் கருத்து. அவளது இளமைக்காலத்தில் அவளுடைய கணவன் மீண்டும் மீண்டும் வெவ்வேறு யுவதி களின் மோகத்தில் விழுந்தானாம். ஒவ்வொரு அத்தியாயம் முடிந்தபோதும் பொம்மை உடைந்த குழந்தையைப்போலத் தோளில் சாய்ந்து கோவென்று இவள் அணைப்புக்குள் வந்து விழுவானாம். காதல் தோல்வியிலிருந்து வெளியே வரும் கணவனை டைபாயிடிலிருந்து தேற்றும் மென்மையோடுதான்

அவனைக் கவனித்துக்கொண்டிருந்ததாக இதயபூர்வமாகச் சிரிக்கிறாள் குப்தேவைனி. இப்போது குப்தேவைனியின் தோழமை ஆஞ்சநேயர் கோயிலைவிட அதிகமான ஆறுதலைத் தந்தது. ரமாகாந்தும் தனக்கு வாய்ப்பளித்திருந்தால் அவன் குடி, அடியென்ன அவன் அஞ்ஞாத வனவாசத்தையும் வயிற்றில் சுமந்திருப்பேனோ? தன் ரகசியங்களை அவன் என்றைக்கும் வெளிப்படுத்தவேயில்லை. கேட்க அருகில் போன அளவுக்குத் தன் ரகசியத்தை அறிய வந்தவர்களைப்போலக் கண்மண் தெரியாமல் கத்தி விலகி ஓடினான். வனத்துறைக்குத் தகுந்த ஜீவன். அறியப்படாத காடுகளில் மரங்களை எண்ணுவது, மரங்களின் மேல் எண்களை எழுதுவது. ஒரு நாள் சுமித்ரா 'இப்படி நாலு காசை வரி குடுத்ததுபோலக் குடுத்துட்டு ரேஷன் கார்டுல பேர் எழுதிக்கிறதுக்கு வந்துட்டுப் போறதுன்னா வராதீங்க. என் வழியை நான் பாத்துக்கறேன்' என்று சொல்லியேவிட்டாள். அதற்காகவே காத்திருந்தவனைப்போலப் புறப்பட்டுப்போன ரமாகாந்த் மறுபடியும் அவளிடம் திரும்பி வரவேயில்லை. எந்த லம்பாணியின் விருந்தோம்பலில் நாட்களைக் கழித்தானோ? ஆனால் குப்தேவைனியின் தோழமைக்குப் பிறகு தான் ரமாகாந்தைத் திருத்தி அவன் பாரத்தையும் இறக்கியிருக்கலாம் என ஆறுதலும் தோன்றியது.

சட்டைப் பையில் இதயத்துக்கு நெருக்கமாகக் கடிதத்தை வைத்துக்கொண்டு சற்று எவ்வளவு முயன்றாலும் ரமாகாந்த் மாமாவின் தெளிவான சித்திரம் சுதாகருக்குத் தோன்றவில்லை. தான் சின்னவனாயிருந்தபோது மஞ்சிகேரியில் கிரீடம் செய்து கொடுத்தது நினைவுக்கு வருகிறது. வற்றலுக்குப் பலாக்காய் பறிப்பதற்காக மாட்டு வண்டித் தடத்தில் நடந்து பக்கத்து ஹாஸணகிக் காட்டில் மரங்களில் ஏறி விரல்களால் காய்களைத் தட்டிச் சத்தத்தை ஆராய்ந்து இது தகுதியானது, இது தகுதியான தல்ல என்று தலையாட்டிப் உடம்பின் மேல் பால் விழாதவாறு அக்கறையோடு காயைத் திருவி எடுத்துத் தோளின் மேல் வைத்துக்கொண்டு மாமா மெதுவாக இறங்கி வந்தது நினைவுக்கு வருகிறது. எத்தனையோ வருடங்களுக்கு முன்னால் ஹொன்னாவரத் தேர்த் திருவிழாவுக்கு வந்தவர் வீட்டுப் பிள்ளைகளையெல்லாம் லாஞ்சில் ஜோக் அருவிக்கு ஏற்றிப்போய் இடுகுஞ்சிக் கோயிலைக் காட்டி அழைத்து வந்ததும் நினைவுக்கு வருகிறது. அதோடு அவர் காட்டிலிருந்து கொண்டுவந்து கொடுத்த இளம் மூங்கில் குருத்தும் ஞாபகத்துக்கு வருகிறது. எதுவும் இல்லாமல் தனக்குள்ளேயே அவரது நினைவு இப்படி மறைந்திருக்கும்போது அத்தைக்கு அவருடைய நினைவு எவ்வளவு நிறைந்திருக்கும்? அவரது மறைவின் செய்தி அவளுக்கு எந்த ஆறுதலும் தராது என்பது என்ன நிச்சயம்?

அத்தைக்குச் செய்தி தெரிவிக்காமலிருப்பது அவளுக்குத் தவறிழைத்ததுபோலவல்லவா? அவளுக்கு இதைத் தெரிவிப்பது எப்படி? மறுநாள் அலுவலகத்துக்குப் புறப்பட்டு நின்றவன் மஞ்சிகேரியின் மூங்கில் குருத்து மனத்தில் நிறைந்திருந்ததாலோ என்னவோ, 'அத்தே மார்க்கெட்டுல இப்ப மூங்கில் குருத்து கிடைக்குது. இன்னக்கி வாங்கிட்டு வா. ஜோஸ் இதுவரைக்கும் சாப்பிட்டதேயில்லயாம். மூங்கில் குருத்தைச் சாப்பிடலாங்கறதே அவனுக்குத் தெரியாது' என்றான். 'சரி. நான் மூங்கில் குருத்து சாப்புட்டு வருசக் கணக்காச்சு. குப்தேவைனிக்கும் மூங்கில் குருத்து பத்தித் தெரியாது' என்றாள். தயாராகி நின்ற சுதாகர் வாசல்வரைக்கும் போய் எதையோ மறந்தவனாக மீண்டும் உள்ளே வந்து பையிலிருந்து அந்தக் கடிதத்தை சுமித்ரா பார்க்குமாறு எடுத்து மேஜைமீது வைத்துவிட்டுப் புறப்பட்டுப் போனான். கடந்த இரண்டு மூன்று தினங்களாகத் தன்னைச் சுரத்தற்றவனாக்கி யிருந்த அந்தக் கடிதத்தை அத்தை நிச்சயம் பிரித்துப் படிப்பாள் என்று அவனுக்கு நம்பிக்கையிருந்தது.

பன்னிரண்டு மணி அளவுக்கு சுமித்ரா மார்க்கெட்டுக்குப் போய் மூங்கில் குருத்து வாங்கிவந்தாள். அது அதிகம் என அவளுக்குத் தோன்றியது. வேறு வழியில்லாமல் அதை வாங்கி வந்திருந்தாள். இரவு ஷிஃப்ட் முடிந்து வந்திருந்த ஜோஸ் தூங்கிக் கொண்டிருந்தான். மூங்கில் குருத்தை உரித்து வெட்டி உப்புத் தண்ணீரில் ஊறப்போட்டாள். ஜோஸை எழுப்பி அவனுக்குச் சாப்பாடு பறிமாறித் தானும் சாப்பிட்டாள். மத்தியானம் எல்லாப் பக்கமும் வெயில் பரவியிருந்தது. மின்விசிறி போட்டுக்கொண்டு ஜோஸ் மீண்டும் தூங்கினான். மேஜைமீதிருந்த கடிதத்தைக் கவனித்தாள். 'இந்தப் பையனை அலைக்கழிக்கிற மாதிரி இந்தக் கடிதத்துல அப்படி என்ன இருக்குது?' என்று அக்கறையோடு அதை எடுத்துப் படித்தாள்.

மாலையில் சுதாகர் வந்தபோது அத்தை அப்போதுதான் குளித்து முடித்தவளாகத் தெரிந்தாள். 'ஜோஸ் இப்பத்தான் போனான். மூங்கில் குருத்து வாங்கிட்டு வந்து ஊறப்போட்டிருக் கேன். நாளான்னக்கிதான் அதைச் சமைக்கலாம். இன்னக்கித் தம்பளி* செய்யலான்னா இங்க உரல்கல்லே இல்ல' என்று குப்தேவைனி வீட்டில் அரைத்துக்கொண்டு வந்தாள். 'ஒரு உரல்கல்லு வாங்கிக்கோ' என்றபோது சுதாகர் 'வாடகை வீடு அத்தே, போற இடத்துக்கெல்லாம் அதைச் சுமந்துட்டுப் போக வேண்டியிருக்கும்' என்றான். 'கல்யாணமாகட்டும் அப்புறம் எப்படிப் பொண்டாட்டிய வீடு வீடா சுமந்துட்டுப் போறன்னு பாக்கலாம்' என்று சிரித்தாள். 'சோப்புத் தண்ணி அதிகமாயிருக்குது. உன்னோட சர்ட் பான்ட் இருந்தா குடு. துவைச்சுடுறேன்' என்று

துணி ஊறவைத்துக் குப்தேவைனியோடு சற்று நேரம் கழித்து விட்டு வருவதாகச் சொல்லிக் கதவைச் சாத்திக்கொண்டு போனாள்.

சுதாகர் மேஜையைப்பார்த்தான். கடிதம் அங்கேயே இருந்தது. அதன் வேலை முடிந்தது என்பதாக அதை எடுத்துக் கிழித்துக் குப்பை டப்பாவில் போட்டான். அவனும் மனநிறைவோடு குளித்தான். இரவு என்றைக்கும்போல சுதாகர் படுத்த பிறகு விளக்கை அணைத்துவிட்டு சுமித்ரா ஜன்னல் பக்கம் நின்றாள். சுதாகர் தூக்கம் பிடிக்கப் புரண்டுகொண்டிருந்தான். சற்று நேரத்துக்குப் பிறகு,'அப்படி என்ன இருக்குதோ அந்தப் பாட்டில்ல. ஒருதடவை மூச்சுக்காட்டாம வாங்கிட்டுவா. பயப்படாதே. ஒரே ஒருதடவை குடிச்சுப் பாக்கணும். அப்படியென்ன அதுல யிருக்குது?' சுதாகருக்குக் கேட்டாலும் தூக்கம் வந்தவனாக நடித்தான். சற்று நேரத்தில் வெளியே சந்தடி குறைந்ததையே பார்த்துக்கொண்டு நின்றவள் பிறகு சமையலறைக்குப் போய்ப் படுத்துக்கொண்டு என்றைக்கும்போல நூல் புடவையைப் போர்த்திக்கொண்டாள். படுத்திருந்தபோதே மறுநாள் மூங்கில் குருத்து சமைக்கும்போது குப்தேவைனியை அழைக்க மறக்கக் கூடாது என நினைத்துக்கொண்டவள், ஆனால் அந்த நேரத்தில் மறந்துவிடுமோ எனத் தோன்றி எழுந்து, சின்ன காகிதத் துண்டில் 'மூங்கில் குருத்து – குப்தேவைனி' என்று எழுதி மூங்கில் குருத்தை ஊறவைத்திருந்த பாத்திரத்தின் மூடியின் மேல் வைத்து அது காற்றில் பறக்காதபடி அதன் மேல் ஒரு சின்ன கரண்டியை வைத்தாள். விளக்கை அணைத்துவிட்டுப் புடவையைப் போர்த்துக்கொண்டு தோளின்மேல் தலை சாய்த்துக் கவிழ்ந்து முழங்கால்களை வயிற்றுக்குக்கொண்டுவந்து சின்ன குழந்தையைப்போல உறங்கினாள்.

○

அடிக்குறிப்பு

அபங்குகள்: விடியற்காலையில் பாடப்படும் மராத்திப் பக்திப் பாடல்கள்.

தம்பளி: தேய்காயை அரைத்துப் பாலை வடித்து அதனுடன் மோர் கலந்து தேவையான அளவு உப்பு சேர்த்துக் கடுகு, உளுத்தம்பருப்பு, கறிவேப்பிலை தாளித்துக் கொட்டினால் தம்பளி. வடகன்னட மாவட்டத்தில் வெயில் காலங்களில் மிகச் சாதாரணமாக வீட்டில் செய்யப்படும் பானம்.

●

ஜூன் 2013

சவுக்குமர நிழல்

கன்னட மூலம்: ஜெயந்த் காய்கிணி

நுஷீகோட்டைக் காட்டிலிருந்து விடியலி லேயே கிளம்பிய பத்து வயது துளசியும் அவள் அண்ணி நாகம்மாவுக்கும் தொலைவில் கறுத்த நதிபோலக் கிழக்கு எழுந்து தெரிந்தபோது ஹிரேகுத்திக் குன்றின் மேலிருந்தார்கள். வெயில் ஏறத் தொடங்கியிருந்தது. சின்ன கர்ப்ப வயிற்றைத் தூக்கிக்கொண்டு பெருமூச்சுவிட்டபடி மெலிந்த நாகம்மா 'ஒரு நிமிசம் ஒக்காந்துக்கறேன்' என்று சின்ன கல்லின் மேல் உட்கார்ந்துகொண்டாள். முகத்திலிருந்த வியர்வைத் துளிகளை வலது தோளில் துடைத்துக்கொண்டு 'அண்ணி, அவங்க போயிட்டாங்களோ என்னமோ?' என்ற துளசி கண்ணுக்குத் தெரிந்தளவு நெடுஞ்சாலையைக் கண்ணிமைக்காமல் பார்த்தாள்.

'இல்ல இல்ல. பத்து மணிக்கு மேலதான் குமட்டெயிலிருந்து கிளம்புவாங்களாம். இப்ப ஒம்பதுகூட ஆயிருக்காது... வா வேகமாப் போலாம்' என்று எழுந்து நின்ற நாகம்மாவின் முன்னந்தலைக் கூந்தலைத் தடவுவதுபோலக் காற்று வீசியது. காற்றில் முந்திரிமரங்களின் வாசனை இருந்தது. குட்டித் துளசி நாகம்மாவின் கையைப் பிடித்தாள். இருவரும் கல்பாவிய கால்தடத்தில் குன்றிலிருந்து இறங்கத் தொடங்கினார்கள். இருவரின் கண்கள் மட்டும் தொலைவில் அரைகுறையாகத் தெரிந்த நெடுஞ்சாலையின் மேலிருந்தது. மூட்டைகளைச் சுமந்து சென்ற லாரிகளுக்கு நடுவே டெம்போக்கள்

தவழ்ந்தன. அவற்றுக்கு நடுவே மின்னலைப் போல அடர்நீல வண்ணப் போலீஸ் வேன் கடந்து போய்விடுமோ என்னும் ஆதங்கத்தில் கண்ணிமைக்காமல் பார்த்துக்கொண்டு, சரிந்தபடி துளசியும் நாகம்மாவும் நெடுஞ்சாலையை ஓட்டமாக ஓடி நெருங்கினார்கள். தொலைவில் கடலை அடையும் அகநாஷினிக்கு விடைகொடுப்பதுபோல நின்ற நீலப்பச்சைக் குன்றுகள் இப்போது கண்ணிலிருந்து மறையத் தொடங்கின.

நுஷீகோட்டையின் மூன்று நான்கு வீடுகளுள்ள குக்கிராமத்தை நேற்று எப்படியோ செய்தி எட்டியிருந்தது. துளசியின் அண்ணன், நாகம்மாவின் கணவன் வெங்கடேஷனைக் குமட்டெச் சிறையிலிருந்து கார்வார்ச் சிறைக்குக் கொண்டு போகிறார்களாம். சுமார் பன்னிரண்டு மணிக்கு அவன் நெடுஞ்சாலையின் இந்த இடத்தைக் கடப்பான் என்று தெரிந்ததுமே மூன்று மாதக் கர்ப்பிணியான நாகம்மாவுக்குத் தூக்கமே வரவில்லை. ஏதோ லாரியில் வேலைக்கிருந்த வெங்கடேஷ் ஏதோ குற்றச்சாட்டில் சிக்கிக் கடந்த ஒரு மாதமாகக் குமட்டெச் சிறையிலிருந்தான். விசாரணை நடந்து கொண்டேயிருந்தது. என்னாயிற்று எனக் குடும்பத்தவர்கள் கேட்டதற்கு ஒரு வார்த்தையும் பேசாமல், தேடிவந்த போலீஸ் காரர்களுடன் போய்விட்டிருந்தான். அவன் கைகளைக் கயிற்றால் கட்டியதை நாவல்மரத்தின் கிளையிலிருந்து பார்த்த துளசி குதித்து 'அண்ணா அண்ணா...' என்று விசித்திரமாகக் கத்தியபடி நுஷீகோட்டையின் காடு முடியும்வரைக்கும் அவர்கள் பின்னால் ஓடினாள். மனைவி நாகம்மா நான்கு நாட்கள் சோறு தண்ணி தவிர்த்தாள். பிறகு வயிற்று ஜீவனுக்காகவாவது சாப்பிடு என்று எல்லோரும் அதட்டிய பிறகு சாப்பிடத் தொடங்கினாள். பாவாடை நிரம்புமளவு முந்திரி, நாவல் பழங்களை வாங்கிக் கொடுத்த, காலில் கயிறு கட்டிக்கொள்ளாமலேயே தென்னைமரம் ஏறக்கூடியவனாயிருந்த, நேரங்கெட்ட நேரத்தில் புதிதாகப் பிடித்த மீனைக் கொண்டுவந்து 'போய் மசாலா அறை' என்று மகிழ்ச்சியோடு ஆணையிட்ட அண்ணனை யார் விடுவித்துக் கொண்டு வருவார்கள் எனக் கவலைப்பட்ட துளசியிடம் அம்மா 'நம்ம மாஸ்திக் கடவுள் நம்மளக் கைவிடாது. நம்ம பையன் சீக்கிரம் வந்துடுவான். யாரையும் கொல்லுறவன் அல்ல அவன். சீக்கிரம் வந்துடுவான்' என்று சமாதானப்படுத்தினாள். நாகம்மாவோ கணவனின் துவைத்த துணிகளை மீண்டும் மீண்டும் துவைத்துக்கொண்டிருந்தாள். வீடு முழுக்கப் பரவி யிருந்த வெங்கடேஷின் லுங்கி, எண்ணெய்ப் பாட்டில், ஷேவிங் செட், சிகரெட் பாக்கெட், சீப்பு ஆகியவற்றை அந்தப் பக்கமிருந்து இந்தப் பக்கம் எடுத்துவைத்துத் தொட்டுப்பார்த்தபடி மூன்று

பேரும் சத்தமில்லாமல் ஊமைகளாக ஆதங்கத்தோடு காத்திருந்தார்கள்.

அம்மாவுக்குத் தெரிந்தால் அவளும் புறப்பட்டு நிற்பா ளெனத் தெரிந்திருந்த நாகம்மாவும் துளசியும் கீரை பறித்து வருவதாகச் சொல்லி விடியலிலேயே எழுந்தார்கள். பண்டிகை பாயாசத்துக்கு வேண்டுமென்று சின்ன பையொன்றில் வெங்கடேஷ் புதிய அரிசி கொண்டுவந்து வைத்திருந்தான். அதிலிருந்து இரண்டு கைப்பிடியளவு அரிசி எடுத்து, இளநீரில் கஞ்சி வைத்து நாகம்மா அவசரமாகப் புது அரிசிப் பாயாசம் செய்தாள். அவனுக்கு அது மிகவும் பிடிக்கும். தூக்குப் பாத்திரத்தில் அதை எடுத்துக்கொண்டு கப்சிப்பென்று இருவரும் வீட்டைவிட்டபோது அம்மா 'சீக்கிரமா வாங்க' என்று தூக்கத்திலேயே முனகினாள். மரம்செடிகளிலிருந்து இருள் விலகிச் பலபலவென்ற வெளிச்சத்தில் நுஷீகோட்டைக் காடு பளபளக்கத் தொடங்கியபோது நாகம்மாவின் உடம்பெங்கும் ஊற்றெடுத்ததுபோலாயிற்று. துளசி 'அண்ணீ பாரு' என்று தொலைவில் தெரிந்த அகநாஷினிநதியைக் காட்டினாள். நாகம்மா 'அதெல்லாம் அப்பறம். மொதல்ல உங்க அண்ணனைப் பாக்கலாம்' என்று கலகலவெனச் சிரித்தவாறு துளசியை அணைத்துக்கொண்டு பசுமையான கால்தடத்தில் ஓடினாள்.

அகநாஷினி கடலைச் சேருமிடத்தில் மீன்படகுத் துறை உண்டு. அங்குதான் அண்ணன் லாரியில் வேலைசெய்துகொண் டிருந்தான் எனத் தெரிந்திருந்த துளசி குன்றின் முனையிலிருந்து தொலைவில் தெளிவில்லாமல் தெரிந்த துறையைப் பார்த்த வாறு அண்ணியின் கையைப் பிடித்துக்கொண்டு நடந்தாள். ஐஸ் ஃபாக்டரியில் வேலைபார்த்துக்கொண்டிருந்த அண்ணன் அவ்வப்போது துளசிக்காக ஐஸ் துண்டுகள் கொண்டுவருவான். எவ்வளவு பெரிய துண்டு கொண்டுவந்தாலும் நெடுஞ்சாலையின் இறங்கி ஹிரேகுத்திக் குன்றில் ஏறி நுஷீகோட்டைக் காட்டை அடைவதற்குள் அது வெயிலில் உருகி சின்ன சோப்புத் துண்டு போலாகிவிடும். துளசி பிறகு அதை உடம்பிலும் முகத்திலும் தேய்த்துக்கொண்டு குதிப்பாள். ஐஸ் கோலிகுண்டுபோலான உடனே வாயில் போட்டுக்கொள்வாள். முதலில் பீடி பிடித்துக் கொண்டிருந்தவன் கடந்த வருடம் திருமணமான பிறகு சிகரெட் பிடிக்கத்தொடங்கியிருந்தான். சிகரெட் பாக்கெட்டுக்குள்ளிருக்கும் ஜிகினாக் காகிதத்தில் நாகம்மா குட்டி மயில் செய்து துளசிக்குக் கொடுப்பாள். முதல் மாதம் முடிந்த பிறகு பரிசோதனைக்காக ஹிரேகுத்தி சுகாதார நிலையத்துக்கு அம்மா, துளசியோடு வெங்கடேஷ் அழைத்துப்போயிருந்தபோது, எல்லோருக்கும் குச்சிஐஸ் வாங்கிக்கொடுத்தான். டாக்டர் எழுதித் தந்த

டானிக், மாத்திரைகளைக் குமட்டெயிலிருந்து வாங்கிவந்து கொடுத்திருந்தான். 'எனக்கு அது அழகாத் தெரியல' என்று நாகம்மா சொன்ன பிறகு தாடியை மழித்துவிட்டிருந்தான்.

நெடுஞ்சாலை மிகச் சமீபத்தில் வந்ததும் நாகம்மா தூக்கைத் தொட்டுப் பார்த்துக்கொண்டாள். அரிசிப் பாயசம் வெதுவெதுப்பாக இருந்தது. இருவரும் சவுக்குமர வரிசையிருந்த ஆளற்ற திருப்பத்தின் பக்கம் நடந்தார்கள். வரிசையாக நின்ற சவுக்குமரங்களின் ஊசி போன்ற இலைகளின் வழியாக ஜோவெனக் காற்று வீசியது. நெடுஞ்சாலையில் லாரிகளும் சிவப்பு பஸ்களும் கூட்டமாக வந்த டெம்போக்களும் ரொய்ங் என்று கடந்துகொண்டிருந்தன. புழுதிபடிந்த சுண்ணாம்பு மைல்கல்லின் மேல் நாகம்மா உட்கார்ந்தாள். தன் சின்ன கைப்பையில் வைத்திருந்த அண்ணனின் சட்டை, கறுப்புக் கண்ணாடியைத் துளசி எடுத்துப் பார்த்துக்கொண்டாள். எந்தக் கணத்தில் வெங்கடேஷைச் சுமந்துகொண்டு போலீஸ் வேன் எதிரில் வருமோ அதை எப்படி நிறுத்துவதோ என்னும் உத்வேகத்தில் இருவரும் குமட்டெப் பக்கமிருந்து வந்த வாகனங்களையே பார்த்தவாறு உட்கார்ந்திருந்தார்கள். வாகனங்கள் முழுவதும் தூசியும் புகையும் படிந்திருந்தன. எதிரிலிருந்த நெடுஞ்சாலையின் தார் வெயிலில் சூடாகத் தொடங்கியது. துளசி அதன் மெதுமெதுப்பைத் தன் கால் பெருவிரலால் அழுத்திப் பார்த்தாள்.

மலையிலிருந்து கீரை, விறகுக் கட்டு சுமந்துகொண்டு ஜனங்கள் சாலையில் இறங்கி நடந்துகொண்டிருந்தார்கள். பஸ்களிலிருந்தும் லாரிகளிலிருந்தும் இறங்கியவர்கள் தலையில் வேட்டி,துணி போர்த்திக்கொண்டு தத்தம் கால்தடங்களில் மலை ஏறிக்கொண்டிருந்தார்கள். சுகாதார நிலையத்தின் பக்கமிருந்து வந்த நுஷீகோட்டையின் லட்சுமி நோய்வாய்ப்பட்ட தன் மகனைக் கீழே இறக்கிச் சற்று நேரம் உட்கார்ந்தாள். செவ்வகக் காகிதச் சீட்டு ஒட்டியிருந்த மருந்துப் பாட்டிலின் சிவப்புத் திரவம் வெயிலில் பளபளத்துக்கொண்டிருந்தது. 'நாகு, என்ன ரேஷன் வாங்க வந்தியா?' என்று கேட்ட லட்சுமிக்கு நாகம்மா ஆமாமென்பதுபோல தலையாட்டினாள். துளசி உற்சாகத்தோடு 'அண்ணா வர்றான்' என்றென்னமோ சொல்லப் போனபோது நாகம்மா 'ஷ்' என்று தடுத்தாள். 'இவனுக்குப் பலமான காய்ச்சல். தூக்கிக்கிட்டே போகணும். இல்லன்னா நானும் ரேஷன் வாங்கிட்டே போவேன்' என்று லட்சுமி மகனைக் கக்கத்திலேற்றி அவன் தலையை முந்தானையால் மூடி மருந்துப் பாட்டிலைப் பிடித்துக்கொண்டு மலை ஏறத் தொடங்கினாள். காய்ச்சலில் அரைத் தூக்கத்திலிருந்த மகன் வெடிச்சிப் புதரின் சிவப்புப் பழங்களைப் பார்த்து எலந்தப்

பழம் எலந்தப் பழம்' என்று படபடத்தான். துளசி ஓடிப்போய் முட்புதரின் வெடிச்சிப் பழங்களைப் பிடுங்கி வந்து அவன் கையில் வைத்தாள். வைத்தபோது கீழே விழுந்த சில பழங்களை எடுத்துத் தின்றுகொண்டே நாகம்மாவோடு சேர்ந்துகொண்டாள். நாகம்மா 'திங்காதே. தின்னா தாகம் அதிகமாகும்' என்றாள். 'அண்ணனுக்கு' என்று துளசி மீண்டும் கை நிறையப் பழம் பறித்துக்கொண்டாள்.

ஹாரன் சத்தமெழுப்பியபடி கடந்துசென்றுகொண்டிருந்த டெம்போக்கள் இவர்களைப் பார்த்தவுடனே வேகத்தைக் குறைத்து 'கோகர்ண கோகர்ண, மாதனகேரி மாதனகேரி, தொர்க்கே தொர்க்கே' என்று சத்தமெழுப்பின. துளசிக்குச் சிரிப்பு வந்தது. நாகம்மா மட்டும் வைத்த கண் வாங்காமல் குமட்டெ வழியைப் பார்த்துக்கொண்டிருந்தாள். கோடகணெச் சாலையிலிருந்து திரும்பிக்கொண்டிருந்த குணி வாத்தியார் சைக்கிளிலிருந்து இறங்கி 'என்னா தங்கச்சி, ரேஷன் கடைக்கி வந்தியா?' என்றார். துளசி இப்போது வாய் திறந்து சொல்லியேவிட்டாள். 'அப்புடியா, போலீஸ்காரங்க வண்டியை நிறுத்தணுமே. வேணுன்னா நான் நிக்கறேன். ஒங்களைப் பார்த்து அவங்க நிறுத்தாமப்போயிட்டா?' என்று துண்டால் வியர்வையைத் துடைத்துக்கொண்டார். 'வெங்கடேஷ் நல்ல பையன்தான். யார் யாரோட விவகாரத்துலயோ சிக்கிக்கிட்டான். பயப்படாதீங்க. சீக்கிரம் விடுதலையாயி வந்துடுவான்' என்றார். நாகம்மாவிடம் எல்லோரும் இதையே சொன்னார்கள். ஆனால் என்னவோ குணி வாத்தியார் சொன்ன பிறகு நிச்சயம் கணவன் விடுதலையாகி வருவான் என்று அவளுக்குத் தைரியம் வந்தது. ஆனால் துளசிக்கும் நாகம்மாவுக்கும் கவலை என்னவென்றால் வெங்கடேஷ் தானே எப்படி விடுதலையாகி வருவான்? அவனை விடுவிக்க யார் போவார்கள்?

கீரையோடு மலையிலிருந்து கீழிறங்கியவர்கள், அந்த வழியாக வந்தவர்கள் எனக்கொஞ்சம் பேர் இப்போது குணி வாத்தியாரோடு பேச நின்றார்கள். சின்ன கும்பல் சேர்ந்ததைக் கண்டு நாகம்மா சங்கோஜமடைந்தாள். வெங்கடேஷை ஒளிந்திருந்து பார்ப்பதற்காக வந்தவள் அவள். அவன் கண்டிப்பாக ஜன்னல் பக்கம் உட்கார்ந்திருப்பான். ஊரின் மலையைக் கடக்கும்போது நிச்சயம் பார்ப்பான். அவனைப் பார்த்தால் போதும். அப்போது அவனாகவே வண்டியை நிறுத்தினால் போய்ப் பாயசத் தூக்கைக் கொடுக்கலாம் என நினைத்தவளுக்கு ஜனங்கள் சேர்ந்ததைப் பார்த்துப் பயம் உண்டாயிற்று. வெங்கடேஷின் சட்டையும் கறுப்புக் கண்ணாடியும் வைத்திருந்த பையைத் தூக்கோடு சேர்த்து மைல்கல்லுக்குப் பின்னால் மறைத்துவைத்தாள். 'கார்வார் கோர்ட்டில் விசாரணைக்குக் கொண்டுபோறாங்களாமே? சீக்கிரமாத்

தீர்ப்பு வரலாம்' என்ற குணி வாத்தியார் 'போலீஸ் வேனை இப்படித் தடுத்து நிக்கறது சரியாயிருக்காது' என்று தீர்மானித்து 'வேண்டாம் வேண்டாம் நாம இங்க இருக்க வேண்டாம். கூட்டம் இருந்த இடத்துல சந்தேகம். சந்தேகம் இருந்த இடத்துல தப்பு. இப்படி சங்கிலியாத் தொடரும். தங்கச்சீ, நீங்களே கைகாட்டி நிறுத்துங்க. நின்னா நல்லது. இல்லன்னா எப்படியும் சீக்கிரமா விடுதலையாயி வந்துடுவான். எல்லாரும் நடங்க நடங்க' என்று கும்பலைக் கிளப்பிக்கொண்டு நடந்தார். அவர்களெல்லாம் இருந்தால் சற்றுத் தைரியம் எனத் தோன்றினாலும் எல்லோரும் போன பிறகு நாகம்மா ஏனோ சமாதானமடைந்தாள்.

மைல்கல்லுக்குப் பின்னால் மறைத்துவைத்திருந்த தூக்கையும் பையையும் மீண்டும் முன்னால் எடுத்தாள். சவுக்குமரங்களின் சத்தம் காதை வருடியது. வாடிக்கொண்டிருந்த துளசியின் முகத்தைப் பார்த்து 'கொஞ்சம் பாயசம் குடி' என்றாள். துளசி வேண்டாம் என்று தலையாட்டினாள். சூரியன் இப்போது மலை உச்சிக்கு ஏறியிருந்தது.

லாரி ஒன்று பெருமூச்சுவிட்டபடி கடந்து சென்றது. அதன் பின்னால் எரிந்துகொண்டிருந்த சிவப்பு விளக்குகளும் தூசு படிந்திருந்தன. மேலே ஜனங்கள் கீழே வீழாமல் தூங்கிக் கொண்டிருந்தார்கள்.

அவனுடைய ஷேவிங் செட்டைக் கொண்டுவந்திருக்க வேண்டுமென நாகம்மாவுக்குத் தோன்றியது. எத்தனை நாட்களாகத் தாடியை மழிக்காமலிருக்கிறானோ? நெடுஞ்சாலை பிறைபோலச் சற்று வளைந்திருந்ததால் முதலில் வாகனங்களின் சத்தம் கேட்டு அதைத் தொடர்ந்து வாகனங்கள் கண்ணுக்குத் தெரிந்தன. சில வாகனங்களோ சத்தமில்லாமல் வந்து கொண்டிருந்தன. ஆனால் திருப்பத்தில் எல்லா வாகனங்களும் வேகத்தைக் குறைத்தன. அதனால் வெங்கடேஷின் முகத்தைப் பார்க்க அதிக வாய்ப்பு இருந்தது. நாகம்மா துளசியிடம் 'நீ அந்தப் பக்கத்துல நின்னுக்கோ' என்றாள். துளசி இப்போது சாலையைத் தாண்டிச் சின்ன பாவாடையில் வெடிச்சிப் பழங்களை நிரப்பிக்கொண்டு நின்றாள். அகநாஷினியின் பக்கமிருந்து வந்த வெள்ளைக் கொக்குகள் மலையின் குட்டைச் செடிகளின் மேல் உட்கார்ந்திருந்தன. ஒரு கணம் அவற்றையே பார்த்தவாறு நின்ற நாகம்மாவுக்கு மனித உருவம் ஒன்று அங்கே நின்றதுபோலத் தெரிந்து இதயம் படபடத்தது. கண்ணை விலக்கிச் சாலையைப் பார்த்தாலும் அந்த நிசப்த உருவம் வஞ்சகமாக அவளை இழுத்தது. கண்ணுக்குத் தெரிவதற்கு முன்பே அவளுக்குள்ளிருந்த பயம் உண்மையாகிவிட்டதாக நாகம்மா முழுக்க வியர்த்துப்போனாள். 'அவளுக்கு யாரு செய்தி

பால் மீசை ❈ 85 ❈

சொன்னாங்களோ?' என்று குழப்பமடைந்தாள். நாகம்மாவின் திகிலைக் கண்ட துளசியும் திரும்பி நின்று மலையின் பக்கம் பார்த்தாள். அவளுக்கும் புரிந்துபோயிற்று. வெள்ளைக் கொக்குகள் உட்கார்ந்திருந்த அந்தச் செடியின் மறைவில் விக்கிரகம்போலப் பெட்குளியின் கௌரி காத்துக்கொண்டு நின்றிருந்தாள்.

வெங்கடேஷின் திருமணத்துக்கு முன்பிருந்தே அவனுடன் நிச்சயத்துக்காக ஏங்கிக்கொண்டிருந்த கௌரியைப் பற்றிய செய்தி நாகம்மாவுக்குப் புதிதாக இல்லை. அக்கம்பக்கத்துக் குக்கிராமங்களில் வெங்கடேஷ் கௌரியை மணந்துகொள்வான் என்றே எல்லோரும் உறுதிப்படுத்திக்கொண்டிருந்ததைப் போலிருந்தது. திருமண வேளையிலும் எல்லாப் பாட்டிமார்களும் நாகம்மாவின் தாடையைப் பிடித்து 'இவ்வளவு அழகான கல்யாணப் பொண்ணு கிடைச்சிருக்கா. இனி அந்தப் பகல் வேஷக்காரிய உட்டுடு' என்று நெற்றிப்பட்டம் கட்டிக்கொண்டிருந்த வெங்கடேஷைக் கேலிசெய்தார்கள். கல்யாணத்தால் புதுப் பிறவியெடுத்த நாகம்மாவுக்கு அவள் பார்த்தறிந்திராத அந்தக் கௌரி தொல்லை தரவேயில்லை. குமட்டெயிலிருந்து புதிய ஹேர் க்ளிப், ரிப்பன், ஷாம்பு பாக்கெட் வாங்கிவரும், நிறைய கனகாம்பரப் பூச்சரம் தொடுத்து முடிந்துகொண்டால் மகிழ்ச்சியடையும் வெங்கடேஷைக் கண்டால் போதும் எல்லாவற்றையும் மறந்து இயல்பாகும் நாகம்மா தோட்டத்து தண்ணீர் எடுத்துக்கொண்டோ தென்னங்கீற்றுகளைப் பின்னிக்கொண்டோ 'அவளுக்கு நிறைய முடியிருக்குமா?', 'அவ கட்டிக்குவாளா?', 'என்னைவிடக் குண்டாயிருப்பாளா?' என்று துளசியிடமிருந்து தகவல் சேகரித்துக்கொண்டிருந்தாள். ஒருமுறை மாட்டுவண்டிப் பண்டிகையின்போது கௌரி தனக்கு லெமன்சோடா வாங்கித்தந்ததையும் வெங்கடேஷின் லாரி பெட்குளி வழியாக அவ்வப்போது வேலை நிமித்தமாகப் போய்க்கொண்டிருந்ததையும் துளசி உற்சாகத்தோடு சொன்னாள். நாகம்மா விசித்திரமான உற்சாகத்தில் எல்லாவற்றையும் கேட்டுக்கொண்டாள். வெங்கடேஷிடம் தப்பித் தவறியும் 'கௌரி யாரு? உனக்கென்னாகணும்?' என்று முணுமுணுப்பாகக்கூட ஏனோ அவளால் கேட்க முடியவில்லை. கடந்த வருடம் கோகர்ணத்தின் சிவராத்திரித் திருவிழாவுக்குப் போயிருந்தபோது பஸ்ஸிலிருந்த அவளைத் துளசியே காட்டியிருந்தாள். கட்டம் போட்ட சாதாரணப் புடவையில் தடித்துத் தெரிந்த கௌரி தவறியும் நாகம்மாவை நேருக்கு நேர் பார்க்கவில்லை. திருவிழாவிலும் தொலைவிலேயே தென்பட்டாலும் கண் பார்வையிலிருந்து விலகிச் செல்லவில்லை. அவள் அருகில் தென்படாதபடியான பத்திரமான வலயத்தின் எஜமானி தான் என்னும் புரிதல் நாகம்மாவுக்கு மிகுந்த பெருமையையும் அதிகாரத்தையும்

தந்திருந்தது. வெங்கடேஷனின் லாரி பட்குளி மார்க்கத்தை விட்ட பிறகு அவள் பிரமைபிடித்துப் படபடத்தாள் என்று யாரோ செய்தி கொண்டுவந்தபோது நாகம்மா கலவரமடைந்தாள். 'கடவுளே அவளுக்குக் கல்யாணமாகட்டும்' என்று புலித்தேவரையும் மாஸ்திக் கடவுளையும் வேண்டிக்கொண்டாள்.

இன்றைக்குக் குமட்டெச் சிறையிலிருந்து கார்வார்ச் சிறைக்கு வெங்கடேஷைக் கொண்டுபோகிறார்கள் என்னும் ரகசிய செய்தி நெடுஞ்சாலைக்கு அந்தப் பக்கமுள்ள பெட்குளியின் கௌரிக்கு அதெப்படி சேர்ந்தது? அவ்வளவு தூரத்தை அதெப்படி ஏறிவிழுந்து நடந்துவந்தாள்? நாகம்மா இப்போது திடமாக மீண்டும் ஒருமுறை மலையின் பக்கம் பார்த்தாள். செடியின் மேல் உட்கார்ந்திருந்த கொக்குகளைச் சற்றும் அலங்கவைக்காமல் அவள் அடங்கி நின்றிருந்தாள். பளபளத்த மத்தியான அனலில் எல்லாம் கலங்கலாகத் தெரிந்தன. உச்சிக்கு ஏறிய சூரியனை மறைக்கச் சவுக்குமரக் கிளைகள் தடுமாறிக்கொண்டிருந்தன. வழி நெடுக உதிர்ந்திருந்த சவுக்குமர இலைகளின் மெத்தென்ற பாயின் மேல் இப்போது துளசி உட்கார்ந்துவிட்டிருந்தாள். அம்மா இப்போது வீட்டில் கலவரமடைந்திருக்க வேண்டும் என்று துளசி கவலைப்படத் தொடங்கினாள். 'அண்ணீ நீ வீட்டுக்குப் போ' எனச் சொல்ல நினைத்தவள் அண்ணியின் சின்ன கர்ப்ப வயிற்றின் மேல் மணிகளைப்போல மின்னிய வியர்வையைப் பார்த்து 'நா வீட்டுக்குப் போகட்டுமா?' என்றாள். நாகம்மா எதுவும் சொல்லாமல் வெறுமனே சாலையைப் பார்த்தாள்.

மலை, குட்டைகளின் அனைத்துப் பயிர்பச்சைகளின் நிழலையும் சூரியன் அடியோடு மொட்டையடித்துவிட்டிருந்தான். நிழலெல்லாம் ஆவியாகி எழுந்து போனதுபோல அனல் வீசிக் கொண்டிருந்தது. தார்ச்சாலையில் உருண்ட சக்கரங்களால் விசித்திர உருவங்கள் சிறிதுசிறிதாகக் கிளம்பியது. புதர்களை யெல்லாம் தூக்கக்கலக்கம் பிடித்திருந்தது. சவுக்குமரங்களின் சத்தம் மட்டுமே தோழியாக நின்றிருந்தது. வயிற்றிலிருந்த குட்டி ஜீவனுக்கும் வெங்கடேஷ் தெரிய முடிந்தால், நாகம்மா மனசுக்குள்ளாகவே தன் கர்ப்பத்திடம், 'அப்பா வர்றாரு. அப்பா வர்றாரு' என்று பேசியிருப்பாள். வெயிலின் அனலிலும் போலீஸ்காரர்கள் அழைத்துச் சென்ற நாளில் வெங்கடேஷ் போட்டிருந்த கட்டம் போட்ட மஞ்சள் சட்டையும் கையில் பிடித்திருந்த நீலத் துண்டும் கண்முன்னால் வந்தன. அவன் புருவத்தின் இடப்பக்கத்தில் நயாபைசா அளவிலான சின்ன வயதுக் காயத்தின் வடு உண்டு. அவன் வியர்வையின் துளி ஒன்று விரலால் அதைச் சுண்டிவிடுவான் என்பதுபோல எப்போதும் அந்தப் பகுதியிலேயே உட்கார்ந்திருக்கும். அவன் தன் கர்ப்ப

பால் மீசை ❀ 87 ❀

வயிற்றின் புடைப்பைப் பார்த்ததில்லை. அவன் கவனம் அதில் படியுமோ அல்லவோ! எல்லோர் எதிரிலும் 'பாரு நம்ம குழந்தைய' என்று அதெப்படி காட்டுவது? எதிர்மாறாக 'இந்த வெயிலில் ஏன் வந்தீர்கள்?' எனத் திட்டினாலும் திட்டுவான்.

ஒரு வகை குழப்பமான மயக்கம் நாகம்மாவைச் சூழ்ந்து கொண்டிருந்தபோதே துளசி 'வந்துடுச்சி' என்று கத்தினாள். திடுக்கிட்ட நாகம்மாவுக்கு எதிரில் தொலைவிலிருந்து நீலவண்ணப் போலீஸ் வேன் மெதுவாக வந்துகொண்டிருந்தது. நாகம்மாவின் கைகால்கள் தொடங்கின. துளசி ஓடிவந்து பையை எடுத்துக்கொண்டு 'கை காட்டு கை காட்டு' என்று மகிழ்ச்சியோடு சாலைக்கு ஓடினாள். அனலில் எரிந்ததுபோல வந்துகொண்டிருந்த வேன் நினைத்ததைவிட மெதுவாக வந்தது. கவிந்த அதன் முன்பக்கக் கண்ணாடி சடக்கென்று கண்ணைக் கூசவைத்தது. அதன் இரண்டு பக்கத்து ஜன்னல்களிலும் கம்பி வலைகளிருந்தன. நாகம்மாவின் இதயம் அடித்துக்கொள்ளத் தொடங்கியது. மலைமீதிருந்த செடிக்குப் பக்கத்திலிருந்து கௌரி மின்னலைப்போல ஓடிச் சற்று அருகில் புதர்களுக்குப் பின்னால் மறைந்தாள். இப்போதும் அவள் முகம் தெரியவில்லை. துளசி 'அண்ணோவ் அண்ணோவ். . .' என்று கை காட்டிக் குதிக்கத் தொடங்கினாள். இனி தனக்குத் தலைச்சுற்றல் வரும். வேன் கடந்து செல்லும் என நினைத்திருந்த நாகம்மாவுக்கு எதிரில் கனவுபோல வேன் நின்றது. அனலைக் கலக்கியது போலிருந்த வேன் இன்ஜின் சத்தமும் படிப்படியாக நின்றது. ஜன்னலில் வெறும் கம்பி வலை. சவுக்குமரங்களின் சத்தம். பயந்தவளாக நின்ற துளசி ஆவேசம் வந்தவளைப்போல வேனின் பின்புறம் ஓடிக் கதவைத் தட்டினாள். கௌரி மேலும் நான்கைந்து புதர்களைச் சரக்கெனத் தாண்டி மீண்டும் மறைந்து நின்றாள். புதருக்குப் பின்னால் அவள் கூந்தல் பறந்துகொண்டிருந்தது. நாகம்மா பாயாசத் தூக்கை எடுத்துக்கொண்டு நடுங்கினாள்.

கதவு திறந்தது. கட்டம் போட்ட மஞ்சள் சட்டையில் வெங்கடேஷ் இறங்கி நின்றான். தாடியில்லை. பளபளவென மின்னினான். குனிந்து துளசியின் நெற்றியை முகர்ந்து அருகில் இழுத்துக்கொண்டான். துளசி அவன் கால்களை அணைத்துக் கொண்டாள். அவன் காலில் செருப்பில்லை. சாலையோரத்தில் நின்றிருந்த நாகம்மாவுக்கு அவனைத் தவிர வேறெதுவும் தெரிய வில்லை. அவன் புருவத்தின் பக்கத்து காதில் சிறிய நயாபைசா அளவிலான காயத்தின் வடு, கிடைத்த குறைவான நேரத்திலும் அவன் கண்களிலிருந்து கர்ப்பத்தை மறைப்பதுபோல வெட்கத்தால் நடுங்கினாள். துளசி மானைப்போல ஓடிவந்து தூக்கை வாங்கிக்கொண்டுபோய் 'புது அரிசிப் பாயாசம்' என்று

தூக்கித் தந்தாள். அவன் மூடியில் ஊற்றி வெங்கடேஷ் துளசிக்கு ஊட்டினான். பிறகு முகத்தைத் தூக்கிக் குரல்வளை விரிந்து விரிந்து இறங்குமாறு கடகடவெனக் குடிக்கத் தொடங்கினான். தன் மடியில் பாசத்தின் பூவொன்று மலர்வதுபோல நாகம்மா வின் தொண்டை இறுகியது. 'ஒனக்காகக் காத்துட்டிருந்தது நாங்க ரண்டு பேர் மட்டுமல்ல' என்று தைரியமூட்டுபவளாகக் கௌரியின் பக்கம் பார்த்து மாயமல்ல என்பதுபோல அவளையும் கைவீசி அழைத்தாள். தன் எல்லை இவ்வளவுதான் என்பதுபோலக் கௌரி அங்கேயே புதரில் இலையாகி, முள்ளாகி, கண்ணாகி மறைந்தே நின்றாள். தூக்கிலிருந்த கடைசித் துளியையும் விழுங்கி வெங்கடேஷ் துளசியின் பாவாடையிலிருந்து கைநிறையப் பழங்களை எடுத்துக்கொண்டு, வேனில் ஏறியபோது ஒருமுறை நாகம்மாவையும் நுஷீகோட்டை மலையையும் பார்த்தான். தட்டெனக் கதவு மூடிக்கொண்டதும் துளசி பின்னுக்கு நகர்ந்து நின்றாள். 'அண்ணீ டாடா காமி' என்றாள். கண், மூக்கு, வாய் இருக்காத அந்த வேனின் பின்பக்கக் கம்பிவலை ஜன்னலைப் பார்த்தபடியே நின்ற நாகம்மாவின் கையைப் பிடித்துத் தூக்கித் துளசியே ஆட்டினாள். புதரிலிருந்து எழுந்த கௌரி நான்கு மார் தூரம் ஓடி வில்போல வளைந்து நின்றாள். வேன் விலகி விலகிச் சென்றுகொண்டிருக்க மூச்சை இறுக்கிப் பிடித்து நின்றிருந்த சவுக்குமரங்களுக்கு நடுவிலிருந்து காற்று மூவரையும் மகிழ்விப்பதுபோலச் சுழலத்தொடங்கியது.

●

ஜூன் 2013

நோ பிரசன்ட்ஸ் ப்ளீஸ்

ஜெயந்த் காய்கிணி

கட்டுமானப் பணி பாதியிலேயே நின்றதால் காட்கோபர் மேம்பாலம் குண்டு வீச்சுக்கு இலக்காகித் துண்டான பாலத்தைப்போலத் தெரிந்தது. இரண்டு பக்கங்களிலிருந்தும் கொஞ்சம் கொஞ்சம் முடிந்திருந்த பாலத்தின் இடைப்பட்ட விசாலமான வெற்றிடம் வானத்தை இரும்புக் கம்பிகளால் குத்துவதுபோலத் தூண்கள் நிலத்திலிருந்து எழுந்து வந்தன. இந்த அபூர்வப் பாலத்திற்குக் கீழே எப்படியோ இடம் ஏற்படுத்திக்கொண்டு ஊர்ந்த வாகனங்கள் எங்கோ ஒரு பக்கம் இந்த நிலத்துக்குள் புகுந்து மறைந்துகொண்டிருந்தன. பாதையின் விதி அது. மனிதனென்றால் வேண்டிய இடத்தில் நின்றுவிடலாம். ஆனால் பாதை?

இப்படிப்பட்ட பாதையின் பக்கத்தில் பிளாஸ்டிக் காகிதத்தில் சுற்றிய பெரிய ஆல்பம் ஒன்றைக் கையில் பிடித்துக்கொண்டு இருபத்தியிரண்டு வயது போப்பட் தைரியமிழக்கத் தொடங்கினான். ஏனென்றால் சாலைக்கு அந்தப் பக்கத்துத் தொழிற்பேட்டையின் பால்பாயின்ட் பேனாத் தொழிற்சாலையில் வேலைபார்க்கும் அசாவரி லோகண்டே ஒரு மணிநேர அனுமதி வாங்கிக் கொண்டு வந்துவிடுவாள். போப்பட்டின் கையிலிருந்த ஆல்பத்தில் திருமண அழைப்பிதழ்களின் விதவிதமான மாதிரிகளிருந்தன. அச்சகத்தில் வேலைபார்க்கும் நண்பனிடமிருந்து போப்பட் அதை ஒரு மணிநேரத்துக்காக வாங்கிவந்திருந்தான்.

நஞ்சுண்டன்

அசாவரி லோகண்டேயும் போப்பட்டும் சேர்ந்து அதிலிருந்து ஒன்றைத் தேர்ந்தெடுத்துத் தங்கள் திருமண அழைப்பிதழை அன்றைக்கே அச்சுக்குத் தர வேண்டியிருந்தது. இந்த வேலைக் காகவே போப்பட் இரவு ஷிஃப்ட் ஏற்றுக்கொண்டிருந்தான்.

கொடுத்த நேரத்தை அசாவரி என்றைக்கும் வீணாக்கிய தில்லை. இரண்டு லாரிகள் எழுப்பிய சிமெண்ட் புழுதியின் மேகம் கலைவதற்குள் கனவுக் காட்சியைப்போல அதற்குள்ளிருந்தே எழுந்து வந்ததுபோல அந்தப் பக்கத்திலிருந்து கைவீசினாள். எந்த லாரியின் சூறைக்காற்றிலும் பறக்காதவாறு அவள் கொண்டை இறுக்கமாயிருந்தது. தூசு கொஞ்சமும் தாக்காதபடி கண்கள் அகன்று பளபளவென மின்னின. இங்கிருந்தே ஆல்பத்தைத் தூக்கிக்காட்டி, அந்தப் பக்கமும் இந்தப் பக்கமும் ஒருமுறை பார்த்துவிட்டு, அதை நெஞ்சோடு அணைத்துக்கொண்டு, நீந்துபவன்போலக் குனிந்து போப்பட் சாலையைக் கடந்தான். மத்தியான வறண்ட வெயிலும் இதமாகும்படி அவளை நெருங்கி னான். ‘கொண்டுவந்துட்டியா’ என்றாள் மகிழ்ச்சியோடு. அவள் குரலில் இருக்கும் ‘அரிசி பருப்பு வாங்கிவந்துட்டீங்களா?’ என்பது போன்ற குடும்பப் பொறுப்பின் போப்பட்டுக்கு எப்போதும் பிடிக்கும்.

‘அதிக நேரமில்ல. சீக்கிரமா முடிவுசெய்யணும். இங்கயே எங்காவது உட்காரலாம்’ என்றான் போப்பட். எங்கே உட்காருவது எனச் சுற்றுமுற்றும் பார்த்தபடி இன்னமும் உடைக்கப்படாத பிரம்மாண்டமான கற்களுக்கு நடுவே அவளை நடத்திச் சென்றான். பாலத்தின் அரைகுறை நிழல் ஒரு பக்கம் விழுந்திருந்தது. அங்கே சூடான மௌனம் பரவியிருந்தது. கடந்து சென்ற லாரிகளின் சத்தம், அருகிலேயே சுழன்றுகொண் டிருந்த ஜல்லியும் சிமெண்டும் கலக்கும் இயந்திரத்தின் சத்தம், சற்றுத் தொலைவிருந்த – காஞ்சூர் வழித்தடத்து – ரயில் நிலையத்தில் நிமிடத்துக்கொன்றாகக் கடந்த லோக்கல் ரயில் களின் சத்தம் ஆகியவையும் அந்த மௌனத்தின் பாகங்களாகவே இருந்தன.

உடம்பெங்கும் உளியால் ஏற்பட்ட பொளிகளைக் கொண்டிருந்த சின்னக் கல்லின் மேல் அமர்ந்தபடியே ‘குடு’ என்று தானே வாங்கிக்கொண்டு அசாவரி ஆல்பத்தைத் திருப்பத் தொடங்கினாள். ஆசாவரியின் மென்மையான கழுத்தில் வியர்வைக் கோடுகளைக் கண்டு போப்பட்டுக்குக் காதலுண்டா யிற்று. பக்கங்களைத் திருப்பத் திருப்ப வண்ண வண்ண விசித்திரமான அழைப்பிதழ்களின் விதவிதமான மாதிரிகள். எதிலும் எழுத்துகளே இல்லை! அவற்றைப் பார்த்தே அசாவரி திடுக்கிட்டாள். எழுத்தே இல்லாத அந்த வெற்றுத் திருமண

அழைப்பிதழ்கள் யாரும் வசிக்கப் போகாத ஹவுசிங் போர்டின் காலி வீடுகள், மனிதர்களற்ற திருமண மண்டபங்கள்போல வெறிச்சோடியிருந்தன. அமைதியாக வாயடைத்துப்போய் அவள் பார்த்துக்கொண்டிருந்தபோது, போப்பட் 'இங்கப் பாரு. இது எப்படியிருக்கு?. பூவிதழ்களின் கரை இருக்கு. நிஜமான மஞ்சள்குங்குமம். ஸ்க்ரீன் பிரிண்ட் பண்றாங்க' என்று பக்கத்தை சொன்னான். 'இப்படிப்பட்ட ஆடம்பரமான கார்டுகள் நமக்காக அல்ல' என்னும் உண்மையே அவனது விவரணைக்கு கொடுத்திருந்தது.

அசாவரிக்கோ அந்த ஆல்பம் கணக்கற்ற சாத்தியங்களின் கத்தையாகத் தோன்றியது. எல்லா வகையான திருமணங்களும் குடும்பங்களும் அங்கிருந்தன. வகை வகையான பாண்டு வாத்தியங்களின் குரல்கள் அடங்கியிருந்தன. இருந்தவற்றிலேயே மிக எளிமையானதுமான மாதிரியொன்றைக் கண்டுபிடிப்பது அவ்வளவு கடினமாயிருக்கவில்லை. ஏனென்றால் அப்படிப்பட்ட நாலைந்து கார்டுகள் இறுதிப் பகுதியில் இருந்தன. வெளிர் ரோஜாவண்ணக் கார்டு இருவருக்கும் மிகவும் பிடித்திருந்தது. அதன் இடப்பக்கத்தில் சின்ன பானையிருந்தது, அதன் மேல் ஜோடிப் பறவைகளின் சின்ன கோட்டுச் சித்திரமிருந்தது. 'இதுவே நல்லாருக்கு' என்ற அசாவரியை மிகுந்த பெருமையோடு பார்த்தவாறு கைகுலுக்கினான்.

இப்போது அசாவரி அந்தக் கார்டை மட்டும் பிளாஸ்டிக் உறையிலிருந்து மெதுவாக வெளியிலெடுத்துக் கையில் பிடித்தாள் 'ஏ. . . ஏ. . . அழுக்காயிடும். உள்ள போடு. பிரஸ்ஸுல வேலை செய்யறவன் என் சினேகிதங்கறதுலான இந்த ஆல்பம் கொடுத்திருக்கான். அவங்க வேற யாருக்கும் இப்படி ஆல்பத்தைக் கொடுக்கறதில்ல. உள்ள போடு. உள்ள போடு' என்று அவசரப்படுத்தத் தொடங்கிய போப்பட்டின் தலையில் பட்டென்று அடித்து அசாவரி 'ஶூச்' என்றாள்.

பாலத்தின் மேலெங்கோ லாரியொன்று வந்து தன் பின்பகுதியைத் தூக்கி மணல் மழையைக் கொட்டிக் கொண்டிருந்தபோது, கீழே எங்கேயோ கற்களின் ஓரமாக உட்கார்ந்து இருவரும் ஆழ்ந்து அந்த வெளிர் ரோஜாவண்ண வெற்றுக் கார்டைப் பார்த்துக்கொண்டிருந்தார்கள். திருமண வாழ்க்கையின் புரியாத ரகசியமொன்றை மறைத்து வைத்துக்கொண்டு மெலிதாக மிரட்டுவதுபோல அந்தச் சின்ன காகிதம் அவர்களைப் பார்த்துக்கொண்டிருந்தது. ஒன்றாகக் கரும்புச் சாறு குடித்தது, நேரங்கெட்ட நேரத்தில் வெறிச்சோடிய பூங்காக்களில் முட்டாள்தனமாகப் பேசியவாறு நடந்துசென்றது, அவள் பெண்கள் பெட்டியில் போவதாகச் சொன்னாலும்,

'வேண்டாம். இதிலேயே வா' என்று ஜெனரல் பெட்டிக்கு அழைத்து இருவரையும் நசுக்கி விழுங்கும் ஜனநெருக்கடியில் அவளுடைய கதாநாயகன்போல அவளை வளைத்துக்கொண்டு நின்றிருந்தது, 'நீ சூட்டு, சஃபாரி போட்டுக்குறதுன்னா கல்யாணமே வேண்டாம்' என்று பஸ் நிறுத்தத்திலேயே அவள் சண்டை போட்டது, உலகத்தின் ஒரே வீரனைப்போல அவளுக்காகத் தோடு தேர்ந்தபோது பட்ஜெட்டுக்கு மீறிய வற்றையே காட்டி அவமானப்படுத்துவதுபோல சேல்ஸ் மேன் இகழ்ச்சியான சிரிப்போடு பார்த்தபோது வெளியில் சொல்ல முடியாத அவன் சங்கடத்தை அறிந்தவளாக 'சே... இது நல்லால்ல. இவ்வளவு விலை கொடுத்து வாங்கறதுக்கென்ன பயித்தியமா?' என்று வினாடிநேரத்தில் சாபவிமேசனம் அளித்துக் கடையி லிருந்து அவனை வெளியே அழைத்துவந்தது போன்ற தனித் தனியான சித்திரங்களை விசித்திரமானதும் பாரமானதுமான கயிற்றால் கட்டத் தயாராயிருந்த அந்தத் திருமண அழைப்பிதழ் சமூகத்தின் தயவற்ற நியமமாகத் தோன்றத் தொடங்கியது. மூடிய கோட்டைக் கதவைப்போல அது இருவருக்கும் பிரத்தியேகமாக 'பாருங்கள்', 'யோசியுங்கள்' என்று சொன்னது.

இருவருக்கும் சேர்த்துச் சினேகிதர்கள், சினேகிதிகள் அதிகம் போனால் நூறு பேர். ஆனால் நூறு அழைப்பிதழ்கள் அச்சிட்டாலும் முந்நூறு அழைப்பிதழ்களுக்கான பணம் தர வேண்டும். இப்படியாக முந்நூறே அச்சடித்துவிட அச்சகத்தவ னின் யோசனை. அதனால் அதிகப்படியான இருநூறு கார்டுகளை என்ன செய்வது, யார் யாருக்குத் தருவது என்னும் தீவிரச் சிக்கலும் வரவிருந்தது. திருமண அழைப்பிதழைக் காரணமாக வைத்தே சொந்தக்காரர்களின் வட்டத்தை அதிகரித்துக்கொள்ளும் சாத்தியமும் இருந்தது. பீடாக்காரன், இஸ்திரி போடுகிறவன், பூங்காக் காவலாளிகள், பெரிய ஹோட்டல்களின் பூ ஜாடிகளில் முந்தைய நாள் வைத்திருந்த வாடிய பூக்களைக் குறைந்த விலைக்கு நடைபாதையில் விற்கும் பையன்கள் என இவர்களெல்லாம் வருடக்கணக்காகத் தெரிந்திருக்காவிட்டாலும் தெரிந்தவர்கள் அல்லது தெரிந்திருந்தும் தெரியாதவர்கள்... இவர்களெல்லாம் லட்சுமணரேகைக்கு அப்பாலிருந்தே பல்லிளிப்பவர்கள். இந்தக் கார்டு ஒன்றைக் கொடுத்தவுடனே அவர்கள் இஸ்திரி போட்ட சட்டை அணிந்து ரேகைக்கு இந்தப் பக்கம் வந்து கைகுலுக்கி உறவினர்களாகி மீண்டும் போய்விடலாம். வேலைக்குப் புறப்பட்ட பெண்கள் தம் பிள்ளைகளை இவர்கள் குடிசையில் விட்டுச் செல்லத் தொடங்கலாம். அல்லது இவர்களுக்கு மற்ற திருமணங்களுக்கு அழைப்பு வரலாம். புதிய உடை அணிந்து பஸ்ஸும் ரயிலும் மாறி ஏதோ பந்தலில் இரும்பு நாற்காலிகளில் பரிச்சயமற்றவர்களுக்கிடையே கொட்டாவிவிட்டு,

பரிச்சயமற்றவர்கள் பறிமாற, பரிச்சயமற்றவர்களிடமிருந்து கைகழுவத் தண்ணீர் மக் வாங்கிக்கொண்டு, வெற்றிலைபாக்கு மென்றவாறு யாரிடமும் விடைபெறாமல் வீட்டுக்குத் திரும்பலாம். எது உறவினர் வட்டம்? எது உறவினர் வட்டம் அல்ல?

துண்டான பாலத்தின் நிழல் இப்போது கிழக்குத்திசையில் சத்தமில்லாமல் சரிந்துகொண்டிருந்தது. இருவரும் மெதுவாக எழுந்து ஜல்லி கலக்கும் இயந்திரத்துக்கு அப்பாலிருந்த நாவல்பழ சர்பத் விற்கும் வண்டிப் பக்கம் நடந்தார்கள். பை டூ செய்து கொண்டு நாவல்பழ சர்பத் குடித்தார்கள். பை டூ செய்தால் மொத்தத்தில் கிடைக்கும் அளவு அதிகம் என்பது போபட்டின் நம்பிக்கை. ஐஸ் வேண்டாமென அசாவரி கத்தினாள். ஐஸ் போட்ட அளவுக்கு சர்பத் கெட்டுவிடும் என்பது அவள் அடம். இருவரும் துளித் துளியாக நாவல்பழ சர்பத்தை உறிஞ்சிக் கொண்டிருக்க சர்பத்காரன் திருட்டு சந்தோஷத்துக்காக ரகசிய இடந்தேடிக்கொண்டு வரும் காதலர்களைப் பார்ப்பதுபோல இவர்களையும் ஓரக்கண்ணால் பார்த்தவாறு 'வேணுன்னா அந்த மூலைக்குப் போங்க. நானிருக்கறேன் இங்க. யாராவது வந்தா சத்தம் போட்டுச் சொல்றேன்' என்று தூசு படிந்த, பழைய உபகரணங்களைப் போட்டிருந்த ஜங்க் யார்டைக் காட்டினான். அசாவரிக்கு உடம்பெல்லாம் எரிந்தது. கையிலிருந்த வெற்றுத் திருமண அழைப்பிதழை அவமானப்படுத்துவதுபோல ஏதோ அந்தச் சூழலில் இருந்ததாகத் தோன்றி, கடகடவெனக் குடித்து கிளாஸை டொக்கென்று வைத்துவிட்டு 'வா. பிளாட்பார்முக்குப் போலாம்' என்று காஞ்சூர் வழித்தடத்து ஸ்டேஷனின் குறுக்கு வழியில் நடக்கத் தொடங்கிவிட்டாள். ஏதோ ஒரு வகையான அசிங்கத்திலிருந்து இருவரையும் வெளியேற்றும் வல்லமை அந்தத் திருமண அழைப்பிதழுக்கு இருந்ததாகத் தோன்றி, சரசரவென மூன்றாம் பிளாட்பாரத்தின் ஓரத்து சிமெண்ட் பெஞ்சின் பக்கம் ஓடி உட்கார்ந்தவள் தன் பர்ஸிலிருந்து காகித மொன்றை எடுத்து அழைப்பிதழ் மேட்டரின் கரட்டு வடிவத்தை எழுதத் தொடங்கினாள்.

ஆல்பத்தை நெஞ்சோடு அணைத்துக்கொண்டு பின்னா லேயே ஓடிவந்த போபட் அவள் எழுதியதைப் பார்த்தவாறே பெருமூச்சுவாங்கிக்கொண்டு பக்கத்தில் உட்கார்ந்தான். அவள் பேனா ஒரு வகையான தயக்கத்தில் நின்ற இடத்திலேயே நின்று காற்றில் ஆடியது. பொதுவாகத் திருமண அழைப்பிதழ்களில் பெரியவர்கள், தந்தை, தாய் ஆகியோர் வரவேற்பது வாடிக்கை. அல்லது அப்படியென்று இதுவரைக்கும் அவர்கள் இருவரும் பெற்றிருந்த திருமண அழைப்பிதழ்கள் சொல்லின. ஆனால் முன்பின் இல்லாமல் இந்த நகரத்தின் தொப்புளில் சுயம்புகளைப்

போலப் பிறந்து வளர்ந்திருக்கும் அவர்கள் இருவருக்கும் அந்தக் கணத்தில் ஏனோ திக்குத் தெரியாமல்போயிற்று. அப்பா அம்மாவோ தெரியவே தெரியாது. இருபது வயது வளர்ந்து நிற்கும் அவர்களுக்குக் கடைசிப் பட்சமாகப் பெரியவர்கள், நலம் விரும்பிகள், போஷகர்கள் என்றுகூட யாரும் தோன்றவே யில்லை. செம்பூர் ரிமாண்ட் ஹோமின் காக்கி உடையணிந்த பெண்கள் அசாவரியின் நினைவுக்கு வந்தால், தான் சர்ச்கேட் எதிரில் பாலீஸ் போட்டுக்கொண்டிருந்தபோது நாலணா அதிகம் தந்துகொண்டிருந்த பார்சி முதியவர்கள் போப்பட்டின் நினைவுக்கு வந்தார்கள். ஒரு வகையான வெறுமை கவிந்ததுபோல அசாவரி சோர்ந்துபோனாள். போப்பட் எங்கெங்கோ பார்த்தான்.

அவள் பால்பாயிண்ட் பேனாத் தொழிற்சாலையில் ஆறு மாதம் தற்காலிகமா பணி செய்துகொண்டிருந்தபோது போப்பட்டுக்கு தெரியவந்திருந்தாள். நல்ல பேனாக்களிலிருந்து குறைபாடுள்ளவற்றைப் பிரித்தெடுக்கும் பகுதியில் அவள் நிபுணத்துவத்தோடு பணியாற்றிக்கொண்டிருந் தாள். ஆனாலும் ஏதாவது ஏறுமாறாகப் போனால் சூப்பர்வைசர் வந்து எல்லோர் முன்னிலையிலும் அவமானப்படும்படியாக அவளைத் திட்டியபோது, அதுவரைக்கும் அவளோடு கலகல வெனச் சிரித்துப் பேசிக்கொண்டு, சாப்பாட்டைப் பகிர்ந்து கொண்டிருந்த மற்றவர்களெல்லோரும் பகிரங்கமாக அவளுக் கேற்பட்ட அந்த அவமானத்துக்கும் தங்களுக்கும் தொடர்பே இல்லாதவர்கள்போலத் தயவுகாட்டாமல் தங்கள் வேலைகளில் அதிகம் மூழ்கியவர்களாகக் காட்டிக்கொண்டபோது போப்பட் வேதனையடைந்தான். அது அவன் இச்சைகொண்ட கண்களி லிருந்து அவளுக்கு மட்டும் தெரிந்த கணத்திலேயே அவர்களின் உலகம் ஒன்றாயிற்று.

எதிரில் தன்பாட்டுக்குக் கடந்துபோன லோக்கல் ரயிலைப் பார்த்தவாறே போப்பட் ‘நம்ம பேரே போதும். சீக்கிரம் எழுது. மராட்டி, இந்தி எதுவும் வேண்டாம். என் சினேகிதர்களுக்கு மராட்டி வராது. இங்கிலீஷ்லியே எழுது. உனக்கு இங்கிலீஷ் வருந்தானே? நீயே எழுது’ என்றான். ‘வேண்டாம். நம்ம வர்ஷா மேடம்கிட்ட எழுதி வாங்கிட்டு வர்றேன்’ என்று அவள் சொன்னவுடனே ‘வேண்டாம். வேண்டாம். இப்பவே இன்னும் அரை மணிக்குள்ளயே ரெடியாகணும். நீயே எழுது. அப்புறம் பிளாட்பார்ம் புத்தகக் கடை திரிபாதிகிட்ட திருத்தி வாங்கிக் கிட்டா போச்சு’ என்று அவசரப்படுத்தினான்.

வெற்றுக் காகிதத்தை ஆல்பத்தின் மேல் வைத்துக்கொண்டு அசாவரி *We invite you to our wedding reception at panuswadi chawl on. . .* என்று எழுதிக்கொண்டே போய் ‘ஊஹூம்’ என்று அதை

அடித்துவிட்டாள். மீண்டும் கீழே தெளிவாக *Asavari Lokhande marries Popat* என எழுதி 'ஊஹூம்' என்று*Popat marries Asavari Lohande* என எழுதினாள். இப்படி இரண்டு வகையிலும் ஒருவர் மற்றவருக்கு உதவியதாக உணர்ந்து அதையும் அடித்துவிட்டாள். மீண்டும் முன்புபோலவே *We are getting married. . .* என்று எல்லாவற்றையும் எழுதிக் கீழே இடப்பக்கம் போப்பட் என்றும் வலப்பக்கத்தில் அசாவரி லோகண்டே என்றும் எழுதினாள். அந்த எழுதப்பட்ட இங்கிலீஷ் அழைப்பில் தங்களிருவர் பெயர்களையும் சேர்த்துப் படித்தபோது இருவரும் ஒன்றாக அதிகாரபூர்வமான ஏற்பாடு ஒன்றுக்கு உடன்படுவது போன்று முதன்முதலாகத் தோன்றி அசாவரிக்கு உடம்பு ஜிவ்வென்றது. ஒரே சமயம் இரண்டு கைகளையும் தன் காதுகளின் மேல் வைத்து, கண்மூடிக்கொண்டு, தன் அதிர்ஷ்டத்தைத் தனக்குள்ளாகவே செரித்துக்கொள்வதுபோலத் தனியாகத் தேம்பினாள். பெஞ்சில் மேலும் அருகில் நெருங்கிய போப்பட் அவளையே பார்த்தான். வீடு, பாத்திரம், பண்டம், தோரணம், பண்டிகை, டூத் பிரஷ், சோப்பு, ஜன்னல் திரைகளின் உலகத்தைப் பெற்றிருக்கும் அதிர்ஷ்டசாலிக் குடிமக்களுடனேயே இந்தத் தெருக்களிலேயே நடந்திருந்தாலும் அந்த வகையான இயல்பான குடும்பப் பாக்கியம் தங்களுக்குக் கிடைப்பது சாத்தியமே அல்ல என்று நினைத்துக்கொண்டிருந்த ஜோடியை அந்தத் திருமண அழைப்பிதழின் குண்டு எழுத்துக ளாலான அழைப்பு ஒரேயடியாக இயல்பான உலகத்திற்கு மிக அருகில் கொண்டுவந்து நிறுத்தியிருந்தது.

கண்மூடி அமர்ந்திருந்த அசாவரியின் கையிலிருந்த காகிதத்தையே உற்றுப்பார்த்த போப்பட் முதல்முறையாகச் சத்தமாக அதைப் படித்தான். 'அசாவரி லோகண்டே.' திடமான அந்தப் பெயருக்கு முன்னால் அவனுக்குத் தன் 'போப்பட்' பெயர் மிகவும் சின்னதாகத் தோன்றியது. ஏனோ இது சரியல்ல, இதில் ஏதோ மோசமிருக்கிறது என்பதுபோலக் கலவரமடைந்தான். எதிரே பார்த்தான். இரண்டு பையன்கள் மெலிதான ஏணி யொன்றை வைத்துக்கொண்டு சினிமா சுவரொட்டிகளைத் துண்டு துண்டாக ஒட்டிக்கொண்டிருந்தார்கள். மோசம்போனது போன்ற குரலில் 'உம் பேரு எவ்வளவு நல்லாயிருக்குது. ஒட்டுப் பேரும் இருக்குது. நல்ல குடும்பத்துக்கு சம்பந்தப்பட்ட பேருபோலத் தெரியுது. அதுக்கு முன்னால எம் பேரு புஸ். அது மனுசம் பேரும் அல்ல. உங்க மராட்டியில போப்பட்டுன்னா கிளிதானே? ஒரு சாதாரணக் கிளி நான். சே' என்றான். 'சே. . . அமுத்தக்காரனப்போல பேசறியே? ஜனங்க உன்னைக் கூப்பிட்ட பாசமான பேரு அது' என்று வாய் திறந்த அசாவரியின் கையைப் பிடித்து 'பாசமும் இல்ல கீசமும் இல்ல. பேரு அது.

அதிருக்கட்டும். லோகண்டேன்னா எந்த ஜாதி?' என்றான். அசாவரி திடுக்கிட்டாள். அவன் என்றைக்கும் பேசியிறாத மொழி அது. அவர்களுக்குச் சம்பந்தமே இல்லாத மொழி. சாலையில் திரியும் அனாதைக் குழந்தைகளை வேன்களில் கொண்டுவந்து வளர்க்கும் செம்பூர் ஹோமில் வளர்ந்த தெருக் குழந்தை அவள். ரிமாண்ட் ஹோமுக்குப் பாடல், பிரார்த்தனை கற்பிக்க லோகண்டேபாய் என்ற பெண்மணி வந்துகொண்டிருந்தாராம். அவர் ஹார்மோனியம் வாசிக்கும்போது மிக அருகில் உட்கார்ந்து குரல்வளை உப்புமளவு தன்னை மறந்து பாடிய இந்தக் குழந்தையின் மேல் பாசம் ஏற்பட்டு 'அசாவரி' எனப் பெயரிட்டு அழைத்தாராம். அது ஒரு ராகத்தின் பெயராம். அந்த மேடம் போன பிறகும் ஹோமிலிருந்தவர்களெல்லாம் 'லோகண்டே யின் அசாவரி' என்றே அவளை அழைத்து அழைத்து அசாவரி லோகண்டே என்பதே அவள் பெயராகிப்போனது. பார்த்தே யிராத தாயைப்போலத் தெரிந்த, வெளிர் மஞ்சள் புடவை அணிந்த, மிருதுவாகத் தொட்ட அந்தப் பெண்ணின் தெளிவற்ற நினைவு இந்தப் பெயருடனேயே தங்கிவிட்டதால், அதைக் களையும் எந்த முக்கியக் காரணமும் இதுவரை அவளுக்குத் தோன்றவில்லை. இதை அவள் நூறுமுறையாவது போப்பட்டுக்குச் சொல்லியதுண்டு. ஆனாலும் இப்போது இந்தக் கணத்தில் அந்த ஒட்டுப் பெயரால் போப்பட்டுக்கு ஏற்பட்டுள்ள சங்கடத்தைத் தீர்ப்பது எப்படி என்பதே தெரியவில்லை. இந்த அழைப்பிதழின் கரட்டு வடிவம் அவன் மொழியையே மாற்றிய முறையால் பயந்து, தடக்கென்று தன் பெயரின் லோகண்டேயை அடித்தாள். பாரமொன்று சர்ரெனக் கரைந்ததுபோலாயிற்று. 'போதுமா?' என்பதுபோல அவன் பக்கம் பார்த்தாள். 'இல்லயா பின்ன, நம்மள வளர்த்து ஆளாக்குனது மும்பை. யார் யாருடைய பேரையோ வச்சிட்டு, நாம அப்படியெல்லாம் மும்பைய அவமானப்படுத்தக் கூடாது' என்றான் தோற்றுப்போன குரலில்.

எதிரே ஆயிரமாயிரம் பெயர்கள் ரயில்களில் முன்னும் பின்னும் ஓடியாடிக்கொண்டிருந்தன. நின்ற ரயில்களிலிருந்து ஜோவென்று ஏறிவிழுந்து வந்த ஜனக்கூட்டத்தைப் பார்த்த வாறு போப்பட், 'அசாவரி, இந்தத் தேவடியாப் பசங்க கொடுப்பினையப் பாரு. ஒவ்வொருத்தனுக்கும் அவன் ஜாதி தெரியும். ஏன்னா அப்பா அம்மா யாருன்னு தெரியும். அதனால ஜாதி தெரியும். இந்த ஜாதியக் கையில பிடிச்சிட்டுத் திருட்டுத் தனம் செஞ்சவங்க மாதிரி எப்படித் திரியறாங்க பாரு. நமக்கு அந்தத் தொந்தரவே இல்ல, இல்லியா?' என்று பகபகவெனச் சிரிக்கத் தொடங்கினான். தாமதமாயிற்று என அசாவரி எழுந்து நின்றாள்.

பிளாட்பார்ம் புத்தகக் கடை நடத்தும், சுருட்டை நரைமுடி கொண்ட திரிபாதி மிகச் சாவதானமாகப் புதுக் காகிதத்தில் தெளிவாக அழைப்பை மீண்டும் எழுதிக்கொடுத்தார். இருவரையும் மகிழ்ச்சியோடு பார்த்த திரிபாதி 'குடிசை கிடிசை பாத்திருக்கீங்களா? இல்ல பிளாட்பார்ம் நம்பர் மூணுலயே குடும்பம் நடத்துவீங்களா?' என்று தமாஷ்செய்தார். அவர் உதட்டைச் சுழித்துக்கொண்டு எழுதியபோது அசாவரி 'இப்பத்திய ஜனங்க வாழ்த்தே பரிசு, *no presents please*ன்னுல்லாம் போடுறாங்கல்ல? நாமளும் போடலாமா?' என்றாள். திரிபாதி 'அதெல்லாம் பணக்காரங்க ஸ்டைல் மகளே, அது நமக்குச் சொன்னதுல்ல. யாராவது அன்போட ஏதாவது கொடுத்தா வாங்கிக்குங்க. உங்களுது புதுக் குடித்தனம், தேவையாயிருக்கும்' என்று காகிதத்தைக் கொடுத்து 'நல்லதாகட்டும்' என்றார். உலகம் முழுவதின் சார்பாகவும் அவர் ஆசீர்வதித்ததாக இருவரும் எண்ணி, அவர் காலில் விழ வேண்டும் எனத் தோன்றிவிட்டது. ஆனால் வரிசை வரிசையாகப் பத்திரிகைகளுக்குப் பின்னால் தன் பெட்டியில் எங்கோ இருந்த அவர் கால் எவ்வளவோ தூரத்தில் பார்வைக்கு அப்பால் இருந்தது. எதுவும் தோன்றாமல் நின்றவிடத்திலேயே பாதி குனிந்தார்கள். தெரிந்துகொண்டவர் போலத் திரிபாதி அங்கிருந்தே 'ஜீதே ரஹோ' என்றார். இருவரும் திரும்பியபோது மீண்டும் பின்னாலிருந்து 'அடே போப்பட், நீ போப்பட்டாவே இருக்கப்போறியா? உன் பேரு கார்டுல சோபிக்காது. ஒரு புதுப் பேரு வச்சிக்கோ. நயா நாய். . . நயீ ஜிந்தகி. . .' என்று கையாட்டினார்.

படியிலேறி ரயில்வே பாலத்தின் மேல் இருவரும் பக்கவாட்டுச் சுவரில் சாய்ந்து நின்றார்கள். அங்கிருந்து நான்கு பிளாட்பார்ம்களும் ஒன்றாகத் தெரிந்தன. கம்பிகளின் மேல் நீண்டு மத்தியான சூரியன் தற்கொலை செய்துகொள்பவன்போல விழுந்திருந்தான். இருந்திருந்தாற்போலப் போப்பட் எரியும் பம்பரம்போலாகியிருந்தான். அவன் முழு உலகமும் முன்னங்காலில் நின்றுகொண்டு புதிய பெயரொன்றை வேண்டியது. 'அசாவரி. . . திரிபாதி சொன்னது நிஜம். இந்த ஒரு சான்ஸ்தான் எனக்கு இருக்கு. சீக்கிரம். . . சீக்கிரமா எனக்கொரு பேரு குடு' என்றபடி உத்வேகமடைந்தான். அசாவரி அவன் முதுகைத் தடவியவாறு 'சே. . .' என்றென்னவோ சொல்வதற்குள் போப்பட் 'சேயும் இல்ல சீயும் இல்ல. சீக்கிரமா ஒரு பேரத் தேடு. அதனால எல்லாம் புதுசாகும். எல்லாம் மாறும். ஸ்டைலிஸாத் தேவையில்ல. அழகானதும் தேவையில்ல. ஒரு புதுப் பேரு குடு போதும். சீக்கிரம். பிரஸ்காரனுக்கு மூணு மணிக்குள்ள மேட்டர் குடுக்கணும். சீக்கிரம்' என்று அவள் தோளைப் பிடித்து இழுத்தான். அசாவரிக்கு எதுவும் தோன்றவில்லை. ரயிலொன்று வந்து பாலத்துக்குக் கீழே

நின்று அவர்கள் காலுக்குக் கீழே ஆயிரக்கணக்கான பெயர்களை இறக்கிப் புறப்பட்டுப் போனது. அப்பப்பா எத்தனை வகையான பெயர்கள்! ஒவ்வொன்றுக்கும் ஒரு குறிப்பிட்ட முக அடையாளம், உடை, நினைவு, வாசனை, அதனுடையதேயான சொர்க்கம், நரகம். அவளை அசைத்து 'ஸ்வப்னீல்... ஆ ஸ்வப்னீல் எப்படியிருக்கு? ஒரு தடவை டீவியிலக் கேட்டேன். எழுது... எழுது... சீக்கிரம் எழுதிக்கோ. ஸ்பெல்லிங் வேணுன்னா திரிபாதிகிட்ட கேட்டுட்டு வா' என்று போப்பட் ஆவேசத்தோடு நடுங்கத் தொடங்கினான். வேறேதோ உலகத்துக்குப் புறப்பட்ட விமானம் ஒன்றின் இறக்கையில் கடைசி நிமிடத்தில் தென்பட்டான்.

ஜான் நீள சாதாரணமான திருமண அழைப்பிதழில் தன் நம்பிக்கையின் சாம்ராஜ்யமே பொய்த்துப் போய்க்கொண்டிருந்த தாகப் பயந்த அசாவரி அவன் தோளை இரண்டு கைகளாலும் பிடித்து 'உனக்கு என்னாச்சு போப்பட்? எல்லாம் சரியாத்தான் இருக்கு போப்பட். என்னோட போப்பட் இல்லயா நீ?' என்று மெல்லிய குரலில் சொல்ல முயன்றாள். புதிய பெயரின் கிளர்ச்சியிலிருந்த அவன் கண்களே வேறு மாதிரியாகத் தெரிந்தன. இப்போதாவது காப்பாற்றிக்கொள்ளாவிட்டால் சர்வநாசமாகிவிடும் என்றெண்ணித் திருமணத்தையே பாழாக்கும் திட்டத்திலிருந்த திருமண அழைப்பிதழ் எழுதப்பட்ட காகிதத்தையே பரபரவெனக் கிழித்து உருண்டையாக்கித் தூர எறிந்துவிட வேண்டும் எனக் கை வீசியவள் யாரோ கொடுத்த கடவுளின் பூப்பிரசாதத்தை வீசியெறியத் தயங்குவதுபோலத் திடீரென நிதானித்து, அந்தச் சின்ன காகித உருண்டையைத் தன் பர்ஸுக்குள் போட்டுக்கொண்டாள். அவள் அதை எறிந்து விட்டாளோ என்பதுபோல மிக ஆச்சரியப்பட்டு அது எங்கே போய் விழுமோ என்று கண்ணை விரித்து எதிரிலிருந்த இடைவெளியையே பார்த்த போப்பட்டுக்கு அந்தக் கணம், தொலைவிலிருந்த துண்டானஃப்ளை ஓவர், கம்பம், கடந்து சென்ற லாரிகள், ஜல்லிக்கல், நெருங்கிக்கொண்டிருந்த ரயில் எல்லாம் பிள்ளைகளின் விளையாட்டுச் சாமான்களாகத் தெரிந்தன.

●

ஜூலை 2013

செவ்வந்திப்பூ லாரி

கன்னட மூலம்: ஜெயந்த் காய்கிணி

அந்த நகராட்சி வளவின் கடைசி அறையின் ஒரு ஜன்னல் திறந்தே இருக்கிறது. வீதியிலிருந்து பார்த்தால் திறந்த ஜன்னல் பார்வையற்றவனின் கண்போலத் தெரிகிறது. அந்த அறையில் அமிர்தாஞ்சன் வாசனை படிந்த ஷோலாப்பூர்ப் போர்வையைச் சுற்றிக்கொண்டு புளுக்புளுக்கென்று பார்த்துக்கொண்டு படுத்திருக்கும் துர்க்கி அறுபது வயதிலும் சின்ன கைகால்கள் கொண்ட பாலகி யாகத் தெரிகிறாள்.

வீட்டின் வளர்ந்து நின்ற பிள்ளைகளான ரஷ்மி, வர்ஷாவின் பழைய நீண்ட சட்டைகள் துர்க்கிக்கு அவ்வப்போது போடப்படுகின்றன. அவையும் தளர்ந்துவிடுகின்றன. எப்படிப்பட்ட தூக்கத்திலும் வயிற்றைத் தேய்த்துக்கொண்டு துர்க்கி இந்த ஜன்னலுக்கு வருவாள். புதிய நாளொன்று வீதியில் மலர்வதைக் கண்டவுடனே கொடுப்பினையின் பூவொன்றைப்போலக் கண்மலர்வாள். பள்ளிக்குச் செல்லும் பிள்ளைகளைச் சத்தமிட்டு அழைக்கும் திராணியில்லாமல் பார்ப்பாள். அவளுடையதே யான பழைய தம்ளர், பிளாஸ்டிக் மக், பெரிய பற்கள் கொண்ட சீப்பு, உள்ளங்கை அகல வட்ட பிளாஸ்டிக் கண்ணாடி அவள் பாய்க்கு அருகில் காத்திருக்கும். விசித்திரமான மௌனமொன்று பாயைச் சுற்றி வந்து நின்றிருக்கும்.

சுதீர் மஹாஜன் நகராட்சி அலுவலகம் ஒன்றில் வேலைசெய்கிறான். அவன் மனைவி

ஜோதி முன்னெப்போதோ ஏறியிருந்த கல்லூரிப் படிக்கட்டின் நினைவில் வீட்டிலேயே பிள்ளைகளுக்கு ட்யூஷன் சொல்லித் தருகிறாள். இரண்டு பிள்ளைகள் ரஷ்மியும் வர்ஷாவும் அம்பின் வேகத்தில் வளர்கிறார்கள். இருவருக்கும் அம்மாவின் பெருமையும் அப்பாவின் நடையும் வந்திருக்கின்றன. பெரியவள் ரஷ்மி பச்சைக் குழந்தையாக இருந்தபோது அவளைப் பார்த்துக்கொள்ளவும் வீட்டு வேலைசெய்யவும் இரண்டு வேளைச் சாப்பாடு, வருடத்துக்கொரு புடவை, அதோடு 'பாங்கில் உன் பெயரில் ஒரு கணக்குத் தொடங்கி அதில் போடுகிறோம்' என்ற தொகையை நம்பி ஒரே அறை கொண்ட பத்துச் சதுர அடியில் வீடு என்னும் இந்தப் பொட்டலத்தை அடைந்தவள் துர்க்கி. ரஷ்மிக்கு மூன்று வயதானபோது வர்ஷா பிறந்தாள். அவளை எழுப்புவதற்குள் இவளுடைய பள்ளிக்கூடம், இவள் ஜடையைப் பின்னுவதற்குள் துணி துவைப்பது, தண்ணீர் எடுப்பதற்குள் பத்துப்பாத்திரங்கள். வேலைகள் முடிந்தன என்பதற்குள் ரேஷன் க்யூ என ஒன்றைத் தொடர்ந்து இன்னொன்றாக வேலைகள். மஹாஜன் குடும்பத் துக்குத் துர்க்கியை வெளியேவிடத் தீராமல் இரண்டு தசாப்தங்கள் கடந்துவிட்டன. வீட்டில் கைவைத்த இடத்திலெல்லாம் வர்ஷா, ரஷ்மியின் தாவணிகள் கிடைக்கத் தொடங்கி, அவர்கள் கல்லூரிப் படிப்பை முடித்து, துர்க்கி படிப்படியாகப் பழைய இரும்பு அலமாரியின் இத்துப்போன கைப்பிடிபோல, தொலைக்காட்சிப் பெட்டியின் மேலுள்ள சாயம்போன பின்னல் வேலைப்பாடு கொண்ட துணிபோல வீட்டின் ஒரு பழமையான பாகமாகவே ஆகிப்போனாள். 'நமக்கும் உதவி, அவளுக்கும் வேறு யாரிருக்கிறார்கள்?' என்னும் மொண்ணைத் தர்க்கத்தில் மஹாஜன் அவள் கணக்கில் பணம்போடுவதை நிறுத்திவிட்டான். இரவுச் சாப்பாட்டுக்குப் பிறகு எல்லோரும் என்றாவது ஆப்பிள் தின்றால் ஒரு துண்டு கண்டிப்பாகத் துர்க்கிக்கும் கொடுக்கிறோம் என்னும் பெருமை மஹாஜன் குடும்பத்துக்கு இருந்தது.

ஆனால் வளர்ந்த பெண்களுக்கு துர்க்கியின் இருப்பு பிரச்சினை ஆனதுபோலிருந்தது. 'என் ஹேர் க்ளிப் எங்க?' என்றெல்லாம் ஆத்திரப்பட்டுக்கொண்டிருந்தார்கள். துர்க்கி எல்லோருக்குப் பிறகு சாப்பிட உட்கார்ந்தால் அதையும் அவசரப் படுத்துவதுபோல வேலைவாங்கிக்கொண்டிருந்தார்கள். இருக்கும் இடத்தில் எல்லோரும் கைகால் நீட்டி படுப்பதோ சாத்தியமே அல்ல. பெண்கள் பனைமரம்போல வளர்ந்த பிறகோ இது மேலும் கடினமாயிற்று. லோக்கல் ரயிலில் கும்பலில் நின்றபடியே தூங்குவதுபோல எல்லோரும் உணர்ந்தார்கள். உண்மை என்னவென்றால், ரஷ்மியின் எஸ்எஸ்எல்சி படிப்பின் போதே துர்க்கியின் ஆரோக்கியமின்மையின் ஆரம்ப அறிகுறிகள் தீவிரமடைந்தன. மீண்டும் மீண்டும் காய்ச்சல்

வந்தது. வாதசீதம் என்று டாக்டரிடம் அனுப்பாமல் தலைவலிக் களிம்பு, மாத்திரைகளை நம்பினார்கள். வீட்டில் எஸ்எஸ்எல்சி படிப்பின் அவசரத்தால் துர்க்கிக்கு வேண்டும்போது படுப்பது கடினமாகத் தோன்றியது. அவள் முகமும் கைகால்களும் வீங்கின. வெளியில் சொல்ல முடியாத நூற்றுக்கணக்கான சங்கடங்கள் அவளைப் பலமிழக்கச் செய்தன. 'நீ ஓய்வெடுத்துக்க துர்க்கி. தண்ணியில கைகால் நனைக்காதே. அப்புறம் காய்ச்சல் அதிகமாயிடுச்சுன்னா. . .' என்று திருமதி மஹாஜன் சொன்னாலும் அந்த வேலையைச் செய்ய வேண்டுமாயிருந்தது. பிறகு 'வேண்டான்னு சொன்னாலும் ஏன் செஞ்சே?' என்றெல்லாம் அரைகுறையாக ஆத்திரப்பட்டுக்கொண்டிருந்தாள். ஒரு நாள், சாக்கடைக்குச் செல்வதற்குள் அடக்கிக்கொள்ள முடியாமல் துர்க்கி வீடு முழுக்க வாந்தி எடுத்துவிட்டாள். பிறகு பலமிழந்த கைகளால் எல்லோர் தொடை, தோள்களிலிருந்து வாரியெடுத்தாள். அந்தக் குடும்பத்துக்கும் அவளுக்குமிருந்த விரிசல் ஒன்றை அந்தக் கணம் பயங்கரமான மௌனத்தில் திறந்துவிட்டிருந்தது. தங்கள் உடம்பில் அங்கங்கே தெறித்த வாந்தியைத் துர்க்கி வாரியதை எல்லோரும் சற்றும் அசையாமல் சிலைகளைப் போலப் பார்த்துக் கொண்டிருந்தார்கள். அந்த நாளிலிருந்தே வீட்டுச் சூழலில் வாந்தியின் நாற்றம் நிரந்தமாகச் சேர்ந்துகொண்டது.

'இவளை வைச்சிட்டிருந்ததுதான் இந்த கெட்ட நிலைமைக்குக் காரணம். இப்பவாவது இவள அனுப்பிரலாம்' என்று மஹாஜன் குசுகுசுத்தான். 'இத்தன வருசம் வச்சிட்டிருந்துட்டு இப்ப காய்ச்சல்ல விழுந்தவள வெளிய அனுப்புனா வளவு ஜனங்க என்ன சொல்லுவாங்க? டாக்டர்கிட்ட காட்டி நல்லாப்பண்ணி அனுப்பிரலாம்' என்று திருமதி மஹாஜன் சொன்னாள். சாமி உடம்பில் வந்தவனாக மஹாஜன் இரண்டு மூன்று டாக்டர்களிடம் துர்க்கியை இழுத்துச் சென்றான். ஆனால் நோய் குணமாகும் அறிகுறி தெரியவில்லை. இரத்தப் பரிசோதனை அறிக்கையைப் பார்த்த டாக்டர் முகத்தைத் தீவிரமாக்கிக்கொண்டு பெரிய பெரிய மருத்துவமனைகள், சிகிச்சைகளைப் பரிந்துரைத்தார்கள். மஹாஜனுக்குக் கைகால்கள் நடுங்கின. செலவுக்குப் பயந்து மனைவி, பெண்களை டாக்டரிடம் என்றும் அவன் அழைத்துச் சென்றதில்லை. கொஞ்சம் பொய்களைத் தயாரித்துக்கொண்டு வீட்டுக்கு வந்தான். 'வைட்டமின் மாத்திரை சாப்பிட்டால் சரியாகிவிடுமாம். இடமாற்றம் பெஸ்ட் சிகிச்சையாம்' இப்படியெல்லாம் மனைவியின் கண்களை நேருக்கு நேர் பார்க்காமல் சொன்னான். முன்பெல்லாம் சின்ன சின்ன மனஸ்தாபம் ஏற்பட்டுத் துர்க்கி புறப்பட்டு நின்றபோதெல்லாம் 'நீ என்னோட அக்காவப்போல. உன்னை வீட்டுல ஒருத்தி மாதிரி பாத்துக்கறோம்' என்று தான்

நஞ்சுண்டன்

புலம்பியது எல்லாம் நினைவுக்கு வந்து தர்மசங்கடப்பட்டான். 'அவளென்னா சொந்த அக்காவா? ரத்த சம்பந்தம் உள்ளவளா? பணம் குடுத்தா யாரும் வீட்டு வேலை செய்வாங்க. நமக்கு ஒரு எல்லை இல்லியா?' என்று மனைவியை வெளியே அழைத்துப் போய்க் குசுகுசுப்பாகச் சொன்னான். அவள் 'என்னன்னாலும் நம்ம பிள்ளைங்களச் சலிச்சுக்காம பாத்துட்டவ' என்றாள். இருவரும் புதிய தீர்மானத்தின் ஆவேசத்தில் மீண்டும் வீட்டுக்கு வந்து துர்க்கியைச் சகித்துக்கொண்டார்கள். 'உன் ஊருக்கு இல்லன்னா சொந்தக்காரங்ககிட்டப் போகணுன்னு தோனுனா சொல்லு. . . விட்டுட்டு வர்றேன். . . ஞாபகப்படுத்திக்கோ. . . யாராவது இருக்காங்களா. . . சொல்லு' என்று மாஹாஜன் விளக்கமாகக் கேட்டதற்குத் துர்க்கி உற்றுப் பார்த்தாள். பட்டப்பகலிலும் காலில் தடுக்கும் துர்க்கியின் கிழிந்த பாய் மிச்சமிருந்த மௌனத்தையும் ரம்பமாக அறுத்தது.

ட்யூஷனுக்கு வரப் பிள்ளைகள் தயங்கினார்கள். வர்ஷா, ரஸ்மியோ சின்ன விஷயங்களுக்கும் பெரிய ரகளை எழுப்பி பாதிச் சாப்பாட்டில் எழுந்து காலை உதைத்துக்கொண்டு போகத் தொடங்கினார்கள். அவர்களுடைய சினேகிதிகள் வீட்டிற்கு வரவும் கூசினார்களாம். துர்க்கிக்குத் தொற்று நோய் என வளவு ஜனங்கள் பேசிக்கொண்டார்கள். அதற்கும் மேலாக 'மஹாஜன் எவ்வளவு நல்லவர். நோயில விழுந்த வேலைக்காரிய எவ்வளவு நல்லாப் பாத்துக்கறாரு' என்று புகழ்ந்து இரண்டு உருளைக்கிழங்குகளையோ தீப்பெட்டியையோ வாங்கிச் சென்றார்கள். துர்க்கியால் இப்போது எழுந்து நிற்கவும் முடிய வில்லை. கையைப் பிடித்துக்கொண்டே குளியலறை மறைவுக்கு அழைத்துப்போக வேண்டியிருந்தது. காமன் கக்கூஸிலிருந்து வந்தபோது பிடி தவறி வளவைச் சேர்ந்த நான்கு பேர் அவளை வீட்டுக்குத் தூக்கிவந்து போட்டுவிட்டுப் போன பிறகோ அவளுக்குப் படுக்கை நிரந்தமாகிப்போயிற்று. மஹாஜன் தலையில் கைவைத்துக்கொண்டு உட்கார்ந்தான். இனித் துர்க்கி உயிரோடு அந்த வீட்டிலிருந்து வெளியேறமாட்டாள் என்பது மனத்தில் பதிந்துபோனது. படுக்கையிலிருந்து அவள் அழைத்தாலும் கேட்காதவர்களைப்போல எல்லோரும் நடமாடினார்கள். அதிகம் சொல்லிக்கொள்ள முடியாத பெண் பிள்ளைகளின் திருமணத்துக்காகப் பைசா பைசாவாகச் சேர்த்த கணவன் மனைவிக்கு மருத்துவமனை பற்றி யோசிக்கத் தைரியம் வரவில்லை. 'நீங்க எவ்வளவு நல்லவங்க. வீட்டுக்காரரும் எவ்வளவு கவனிச்சிக்கறாங்க' என்று அக்கம்பக்கத்தவர்களின் குசுகுசுப்பான பேச்சு வேறு.

படுக்கையில் விழுந்த துர்க்கியின் மலஜலம் திருமதி மஹாஜனின் உயிர் தொண்டைக்கு வந்தது. சங்கோஜத்தாலேயே

சாகும்படியான துர்க்கி சங்கடத்தைப் பொறுத்துக்கொள்ள முடியாமல் சாப்பிடுவதை நிறுத்திவிட்டாள். வாய் உலர்ந்த போது மட்டும் தண்ணீரைத் துளித் துளியாக வாய்க்குள் விட்டுக்கொண்டாள். மஹாஜனின் ரத்த அழுத்தம் உயர்ந்தது. வயசுக்கு வந்த பெண்களின் முகங்கள் களையால் ஒளிர்வதற்குப் பதிலாகத் திவாலான கடைகளாகத் தெரிந்தன. 'பெண்ணு பாக்க வர்ற நாட்களும் வந்தாச்சு. இதென்ன பேய்பிடிச்சிருக்கு வீட்டுக்கு' என்று பயந்து அக்கம்பக்கத்து வீடுகளில் அழத் தொடங்கிய மஹாஜனின் மனைவிக்குத் 'தண்ணி, சாப்பாடு குடுக்கறதை நிறுத்துங்க' என்று யோசனை சொன்னார்கள். அதற்கு அவள் 'சே சே' என்றாலும் வீட்டுக்கு வந்த உடனே பாய்க்குப் பக்கத்திலிருந்த சொம்பில் தண்ணீர் எவ்வளவு மீந்திருக்கிறது எனப் பார்த்தாள். நீர் நிறைந்தேயிருந்தது. 'நீ ஏன் தண்ணி குடிக்கிறதில்ல?' என்று அழுகைக் குரலில் ஆத்திரப்பட்டாள். பயந்து குருவியைப் போல துர்க்கி நடுங்கிய கைகளால் தண்ணீர்ச் சொம்புக்குக் கைநீட்டியபோது 'வேண்டான்னா விடு. குடிக்காதே. எனக்காகக் குடிக்காதே' என்று கத்தினாள். துர்க்கி கைகளைப் போர்வைக்குள் இழுத்துக்கொண்டாள்.

மஹாஜன் அலுவலகத்தில் நலம்விரும்பிகளிடம் பகிர்ந்து கொண்டான். யாரோ ஒருவருடைய யோசனையின் பேரில் உபநகரத்தின் பழைய சந்து ஒன்றுக்குள் இருக்கும் டாக்டர் ஒருவரிடம் போனான். அவர் இவனைச் சத்தமில்லாமல் அழைத்துக் கீழ்க் குரலில் பேசினார். மஹாஜனின் கஷ்டத்தைக் கேட்டுக்கொண்டார். பிறகு நிறைய பணம் எண்ணி வாங்கிக் கொண்டு 'என் பேர் வெளிய வரக் கூடாது மிஸ்டர். படுக்கறதுக்கு முன்னாடி இதுல பத்து மாத்திரை குடுத்துறுங்க. அவளாவே விழுங்கட்டும். நீங்க இனிப் போகலாம்' என்றார். வழியில் தடதடவென நடுங்கிக்கொண்டே மஹாஜன் திரும்பினான்.

சாப்பாடு, தண்ணீரை விட்டு மாதமே ஆனாலும் துர்க்கியின் உயிர் ஒளிர்ந்தது. அவள் கண்கள் ஆழ்ந்து பார்த்தன. விலங்கைப் போல வயிற்றைத் தேய்த்துக்கொண்டு உடம்பை இழுத்தவாறு ஜன்னல் பக்கம் போய்க் கிராதியில் சாய்ந்துகொண்டாள். வெளியே வீதியில் காய்கறி மொத்த விற்பனைக் கூடம் இருந்தது. காய்கறி, பூ, பழ லாரிகள் நூற்றுக்கணக்கில் எங்கெங்கிருந்தோ வந்து இங்கே காலியாகிக்கொண்டிருந்தன. எத்தனையோ வருடங்களுக்கு முன்னால் இப்படிப்பட்ட ஒரு லாரியில் எங்கோ கெஞ்சி வேண்டி ஏறி வந்து இங்கே இறங்கியவள் துர்க்கி. அந்த லாரி எங்கே போயிற்றோ? அந்த லாரியின் ஊதுவத்திப் புகை இன்னமும் வளவின் திருப்பத்தில் இருக்கிறது. எத்தனை வகையான லாரிகள். தர்ப்பூசணி, முட்டைக்கோஸ், ஆரஞ்சு எனக் கண்

நிறையப் பார்த்தபடியே கண் மங்கி அங்கேயே ஜன்னல் கிராதி யில் சாய்ந்தாள். மீண்டும் கண் திறந்தால் லாரிகள் காலியாகி யிருந்தன. ஆனால் மூலையிலிருந்த செவ்வந்திப்பூ லாரி அப்படியே நின்றிருந்தது. கண் வாடும்வரை பார்த்து மீண்டும் தன் பசித்த வயிற்றைத் தேய்த்துக்கொண்டு படுக்கைக்குத் திரும்பினாள். சாய்ந்த அவள் கண்களில் செவ்வந்திப்பூ நிறைந்த லாரி காலியாகாமல் அப்படியே நின்றிருந்தது.

அன்றிரவு மஹாஜன் தம்பதி பிள்ளைகளைச் சற்று வெளியே அனுப்பினார்கள். அதோடு கதவைச் சாத்திக்கொண்டு துர்க்கியின் எதிரில் குனிந்து உட்கார்ந்தார்கள். 'துர்க்கி...' என்று என்னவோ சொல்லப்போய் மஹாஜன் எதுவும் பேச முடியாமல் உட்கார்ந்தான். 'ரஷ்மி, வர்ஷாவோட கல்யாணம்... ஊரு...' என்றென்னவோ மஹாஜனின் மனைவி வறண்ட தொண்டையில் குழறினாள். எல்லாம் புரிந்ததாகத் துர்க்கி நடுங்கிய கையை வீசி அவளைப் பேசாதிருக்கச் செய்து என்ன சொன்னாலும் கேட்டுக்கொள்வதுபோல கையை முன்னால் காட்டினாள். மஹாஜன் தூக்கத்தில் நடந்தவன்போலத் திடுக்கென்று எழுந்து தன் அலுவலகப் பையிலிருந்து எடுத்து நடுங்கிய கைகளால் மாத்திரைப் பொட்டலத்தை எடுத்து அவள் கையில் தந்தான். இடுங்கிய கண்களால் துர்க்கி கையிலிருந்த மாத்திரைகளையே பார்த்தாள். பிறகு என்னவோ சொல்லத் தடுமாறினாள். மஹாஜனுக்குப் புரியவில்லை. அவன் மனைவி குனிந்து துர்க்கியின் அருகில் காதைக் கொண்டுசென்றாள். துர்க்கி 'சாப்புடறேன்... ஆனா நாளக்கி... நாளக்கி சாப்புடறேன்' என்று முனகினாள்.

நடந்ததற்கும் தங்களுக்கும் சம்பந்தமே இல்லை என்பதாகத் திடுக்கென்று மஹாஜன் தம்பதி அறைக்கு வெளியே வந்து வீதியில் நடந்தார்கள். நின்றால் துர்க்கியின் 'நாளக்கி...' கேட்டது போலிருந்தது. அதில் 'இன்னக்கி ஒரு நாள் இருக்கட்டும்' என்னும் நிராசையின் வேண்டுதல் இருந்தது. விருவிருவென நடந்தார்கள். சுற்றித் திரிந்துவிட்டு வீட்டுக்கு வந்தபோது ரஷ்மியும் வர்ஷாவும் பறிமாறிச் சாப்பிட்டுக்கொண்டிருந்தார்கள். டிவியைச் சத்தமாக வைத்திருந்தார்கள். கணவன் மனைவி இருவருக்கும் துர்க்கியின் பக்கம் பார்க்கும் தைரியம் வரவில்லை. துர்க்கியின் பாய்க்குப் பக்கத்திலிருந்த சொம்பின் தண்ணீரை மாற்றினார்கள். ஜன்னல் கிராதியில் சாய்ந்து வெளியே பார்த்துக்கொண்டிருந்த துர்க்கி வழக்கம்போலத் தலைக்கு எண்ணெய் தேய்த்து வாரிவிடச் சற்றும் ஒப்புக்கொள்ளவில்லை. வாரத்துக்கொருமுறையாவது திருமதி மஹாஜன் துர்க்கியின் தலைக்கு எண்ணெய் தேய்த்து வாரி சின்ன தளர்வான ஜடை போட்டுவிடுவாள். துர்க்கி

பால் மீசை

இப்போது தலையைக் கெட்டியாக ஜன்னலில் வைத்துக் கொண்டு வேண்டாமென்றுவிட்டாள். பிறகு என்ன தோன்றியதோ வர்ஷா, ரஷ்மி இருவரையும் அழைத்து அவர்களே ஜடை போட்டுவிட வேண்டுமென்று அடம்பிடித்தாள். தாயின் கனல் கக்கிய கண்களுக்குப் பயந்து இருவரும் படபடவென எண்ணெய் தட்டி ஜடை போட்டுவிட்டபோது துர்க்கியின் கண்களில் ட்யூப் லைட்டின் குட்டிப் பிம்பங்கள் வெள்ளித் தீபங்களாக அசைந்தன. பிறகு வர்ஷாவின் ஏதோ ஒரு பிறந்தநாளின்போது அவள் எல்லோர் முன்னாலும் ஒன்றுக்கிருந்ததை எல்லோருக்கும் ஞாபகப்படுத்தத் துர்க்கி கஷ்டப்பட்டாள். முகத்துக்கு முன்பாக சின்ன கண்ணாடியைப் பிடிக்கச் சொன்னாள். ஏதோ சித்திரத்தைப் பார்த்தாற்போல அதைப் பார்த்தாள். பிறகு எல்லோரையும் படுக்கச் சைகைசெய்து, விளக்கை அணைக்கச் சொல்லிவிட்டு வயிற்றைத் தேய்த்துக்கொண்டு போய் ஜன்னல் கிராதியில் சாய்ந்துகொண்டாள். ரஷ்மியும் வர்ஷாவும் என்றைக்கும்போலப் போர்வைகளுக்காகச் சண்டையிட்டுக் கொண்டார்கள். மஹாஜன் தம்பதி அறை வாசலில் தூக்கம் வராமல் சிலைகளைப்போல உட்கார்ந்தார்கள்.

இரவு வளர்ந்துகொண்டு போக ஜனநடமாட்டம் குறையச் சாலை வெகு தொலைவுவரைக்கும் வெறுமையாகத் தெரிந்தது. காலி லாரிகளெல்லாம் அங்கங்கே நின்றிருந்தன. எதிரே அப்படியே இருந்த செவ்வந்திப்பூ லாரியைவிட்டால் மார்க்கெட் முழுவதும் பழைய காகிதம்போலத் தெரிந்தது. இனி யாரேனும் வந்து இந்த லாரியின் கதவைத் திறந்து மஞ்சள் பூவின் குவியலில் நின்று மண்வெட்டியால் வாரிவாரிச் சாலையில் பூவைக் கொட்டுவார்கள். இந்த யுகத்திலேயே மிக நீண்ட இந்த இரவு தன் எல்லாச் சக்தியாலும் நாளையைத் தள்ளியவாறு நின்றுகொண்டிருக்கும்.

●

ஆகஸ்ட் 2013

அமிர்தவள்ளிக் கஷாயம்

கன்னட மூலம்: ஜெயந்த் காய்கிணி

கோல்டன் ஃபிரேம் ஒர்க்ஸின் கங்காதர் தன் வருடாந்திர வாடிக்கையாகக் கடைக்குள்ளிருந்த எல்லாச் சாமான்களையும் வெளியே எடுத்து, கடையைப் பினாயிலால் கழுவி, எல்லாவற்றையும் தூசுதட்டித் துடைத்துச் சிரத்தையோடு ஃபிரேம், கண்ணாடி, பிளைவுட் அட்டைகளை வரிசையாக அடுக்கும் காரியத்தில் மூழ்கியிருந்தான். அவன் அஸிஸ்டென்ட் பையன் விக்கி துருப்பிடித்த ஆணிகளை எறிந்துவிட்டுப் பளபளவென்ற புது ஆணிகளைப் பெட்டியில் நிரப்பிக்கொண்டிருந்தான். அப்பாவின் காலத்திலிருந்தே நடந்துவந்த ஃபிரேம் கடை இது. பெண்களின் பூத்தையல், பின்னல் வேலைப்பாடுகள், நடிகர், நடிகையர், காந்தி, நேரு, பள்ளி குருப் புகைப்படங்கள், பிளாஸ்டிக் பூ ஜாடிக்கு இரண்டு பக்கமும் கைமேல் கை போட்டு நிற்கும் பழைய திருமணத் தம்பதி இவை எல்லாவற்றுக்கும் சட்டம் போட வேண்டுமென்றிருந்த இந்தக் குறுகிய கடையில் ரம்பத்தால் அறுத்ததால் கொட்டிய மரத்தூள் எப்போதும் காலில் ஒட்டிக்கொள்ளும். அப்பாவின் காலத்தில் மர ஃபிரேம்கள் மட்டும் இருந்தன. இப்போதோ அலுமினியம், பிளாஸ்டிக் என்று விதவிதமான, வண்ண ஃபிரேம்கள், கண்ணாடிகள். சாலையில் நடந்து செல்லும் வாடிக்கையாளர்களின் கவனத்தை இழுக்கும் தொங்கவிடப்பட்ட இயற்கைக் காட்சிகள், ஆண், பெண் தெய்வங்கள், டாக்டர் எஸ். ராதாகிருஷ்ணன், திருப்பதி வெங்கடாஜலபதி ஆகியவற்றுக்கு மத்தியில்

தன் விசேஷமான ஃபிரேமினாலும் நெற்றியில் சின்னதாகத் தீக்கங்குபோல எரிந்துகொண்டிருக்கும் ஜீரோ வாட் பல்பாலும் எடுப்பாகத் தெரியும் புகைப்படம் கங்காதரின் அப்பாவுடையது. இதே இடத்தில் உட்கார்ந்து எத்தனையோ வருடங்களாக ஃபிரேம் போடும் வேலைசெய்துவந்திருந்த கங்காதரின் அப்பா ஒரு நாள் திடீரென வேலையை நிறுத்தி மேலே ஃபிரேமுக்குள் போய் உட்கார்ந்துவிட்டதாகச் சாலையில் போவோருக்குத் தோன்றியது.

வெளியே வெயில் ஏறுவதற்குள் கண்ணாடிக் கட்டுகள் எல்லாவற்றையும் உள்ளே கொண்டுவந்து வைக்க வேண்டு மென்று கங்காதர் அவசரப்படுத்தத் தொடங்கினான். கட்டாகக் கட்டி டெலிவரிக்குத் தயாராயிருந்த எல்லாப் படங்களையும் இப்போது ஒவ்வொன்றாக விக்கி எடுத்துக்கொண்டான். கங்காதர் அவற்றை வகைப்படுத்தி அடுக்கினான். பூத்தையல், நல்வரவு, பட்டன் வாத்து, நாணய மயில்கள் ஒரு பக்கம்; திருமணப் புகைப்படங்கள் ஒரு பக்கம்; ஆண், பெண் தெய்வங்கள் ஒரு பக்கம்; பெரிதுபடுத்தப்பட்ட தனிநபர் புகைப்படங்கள் ஒரு பக்கம். அந்தத் தனிநபர் புகைப்படங்கள் விஷயத்தில் மட்டும் கங்காதர் மிகுந்த ஜாக்கிரதையோடிருந்தான். சாதாரணமாக ஐம்பதைத் தாண்டியவர்கள், முதியவர்கள் இப்படிப்பட்ட படங்களை இளைஞர்கள் கொண்டுவந்து கொடுப்பார்கள். பெரும்பாலும் சாவுக்குப் பிறகே தேர்ந்தெடுத்துத் தயார்செய்த படங்கள் இவை என்று பார்த்தவுடனே புரியும். சிலர் திருமணம் அல்லது ஏதோ குரூப் போட்டோவிலிருந்து தனித்தெடுத்துப் பெரிதாக்கி டச் அப் செய்து கொடுப்பார்கள். இந்தப் புகைப்படங்களுக்கு ஒரு தீட்டுத்தனம் இருந்தது. சில சமயம் இப்படிப்பட்ட புகைப்படங் களில் பதின்பருவத்தினரும் என்சிசி உடை அணிந்த இளைஞர் களும் இருப்பார்கள். அதோடு இவற்றைத் திரும்ப வாங்கிச் செல்ல வரும் பெற்றோரின் கைகள் பணம் கொடுக்கும்போது நடுங்கும்.

முக்கால் பாகம் கடையைச் சுத்தப்படுத்தும் வேலை முடிந்த பிறகு விக்கி துணியில் கட்டியிருந்த சில படங்களைக் கங்காதரின் எதிரில் வைத்து 'இதை என்ன செய்யறது ?' என்று கேட்டான். அது ஒவ்வொரு வருடமும் சேரும் டெலிவரியாகாமல் தங்கிவிட்ட படங்களின் கட்டு. வேலைமாற்றலாகியோ ஞாபகமறதியாலோ பணத் தொந்தரவாலோ வேறேதோ காரணத்தாலோ வாடிக்கை யாளர்கள் வாங்கிக்கொண்டுபோகாமல் இருக்கும் அப்படிப் பட்டவற்றில் பூத்தையல், கலை, இயற்கைக் காட்சிகள், பெண் தெய்வங்கள் ஆகியவற்றின் படங்களே பெரும்பங்கு. அடுத்ததாக நடிக, நடிகையர், விளையாட்டு வீரர்களின் படங்கள். கங்காதர் 'விற்பனைக்கு' என்னும் சீட்டை அவற்றுக்கு ஒட்டத் தொடங்கினான். ஏனென்றால் வெறும் ஃபிரேமின் விலையில்

முழுப்படமும் கிடைப்பதால் புதிதாக அறை வாடகைக்கு எடுத்தவர்கள், குடிசைகளிலிருந்து வளவு வீடுகளுக்கு மாறியவர்கள் இப்படிப்பட்ட படங்களை வாங்கிக்கொள்வார்கள். கங்காதருக்கும் பாரம் குறைவு. ஆனால் இந்தமுறை சீட்டு ஒட்டிக் கொண்டேபோன கங்காதர் அதிர்ந்து உட்கார்ந்துவிட்டான். ஏனென்றால் அவற்றுக்கு நடுவே ஐம்பதைத் தாண்டிய பெண், முதிய ஆண், மத்திய வயசுக்காரர் என மூன்று பேரின் புகைப்படங்கள் இருந்தன. மூன்றும் ஒன்றுக்கொன்று சம்பந்த மற்றவை. யார் யாரோ என்றென்றோ ஃபிரேம் போடுவதற்காகக் கொடுத்தவை. கொடுத்தவர்கள் வரவில்லை. பேட்டி காண யாரும் வராத கைதிகளைப்போல அவை இங்கே தங்கியிருந்தன. கங்காதர் மீண்டும் அவற்றைப் பார்த்தான். பெண்ணின் புகைப்படத்தில் அதிகம் டச் அப் இருந்தது. தலையில் முடிந்த பூ, குங்குமம். சேலை மேலிருந்த பூக்களை ப்ரஷ்ஷால் சரிப் படுத்தித் தயார்செய்த படம். மற்ற இரண்டு படங்களிலும் ஆண்கள் மகிழ்ச்சியுடன் தோற்றமளித்தார்கள். காகிதத்தில் சுற்றிவைத்திருந்தாலும் கடந்த ஒரு வருடமாக அவர்களின் கண்கள் மூடவேயில்லையே எனத் தோன்றிக் கங்காதருக்கு விசித்திர மான மெல்லிய பயம் ஏற்பட்டது. பெண்ணின் புகைப்படத்துக்கு விலையுயர்ந்த ஃபிரேம் இருந்தது. அப்படியானால் இந்தப் புகைப்படங்களைக் கொடுத்துவிட்டுப் போனவர் ஏன் திரும்பி வரவில்லை? விக்கி 'இதற்கும் ஃபார் சேல் சீட்டு ஒட்டிவிடலாமா?' என்று குறும்பாகச் சிரித்தபோது கங்காதர் தீவிரமாக 'சே சே' என்றான். தயக்கத்தோடு மேலேயிருந்த அப்பாவின் புகைப்படத்தைப் பார்த்தான். ஊதுபத்தியின் சாம்பல் மாலையின் மேல் அங்கங்கே விழுந்திருந்தது.

மத்தியானம் முழுக்கக் கங்காதர் அந்தப் புகைப்படங் களை யார் கொடுத்திருக்கலாம் என்பதிலேயே சிந்தனையைச் செலுத்திக்கொண்டிருந்தான். புகைப்படங்களைக் கொடுத்தவர் களுக்கு மீண்டும் அவற்றின் அவசியமே ஏற்படவில்லையா? அவர்களுக்கும் இந்த வாழ்விலிருந்து வெளியேறும் அவசியம் வந்ததா? ஃபிரேம் போடக் கொடுத்த கணத்திலிருந்த தீவிரத்துவம் பிறகு குறைந்துபோயிற்றா? விக்கி 'இதுங்க ஃபிரேம், கண்ணாடியை எடுத்து உபயோகப்படுத்திக்கலாம், படங்களைக் கிழிச்சிப் போட்டுட்டாப்போச்சு' என்றதற்குக் கங்காதர் 'உனக்கென்ன அவ்வளவு அவசரம்?' என்று ஆத்திரப் பட்டான். இரவு வீட்டுக்குத் திரும்பிய பிறகு மாயியைக் கேட்பது, அவள் சொல்லுவதுபோலச் செய்வது எனத் தீர்மானித்தான். தந்தை போன பிறகு மாயியைக் கேட்காமல் கங்காதர் எந்த அடியையும் எடுத்துவைப்பதில்லை. தந்தையைத் தவிர்த்துக் கங்காதர் உள்ளாக வளவு வீட்டிலிருந்தவர்கள், தெருக்காரர்கள்

எல்லோரும் அவளை மாயி என்றே அழைத்தார்கள். இந்த மாயி வீட்டிலிருப்பதே குறைவு. இப்போதுதான் என்றல்ல. கங்காதரின் பால்யத்திலிருந்தே வீட்டைவிட வீட்டுக்கு வெளியிலேயே அதிகம் இருந்தாள். கங்காதர் பிறந்தபோது அவளுக்குச் சுரந்த பால் கங்காதருக்கு மட்டுமே அல்ல, அதே ஆஸ்பத்திரியில் அதே நேரத்தில் பிறந்த எத்தனையோ குழந்தைகளுக்குக் கிடைத்ததாம். வீட்டுக்கு வந்த பிறகும் அவள் மீண்டும் மீண்டும் அந்தப் பிரசவ ஆஸ்பத்திரிக்குச் சென்று பால் போதாத குழந்தைகளுக்கு ஊட்ட முன்வந்தாளாம். இவளுக்கு எப்படிப்பட்ட பைத்தியக்காரத்தனம் என்று கங்காதரின் அப்பாவுக்கு என்ன செய்வதெனத் தெரியவில்லை. எத்தனையோ குழந்தைகளுக்குப் பாலூட்டிய மாயிக்குச் சில வருடங்களுக்குப் பிறகு நகரத்தின் சந்தையில் 'இதுல எங்கிட்ட பால் குடிச்ச குழந்தைங்க எத்தனை பேர் இருக்காங்க?' என்றெல்லாம் தோன்றுமாம். யாரோ சின்னப் பையனின் காமாலைக்கான கவனிப்பு, பிளாஸ்டர் கட்டுப் போட்டிருந்த யாரோ சிறுமிக்கான – அவர்கள் வீட்டில் இடமில்லை என்று இங்கே – நான்கு மாதப் பராமரிப்பு போன்றவற்றால் கங்காதருக்குத் தான் ஒரே பையன் எனத் தோன்றவே இல்லை. இது கூட்டுக் குடும்பம் எனத் தோன்றத் தொடங்கியது. அதோடு மாயியின் அமிர்தவள்ளிக் கஷாயத்தின் கீர்த்தி வேறு. யாரிடம் சொல்லி எங்கிருந்து கொண்டுவந்து சேகரிக்கிறாளோ? முக்குருட்டைக்கொடி, அமிர்தவள்ளி ஆகியவற்றைப் பேழையில் உலர்த்திக் கஷாயம் தயாரிப்பாள். எல்லாக் காய்ச்சலுக்கும் மாயியின் அமிர்தவள்ளிக் கஷாயம் வேண்டும். அதன் சுவை அறிந்தவர்கள் பொய்யாக முதுகுவலி அது இது என்று வந்து கஷாயம் தயார்செய்யவைத்துக் குடித்துவிட்டுப் போவார்கள். இந்த எல்லா அவசரத்திலும் தங்களுக்குக் கொஞ்சம் இடமும் கவளமும் அவள் தந்தால் போதும் எனத் தோன்றியது கங்காதருக்கும் அப்பாவுக்கும். பிறகு வந்த வருடங்களில் அவளுக்கு வேறொரு பழக்கம் ஆரம்பமாயிற்று. மாநகரத்தின் ஆஸ்பத்திரிகளுக்குப் போய் அங்கே சேர்க்கப்பட்டிருந்த உற்றார் உறவினர் இல்லாத ஒத்தை ஜீவன்களைத் தேடி அவர்களுக்குக் கஞ்சி கொடுப்பதுதான் அது. லட்சக்கணக்கில் மூச்சிரைப்பின் நூலை நெய்யும் இந்த மாநகரத்தின் தறி மாயிக்கொரு வரமாயிற்று. சற்றே ஓய்வு கிடைத்தால் போதும், தூக்கில் கஞ்சி, ஊறுகாய் எடுத்துக்கொண்டு முனிசிபல் ஆஸ்பத்திரிகளின் வார்டுகளைத் தேடிப் புறப்பட்டுவிடுவாள். அப்பா இறந்த மறுநாளும் அவள் இந்தச் சஞ்சாரத்தை நிறுத்தவில்லை.

இரவு கங்காதர் மெதுவாக மாயியிடம் அந்த அனாதைப் புகைப்படங்கள் பற்றிப் பேச்செடுத்தான். 'வேலைக்குதவாத பூ, பழம் வக்கிறதுக்கும் சாமி போட்டோக்களைத் தொங்க

விடறதுக்கும் உன் கடையில இடமிருக்கு. பாவம் அந்த மூணு ஜீவன்களுக்கு இடமில்லயாடா?' என்று சொல்லிவிட்டாள் மாயி. பிறகு 'கடையில வேண்டான்னு நினைச்சா இங்கக் கொண்டு வந்து வை' என்றாள். கங்காதர் 'இல்ல அங்கயே இருக்கட்டும்' என்றான். அப்பா இறந்தபோது அவர் புகைப்படத்துக்கு மாலை போடுவதைக் கடுமையாக எதிர்த்த மாயியிக்கு இந்த ஃபிரேம் விவகாரம் உத்திரகிரியையின் ஒரு பாகம்போலத் தோன்றியது. ஞாபகத்துக்கு எதற்குச் சட்டகம் என்பது அவள் தர்க்கம். ஆனால் அவள் அடம்பிடிப்பவளும் அல்ல. அப்பா இறந்த ஒரு வருடத்துக்குப் பிறகு 'அவரோட ஃபோட்டோ ஒண்ணு வீட்டுல இருக்கட்டும். சும்மா மனசுல வச்சிக்கிட்டா மட்டும் போதுமா? அவரை வெளியிலயிருந்தும் பார்க்கறது வேணாமா?' என்றாள். கங்காதருக்கு அந்தப் புகைப்படங்களைச் சாலையில் போகிறவர்களுக்குத் தெரியும்படி டிஸ்ப்ளே செய்தால் என்ன என்னும் எண்ணம் வந்தது. அதற்கு மாயி 'அவங்க செத்துட்டாங்கன்னு ஏம்பா நெனக்கிற? அவங்களே நேர்ல வந்து அதை வாங்கிட்டுப்போவாங்க' என்றாள்.

மறுநாள் கடைக்குப் போன உடனே அந்த மூன்று புகைப்படங்களையும் நன்றாகத் துடைத்துத் துருப்பிடித்த ஆணிகளை மாற்றி ஃபிரேம் மாதிரிகளுக்கு நடுவே தொங்க விட்டான். சாலையில் நடக்கும் லட்சோப லட்சம் ஜீவன்களில் யாராவது இவற்றுக்குச் சம்பந்தப்பட்டவர்கள் நிச்சயம் இருப்பார்கள். அதோடு அவர்களை இவை நிச்சயம் கவரலாம். ஒன்றிரண்டாவது தம் வீட்டை அடையலாம் என்று எதிர்பார்த்தான். இது விக்கிக்குச் சரியாகத் தோன்றவில்லை. 'செத்தவங்க ஃபோட்டோ டிஸ்ப்ளேயில எதுக்கு?' என்றான். அதற்குக் கங்காதர் மாயியின் பாணியிலேயே 'அவங்க செத்துட்டாங்கன்னு நீ ஏன் நெனக்கிற? அவங்களே நேரா வந்து ஃபோட்டோவை வாங்கிட்டுப் போகலாம்' என்றான். விக்கி சிரித்துவிட்டான். காற்று, வெயில், தூசி என்று பாராமல் சாலையையே பார்த்தபடி தொங்கிக்கொண்டிருந்த இந்த மூன்று பேர் இப்போது கங்காதருக்கு மிகவும் பரிச்சயமானவர்களாகத் தோன்றத் தொடங்கினார்கள். இந்த மூவருக்கு இடையிலும் ஒரு தொடர்பு இருப்பதுபோல உணர்ந்தான். முதியவர் கணவர், சுமங்கலி மனைவி, மற்றொருவர் அவளுடைய தம்பி என இப்படியெல்லாம் உறவுகளைக் கற்பனை செய்தவாறு கங்காதர் தன் ஃபிரேம் ஓர்க்ஸைத் தொடர்ந்தான். கடைக்கு வந்தவர்கள் ஃபிரேமுக்கு ஆர்டர் கொடுத்தபோது இந்த மூன்று புகைப்படங்களையும் உற்று உற்றுப் பார்த்தார்கள். அவர்கள் மனங்களில் அவை எப்படிப்பட்ட உணர்வுகளை எழுப்பினவோ என்னவோ? ஒருவன் கங்காதரை 'அவங்க உங்க சொந்தக்காரங்களா?

எத்தனையோ நாளா இந்தப் போட்டோல்லாம் இங்கயே இருக்கு' என்று கேட்டுவிட்டான். கங்காதர் 'சே சே சே இல்ல இல்ல' என்றான். பிறகு அவனுக்குத் தான் அவ்வளவு ஆவேசத்தோடு இல்லையெனச் சொல்லிவிட்டோமே என்று ஆச்சரியமாக யிருந்தது. இப்படியே ஒரு நாள் ஏதோ வேலைக்காகவென்று வந்து அரட்டையடித்துக்கொண்டு நின்றிருந்த விக்கியின் நண்பன், நாடகக்கார பண்டியா 'அட இந்த ஃபோட்டோ எவ்வளவு பெரிசா இருக்குது. எவ்வளவு க்ளியரா இருக்குது. பால்கனியிலயிருந்து தெரியற மாதிரி இருக்குது. நாடக ஸ்டேஜுல உபயோகிக்கறதுக்குப் ஃபர்ஸ்ட் க்ளாஸாயிருக்குது' என்றெல்லாம் ஆரம்பித்து 'இந்த மாநகரத்து நாடகக் கம்பெனிக் காரங்களுக்கு இப்படிப்பட்ட போட்டோக்கள் தேவைப்படும். இறந்துபோன அப்பா அம்மா போட்டோ சமூக நாடகங் களுக்குக் கண்டிப்பா வேணுமாயிருக்கும். நான் வாங்கிட்டுப் போகவா?' என்று அதை விடவேயில்லை. ஏற்கனவே அவை டிஸ்ப்ளேயில் நாள் கணக்காகத் தொங்கிக்கொண்டிருந்ததால் கங்காதருக்கு அவற்றின் விஷயத்தில் ஆவேசம் தானாகவே குறைந்திருந்தது. 'இருக்கட்டும். இதுங்களுக்குப் புது வழி கிடைச்சா கிடைக்கட்டும்' என்று 'உம்' என்று சொல்லிவிட்டான். பண்டியா 'இதோட விலையைக் குடுக்கறேன்' என்றபோது 'அதெல்லாம் வேணாம்பா. ஆனால் ஒரு கண்டிஷன். இந்த ஃபோட்டோவுக்குச் சம்பந்தப்பட்டவங்க யாராவது வந்து கேட்டா குடுத்துடணும்' என்றான். பண்டியா உற்சாகத்தோடு 'கண்டிப்பா' என்று தினசரித் தாளில் அவற்றைக் கட்டிக்கொண்டான். ஒருவருக்கொருவர் முகம் பார்க்கும்படியாக வைத்த ஆண், பெண் புகைப்படங்கள். அதோடு இன்னொருவருடையது. இப்படி மூன்று போட்டோக்களைக் கட்டிக்கொண்டு பண்டியா புறப்பட்டதும், கங்காதருக்கு என்னவோ தோன்றி 'ஒரு நிமிசம்' என்றான். பிறகு 'ஒண்ணுல்ல போ' என்று அமைதியாக உட்கார்ந்துவிட்டான்.

இரவு தைரியம் வரவழைத்துக்கொண்டு மாயியிடம் நடந்ததைச் சொன்னான். மாயி, 'இல்லடா, நீ உன் கடையில வச்சிருந்தா என்ன பெருசா நடந்திருக்குமோ அதேதான் ஸ்டேஜுலயும் நடக்கும். இத்தனைக்கும் உன்னோட போட்டோ ஃபிரேம் வியாபாரத்துக்கும் அந்த இரக்கத்துக்குரியவங் களுக்கும் சம்பந்தமே இல்ல. இந்த மாநகரத்துல உன்னோடது ஒண்ணுதான் கடையா? ஆயிரக்கணக்குல இருக்கலாம். அப்படின்னா ஒவ்வொரு கடையிலயும் இப்படிப்பட்ட கழிசடைப் போட்டோ. மொத்தம் எத்தனை இருக்கலான்னு யோசி. இனிமே நீங்கள்லாம் அட்வான்ஸ் பணம் வாங்கிக்குங்க. அப்ப இத்தனை கழிசடைப் போட்டோ உங்ககிட்ட வராது' என்று விசித்திர மாகச் சிரித்தாள். பண்டியா இன்றைக்கு வாங்கிக்கொண்டு

போன போட்டோக்கள் எந்த மேடையில் எந்தப் பாத்திரத்தின் தாய்தந்தை போட்டோக்கள் ஆகுமோ என்னும் ஆர்வத்தை மிதித்துப்போடுவது போன்ற மாயியின் சிரிப்பு கங்காதரைப் பிடித்து நிறுத்தியது. இரவில் கனவுக்கு முன்னால் நகரத்தின் சதுக்கத்தில் நின்றுயாரோ ஆயிரக்கணக்கான புகைப்படங்களுக்குத் தீ வைத்ததுபோலத் தெரிந்தது. சுமங்கலியின் சேலையின் டச் அப், முதியவனின் நெற்றியில் மேலிருந்த புடைத்த நரம்புகளை நெருப்பு தாக்காமல் இருக்கவில்லை. பயந்து எழுந்து உட்கார்ந்த கங்காதர் வேர்த்துப்போனான். விளக்கு எரிந்துகொண்டிருந்தது. அடுப்பில் கொதித்துக்கொண்டிருந்த நீரில் மாயி உலர்ந்த அமிர்தவள்ளி யின் தூளைப் போட்டுக்கொண்டிருந்தாள்.

மறுநாள் மாநகரத்தின் சில பாகங்களில் இனக் கலவரத்தின் தீ பற்றியது. இரண்டு இனத்தவர்களைப் பரஸ்பரம் தின்ன ஏவிவிட்டுத் தலைவர்கள் தத்தம் வீடுகளில் சிம்மாசனங்களில் உட்கார்ந்து தொலைக்காட்சியில் இறந்தவர்களின் எண்ணிக்கையை ரசித்துக்கொண்டிருந்தார்கள். வீடுவாசல் இருந்தவர்கள் வேலைக்குப் போகாமல் வீட்டுக்குள்ளேயே பத்திரமாகத் தங்க, தெருக்களில் வசிக்கும் நரஜீவன்கள் குத்து வெட்டுக்கு உடம்பைக் கொடுத்தார்கள். பெயரைக் கேட்டால் சொல்லப் பயந்தார்கள். ஒரே சொருகலில் குடலையெல்லாம் கத்தரிப்பதுபோலப் பிடியைத் திருப்பும் கலையைக் கற்றுக் கொண்டார்கள். மருத்துவமனைகளில் அறுவைச் சிகிச்சைக்கு முன் மழமழப்பாக முடியை மழிக்கும் ஸ்பிரிட் வாசனை கொண்ட நாவிதர்கள் காத்துக்கொண்டு உட்கார்ந்திருந்தார்கள். மருத்துவமனையின் சவக்கிடங்கில் விழுந்த உடல்களைக் கேட்டுக்கொண்டோ வார்டுகளில் துன்புற்றுக்கொண்டிருந்தவர் களைத் தேடிக்கொண்டோ யாரும் வரவில்லை. காரணம் அங்கே மீண்டும் பெயர் வேண்டும். பெயரோடு இனம், முகவரி, மீண்டும் உடம்பு, மீண்டும் குத்து வெட்டு. வசதியான குடிமக்கள் தொலைபேசியில் பரஸ்பரம் நலம் விசாரித்தால், புலம்பெயர்ந்த குடும்பங்களின் பிள்ளைகள் ஆகாயத்துக்குக் கீழே கண்களைத் திறந்துகொண்டே ஆவிகளைப்போல இரவுகளைக் கழித்தார்கள். வீதிகளில் சிரிப்பைத் தவிர்த்தார்கள். கண்களை உற்றுப் பார்ப்பதைத் தவிர்த்தார்கள். பள்ளிக்கூடங்கள் மருத்துவமனையின் மௌனத்தைத் தரித்தன. ‘வார்டுகளில் இடமில்லை. சம்பந்தப்பட்டவர்கள் காயம்பட்டவர்களை எடுத்துச் செல்லுங்கள்’ என்று அலறியபடி ஆம்புலன்ஸ்கள் இரவின் வீதிகளில் ஓடின.

திருட்டுத்தனமாகக் கதவு திறந்ததுபோலக் கடைகள் கண் திறந்தன. கங்காதருக்கு எதுவும் தோன்றவில்லை. எல்லா

மருத்துவமனைகளிலும் இறந்தவர்களின் பட்டியலைத் துணை நகரத்தின் ஸ்டேஷனுக்கு வெளியே ஒட்டினார்கள். ஜனங்கள் பிள்ளைகளின் எஸ்எஸ்எல்சி தேர்வு முடிவைப் பார்ப்பது போல ஏறிவிழுந்து பார்த்தார்கள். என்ன பார்த்தார்களோ? மாயி மட்டும் தூக்கில் கஞ்சி, கஷாயம் நிரப்பிக்கொண்டு யார் பேச்சையும் கேட்காமல் வார்ட் வார்டாக அலைந்துகொண்டிருந்தாள். இப்படிப்பட்ட நடுங்கவைத்த ஊரடங்கில் கங்காதரின் கடைக்கு இளைஞன் ஒருவன் வந்தான். 'வணக்கம், எனக்கொரு உதவி வேணும்' என்றான். அவனை உட்காரவைத்துக் கங்காதர் விவரம் கேட்டான். கலவரத்தில் யாரையோ இழந்து எதையோ தேடிக்கொண்டிருந்தான் என்னும் கங்காதரின் கணக்கு பொய்த்தது. அவன் கதை இவ்வளவுதான். அவன் ஒரு ஏகலைவன். இந்த மாநகரத்தின் கக்கத்திலேயே கண் திறந்து தாய் தந்தையை அறியாமல் வளர்ந்தவன். தினசரி வாழ்வின் நாடி பிடித்தவன். கோபுரத்தின் கடிகார முட்களைப் பார்த்தவாறே தன் நடையை நிறுவிக்கொண்டவன். இப்போது ஆட்டோ ஓட்டுகிறான். அழகான யுவதி ஒருத்தியைக் காதலிக்கிறான். அவளுக்காக எதையும் செய்யத் தயாராயிருக்கிறான். அவளை மணக்க விரும்புகிறான். அவளுக்காக ஏற்கனவே அசல் தாலி வாங்கியிருக்கிறான். சுபாஷ் நகரத்தில் குழாய் உள்ள குடிசை வாங்கியிருக்கிறான். இவன் அனாதை என்று அவளுக்குத் தெரியும். ஆனால் அவளுடையது ஒரே நிபந்தனை. அவள் தன் பெற்றோரிடம் சொல்லியிருக்கிறாளாம்: இவனுக்குத் தாய் தந்தை இருந்தார்கள், இப்போது இல்லை. இல்லாவிட்டால் அவர்கள் இந்தத் திருமணத்துக்கு ஒப்புக்கொள்ளமாட்டார்களாம். இப்படியாக அவர்கள் வரும்போது காட்ட இவன் குடிசையில் ஒரு முதியவர், ஒரு முதியவளின் போட்டோக்கள் வேண்டுமாம்.

தேவையானால் அவற்றைத் தான் நிரந்தரமாக வைத்துக் கொள்ளவும் சம்மதம் எனச் சொன்னான். கங்காதர் அதிர்ந்துவிட்டான். இப்படிப்பட்ட திருப்பத்தை அவன் எண்ணிப் பார்க்கவே இல்லை. இளைஞன் நம்பத்தகுந்தவனாக எதுவும் தோன்றாமல் நின்றிருந்தான். 'ஒரு வாரத்துக்கு முன்னாடி வந்திருந்தா உன் வேலை ஆகியிருக்குமேப்பா, சே' என்று கங்காதர் கையைப் பிசைந்துகொண்டான். 'இரு பார்க்கலாம்' என்று விக்கியிடம் பண்டியாவைப் பற்றிக் கேட்டான். விக்கி 'பண்டியா கைக்குப் போன போட்டோ எப்படித் திரும்பி வரும்? இந்த மாநகரத்துல எந்த நாடகக் கம்பெனிக்கு அதுங்க போய்ச் சேர்ந்திருக்கோ? ஸ்டேஷனுக்கு மேற்குப் பக்கத்துலயிருக்கற ஃபிரேம் போடறவங்கிட்ட கேட்டா என்ன?' என்று அறிவுறுத்தினான். கங்காதருக்கும் அப்படியே தோன்றியது. கங்காதர்

114 நஞ்சுண்டன்

அவனை அழைத்துக்கொண்டு பாலத்தைத் தாண்டி மேற்குப் பக்கம் போனான். அந்தக் கடைக்காரன் 'இல்லப்பா, இப்படிப் பட்ட சிக்கல்ல மாட்டிக்கிறது நம்ம தொழிலுக்குச் சரியல்ல. அதுக்கும் மேல இப்பக் கலவர நேரம். சாவோட நேரம். நம்ம தொழில்ல உச்ச நேரம். இன்னும் ஒண்ணு ரண்டு மாசத்துல நாம எத்தனை ஃபிரேம்களைச் செய்யணுமாயிருக்குன்னு பாரு. இதுல இந்தத் தொந்தரவு எதுக்கு?' என்று சிவந்த எச்சில் ஒழுகப் பீடாவைப் பசக்பசக்கென மென்றுகொண்டே சொன்னான்.

போட்டோக்களை நாடகக் கம்பெனிக்குச் சும்மா கொடுத்துவிட்டேனே இப்போது அவற்றுக்கு நல்ல இடம் வாய்த்துள்ளதே எனக் கங்காதருக்குத் தோன்றியது. இளைஞன் ஏமாற்றமடையாதவாறு 'கவலைப்படாதே. கண்டிப்பா உன் கல்யாணம் நடக்கும்' என்றான். இளைஞன் 'போட்டோக்களை நான் ரொம்ப ஜாக்கிரதையாக் காப்பாத்துவேன். போட்டோ முன்னிலையிலதான் எங்க கல்யாணம் நடக்கும்.

போட்டோவுக்கு எல்லா மரியாதையும் கல்யாணத்துல கொடுக்கறேன்' என்று வலியுறுத்தவனாகச் சொன்னான். கங்காதருக்கு ஏதோ தோன்றி மீண்டும் கிழக்குப் பக்கம் வந்து காய்கறி மார்க்கெட்டில் மாடி மேலிருந்த போட்டோ ஸ்டூடியோவை அடைந்தான். ஸ்டூடியோக்காரன் எதையும் கேட்டுக்கொள்ளவே இல்லை. 'நாளைக்குப் போட்டோ குடுத்தவங்க வந்து மானநஷ்ட வழக்கு போட்டா என்ன பண்றது?' என்று தர்க்கரீதியாகக் கேட்டான்.

'சார், சுபகாரியத்துக்குன்னு அதைப் பயன்படுத்தப் போறோம். யாரும் தகராறு பண்ணமாட்டாங்க' என்று கங்காதர் தாஜாபண்ணினாலும், ஸ்டூடியோக்காரன் ஒத்துக்கொள்ள வில்லை. இளைஞனோடு கடைக்குத் திரும்பினான். 'நாளைக்குக் காலையில வா. எப்படியாவது ஏற்பாடு பண்றேன்' என்றான். இளைஞன் இரண்டு கைகளையும் முன்னால் நீட்டிக் கங்காதரின் கைக்குலுக்கிப் புறப்பட்டுப்போனான். இருட்டுவதற்கு முன்பே கடையை மூடி வீட்டுக்குக் கிளம்பியபோது அக்கம்பக்கத்துக் கடைக்காரர்கள் மாலைச் செய்தித்தாளில் வந்திருந்த சாவு, நோவுச் செய்திகளைச் சத்தமாகப் பேசிக்கொண்டிருந்தார்கள்.

வீட்டுக்கு வந்தால் மாயி இரண்டு பெரிய பெரிய தூக்குகளில் கஞ்சி நிரப்பிக்கொண்டிருந்தாள். தெர்மாஸ் ஃபிளாஸ்கில் கஷாயம் நிரப்பியிருந்தாள். 'ராத்திரி நான் வரமாட்டேன். ஜே.ஜே. ஆஸ்பத்திரிக்குப் போறேன். அங்க உன் வயசேயான ஒருத்தன் இருக்கான். பேஷண்ட் நம்பர் 2132. ஒரு வாரத்துக்கு முன்னாடியே அட்மிட் ஆனவன். எப்படிப்பட்ட கேஸுன்னா

பதிமூணு குத்துக்காயம் இருந்துச்சாம். நர்ஸ் சொல்லிட்டிருந்தா. மூணு ஃபிராக்சர். தலையிலயும் ஒண்ணு. ரண்டு மணிநேரம் ரத்தம் கொட்டினப்புறம் யாரோ ஆஸ்பத்திரிக்குக் கொண்டு வந்து போட்டாங்களாம். எப்படிப்பட்ட அதிர்ஷ்டம் பாரு. எத்தனையோ ஆபரேஷனுக்கப்பறம் உயிர் பொழச்சான். ஆனால் அவனுக்கு எதுவுமே ஞாபகமில்ல. இப்பதான் பொறந்த குழந்தையப்போல இருக்கறான். ஒரு மாதிரிப் பார்க்கறான். முதுகைத் தடவிக் கண்ணோட கண்ணு பார்த்தா சிரிச்ச மாதிரி தோணுது' என்று சொல்லி மாயி கங்காதரின் பைஜாமா, சட்டையைப் பையில் போட்டுக்கொண்டாள். 'நான் அங்க இன்னக்கி இல்லாமயிருந்திருந்தா, புது அட்மிஷனுக்கு இடம் இல்லன்னு அவனை அப்படியே டிஸ்சார்ஜ் பண்ணியிருப் பாங்களோ என்னமோ? கல்லறை மாதிரியான இந்த மாநகரத்துல எங்கப் போவான் அந்தக் குழந்தை?' என்றாள். 'பாதிக்கப்பட்டவங்களுக்குத் துணிமணி கேக்கறவங்க வந்தா மீனம் மேசம் பாத்துட்டு ஒக்காந்துடாதே. கிழிஞ்ச துணி குடுக்காதே. உங்க அப்பாவோட கல்யாணக் கோட்டு இருக்குது பாரு. இன்னும் நல்லாயிருக்குது. அதைக் குடு. யாருக்காவது குளுருக்கு உபயோகப்படும். என் புடவைங்க இருக்குதே' என்று காட்டி வெளியேறிப் போனாள். அந்த இரவு மாயி வீட்டுக்கு வரவில்லை. கங்காதர் வீட்டிலிருந்து உடைகளை ஒவ்வொன் றாகப் பாதிக்கப்பட்டவர்களுக்காக எடுத்துவைத்தான். கப்போர்டிலிருந்து அப்பாவின் உடைகளை எடுத்துவைத்த போது அவற்றுக்கெல்லாம் புதிய ஜீவன் வந்ததைப் போல அவனுக்குத் தோன்றியது. தூங்குவதற்காகப் படுத்தால் நோயாளி எண் 2132 கண்ணெதிரில் எழத் தொடங்கியது. இனம், முகவரி, எடை, வயது, பெயர் இழந்து மீண்டும் தூய மனிதக் குழந்தையாகியுள்ள இந்த 2132ஐ மாயி படுக்கையில் உட்கார்த்திக் கஞ்சி ஊட்டுகிறாள். அடம்பிடிக்கவும் தெரியாத அவன் புளுக்புளுக்கெனப் பார்த்தவாறு களுக்களுக் என்று கஞ்சியை விழுங்குகிறான். அவன் உதட்டுப் பக்கத்திலிருந்து ஒரு வகையான வறண்ட சிரிப்பு வழுக்கி விழுகிறது. அவன் கங்காதரின் நீலச் சட்டை போட்டிருக்கிறான்.

எப்போது விடியுமோ எப்போது கடைதிறப்பேனோ எப்போது போட்டோ கேட்கும் இளைஞனைக் காண்பேனோ என்னும் தீவிர ஆவல் கங்காதருக்கு ஏற்பட்டது. காலையில் எழுந்தவுடனே பாதிக்கப்பட்டவர்களுக்கென்று கட்டிய உடை மூட்டையைப் பக்கத்து வீட்டில் வைத்துவிட்டு ஓட்டமான நடையில் கடையை அடைந்தான். இரவிலிருந்தே அங்கே இருந்தவனைப்போல அந்த இளைஞன் காத்திருந்தான். அவசரத்தோடு கதவைத் திறந்த கங்காதர் அவன் பார்த்துக்

கொண்டிருந்தபோதே ஸ்டூலில் ஏறினான். அப்பா போட்டோவின் மாலைகளை எடுத்துவிட்டு, ஆணியிலிருந்து கழற்றிக் கீழே இறங்கிக் காகிதத்தில் சுற்றி இளைஞனின் கையில் வைத்தான். செல்வம் கிடைத்தவனைப் போல இளைஞன் 'இவ்வளவு கிடைச்சா போதும் சார். அம்மா நிச்சயம் இருப்பான்னு யாருக்கானாலும் புரியும். அவ்வளவு அன்டர்ஸ்டான்டிங் இருக்கணுமில்ல. . .' என்று குழறிக் கங்காதரின் கைக்குலுக்கி அம்பின் வேகத்தில் ஓடிப்போனான்.

●

டிசம்பர் 2013

ஜெயந்த் காய்கிணி

ஜெயந்த் காய்கிணி வடகன்னட மாவட்டத்தின் கோகர்ணத்தில் 1955இல் பிறந்தார். பள்ளி ஆசிரியரான இவரின் தந்தை கௌரிஸ் காய்கிணியும் புகழ்பெற்ற கன்னட எழுத்தாளர். தாயார் சமூக சேவகி. தார்வாடிலுள்ள கர்நாடகப் பல்கலைக்கழகத்தில் உயிர்வேதியியலில் எம்எஸ்சி பட்டம் பெற்று மும்பையில் சுமார் இருபத்தைந்து ஆண்டுக் காலம் பணியாற்றிய ஜெயந்த் தற்போது பெங்களூரில் வசிக்கிறார். மனைவி ஸ்மிதா, மகள் ஸ்ரஜனா, மகன் ரித்விக். கவிதை, சிறுகதை, நாவல் என இலக்கியத்தின் அத்தனை வகைமைகளிலும் ஜெயந்த் வித்தகர். குவெம்பு, பேந்த்ரே, சிவராம காரந்த் போன்ற கன்னட இலக்கியத்தின் முக்கிய ஆளுமைகளை இவர் கண்ட தொலைக்காட்சி நேர்காணல்கள் மிகப் பிரபலமானவை. தன் பத்தொன்பதாம் வயதில் கவிதைத் தொகுதிக்காகக் கர்நாடக மாநிலச் சாகித்திய அகாதெமி விருது பெற்றவர். அவ்விருதை ஜெயந்த் இதுவரை மூன்றுமுறை அடைந்துள்ளார். மற்ற பல கீர்த்திகளுக்கும் சொந்தக்காரர். கடந்த சில ஆண்டுகளாகக் கன்னடத் திரைப்படப் பாடல்களும் திரைகதைளும் எழுதிவருகிறார். மிகச் சாதாரணமான விஷயத்தையும் உப்பும் காரமும் சேர்த்துச் சுவைபடப் பேசுவதில் சமர்த்தர். கொங்கணியைத் தாய்மொழியாகக் கொண்ட ஜெயந்த் கன்னடம், இந்தி, மராட்டி, ஆங்கிலம் ஆகியவற்றிலும் மிக்க புலமையாளர்.

●

குசுமபாலெ

கன்னட மூலம்: தேவனூரு மஹாதேவ

. . . இப்புடி, அக்கமகாதேவம்மா புருசங்
கருமாதி நடந்த மக்யா நாளே தன்னோட
பொறந்த வூட்டுக்குப் போனவ
ஆறு வருசங் கழிஞ்சி, அப்பஞ் செத்த பன்னெண்டாம்
மாசத்துல கொட்டாயி ஆளுக்காரனுக்குப்
பொறந்தவெங்கற பழிவிழுந்த தன்னோட புள்ள
யாடனோட
புருசன் வூட்டுக்குப் பாகத்துக்காக வருவா. அப்போ
மச்சாண்டார் பசப்பசா, கொழுந்தெஞ் சித்தூரன்
கோவப்பட்டு அவளெத் தொழுவத்துல வீசி எறிவாங்க.
வீசுன எடத்துலயே நெலச்ச
அக்கமகாதேவம்மாவச் சுத்தி ஒரு குடிச எழுந்து
அப்புறம்
யாடன் வளர அவனோட சாமார்த்தியமுஞ் சேந்து
அந்தக்
குடிச நிதானமா ஒரு பெரிய வீடாகி அந்தப் பெரிய
வீட்டுக்குக் காலக்கிரமத்தில், பசப்பசாமி, சித்தூரன்
அவங்களோட வூடே மாட்டுக் கொட்டாயாவும்.
இந்த யாடகௌடனோட மவெஞ் சோமப்பா
ஊர்ப் பெரிய மனுசரு. இந்த ஊர்ப் பெரிய மனுசரோட
மவ குசுமாப் பொண்ணு.
குசுமாவுக்கும் பறையஞ் சென்னனுக்கும் நடுவாலருந்த
ரகசிய ஒறவு குசுமாவுக்குப் பொறந்த கொளந்தயினால
வெளியவந்து தெரியாத வகையில் சென்னனோட
கொலெ நடக்கும்.
இந்தால ஊருக்கு ஊரே மிதிக்கிற நோம்பிக்குத்
தயாராயிட்டிருந்தா, சென்னனோட சொந்தத்தச் சேந்த
கெம்பிக்குப் பொறந்த கொளந்தயப் பொழெக்க வெக்க
அம்மா தூரம்மா விதியோட மல்லுக்கட்ட.
அங்கியே தூரம்மாவோட அக்கா மவ ஈரியும்
நசிங்சிட்டிருந்த தாங் கொளந்தயக் காப்பாத்திக்கக்
கைலாவாதவளாயி அதோட இதல்லாமச்

சென்னனோட கொலெயத் தெரியாத
சொந்தங் காத்திருக்கறது சென்னனோட
வரவுக்காக.
மாமரம் எங்கே குயில் எங்கே
எங்கிருந்து எதற்கு உறவு, ஐயா. . ?!
நெல்லிக்காய் மலையில், உப்பு கடலில்.
எங்கிருந்து எதற்கு உறவு, ஐயா. . ?!
குகேஸ்வர லிங்கத்துக்கும் எனக்கும்
எங்கிருந்து எதற்கு உறவு, ஐயா . . ?!

– அல்லம.

கல்லூம் ரூங் கரெஞ்சிட்டிருந்துச்சி, அப்பொ வேலெ முடிஞ்ச ஜோதியம்மாளுங்க கஷ்டசுகம் பேசிக்க அந்தக் கும்மிருட்டான வூரு முன்னெ வழக்கம்போலக் கூடுனாங்க. அவுங்க பேசட்டுன்னு இவுங்களும், இவுங்க பேசட்டுன்னு அவுங்களும் – இப்புடியிருந்தாங்க. அப்பொ, அங்கொருத்தி ஒரு புது ஜோதியம்மா ஸ்கூலு வூட்டுப் பக்கமாயிருந்து வந்தவ, பஸ்சுக்காரங்க தானமாக் கட்டி வச்ச திண்ணெக்கல்லு மேலே உஸ்ஸுன்னு ஒக்காந்து பெருமூச்சுவுட்டா. அப்பொ, வூரோட பெரிய மனுசரு வூட்டு ஜோதியம்மா,

‘எந்தூரும்மா தாயி உன்னுது?’ ன்னா.

‘ஐயோ எனுக்கு எந்த வூரு எந்தச் சேரி யக்கோவ்? நா ஒருத்தி பாவி பரதேசி. ஒக்காந்தா இந்த வூரு எந்திரிச்சா அடுத்த வூரு. இப்பத்திக்கி வூருக்கு வந்திருக்கற கழக்கூத்தாடிங்களவ. . ’

‘அம்மம்மா! ஓம் பேச்சுலியே என்னா இவ்ளோ ஒய்யாரம். இன்னூம் ஒனக்குள்ள இன்னெவ்வளவோ! கேட்டுட்டிருக்கறதே ஒரு வைபோவம். என்னானாலும் வூரு வூராச் சுத்துறவ. இன்னக்கிப் பன்னெண்டு வருஷத்துக்கு முன்னாடி மழெ வுளுந்தப்ப வந்திருந்தியல்ல அவ்ளேவா?’

‘அவ்ளேதான் யக்கோவ். இன்னூ யென் நெப்பு ஓங்களுக்குப் பசேல்னு இருக்குதே! இதானே எம் புண்ணியொம்!’

ங்கர மாதிரிப் புது ஜோதியம்மா ஆச்சரியத்துல இருக்க, மத்த ஜோதியம்மாளுங்க புதுசா வந்தவெளத் தொட்டு தட்டி தடவி பேச்சுக் குடுக்க அங்க சளசளன்னு சத்தொம் எழுந்துச்சி. அப்பொ, வூர்ப் பெரிய மனுசரு வூட்டு ஜோதியம்மா,

‘அதென்னா, அப்பிடிப் பேசிட்டிருக்கீங்க. கேளுங்கம்மா. இன்னக்கி எங்கூட்டுக்குக் குசுமாளோட புருஷன் வந்திருந்தான். வந்தவெம், கொளந்தயவும் பொஞ் சாதியவுந் நொடி நேரம் பாத்தானோ இல்லியோ! நிக்காமப் போயே போறதா புண்ணியவான். . !’

‘ஐயய்யோ எங்கியாச்சும் உண்டாம்மா! எதுக்காக அந்த மாதிரி செஞ்சாம்மா. . ?’

‘நா என்னா சொல்லட்டும்மா தாயி? கொளந்தயப் பாத்த, செவப்பாருக்கற அவெம் மூஞ்சி கறுத்துப் போச்சி. குசுமாவ யேன் அங்கல யென்னா அங்கல. . . கிஞ்சித்துங் கண்ணெடுத்துப் பாத்தானால்ல. வெட்டிக்கிட்டுப் போயிட்டான். . .’

‘ஐயய்யோ.எங்கியாவுதுண்டாம்மா! அந்த மாதிரி எதுக்காவ செஞ்சாம்மா. . ?’

‘அதுக்கு நா என்னாத்தச் சொல்லட்டும்மா தாயி!’

‘யக்கோவ் நா சொல்றேம் பொறு அதெ. . .’ – ன்னு கீரெகீரெ விக்கிற தூரம்மா வூட்டு ஜோதியம்மா பேச, கோவப்பட்டுப் பெரிய மனுசரு வூட்டு ஜோதியம்மா,

‘யேய். . . எல்லாத்துக்கு வாய வுட்டுட்டு வர்ற. அந்த வூட்டுக் கடகாலு போட்ட நாளன்னிக்குப் பொறெந்த எனக்கே தெரியாதா. . . இன்னென்னாத்தெ நா சொல்றது?’ ன்னா.

அவ கோவத்தெச் சட்டப்பண்ணாத பறையருங்க மாரியாத்தாக் கோயிலு ஜோதியம்மா, ‘அதென்னாத்துக்கு அவ வாயெ மூடுறீங்க நீங்க? என்னென்ன பாத்திருக்காளோ அவ! சொல்லுட்டும் உடுங்க, அதையுங் கேப்போம். . .’ ன்னா. அப்போ பெரிய மனுசரு வூட்டு ஜோதியம்மா மூஞ்சிய இறுக்கிக்கிட்டுக் கண்டுக்காம மூச்சுவுட்டுட்டு ன்னா,

‘ஊம் சொல்லும்மா. அதென்னா ஒனக்குத் தெரிஞ்சுதோ அதையுங் கேப்போம். . .’

அப்பொ ஒரு தடவெ சுத்தியும் பாத்துத் தூரம்மா வூட்டு ஜோதியம்மா, ‘அதான் அத்தெயம்மா. . . ஓங்க குசுமாவும் அந்தப் பறையருங்க சென்னனும் கூட்ற தாவு எங்கக் குடிசதானே? செவேலுன்னிருக்குற புருசம் பொஞ்சாதிக்குப் பொறந்திருக்கற கொளெந்த சென்னனெ மாதிரி கறுப்பா அது பொறந்து. . . அதெ இப்பொ குசுமாளோட புருசந் தெரிஞ்சிட்டு. . . அப்புடி ஏதாச்சும். . .’ ன்னு சொல்லி முடிக்கிறதுக்குள்ளாற, பாப்பாரு வூட்டு ஜோதியம்மா,

‘ஏ. . . எல்லாரும் செய்யிறதத்தாஞ் சொல்லுறா. என்னா பெரிய விசியமா அது?’ ன்னு பெரிய மனுசரு வூட்டு ஜோதியம்மா தெசெச்கித் திரும்பிச் சொன்னா,

‘அவெப் பேச்சு ஒரு பக்கங் கெடக்கட்டும். கொளந்த புள்ளத்தாச்சி நல்லாருக்காங்களா? அதெயாவுது கேக்குலாம் சொல்லுக்கா. . .’

‘கொளந்தெயென்னா ஆரோக்யமா பாக்க அழகா ஆடிட்டிருக்குது. ஆனா. . . தாயீ, ஐய்யோ நம்புளோட அந்தக் குசுமாவெ மாத்துரம் இந்த ரண்டு விழியாலயும் பாக்கறதுக்கு முடியலம்மா. அந்த எளம் ஞ்சிரிப்பெயும் எளமெ அழகயும் சேத்து வடிகட்டிச் செஞ்சாமாதிரி இருந்தவளும். . . சிவசிவா. . . அவெ சிரிச்சாலோ. அவெப் பல்லு மேலெ அந்த ரவ்வூண்டு சிங்கப்பல்லுலயெ இந்த ஒலகத்து அழகெயெல்லாம் அந்தச் சாமி வச்சி. . . அந்த ரதிங்கறவளுக்கே இப்பொ ஏதாவது செஞ்சி புடுங்கித் தாம் பல்லுல வெச்சிக்கனுங்கற மாதிரி இருந்தவ! இப்பொ அந்த எங் கொளந்தக்குள்ள வடிச்செடுத்தா ஒரு ஓழக்கு அளவு ரத்தமாவுது இருக்குதோ இல்லியோ. . . ங்கற மாதிரி இருக்குறா’

இந்த வார்த்தெக்கி எந்த ஜோதியம்மாவோட வாயிலெயிருந்தும் பேச்சு வராம கொஞ்சம் பேருங்களோ உச்சுக்கொட்ட, கொஞ்சம் பேருங்களோ ஐயோங்க, மிச்சமிருந்தவங்க தீனமா அவுங்களே பெருமூச்சு வுட்டு ஒக்காந்து,

‘என்னக்கி ஒண்ணு சேந்தாலும் இப்புடியாப்பட்ட கஷ்டத்தோட பேச்சத்தாங் கேக்கணும் பாக்கணுமாருக்குதே! நம்ப பாழாப்போன தலயில அது என்னாதான் எழுதியிருக்குதோ? அந்தச் சாமி எதுக்கு எங்களெப் பொறக்க வெச்சான்? நம்பளுக்குச் சாவையாச்சுங் குடுக்கக்கூடாதா?’

தலெக்கொன்னுன்னு சொல்லிட்டு ஒக்காந்திருக்க வேண்டியிருந்தப்ப,

அந்தப் பக்கம் அஞ்சி பேரு, இந்தப் பக்கம் அஞ்சி பேரு, பின்னாடி அஞ்சி பேரு, நடுமத்தியிலெ குசுமாவோட அப்பாரு பேசிக்கிட்டு, மத்தவங்க ‘உங்’ கொட்டிட்டு வூருக்குள்ளாறக் காலெ வெச்சாங்க. இந்தக் கலிகாலத்து ஜனங்களுக்கெல்லாம் நேரங்காலங்கறதே இல்லாம, ஒரு நொடி நேரமாச்சும் அவுங்க அக்கடான்னு ஒக்காந்து கஷ்டநஷ்டத்தெப் பேசிக்கவும் முடியாத ஜோதியம்மாளுங்க சலுப்பு ரொம்பி எந்திரிச்சி அவங்கவங்க எடத்தெச் சேந்தாங்க.

2

குசுமாவோட அப்பாரு சோமப்பா வூட்டு முன்ன நின்ன நெலயோட வெசையில வாசக்கால்ல தல வெச்சித் தூங்கி வுழுந்திட்டிருந்த ஆளுக்காரந் திடுக்கிட்ட மாதிரி எழுந்திரிக்க, ஒரு ஆனெ நொழயறளவிருந்த அந்த வாசலு அந்த ஊராயிருந்த ஊரு ஒரு தடவெ கொட்டாவி வுட்ட அளவு சத்தொம் போட்டுட்டே தொறந்துச்சி. அப்பொப்ப வூட்டுக்குள்ளாறயிருந்து இருந்து

சலுப்பு ரொம்பியிருந்த இருட்டு, வாசலு தொறக்கறதுக்குன்னே காத்துட்டிருந்து வெளியெ வந்ததுமே மூச்சுவுட, அப்புடியே வூட்டுக்கு வெளியேருந்த இருட்டுக்கும் தானூம் ஒருவாட்டி உள்ளழகெப் பாக்கலான்னு தோனி அதூம் வுள்ளாற வந்துச்சி.

ஆளுக்காரன் ஓடியாடிக்கிட்டே லாந்தர் வெளக்கோட திரியெ யேத்தி மினுமினுத்துக்கிட்டிருக்கற வெளிச்சத்தப் பெருசாக்குனான். அந்த வெளிச்சமும் அதோட சக்திய மீறிப் பரவியும் கண்ணெ ஓட்டுன அளவு இன்னமும் தெரிஞ்சிக் கிட்டிருந்த ஒரு ஊரளவிருந்த அந்த வூட்டோட ஒரு பக்கத்து மூலெயயாவுது சேரக்கூட அதால முடியாம மூச்சு வாங்கி நின்னுச்சி.

ஆளுக்காரன், ‘அம்மாள எளுப்பட்டுமா, எசமா’ன்னான்.

‘வாண்டா, நானு நஞ்சங்கூட்லயே சாப்டண்டா, இன்னு படுத்துக்க. . .’ ன்னு சோமப்பா, ஓராளு ஆழம் இருந்த பதினாறு கல்லு பாவுன தொட்டியில எறங்கிக் கைக்கால்மூஞ்சி கழுவி, அதானப்பறம் பாதிக் கூடத்த ஆக்கிரமிச்சிருந்த கட்டுலு மேல ஒடம்ப வெச்சி ஒரு சிகரட்டெப் பத்த வச்சிக் குடிச்சாலும் மனசு நின்ன எடத்துல நிக்காமயிருக்க புள்ளத்தாச்சி அறையிலயிருக்கற மவ குசுமாவெ ஒரு வாட்டிப் பாக்கற ஆசெ எழுந்தாடிச்சி.

காத்து வெளிச்சத்தத் தடுத்து நின்னிருந்த அந்தப் புள்ளதாச்சி அறெ குசுமா மூச்சுல வெதுவெதுன்னு இருந்துச்சி. விளக்கெண்ணெத் தீபத்தோட வெளிச்சம் பிரகாசமா குளிர்ச்சியா எறெஞ்சி எரிஞ்சிகிட்டிருக்க, அங்கக் குசுமாவோட தோளுமேலெப் பகலு ராத்திரி அங்கறதே தெரியாத அவளோட கொளந்தெ கண்ணுகள விரிச்சிட்டு மழலெ பேசிக்கிட்டுக் கைகால கீழே மேலயாட்டிட்டே ஆடிக்கிட்டிருக்க, அதோட அம்மா தன்னெ மறந்து தூக்கமாயிருந்தா. அவளோட வேர்வ முத்துங்க அந்த நெத்தி நெறயப் பரவி அப்பொப்போ அதுங்க ஓடஞ்சி மொகத்துலருந்து கீழே எறங்கிட்டிருந்துச்சி. அவளோட முடியும் அவ மூஞ்சியெல்லாம் எறஞ்சி அந்த வேர்வ ஈரத்துல ஒட்டி அதுவும் அசையாமிருந்துச்சி.

அந்தக் கொளந்தெ ஆடுற அதிசயத்தெப் பாத்துட்டே குசுமவோட தம்பியாயிருந்த பன்னெண்டு வயசு பிரசாத்து எதுருல ஒக்காந்திருந்துச்சி. தேவமனுசங்களப்போலச் எமெயெச் சிமுட்டாத அந்த ஆச்சரியமான கண்ணுங்களுக்கு உள்ளாற விளக்கெண்ணெத் தீபத்தோட குளுமையான வெளிச்சம் விழுந்து, அது அங்கிருந்து இன்னுங் குளிர்ச்சியா நெலத்துல எறஞ்சிட்டிருந்துச்சி. இவனோட வாயளவெ மீறிக்

கொட்டிக்கிட்டிருந்த ஜாஸ்தியான ஜொள்ளெப் மாதேவி தன்னோட ரண்டு கையாலயும் அள்ளிக்கிட்டிருந்தா.

இதெப் பாத்து, மவளெக் கண்ணுக்குள்ள ரொப்பிக்க வந்த சோமப்பாவுக்கு வராத சிரிப்பு வந்து, 'டேய், பிரசாத்து அதென்னடா? ஒங் கண்ணுக்கு இன்னுந் தூக்கம் வல்லியா?' ன்னாரு. வாய் ரொம்பியிருந்த எச்சியெப் பிரசாத்து மாதேவிக்கு எறச்சிட்டு, 'அப்போவ், இங்க பாரு! கொளந்த ஆடிட்டிருக்கு' ன்னான். 'இன்னென்னா விடியப்போவுது. போயிப் படு' ன்னார். அதுக்குள்ள வாயில ரொம்பியிருந்த எச்சியப் பிரசாத்து கடவாயில வழியவுட்டு, 'அப்போவ், இங்க பாரு! கொளந்த ஆடிட்டிருக்கு' ன்னான்.

ஒரு தடவெ சோமப்பா அந்த ஒடம்பு நெறைய மூச்சு வுட்டு, மவளெக் கண்ணுக்குள்ள ரொப்பிக்கிட்டு கட்டுலுக்கு வந்து அந்த ஒடம்பெ எறச்சாரு.

பிரசாத்து, ஏழு பேரு ஆம்புளப் பசங்களுக்கு அப்புறம் ஒரே மவளா குசுமா பொறந்து இனிக் குழந்தெ குட்டி போதுன்னு இருந்தப்ப, அவுரோட அறிவுக்கெட்டாமயே பொறந்திருந்தான். ஊசி மருந்துக்கெல்லாம் அடங்காம கெலிச்சிப் பொறந்த பிரசாத்தோட பேதமெயும் எச்சியும் அவென் வளந்த மாதிரியெல்லாம் அதுங்களும் வளந்து எதுக்குப் பொறந்தானோன்னு நெனெக்கிற படியா அவெம் பொறப்பு இருந்துச்சி.

இந்த என்னோட கொளந்த பிரசாத்து ஒக்காந்து சாப்புடற மாதிரி வசதி இருந்தும் வெட்டுப்பட்டு நின்னுப்போச்சே ங்கங்க அப்புடியே அப்பாரோட கண்ணுலத் தூக்கங் கவிஞ்சுது. அப்போ பாதி உசுரோடிருந்த அந்த இருட்டு வெளிச்சத்துல, சோமப்பாரோடக் கண்ணுகளச் சொழட்டு சொழட்டுன்னு சொழட்டிக் கிட்டிருந்த கறுப்பு வளையம் இன்னொரு கோடெ சேத்துக்கிச்சி.

சோமப்பாவோட மூக்கு மேல, பிரிவுக்குக் கீழே ரெண்டு கருப்பு பேட்ச்சுங்கறதுல சாவு தூக்கணாங் குருவிக்கூடு கட்டி, அந்த லாந்தரோட இருட்டும் வெளிச்சமும் அல்லாடித் தள்ளாடி அங்க வந்து விழுந்தப்ப அந்தக் கண்ணு முழிங்களுக்கு மேலருந்து அந்தச் சாவும் எழுந்து வந்து படமெடுத்தாடுன மாதிரி இருந்துச்சி.

ஆச்சா சோமப்பாவுக்குத் தூக்கொம் ரொம்ப, அவுரோட கனமாயிருந்த ஒடம்பெத் சொமக்க முடியாமெச் சொமந்துட்டுப் போயிட்டிருந்த அவரோட ஜீவாத்மாவும் 'உஸ்ஸு'ன்னு எழுந்து ஒக்காந்து எளப்பாறத் தொடங்கிச்சி.

இந்த மாதிரியா மிருகம் பறவெ தொட்டு நரமனுசங்கள எல்லாந் தூக்கம் அரவணச்சிருக்க, அப்போ சோமப்பா படுத்திருந்த கட்டுலு வயிசான தாசி பண்ற மாதிரி ஒய்யாரமா தலயெத் தூக்கி ஒரு தடவெப் பாத்துச்சி. எளப்பாறுர ஜீவாத்மாவெப் பாத்து, ஊங் கொட்ட ஒரு ஆளாச்சின்னுட்டு சந்தோசமா சொல்லத் தொடங்கிச்சி:

'ஒரு தடவ என்னாச்சி. . . நம்ப தேசத்து மகாராஜா பொண்ணு பாக்கறதுக்குப் பக்கத்து ராஜ்யத்துக்குப் போறாங்க. இந்த ராஜ்யத்து அரண்மனெ எப்புடி இருக்குதுன்னு இரு கொஞ்சம் பாக்கலான்னுட்டு நம்ப மகாராஜா ஒரு பக்கத்து லருந்து பாத்துட்டு பாத்துட்டே வர்றப்ப, அந்த அந்தப்புரமா யிருந்த, அந்தப்புரத்துக்கெல்லாங் கலசம் மாதிரி இருந்த, ஒரு கட்டுலு அவுரு கண்ணுலப் பட்டுச்சி.

அந்தக் கட்டுலெ வச்ச கண்ணு வாங்காமயே, நம்ம தேசத்து மகாராஜா, அடடா, பாத்தாக்கா நாம்ப இங்கெ வந்திருக்கறது பொண்ணு கேட்டு. இந்த அரண்மனெப் பொண்ணு நம்ப அரண்மனெக்கி வந்தா, நம்ப அரண்மனெயிலயும் இப்புடி ஒரு கட்டுலு இல்லன்னா அவ படுப்பாளா. . . ங்கற சிந்தனெ அவரு நெஞ்சுக்குள்ளாற நொளஞ்சி ஒரு பக்கத்திலருந்து சுட்டெரிச்சிட்டே வந்திட்டிருக்கறப்ப, அப்போ நம்ம மகாராஜா என்னா செஞ்சாரு. . . அவுரோட ராஜ்யத்துக்கு வந்தாரு. வந்தவுரு, தேசத்துலருக்கற மரச்சில்பிங்களெயெல்லாம் கூப்புடவெச்சி, பரிசீலனெ செஞ்சி, ஏழு பேரெ வச்சிட்டு, அவுங்களுக்கு வெத்தலெ குடுத்து, "பாருங்கப்பா மரச்சில்பிங் களே. . . ங்க இப்பவே ஒசத்தியான மரத்தெ வெட்டிக்கிட்டு, அதெத் துண்டாக்கி, அந்தத் துண்டுங்களாலியே அந்தப் பக்கத்துத் தேசத்துக் கட்டுலு இருக்குதுல்லியா. . . அதவுடக் கொஞ்சம் நயமான ஒரு கட்டுலு செஞ்சிக் குடுங்க நமக்கு" ன்னு ஆணெ போட்டாரு.

அந்தக் கட்ன துணியோட மரச்சில்பிங்க ரம்பம் உளி எடுத்துட்டுப் பொறப்புட்டு, மூணு மாசம் மரந்தேடி, மூணு மாசம் அந்த மரத்தெத் துண்டாக்கி, நைஸ் செஞ்சி, மூணு மாச காலஞ் சித்திரத்தைச் செதுக்கிச் செதுக்கி பொம்மெ பாத்தா மாதிரி செஞ்சி வெச்சாங்க என்னெ. . .' ன்னு கட்டுலு பேச்செ நிறுத்தித் தன்னோட சின்ன வயசு வைபோகத்தெக் கண்ணுலக் கட்டிக்கிட்டு அதெப் பாத்துட்டே பாத்துட்டே தன்னெயே மறந்து மறந்தேபோச்சி.

கட்டுலு பக்கத்துலயிருந்து பேச்சு நின்னு போன ஒடனேயே, அந்தப் பேச்சுலயே தன்னெயே மறந்துட்டிருந்த

ஜீவாத்மாவுக்குச் சப்புன்னு ஆயி, ‘கண்ணூ இப்பக்கூட ஒனக்குக் கண்ணாளம் பண்ணி அனுப்பலாங்கற மாதிரி இருக்குற... அப்புறம் என்ன ஆச்சி..?’ ன்னுச்சி. அப்பொ கட்டுலு முழுச்சிக்கிட்டு ஐயோ ன்னு தொடங்கிச்சி:

‘ஐயோ. . . நா இப்ப இருக்குறது என்னா? ஐயோ என்னப்பா. . . அப்போ பாக்கணுமாயிருந்துச்சி என்னெ. என்னெப் பாக்குறதுக்குன்னே எத்தினியோ தேசத்து ராஜாவுங்க வருவாங்க. வர்றவங்க எத்தனெப் பேரோ, போறவங்க எத்தனெப் பேரோ. அப்பொ இந்த யென் ஒடம்பு மேலே ஒரு அழுக்குங்கறது இருந்துச்சா? குப்பெங்கறது இருந்துச்சா? என்னெத் தொடச்சிட்டிருந்தது புத்தம் புதுப் பட்டுத் துணியால தான். ஒரு தடவெத் தொடச்ச பொறவு அதே துணியால இன்னொரு வாட்டித் தொடச்சதில்ல என்னெ. அந்தத் துணியெ வீசியெறிஞ்சிடுவாங்க. அல்லாம, ஒரு நா வுட்டு ஒரு நா புனுகு, கஸ்தூரி சுவாங்க. . .

இப்புடி வாழ்ந்திட்டிருந்தவுளுக்குக் கிரகாச்சாரங்கறது ஏறிவுளுந்து வந்தா, பாத்துக்க எங்க இழுத்துட்டு வந்திருக்குது. இப்பொ என்னெ மிதிச்சிட்டு நடக்கறவங்க எத்தனெ பேரோ! அதிருக்கட்டும், நெல்லுங்கறதில்ல, சோளம், ராகிங்கறதில்ல கொள்ளுங்கறதில்ல அதிருக்கட்டும், கடேசில மாடு திங்கற செத்தெ குப்பெங்கறதில்ல. . . எல்லாத்தெயும் எம்மேல எறச்சிச் செதறவுட்டு இந்த வடிவத்துக்குக் கொண்டாந்து வுட்டுட்டாங்களே இந்த மாதிரி எடத்துல நா இருக்கணுமே. . . நா இருக்கலாமா? அதென்ன பாவஞ் செஞ்சனோ நா?’

ங்கறதுக்குள்ள பேச்சுக்கு முன்னெ துக்கமே பொங்க, அங்கிக்கே நிறுத்திச்சி.

3

கட்டுலோட கதயெக் கருத்தாக் கேட்டுட்டிருந்த அந்த ஜீவாத்மா, சோமப்பாவோட ஒடம்பெச் சேர்றதுக்கு மொதலு, சோமப்பாவோட தந்தை யாடன். யாடனோட தாய் அக்கமகாதேவம்மா. புருசனோட கருமாதியான மக்யா நாளே பொறந்த வூட்டுக்கு வெரசாப்போயிருந்த அக்கமகாதேவம்மா, ஆறு வருசங்கழிஞ்சி அப்பஞ் செத்த பன்னெண்டு மாசத்துல வூட்டு ஆளுக்காரனுக்குப் பொறந்தவங்கற பழிவிழுந்த தன்னோட தளுரு யாடனோட புருசன் வீட்டுக்குப் பாகத்துக்காக வந்தப்ப என்னாச்சி,

சோமப்பாவோட தந்தையான இந்த யாடக்கொளந்தெ, புதுத்துணி போட்டுட்டிருந்தாலும், சாட்சாத் கொரங்குக்

குட்டியாட்டமா தாயெ இறுக்கிக்கிட்டிருந்தான். அந்தத் தாய், அந்த அக்கமகாதேவம்மாவோட இன்னொரு கையில மூங்கிலு கூடெ ஒன்னிருந்து வேர்வயெத் தொடச்சிக்கவும் ஆவாதவளா வந்தவ புராணஞ் சொல்லுற பசப்பசாமியவங்க வூட்டுப் பட்டகசாலெயில சொமயெ எறக்கி ஒக்காந்தவ ஒடம்பு வேர்வெ ஜலத்தெ வழிச்சி எறச்சி மூச்சுவுட்டா.

உள்ளருந்த அந்தப் பசப்பசாமியவங்களோட மூஞ்சி மொகறெ கை காலு வவுறு இப்புடி அங்கருந்திங்க அங்கங்க தெரிஞ்சிட்டிருந்த சுருக்கத்த மூடிட்டு துன்னூரு மயமா புராணத்தெப் படிச்சிட்டிருந்த அந்த ஒடம்பு வந்து ஒக்காந்த வளெ ஒருவாட்டிக் கண்ணெடுத்துப் பாத்ததுலச் சகலத்தையும் தெரிஞ்சிக்கிச்சி. மூஞ்சியெ, கண்ணு மீசையாலியே ஆக்கிக் கிட்டிருந்த தம்பி சித்தூரெங் கைகாலு ரண்டுலயும் கவுறு திரிச்சிட்டிருந்தவென், இந்த வந்து ஒக்காந்தவளெப் பாத்ததுல அவனோட ஒதடும் மீசையும், தம்பட்டத்து முன்னாலப் புள்ளங்கக் குதிக்கறதுபோலக் குதிக்கத் தொடங்கிச்சிங்க.

அப்பொ, அண்ணெம் பசப்பசாமியவங்க சமாதானம் ரொம்பி நடுவூட்டுப் பக்கம் பாக்க, அந்த வந்து ஒக்காந்தவளெக் கண்ணாலியே தின்னுக்கிட்டிருந்த கொளந்த பாக்கியமில்லாத அவுரோட வயிசான பொண்டாட்டியும் நடுவூட்டுக்குள்ள ந்து வாசலெ மூடிக்கிட்டா. அப்போ, தம்பி சித்தூரஞ் சின்ன வூட்டுப் பக்கம் பாக்க, வாசக்கால்ல ஒட்டிக்கிட்டிருந்த அவெம் பொண்டாட்டியுந் தாங் காலுக்கும் கைக்கும் பக்கத்துலயிருந்த புள்ளங்களெல்லாத்தயும் தடக்குன்னு உள்ளெ இழுத்துட்டு வாசலெ மூடுனாப்புலப் பண்ணுனா.

வர்ற அந்த அக்கமகாதேவம்மாவப் பாத்து, இதாரு இவ இந்த மாதிரியா எறியிற வெயில்ல வெள்ளெப் பொடவெயெத் கட்டிக்கிட்டு, பொட்டுல்லாத நெத்தியோட, வளயலில்லாத கையோட, கழுத்துல கொளந்தயெ எடுத்துக்கிட்டு வூருக்கு வர்றவ ன்னு அவ பொறத்தால, ஆணு பொண்ணு மொதலா சிறுசுலர்ந்து பெரிசு வரெ, பசப்பசாமியவுங்க திர்ஷ்ட்டியிலச் சிக்காதபடி அந்த வாசப்பக்கம் அணிவகுத்ததுலக் கருகமணி கோர்த்த சங்கிலியெப்போலவானாங்க.

பசப்பசாமியவுங்க, தன்னோட தேகம் மனசெயெல்லாம் புராணப் பொஸ்த்தகத்துக்குள்ள நட்டு தலயெத் தூக்காமியெ ஒக்காந்திருந்தவரு, பொழுது கூடிவர, தலயெத் தூக்காமியே, ‘தாயே, யாரம்மா? அறிமுகமற்ற வந்த காரணம் என்ன?’ன்னாரு. அங்க மூச்சுவுடாம இறுக்கமாயிருந்த காத்துனால அக்கமகா தேவம்மாவுக்கு அவுரு அவ்ளோ பேசுனதே புண்ணியமுன்னு

தோனி, 'நாந்தானுங்க, மச்சாண்டாரே. . . ஓங்கக் கால் தூசு. . .'ன்னா. ஒரு எல்லக்கி மேலியோ கீழியோ போவாத பசப்பசாமியவுங்க கொரலு, `மச்சாண்டார் என்னும் அந்த ஒரு வார்த்தையைத் தவிர வேறு ஏதேனும் இருந்தால் சொல்'ன்னுச்சி.

அதொன்னெ வுட்டு அக்கமகாதேவம்மா வேறென்னத் தத்தான் அவ சொல்லுவா. அழுவாச்சி ராகத்துல, 'அப்பென் ஆயி இருக்கற வரெக்கும் சொந்தம் என்னெக் கவனிச்சதுங்கலாம், அப்பென் ஆயி செத்தப்பறம் வீதியிலெ தள்ளூச்சா. . . பாடுனா. நாலாப்பக்கமும் யாடன் அசட்டுத்தனமாப் பாக்கத் தொடங்கிச்சி.

அக்கமகாதேவம்மா பாடிப்பாடி அவளாவே அவ நிறுத்தற வரைக்கும் பொறுமையோட பசப்பசாமியவுங்க காத்துருந்து, 'சரியம்மா, அவர்கள் செய்தது சரி, நீ இனிப் புறப்படலாம்'ன்னாரு. அதுக்கு அக்கமகாதேவம்மா, 'அய்யோ, இனிமே நா எங்கப் போவட்டும் மச்சாண்டாரே. . . இனிமே ஓங்க பாதங்கழுவுன தண்ணியெக் குடிச்சிட்டு. . . எம் புருசம் பேரச் சொல்லிக்கிட்டு. . .' ன்னிட்டிருக்க, நிக்காதுன்னறிஞ்ச பசப்பசாமியவுங்க தடுத்து, 'நிறுத்தம்மா கணவன் என்னும் மங்களச் சொல்லை உச்சரிக்கக்கூடாதவள். திதி நடந்தபோதே அது அங்கேயே முடிந்துவிட்டது. முடிந்துபோனது இனிக் கூடாது. இனி புறப்படலாம்' ன்னு கறாராப் பேசினார். அப்பவும் அக்கமகாதேவம்மா வாயெத்தொறக்க, தலெ தூக்கியும் பாக்காத அந்தப் பசப்பசாமியவுங்களோட கொரலு ஒரு எல்லெயெ எகிறி, 'இனி பேசக்கூடாது. எங்கள் கண்முன்னால் இருக்கக் கூடாது'ன்னிச்சி.

அக்கமகாதேவம்மாவோட வாயி நின்னுச்சி. சின்ன வூட்டுலப் புள்ளிங்க வாய்க்கு வெல்லத்தச் சப்பக் குடுத்துக் கிட்டே, பட்டகசாலயில என்ன நடக்குதுங்கறதெ மூடுன கதவுக்கு வழியாவே சித்தூரம் பொண்டாட்டி பாத்துட்டிருந்தா. சித்தூரனோட ஒதடு மீசெயெ மாதிரியே அவனோட கையிலயுங் காலுலயும் பிடிச்சிக்கிட்டிருந்த கயித்தோட பிரியும் தனக்குத்தானே குதிச்சிட்டிருந்துச்சி. காத்துட்டிருந்து அக்கமகாதேவம்மா தன்னோட ரண்டு கையையும் கூப்பிக்கிட்டே மச்சாண்டாரோட பாதத்தப் புடிக்க எந்திரிச்சா. கண்ணெ மூடிக்கிட்டும் பாக்க வாய்ச்சிருந்த பசப்பசாமியவுங்களுக்கு அது தெரிஞ்சி, தன்னோட பாதங்களெ உள்ளாற இழுத்து அவ கைக்குச் சிக்காம நவுந்து ஒக்காந்து,'நம் கண் முன்னால் இனிமேல் இருக்கக் கூடாது'ன்னாரு.

எந்திரிச்ச மகாதேவம்மா அப்பொ ஒக்காந்து, 'ஐயோ, செவனே'ன்னு, 'நானு என்னப்பா பண்ணட்டும்' ன்னு, 'செவனுக்குச் சமமானமான எங்க மச்சாண்டாரு கண்ணு முன்ன

இருக்கக்கூடாத மாதிரியான வேலயெ நான் என்னத்தப்பா செஞ்சிருக்கேஞ், சாமியே. . ?' ன்னு, 'இப்புடிப் பட்டதுன்னு யாராச்சும் ஒரு ஊசி மொனெயளவு காட்டுனாலும் நேரா ஏரியோ கெணறோ பாத்துக்குவேன்'ன்னு ன்னூ அப்போ அதுக்குப் பசப்பசாமியவுங்களோட கொரலு இன்னும் ஒரு எல்லயெ எகிறி, 'நம் வாயிலிருந்து கெட்ட வார்த்தையை பேசவைக்கக்கூடா தம்மா. கணவன் இறந்த பன்னிரண்டாம் மாதத்தில் யாருக்கா வது எங்காவது இந்த நரலோகத்தின் நடப்பில் பிள்ளை யுண்டாகியிருக்கும் செய்தி ஏதாவது இருந்தால் அதை நமக்குக் காட்டிவிட்டு வருவாயாக. இப்போது நட வெளியே'ன்னுச்சி.

பேச்சு அம்பா வந்து குத்திக்கிட்டிருந்தப்ப அக்கமகா தேவம்மா நெலத்து மேலெ சரிஞ்சி வுளுந்து அந்த இருந்தளவு எடத்திலயே கைகால ஒதச்சி உருண்டுட்டே, 'செவசெவா. . . நா எங் காதாலக் கேக்கணுமாயிடுச்சேப்பா செவனே இதெயா. ஐயோ, செவனே. . . எங்கியாவுது நா அப்புடிப்பட்டவளா மச்சாண்டாரே. . ? எங்கண்ணு மேலெ ஆணெ. . . ஒங்க பாதத்து மேலெ ஆணெ. . . எனுக்குள்ளார நெஜங்கறதே இல்லாட்டிப் போனா செத்துப்போன புருசன் வேணுமுன்னா இப்பொ வந்து என்னெ முறிச்சிப்போடட்டும். எங்க வேணுமுன்னாலும் நெருப்புக் கங்கெ உள்ளங்கயில வச்சிட்டுச் சத்தியம் பண்றேன். இப்புடியாப்பட்ட சாமி மாதிரியான ஒங்க வாயிலயிருந்துங் கேக்கணுமுன்னா போன பெறவியில நா என்னா பெரிய பாவம் பண்ணுனனோ அய்யோ செவனே. . . ஒம் பொண்டாட்டி தாலியறுக்க, பாத்துட்டேயும் பேசாம இருக்குறியேப்பா. . . வேணுமுன்னா இப்பவே. . .' ராகத்தத் தாள முடியாமப் பசப்பசாமியவங்க 'வாயை மூடு'ன்னாரு.

தலெயெத் தூக்காத பசப்பசாமியவுங்களோட கண்முன்னருந்த புராணப் பொஸ்த்தகத்துக்குள்ள இந்த மோகினி தோனி சிருஷ்டிச்சவனுக்கும் அசாத்தியமான காலெத்தெ முன்னே பின்னே நவுத்தி ஆட்டுரதுலருந்தா. பார்வெயால சுட்டெரிச்சிடனுமுன்னிருந்தப்பொ, நடுவீட்டுலருந்து அவரு பொஞ்சாதி கொரலு, 'அட, அதென்னா ங்க, அவளெப் பாத்துப் புராணஞ் சொல்லுறீங்க இன்னூம். . .'ன்னுச்சி. பொஞ்சாதிப் பேச்சுக்குப் பசப்பசாமியவுங்க, 'எனக்கே சொல்வதற்கு வந்து விட்டாயா கால் காசு பெறாதா பெண்ணான உனக்கு என்ன தைரியம்!'ன்னாரு. அந்தக் கொரலு அந்தப் பக்கம் நின்னுச்சி. சின்ன வீடு காதாயிருந்துச்சி.

இந்தப் பக்கம் அக்கமகாதேவம்மா, தன்னோட வாயெ மூடியிருந்தாலும் நெத்தியில குத்திக்கிட்டு, நெலத்தெத் தன்னோட

மூழியான கையால தட்டிக்கிட்டு அந்தச் சத்தத்துலயே, பேசத் தொடங்குனா.

பொறுக்காத பசப்பசாமியவுங்கப்பொ அப்போ, 'தம்பீ'ன்னாரு. இப்போ ஒடம்பெல்லாந் துள்ளிட்டிருந்த சித்தூரன், 'அண்ணா' ன்னான். பசப்பசாமியவுங்க 'என்ன செய்வதப்பா?' ன்னாரு. சித்தூரென் ஒக்காந்திருந்தெடத்து லயே துள்ளிக்கிட்டிருந்தவென், கோபாவேசத்தோடத் துள்ளி எந்திருச்சி, 'புராணத்தெப் படிச்சிட்டிரு'ன்னு சொன்னவென், அக்கமகா தேவம்மாகிட்ட குதிச்சி வந்து, அந்த அவளோட வவுத்துக் கொடல்லெல்லாங் கலங்குற மாதிரி ஒரு தடவெ எட்டி ஒதச்சான். அப்பொ நெலத்தோடெ நெலமா ஒட்டிப்போன அவளோட எறஞ்சிருந்த முன்னந்தலெ முடியெத் தாங் கைப்பிடியிலச் சேத்து முடிச்சுப்போட்டுக்கறதுக்குளாற அந்த அவளோட ஒடம்புலருந்த உசுரு தன்னோட சொய நெனெப்ப இழந்திருந்திச்சி. புடுங்குனாலும் வவுத்துக்குள்ள இருக்கற மாதிரியே யாடென் அம்மாவோட ஒட்டிக்கிச்சி. அப்பப்போ பசப்பசாமியவுங்க தலயெத் தூக்கிப் பார்வயெ உட்டாரு. அந்தச் சித்தூரெம் புடியெ இழுத்தப்ப, அந்தப் புடியில முடுச்சுப் போட்டுட்டிருந்த அக்கமகாதேவம்மாவும் அவுளோட ஒட்டிட்டிருந்த யாடனும் ஒன்னாவே மார் ளம் எம்பிக் குதிச்சாங்க. அவுளோட மூட்டயெ ஒதச்சா அது பத்தாளு தூரம் எகிறிப்போயி உழுந்திருக்கும். சுத்தியிருந்த ஜனங்க அது என்ன மாயத்துனாலியோ காணாமப் போயிருந்திச்சி.

அப்போ வீதியும் தன்னக் குறுக்கிக்கிட்டிருந்துச்சி. அப்போ மாட்டுக் கொட்டாயி வந்துச்சி. அப்போ அவத்தாலச் சித்தூரெந் தாம் பிடியப் பலமா மேலெத் தூக்கி ஒரேடியாப் பலத்தெச் செலுத்திக் கீழெக் குக்குனான். அப்பொ கீழெப் பாத்தான். அப்பொ அவுனோட பார்வைக்குள்ள இருந்த எல்லாம் பாதி உசுரா செதறியிருந்துச்சி.

அல்லாமெ உசுருபோயி உசுருவந்திட்டிருந்த அக்கமகா தேவம்மாவோட ஒடம்பொட்டியிருந்த வெள்ளிச் சங்கடெ வெளிச்சத்த உறிஞ்சி மின்னிக்கிட்டிருக்க, சித்தூரனோட கையி அதெப் புடுங்கிட்டு, அங்கருந்து திரும்பிப் பாக்காம நடந்து, சித்தூரன் வந்து அண்ணெம் பாதத்துல வச்சான்.

இந்தப் பக்கம் புடுங்கி எறிஞ்சி அந்த வெட்ட வெளி யாட்டமா வுழுந்திருந்த அந்த அரெ உசுரான அக்கமகாதேவம்மா யாடன் இவுங்களெச் சொய நெனப்பு எவ்வளவோ நேரங்கழிச்சி வந்து சேந்துச்சி. அப்பொ அக்கமகாதேவம்மாவோட ஒடம்புல வேர்வெ ஜலம் பொங்கிட்டிருக்க அவ இடுப்பெ இறுக்கிப்

புடிச்சிருந்த யாடங் கையிங்களும் வேர்த்து வழுக்கிட்டிருந்துச்சி. யாடன் ஒரு தடவெ கண்ணெப் பாதித் தொறந்து சுத்தியிருந்த ஜனங்களெப் பாத்துக் கண்மூடி அப்பொறம் பாதிக்கண்ணெத் தொறந்து மூடி இப்புடியா செய்ரதுலருந்துச்சி.

ஆஸ்த்தியான அழுவாச்சிய அழறதுக்குத் திராணியில்லாதவளாயி அக்கமகாதேவம்மா, புடுங்கிப் பறந்துட்டிருந்த தன்னோட முடியெத் தன்னோட ரண்டு கையாலயும் அள்ளிட்டே அதெப் பாத்துட்டே, அதெப் பாத்துட்டே காத்துக்கும் எடொங் கொடுக்காத ஜனங்களுக்குங் காட்டிட்டே,

விடிஞ்சிச்சு. அக்கமகாதேவம்மா திரும்பிப் போறதுக்காக வந்தவளல்லாததுனால, சித்தூரன் வீசியெறிஞ்ச நெலத்துலயே ஒட்டியொக்காந்தா.

4

சாமீ, அங்க யாடன் ஆறு வயசானவனாயிருந்த காலத்தப் போலவே இந்தக் காலத்திலெயும் இப்பொ பறச்சேரியிலெ ராத்திரியிலச் சாப்புட்டவுங்களுக்குக் காத்தாலப் பலகாரமாவும் ராத்திரியில வவுத்துக்கு ஈரத்துணியக் கட்டிக்கிட்டவங்களுக்குப் பெரியதனக்காரங்க வூட்டுக் கண்ணாளச் சோறப்போல, ரஞ்சனையாவும் பசி மெதிச்சி நின்னுட்டிருந்துச்சி. அங்கெப் புருசங் கிட்டையன் மடிச்ச டர்க்கி டவலெத் தோள்ல போட்டவனா கட்டியிருந்த வேட்டியெ மொழங்காலுக்கு மேலெத் தூக்கிக் கட்டுனவனா கதவுக்கு அந்தப் பக்கமா நின்னுட்டிருந்தா, உள்ளெ ரவிக்கெக்கிப் பொத்தாம் போட்டுட்டுப் பொஞ்சாதியான கெம்பியும் அவங்க ரண்டு பேத்துக்கு நடுவெ வாசப்படியும் இருந்துச்சி. அவெங் கண்ணெ எமக்கிறவனாயிருந்தா இவ கண்ணெடுத்தும் பாக்காத காரணத்துனால அவெங் கண்ணெ எமச்சுந் தப்புச்சிக்கிற புண்ணியவானாயிருந்தான்.

அவங்க மொரண்டுபுடிச்சிட்டிருந்த இது ஏதோ கண்ணாளச் சடங்குக்குச் சம்பந்தப்பட்ட வெளயாட்டெப் போலருந்து ஜனங்களப் புடிச்சி, அந்த சாணிக் கூடயெத் தூக்கிட்டிருந்தவங்க சாணிக்கூடயெத் தூக்கிட்டே, இந்த மாடு கன்னெப் புடுச்சிட்டு நின்னவங்க மாடு கன்னெப் புடுச்சிட்டே நின்னவங்க நின்னபடியே, ஒக்காந்தவங்க ஒக்காந்தபடியே, நடந்தவங்க நடக்காமெ செறைப்பட்டிருந்தாங்க. கடேசியா, நின்னுக்கிட்டிருந்த புருசனான கிட்டையன் வேட்டி அழுக்காவாத மாதிரி சரிபண்ணிக்கிட்டு அங்கெயெ மூணுகால்ல ஒக்காந்து, ‘கண்ணு, வா பொண்ணே. . .’ ங்கற இவென், ‘யே. வாரென், நடெ’ங்கற அவெ, புடுச்சி இழுத்தாட ஆரம்பிச்சிருந்தாங்க.

அளந்துங் கொட்டியும் தூத்திப் புடெச்சிப் பாத்துக் கடேசியா, தாங்கண்ணெப் புடுங்கிக் கொடுக்கற மாதிரி, மவ கெம்பியோட தயாராயிருந்த கட்டழகெ நல்ல வேவாரிக்குத் தூரம்மா தார வாத்துக் குடுத்திருந்தா. கெம்பி புருசனான மரியாதெயஸ்தனான கிட்டையன் முதலாளிமாருங்க வச்சிட் டிருக்கற மாதிரி ஒரு சைக்கிளெயும் அதுக்கு ஒரு பம்பெயும் வச்சிட்டும், ஒண்ணுல்லன்னு ரண்டு சொக்கா டவுசரு பனியனு அதோட வேட்டி டவலும் உள்ளவனா அதோடக் கேக்குறவங்களுக்குப் பீடியெ ஜோப்புலருந்து எடுத்துக் கொடுக்கறளவுல இருந்தான். இந்தச் சாமார்த்தியத்துக்குக் காரணொம் அவென் வூரூரா சுத்திக்கிட்டுப் புளியாம் வேப்பங் கொட்டெங்களெப் படி, ஒழக்குல தளுக்கா வாங்கியாந்து சாயுபுங்களுக்கு விக்கிறதுதான்.

இப்புடியாப்பட்ட புண்ணியவானையும் ஆட்டம்போடுற கெம்பியோடாட்டத்தெப் பாத்து, கெம்பியோட பெரியம்மா மவ ஒண்டிக்காரி ஈரிக்குக் கோவத்தெத் தடுத்து நிறுத்துனாலும் முட்டிக்கிட்டு வர, அதெப் பல்லாலத் தடுத்துக்குட்டு ஈரியும் பேசி, ‘அதென்தாயீ ஆட்றது? விருவிருன்னு போறதெ வுட்டுட்டு’ன்னா. தின்னுடறாப்புல கெம்பியும், ‘யார்ரீ எசமானி ஒன்னெ யாரு இங்கெ வாயெத் தொறந்துட்டு வரச்சொன்னாங்க? ஒனக்கு வேணுன்னா யே போ...’ ன்னு வாயெத்தொறந்ததுல ஈரியோட வாயி மூடிக்கிச்சி.

அந்தப் பக்கம் ஈரி அமைதியானா. புருசன் வீசியெறிஞ்ச அவெங் கொடுத்த வெதெ பன்னெண்டு வருஷத்துக்கப்புறம் வளர்ச்சி நின்னு, நெதமும் தேஞ்சிட்டே சுண்டிப்போயிருந்த தன்னோட தொப்புள்கொடியெத் தன்னோட வவுத்துலக் கட்டிக்கிட்டு, அதுக்குக் கஞ்சித் தண்ணியெறச்சி அது துளூர்றதுக்கு எத்தனம் பண்ணிட்டே, அவுளோட அந்தத் தொப்புள்கொடி வெறும் எலும்புக்கு நர மனுசங்களோட பெருசான காது பெருசான கண்ணுங்கள மாட்டி வச்ச மாதிரி இருந்து, இனிமெ அவுளோ, தன்னோட தொப்புள்கொடிக்குத் தன்னோட தேஞ்சிப் போன எலும்பத் தேச்சித் தேச்சி அதுக்குக் குடிக்க வச்சிட்டே, தன்னோட பரட்டெத் தலெக்கி எண்ணெ தண்ணியோ காட்டாத அவளோ அந்தச் செம்பட்டையாயிருக்கற அந்த முடிக்கும் அதுக்கும் அவளோ ஒரு குச்சி மொனெக்கி துணியெச் சுத்தி எண்ணெ வுட்டுப் பத்த வச்சி எறியிற பந்தம் மாதிரியிருந்தா.

இந்தப் பக்கம், குடிசெக்குப் பெரிய மனுசி தூரம்மாவுக்கு இன்னும் அமைதியா இருக்கறது சரியில்லன்னு தோன, மருமவனுக்கு ‘யப்பா, இப்பொங்க தயவுபண்ணுங்க. எப்புடியுங்

கெம்பி புள்ளத்தாச்சி. கொளந்தெய்யும் புள்ளத்தாச்சியெய்யும் ஒட்டுக்காக் கூட்டிட்டுப் போவீங்களா... இப்பொ பெரிய மனுசு பண்ணித் தயவுபண்ணுங்க இன்னொருவாட்டி..' ன்னு வாயி நெறெயா சொல்லி, பொவெயிலெத் துண்டே வாய்க்குள்ளாற சுண்டி வுட்டா. மருமவனோட கொறலு அழுவாச்சியா, 'ங்க என்னாங்க சொல்றீங்க. அங்கெ எனுக்குக் கஞ்சித் தண்ணி வச்சிக் குடுக்குறது யாரு, சொல்லுங்க'ன்னான். அதுக்குத் தூரம்மாவோட பேச்சு ஒதடெத் தாண்டுறதுக்குள்ளாற, அதெக் கெம்பியுந் தடுத்துப் புருசம் பக்கந் திரும்பி, 'வூரூரா பரபரன்னு சூறக்காத்து சுத்தற மாதிரி கால்ல சக்கரங்கட்டிக்கிட்டுத் திரியிறியில்ல... அங்கியே போயி தின்னுக்கிட்டு இரு...'ன்னதும் போதாமெ அம்மா பக்கந் திரும்பி, 'யம்மோவ், இவென் எப்புடியாப்பட்ட கேப்மாறின்னு தெரியுமாம்மா? அத்தினி வூரூரா திரியறான்ல... அவ்ளோ ஒட்டுலுங்க ருசி பாத்திருக் கான்ல! ஆ! ஒரு வாட்டியாவுது எனக்கு வாங்கிட்டு வந்து, 'யம்மோ... எடுத்துக்க... மசால் தோசெ வாங்கிட்டு வந்திருக் கேன்... கண்ணு... தின்னு', ன்னதேயில்லெ. பொஞ்சாதியாம் பொஞ்சாதி...'ன்னது போதாம, அவனோடெ, புருசனொட மொவத்துல இடிச்சி, 'த்தூ ஒன் வேசத்துக்கு நெருப்பு வக்க'ன்னா. மவளெத் தூரம்மா மெரட்ட, ... வெளியே ஜனங் கொல்லுன்னுச்சி.

பொறக்கப் போற பேரக் கொளந்திக்குக் குடுத்துட்டுப் போறதுக்காவத் தூரம்மா தன்னோட உசுரப் புடுச்சிட்டிருந்தா அவ்வளவே. மவ கெம்பிக்குப் பொறக்கர குஞ்சுங்க மூணு மாசத்துக்கு மேலெ தங்காததுனால, இப்புடியிருக்க ஒரு நா, கெம்பி அப்பன் வூட்டுல இருக்குறது அதிகமாவ அப்போ ராத்திரியில பொடக்காளியிலக் காத்து முணுமுணுங்கற மாதிரியாவறது நாளாவெ நாளாவெக் குடிசெக்குள்ளயுஞ் சத்தங் கேக்கறது முதலானதல்லாம் மூப்பானாலும் கண்ணு காது பல்லு கெட்டியாயிருந்த தூரம்மா ஒரு நா, அந்தப் பக்கத்துலருக்கற ஓரகத்தியோட மவளான ஈரியும் தம் பையனெச் சாமி சன்னதிக்குக் கூட்டிட்டுப் போயிருக்கற அந்தச் சரியான டைம் பாத்துத் தூரம்மா, பீச்சாங்கைல மவளோட முந்தலயெப் புடிச்சிக்கிட்டு சோத்தாங் கைலெ வெளக்குமாறப் புடிச்சிக் கிட்டு, குனிஞ்சிருந்த முதுவெ இன்னுங் குனிஞ்சி, கறுப்புக் கட்டியிருந்த கறுத்தப் பல்லெ நரநரன்னு கடிச்சிட்டு, 'என்னம்மா? அதென்னா ஒம் மாயாஜாலக் கொரங்காட்டம்? ஜாலம் ஜாலாக்கு?' ன்னு குத்துனா.

மவ மொவத்தெ முந்தானையில மூடிக்கிட்டு அழுதா. அந்தப் புடிய வுடாத தூரம்மா பீச்சாங்கை முட்டியால

புடுச்சிருந்த மவளோட முந்தலயெ இழுத்து மேலெத் தூக்கி, 'யாருக்கிட்ட ஆட்டங்காட்டுற? அதென்னா ஒன் வவுத்துல வச்சிருக்கற அதெ கக்குடி அதே!'ன்னா.

. . .இப்புடி மவ மொவத்தெ மூடிக்கிட்டு மூக்குறிஞ்ச, அம்மா புடிய வுடாமருக்க இப்புடியே. . .

இது இப்புடியாவ கடெசிலக் கெம்பியும் தோத்துச் சுண்ணாம்பாயி மூக்குறிஞ்சிட்டே, 'அதென்னான்னு நா சொல்றதும்மா? அதெ என்னா எப்புடின்னு நா சொல்ல? நா அடெஞ்ச பலனெ நா எப்புடிச் சொல்றது சொல்லு. நா செத்தப்புறம் அம்மா சொர்க்கத்துக்குப் போவட்டுன்னு பிண்டச் சோறு வக்கிறதுக்கு வேண்ணா எனக்கு ஒரு பையென் வேணாம். முதுவு தேச்சி வுடறதுக்குன்னு ஒரு பொண்ணு கொளந்தெயாச்சும் வேணாமாம்மா எனுக்கு. . ?' ன்னா. இந்த அம்பு வந்து தூரம்மாவோட பீச்சாங்கயிலக் குத்த மவளோட முந்தலெ முடிய வுட்டு, அங்கிருந்து சோத்தாங்கயிலக் குத்த புடிச்ச புடிய வுட்டு, அங்கிருந்து உசுருலக் குத்த தூரம்மா சரிஞ்சா.

அந்தப் பக்கந் மூஞ்சியெத் தூக்காத மவ மூக்குறிஞ்சிட்டிருக்க, இந்தப் பக்கம் தூக்கியெறிஞ்சா மாதிரி ஒக்காந்த தூரம்மா தன்னோட ஒடம்புக்குப் பலஞ் சேத்து, நடுங்குற உசுரோட பேசி,'அதென்ன இருக்கறதெக் கொஞ்சம் வெவரமாச் சொல்லும்மா தாயி'ன்னா. மூக்குறியதோடக் கெம்பியும் பேச்செச் சேத்தி, 'சொல்லுன்னா நா அதெ எப்புடிச் சொல்றதும்மா? அதெ எந்த வாயாலெச் சொல்லட்டும்? கோழி கௌர்றா மாதிரி கௌர்றவுனுக்கு என்னெக் கட்டி வச்சிட்டே... கொளந்தெ பாக்கியத்தெ நிச்சயமா நா எப்புடி அடயறது? நா எப்புடி அடயறது?'ன்னு மூக்குறிஞ்சத் தொடங்குனா.

ஆஹா! என்னா கொடூரமான அநியாயந் தாம் பெத்த புள்ளக்கித் தாங் கையாலியே ஆயிடுச்சுல்லன்னு தூரம்மா வோட அப்பொ கேக்கர காது கேக்காம ஆயிடுச்சி. தெரியர கண்ணு தெரியாம ஆயிடுச்சி.

இப்புடியா அதுக்கப்பறமுங் கெம்பிக்குப் பொறந்த புள்ளங்க மூணு மாசத்துக்கு மேலெத் தங்காததுனால, கவலெயெப் பக்கத்துலயே வெச்சிட்டிருந்தவுளா தூரம்மா, அட. . . எந்தச் சாமியெக் கேக்கலான்னு போனாலும், அந்தச் சாமி நா போன ஒடனே ஒக்கார்றதுக்கு முன்னாடியே கூப்புட்டு, சினேகிதக்காரியப் பாத்தா மாதிரிப் பேசி. . . 'ஓ ஓ, வா, வா, மவளே வா. தூரம்மா எங் கொளந்தே. இந்த வாட்டி மாத்துரம் கொஞ்சங்கூடக் கவெலப்படாத, பொறக்கப் போறப் பேரக் கொளந்திக்கிக் கெட்டி ஆயுசக் கொடுத்திருக்கிறென்.

பொட்டெயாருந்தா இந்திந்தப் பேரு வெய்யி. கடுவனாருந்தா இந்திந்தப் பேரு வெய்யி. . .' ன்னு தலனீவிக் காணிக்கயெ வாங்கிட்டு அனுப்பிக்கிட்டிருந்த மாரியம்மனுங்க வாக்குப் பொய்யாவுற மாயத்தெக் கண்டுபுடிக்கிற அந்தக் கவலயும் மல்லுக்கட்ட,

. . .ஓ ஓ அது அப்புடியில்ல அது இப்புடி இருக்கு அது. இந்தத் தூரம்மா இருக்கால்ல அவ மாய மந்திரந் தெரிஞ்சவ. காத்துக் கருப்பெக் கட்டிப் போடுறவ. குடிசெக்கி வெளியவே நிக்கவெப்பா. சிக்கிக்கிட்டா பின்னங்கால முன்னாடி வர வெப்பா . . . இந்த மாதிரி ஏதோ பிளான்காரன் காத்தோ கருப்போ தேவதெங்களெக் கைக்குள்ளாறப் போட்டுக்குட்டு எம் புள்ளக்கிப் பொறக்கற கொளந்திய முறிச்சிட்டிருக்கற அது இந்தவாட்டி ஏதாவது வந்ததுன்னா என்னோட இந்தப் பழைய செருப்பெ எடுத்து அதாலயே அதெயிப்புடி வீசி அதெக் கண்டந்துண்ட மாக்கிச் சாப்ட்றுவேன். . . சாப்ட்டு'ன்னு சாப்ட்டு மூச்சுவுட்டா. அங்க நின்னுட்டிருக்கற ஜனம் நின்னுட்டிருக்குது. ஒக்காந் திருக்கற ஜனம் ஒக்காந்திருக்குது. வேட்டி அழுக்காவாத மாதிரி மூணுகால்ல ஒக்காந்திருக்கற கிட்டய்யன் ஒக்காந்திருக்கறான்.

ஒக்காந்திருக்கற கிட்டய்யன் எந்துரிச்சி கையிலயிருந்த குச்சிய முறிச்சி 'அப்புடின்னா வரலேங்கறெ ங்கறெம்மா'ன்னான். கெம்பி அதெக் காதுலயே போட்டுக்கலெ. தோள்ல சரியாயிருந்த டவலெ சரிசெஞ்சிட்டு, தொண்டெயெயும் சரி பண்ணிட்டுப் பொண்டாட்டிகிட்ட, 'பாரு இதாங் கடெசி வாட்டி' ன்னு அதுக்கப்பறம் அத்தையம்மாகிட்டெ `எதுக்கு இவென் இப்புடிப் பேசறான்னு நெனெச்சிக்காதீங்க அத்தெ. . . உங்கப் பொண்ணெ இனிமெ ங்களே வச்சிக்கீங்க'ன்னு, கொஞ்ச தூரம் நடந்து, நின்னு, டர்க்கி டவல இன்னொரு வாட்டி மடிச்சிச் சரிசெஞ்சிட்டு, திரும்பி ஒரு வாட்டிப் பாத்துட்டும் க்யா பீ நை ங்கறவனாயி அதுக்கப்புறம் தூக்கிக் கட்டியிருந்த வேட்டியெக் கீழே வுட்டு அந்த வேட்டி சரக்சரக்குன்னு சத்தம் வர்ற மாதிரி நடந்தான்.

உள்ளே, ச்சுத்தண்ணியெத் தாம் பையனுக்கு ஊட்டிக் கிட்டிருந்த ஈரிக்கு இதனால திகிலாயி, கைவேலெயெ வுட்டு 'அப்போவ் இதென்னப்பா ங்க செய்யிறது? அதென்னா ங்க. . .'ன்னுட்டு ன்னுட்டு அவளும் நடந்து ஜனங்களப் பொளந்துட்டு வேலி வர அப்பொ,

'ங்க வாங்கப்பா. . .'

'அங்க எனுக்கு யாரிக்காங்கன்னுட்டு வருட்டும் சொல்லுங்க. . .'

'ங்க சொல்றது நல்ல கதெயாயிருக்குதே. . .'

'அப்புடின்னா வேறெந்தக் கதெயச் சொல்றது நானு?'

'அப்புடின்னா ஜனங்க யாரெப் பேசுவாங்க . . .'

'என்னெப் பத்தி ஏம் பேசுவாங்க சொல்லுங்க. . .'

'அய்யோ! அவ என்னா பேசுனாலும் பொம்பளப்புள்ளன்னு நெனச்சிக்குவாங்க. . . ங்கெ பெரிய மனுசருங்க ங்களும் அப்புடியே பேசுனா, சொல்லு யாரு மேலெ வருஞ் சொல்லுங்க. . ?'

அப்பொ தோத்துப்போன கிட்டய்யன் ஈரி பின்னாடி டவலச் சரிப்படுத்திட்டே இப்ப. வந்திட்டிருக்க, கிட்டய்யன் ஈரிக்கிட்ட, 'இதென்னா ங்க இவ்வுளோ மூப்பான மாதிரி தெரியறீங்க'ன்னான். ஈரி, 'ஐயோ, இப்பத்திக்கி எவ்ளோ பரவா யில்லீங்க. பாக்கறபடியாவது இருக்குறென்'ன்னு இன்னுங் கொஞ்ச தூரம் போவ. அப்போவ் உங்க காலு, ங்க இன்னொரு வாட்டி வர்றப்ப எங்கியாவது கூலி வேலெ செஞ்சாவது தீக்கறேன். எம் புள்ளக்கி ஏதாவதொன்னு, செய்யுணுமாயிருக்குது. இல்லேன்னு சொல்லாம ஒரு பத்து ரூவா குடுங்க அப்புறம். . .'ன்னு இப்பிடி இப்பிடி ன்னா. அதுக்கு அவென், 'இது எங்கியோ ஸ்டூல் டம்பளர்ல குடுச்சதுனால சயரோகம் பிடிச்சாப்லத் தெரியுது. மொதல்லியே சொல்றதுக்குகென்னா ஒங்களுக்கு? வந்தப்ப மருந்தாவது கொன்னாந் திருப்பேன்ல. . .' ன்னான். ஈரி, 'ஐயய்யோ, அது மருந்துக்கில்லய்யா' ன்னு தாங்கொரலுக்கு உசுரு ஏத்தி இன்னொரு வாட்டி 'அப்போவ், பத்து ரூவாயாவது. . .' ன்னா. ஜோப்புலயெல்லாந் தேடுற மாதிரி செஞ்சி அவென் ஒத்தெ ரூவா நோட்டெ எடுத்து ட்ட, ஈரி யாரும் பாக்காததெ ஊர்ஜிதம் பண்ணிக் கபக்குண்ணு வாங்கி இடுப்புல சொருவி, 'அப்போவ். . . இன்னொரு ரண்டு ரூவாயாவது. . .' ன்னா.

அந்த நவுந்த விடியலோட யுத்தச் சத்தம் நாலு தெசெய்யும் மோதி மொழங்கி வந்து காதெக் குத்திக்கிடிருந்துச்சி. அதோட நின்னு இப்பக் காத்து வீச, சென்னெ வெளியில வந்து திண்ணெ மேலெ ஒக்காந்து, பீச்சாங்கையிலக் கண்ணாடி புடுச்சி சோத்தாங்கையிலக் கத்தரிக்கோலெப் புடிச்சி மீசயெ வெட்ட ஆரம்பிச்சான். இங்கிலீசோட மல்லுக்கட்டி பிஏங்கற ரண்டெழுத்தாவாமெ ஒரு மண்ணாங்கட்டியும் ஆவாமெ சென்னெ இருந்தான். வவுத்துக்கேதாவுது கம்மியா வுளுந்து நடையில கெத்து வரலேன்னா, நடக்கறத வுட்டு ஒக்கார்ற சென்னெ, தம்பிமாருங்க கூலி வேலெ செஞ்சிக் கொண்டார்ற பழைய சோத்துல நின்னு சென்னரசன்னு பேரெ மாத்திக்கிட்டிருந்த சென்னனுக்கு இப்பொத் தாம் மூஞ்சிக்குப் பொருந்தற

அப்பத்திய மோஸ்தர் மீசெ எதுன்னு முடிவு செய்யறதுல கஷ்டம் உண்டாயிருந்துச்சி. ஒக்காளோழி மேல் ஜாதிக்கு வவுத்தெறிச்சல் உண்டாக்கறதுக்குக் கொடுவா மீசெ வுட்றது அவங் குறியாயிருந்தாலும் அவுனுது அரும்பு மீசெயாயிருந்துச்சி.

இவெம் பிரச்சினெ இப்புடி இருக்கறப்ப, சேரிக்குள்ள காலு வெச்சிட்டிருந்த அந்தக் கிட்டய்யனும் ஈரியும் கண்ணுலப் பட்டு, சென்னனோட மீசெ வெட்டறது நின்னு, அதுக்குப் பதிலா அவனுக்கு ஒடம்பு எரிச்சல் வந்து, 'அதென்ன சீமெ ஜனங்க ங்க, என்னாத்துக்குப் பொறந்திருக்குறீங்க ங்க. ஓங்கச் சண்டெயெ குடிசக்குள்ளாறயே வச்சிக்கிறதுக்கு என்னா கேடு ஓங்களுக்கு. மேல் சேரிக்காரங்கப் பாத்து, 'இங்கப் பார்ரா, இந்தப் பறப்பசங்க வாழ்வெ'ன்னு பேசுற மாதிரி செஞ்சிச் செஞ்சி வூர்லயும் சமாதானமா இருக்க வுடமாட்டீங்களே என்னெ. . . த்தூ முண்டச்சிக்குப் பொறந்தவங்களே. . .' ன்னு காறித்துப்பிச் சொன்னான். வாயெத் தொறக்காம அவுங்க தாண்டுனாங்க.

சென்னனோட அப்பென் வெள்ளெப் போர்வெயப் போத்திக்கிட்டு, பக்கத்துல ஊணு கோலு வச்சிக்கிட்டு, இந்தப் பக்கொம் வீதிக்குஞ் சேராம அந்தப் பக்கொங் குடிசக்குஞ் சேரமா இருக்குற தாவுல ஒக்காந்தவெம் போர்வெக்குள்ளருந்து கையெ எடுத்து, 'ஓஹோ நம்ப தூரம்மாவோட மாப்பிளயில்லியா!. எங்களுக்கும் ஓங்களுக்கும் நெருங்குன ஒறவுப்பா, ஒரு பீடி எடுத்தெறிஞ்சிட்டுப் போப்பா. . .' ன்னு கையெட்டுனான்.

●

மார்ச் 2002

தேவனூரு மகாதேவா, குசுமபாலே, நான்

மைசூர் மாவட்டம் நஞ்சன்கூடு தாலுக்காவைச் சேர்ந்த தேவனூரில் 1948ஆம் ஆண்டு மகாதேவா பிறந்தார். மைசூர்ப் பல்கலைக்கழகத்திலிருந்து முதுகலைப் பட்டம் பெற்ற தேவனூரு மகாதேவா, மைசூரிலுள்ள இந்திய மொழிகளின் நடுவன் நிறுவனத்தில் சில காலம் பணியாற்றி வேலையை ராஜினாமா செய்துவிட்டு விவசாயத்தில் ஈடுபட்டுள்ளார். இவருடைய ஒடலாள குறுநாவலுக்காகக் கல்கத்தாவின் பாரதீய பரிஷத் 1984இல் விருதளித்துக் கௌரவித்தது. குசுமபாலெ நாவலுக்காக 1991ஆம் ஆண்டு மகாதேவாவுக்கு மையச் சாகித்திய அகாதமி விருது கிடைத்தது. அமெரிக்காவின் ஐயோவாப் பல்கலைக்கழகத்தில் 1991இல் நடபெற்ற இன்டர்நேஷனல் ரைட்டிங் ப்ரொக்ராமில் இவர் கலந்துகொண்டார். தேவனூரு மகாதேவாவின் மொத்த எழுத்தும் டெமி ஒன்றுக்கு எட்டு அளவில் வெறும் 187 பக்கங்களில் அடங்கிவிடுகிறது. ஆனால், கன்னட இலக்கிய உலகில் படைப்பாற்றலுக்கான உச்சபட்ச அங்கீகாரத்தை மகாதேவா அடைந்துள்ளார். கன்னடத்

தலித் படைப்பாக்கத்துக்கு இவர் எழுத்துகள் முன்னுதாரணங்கள். முதல் கட்டமாகக் குசுமபாலேயின் முதல் நான்கு அத்தியாயங்களை உங்களுக்குத் தமிழாக்கித் தந்துள்ளேன். குசுமபாலெ உங்களுக்குப் புதுமையான வாசிப்பனுபவத்தை அளிக்கும். பல்வேறு வியப்பூட்டும் பரிமாணங்களைக் கொண்டுள்ள நாவல் இது. மொழியியல் சோதனையாகத் தோற்றமளிக்கும் குசுமபாலெ புராணத்துக்கும் நவீனக் கதையாடலுக்குமான எல்லைகளை மாய்க்கும் அதே சமயம் சமகாலச் சமூக மாற்றங்களை நுட்பமாகப் பதிவு செய்கிறது. மொத்த நாவலின் கதையும் முதல் பக்கத்திலேயே சுருக்கமாகக் கூறப்பட்டு விட, சஸ்பென்ஸ் என்னும் கூறு இல்லாமல் கதையாடல் நகர்வது ஆச்சரியமான விஷயம். ஆயிரத்தொரு அராபிய இரவுகள், விக்கிர மாதித்தன் கதை போலும் இலக்கியங்களின் கதைக்கூறுகளை நவீனத் தன்மையுடன் சமகாலக் கதையாடல் தளங்களில் மகாதேவா எடுத்தாண்டுள்ளதை உணரும்போது நீங்கள் வாசிப்பின் குதூகலத்தை அனுபவிக்கலாம். படைப்பாற்றலில் சிலப்பதிகாரத்திற்கும் மொழியியல் சோதனையில் ஜேம்ஸ் ஜாய்ஸின் யுலிஸிஸுக்கும் இணையானதாகக் குசுமபாலெவை நான் கருதுகிறேன்.

குசுமபாலெயுடனான என் உறவின் பின்னணி தொடர்பாகச் சில வார்த்தைகள் சொல்வது இங்குப் பொருத்தமற்றது அல்ல என எண்ணுகிறேன். இந்நாவலில் மகாதேவா எடுத்தாண்டுள்ள மொழி நஞ்சன்கூடு பகுதியில் விவசாயிகளும் விவசாயக் கூலிகளும் பேசும் கன்னடம். இது மைசூர், பெங்களூர் நகரப் பகுதிகளில் பேசப்படும் கன்னடமல்ல. நான் சேலத்தின் கன்னட தேவாங்க வகுப்பைச் சேர்ந்தவன். எங்கள் முன்னோர்கள் சுமார் இருநூறு ஆண்டுகளுக்கு முன்னர் கர்நாடகத்திலிருந்து நஞ்சன்கூடு, கொள்ளேகால் வழியாகவந்து ஜலகண்டாபுரம், நங்கவள்ளி, வனவாசி, மேச்சேரி முதலான பகுதிகளில் குடியேறினார்கள். இன்று சேலம் மாவட்டத்தில் நாங்கள் பரவலாக வசிக்கிறோம். நாங்கள் வீட்டில் பேசும் கன்னடம் தரப்படுத்தப்பட நகர்ப்புறக் கன்னடத்தைவிட மகாதேவா எடுத்தாண்டுள்ள கன்னடத்திற்கு நெருக்கமாக உள்ளது. சாகித்திய அகாதமிக்காகத் தமிழவன் தொகுத்த கன்னடத் தலித் இலக்கியம் நூலுக்காகச் சகோதரி தமிழ்ச்செல்வி யுடன் இணைந்து நான் ஏற்கனவே குசுமபாலெயின் முதல் ஐந்து அத்தியாயங்களைத் தமிழாக்கியுள்ளேன். அப்போது எனக்கு இப்போதுள்ள அளவுக்குக் கன்னடம் வாசிக்கத் தெரியாது. இப்போது நானே குசுமபாலெயைத் தனியாகத் தமிழாக்கியுள்ளேன். இத்தமிழாக்கம் மேற்குறிப்பிட்ட தொகுப்பிலுள்ளதைவிடச் சிறப்பாக அமைந்துள்ளது.

தேவனூரு மகாதேவாவை அடியொற்றி நானும் ஒரு மொழியியல் சோதனை செய்துள்ளேன். இதில் நான் எடுத்தாண்டுள்ள மொழி சேலம் மாவட்டத்தின் கிராமப்புற மக்கள் பேசும் மொழி. முதல் வாசிப்பில் என் மொழியின் நுட்பங்களை நீங்கள் தவறவிட்டாலும், அடுத்தடுத்த வாசிப்புகளில் அவை உங்கள் கவனம் கவரும் என்ற நம்பிக்கையோடு இத்தமிழாக்கத்தை உங்கள் முன் படைக்கிறேன்.

●

பொய்யைவிட ருசியானது இல்லை

கன்னட நாட்டுப்புறக் கதை

ஒரு பட்டணம். அதில் ராஜா, மந்திரி இரண்டு பேர். அதே பட்டணத்தில் பிராமணப் பெண் ஒருத்தி, போயர்[1] பெண் ஒருத்தி, வேசி மகள் ஒருத்தி ஆகிய மூன்று பேர் இருக்கிறார்கள். அவர்கள் பிறந்ததிலிருந்தே மிக நெருக்கம். ஒரு நாள், அந்தப் பெண்கள் மூன்று பேரும் தண்ணீர் எடுத்து வருவதற்காகக் கிணற்றின் பக்கம் போகிறார்கள். அந்த ராஜாவும் மந்திரியும் ஓர் அரசமரத்தடி மேடையில் போய் உட்கார்வது வாடிக்கை. அவர்கள் கிணற்றின் பக்கம் போகும்போது, ராஜாவும் மந்திரியும் வழக்கம்போல அந்த அரசமரத்தடி மேடையில் உட்கார்ந்துகொள்கிறார்கள்.

அந்தப் பெண்கள் மூன்று பேரும் குடங்களை எடுத்துக்கொண்டு நல்ல தண்ணீருக்காக வந்து, அவற்றை விளக்கிக்கொண்டே ஒருவருக்கொருவர், 'அக்காக்கா உனக்கு எது ரொம்ப நல்லதுன்னு தோனுது?' எனக் கேட்டுக்கொள்கிறார்கள்.

'எனக்குக் கறியவுட ருசியானது வேறொன்னும் இல்லடி' என்று அந்தப் பிராமணப் பெண் சொல்கிறாள்.

அதற்கு அந்தப் போயர் பெண், 'கறியவுட ருசியானது இல்லங்கறே நீ. கள்ளைப் போல ருசியானது வேறெதுவும் இல்ல' என்கிறாள்.

நஞ்சுண்டன்

அந்த வேசி மகள் சொல்கிறாள் 'யக்கா எனக்குத் தெரிஞ்ச படி பொய்யப் போல ருசி வேறெதுவும் இல்ல.' அவர்கள் இப்படிச் சொல்லிக்கொண்டிருக்க, மரத்தடியில் உட்கார்ந்திருந்த ராஜா, மந்திரி இவற்றைக் கேட்டு 'இதென்னப்பா இப்புடிச் சொல்றாங் களே' எனத் தங்களுக்குள் பேசிக்கொள்கிறார்கள்.

அவர்கள் தண்ணீர் எடுத்துக்கொண்டு திரும்பும்போது அவர்களைப் பார்த்து, 'என்னம்மா நீங்கல்லாம் யார் பொண்ணுங்க?' என ராஜாவும் மந்திரியும் விசாரிக்கிறார்கள்.

'கறியைவிட ருசியானது இல்லை' என்றாளல்லவா அந்தப் பெண் 'நான் பிராமணப் பொண்ணு' என்று ஏதோ தந்தை, தாய் பெயர்களைச் சொல்கிறாள். இன்னொரு பெண்ணையும் கேட்கிறார்கள். அவள் 'நாங்க போயர்கள் சாமி' எனச் சொல்கிறாள். இன்னொருத்தியைக் கேட்கும்போது 'நான் வேசி மகள் சாமி' என்கிறாள்.

ராஜாவும் மந்திரியும் அந்தப் போயர் பெண்ணைக் கேட்கிறார்கள், 'என்னம்மா, கள்ளைவுட ருசி வேறெதுவும் இல்லன்னியல்ல. நீ எந்த ஆதாரத்துல சொன்ன?'

'சாமி, எங்க வீட்டுக்குப் பக்கதுலயே கள்ளுக்கடை இருக்கு துங்க. நூத்துக்கணக்கான பேர் யார் யாரோ வந்துடறாங்க. எக்கச்சக்கமா கள்ளு குடிச்சிட்டு பொண்டாட்டின்னு பாக்கறதுல்ல. அம்மான்னு பாக்கறதுல்ல. பொண்டாட்டியவே அம்மான்னு கட்டிப்பிடிச்சிக்கறாங்க. அம்மாவையே பொண்டாட்டின்னு அடிக்கிறாங்க. இப்பிடிப்பட்ட வேலை யெல்லாம் செய்றாங்க. இந்தத் தேசத்துல இல்லாத ராகத்தை யெல்லாம் பாடுறது என்ன! கள்ளு அவ்வளவு மயங்க வைக்கணுன்னா அதுல எவ்வளவு ருசி இருக்கணுன்னு நெனச்சிக்கறேன். அப்பா சாமி!' என்று அந்தப் போயர் பெண் சொல்கிறாள்.

அந்த வேசி மகளிடம், 'பொய்யைவிட ருசியானது இல்லை என்கிறாயேம்மா, நீ எந்த ஆதாரத்துல சொல்ற' எனக் கேட்கிறார்கள்.

அதற்கு அவள், 'சாமி நானு அவ்வளவு சுலபத்துல சொல்ல முடியல. எனக்கு ஒரு வாரம் டைம் குடுத்தா அதையே நான் ப்ரூஃப் பண்ணுறேன்' என்கிறாள்.

'ஆகட்டும்மா. நீ சொல்றதை நிரூபிக்கறியா?'

'சாமி நாளை திங்கட்கிழமை அன்னிக்கி இந்த ஊருல இருக்கற வீரபத்திர சாமி கோயில் முன்னாடி ஒரு பெரிய மேடை கட்டிருங்க.

ஊரெல்லாம் தண்டோரா போட்டுறுங்க. அங்க திங்கட்கிழமை அன்னிக்கி ஒம்பதரை மணிக்குக் கரெக்டா வீரபத்ர சாமி அந்தத் தேவலோகத்து வாத்தியங்களோட வந்து நடனமாடுவாரு. அதை எல்லாரும் பாக்கலாம். அன்னக்கி நான் சொன்னதை நிரூபணம் பண்ணுறேன்.'

'என்னம்மா கோயில் முன்னாடி வீரபத்திர சாமியே வந்து நடனமாடுவாரா? என்ன இப்புடிச் சொல்ற?'

'சாமி நாளக்கி திங்கட்கிழமை அன்னிக்கி அங்க ஆடுவாரு. எனக்குத் தெரியும். நீங்க இதுக்கு வேண்டிய உபகரணங்களுக் கெல்லாம் ஏற்பாடு செய்யலாம்.'

ராஜாவுக்கும் மந்திரிக்கும் ஆச்சரியமாயிருந்தது. 'இதென்னப்பா இது? கடவுளே வந்து தேவலோகத்தோட வாத்தியங்களோட இங்க நடனமாடுறதுன்னா நாங்க என்ன சொல்றது. இது ஆச்சரியமான செய்தி!'

அவர்கள் அந்தப் பட்டணமெல்லாம் தண்டோரா போடவைக்கிறார்கள்.

மறுநாள் ஆளுக்கு ஆள் முந்திக்கொண்டு சரியாக ஒன்பது மணிக்கு வீபத்திர சாமி கோயில் முன்னால் ஜனங்கள் காத்துக்கொண்டு உட்கார்ந்திருக்கிறார்கள். ஆயிரக்கணக்கான வர்கள் சேர்ந்துவிடுகிறார்கள். ராஜாவும் மந்திரியும் அங்கே வந்து உட்கார்ந்துகொள்கிறார்கள். அந்தப் பெண் வரவில்லை. மணி ஒன்பதே கால் ஆயிற்று. ஒன்பதரை ஆயிற்று. ஒன்பதே முக்கால் ஆயிற்று.

'என்னப்பா, ஒம்பதரை மணிக்கு இங்க வீரபத்திர சாமி யோட நடனம் இருக்குதுன்னு சொன்னாங்க. ஒம்பதே முக்கால் ஆனாலும் வரல்ல'.

அந்தப் பெண் என்ன செய்கிறாள்? நன்கு அலங்காரித்துக் கொண்டு சரியாக ஒன்பதே முக்கால் மணிக்கு வருகிறாள்.

'ஓ சாமி, நானு வர்றதுக்கே லேட்டாயிருச்சி. நானு சொன்ன படி ஒம்பதரை மணிக்குத் தேவலோகத்தோட எப்படிப்பட்ட நடனம்! என்ன வாத்தியம்! ஆகா!' என ஆனந்தப்பட்டுக் கொண்டே வருகிறாள்.

கூடி இருந்தவர்களெல்லாம் பார்க்கிறார்கள். அங்கே பிளாட்ஃபாரம் கட்டியிருந்தார்களல்லவா? அது வெறுமையா யிருக்கிறது. அங்கே எதுவும் இல்லை.

அந்தப் பெண் மட்டும் சொல்கிறாள் 'ஐயோ என்ன கானம்? என்ன நடனம்?' என வியக்கிறாள்.

அங்கே இருந்தவர்கள் 'ஏம்மா நீ எதுக்கு ஆனந்தப்படறே? நாங்க உன்னோட நடனத்தைத்தான் பாத்தா மாதிரி ஆச்சி. அங்க மாத்திரம் எதுவும் இல்லம்மா' என்கிறார்கள்.

அதற்கு அந்தப் பெண், 'மகா பதிவிரதையின் வயிற்றில் யார் பிறந்திருக்கிறார்களோ அவர்களுக்கு மட்டும் தெரியும். எல்லாருக்கும் தெரியாது சாமி இது' என்று சொல்கிறாள்.

அங்கே யாரோ என்னைப் போல[2] ஒருவன் உட்கார்ந் திருக்கிறான். அவன் '"ஓகோ பதிவிரதையின் வயிற்றில் பிறந்தவர் களுக்கு மாத்திரமே தெரியும்" என்று சொல்லியிருக்கிறாள். எனக்குத் தெரியலேங்கறப்ப எங்கம்மா பாதகத்தியாக இருக்க லாமோ? எங்கம்மா பதிவிரதையாவதே நல்லது. வீரபத்திர சாமியின் நடனம் தெரியட்டும் தெரியாமல் போகட்டும். எனக்குத் தெரியுதுன்னு சொல்றதே நல்லது' என்று அவன் எழுந்து, 'ஓகோ! நான் பாத்துட்டிருக்கறேன். என்ன ஆனந்தமான வாத்தியம், நடனம்!' எனத் தொடங்கிவிடுகிறான்.

பக்கத்திலிருக்கிறவர்கள் ஒவ்வொருவராக 'அப்படின்னா இவங்கம்மா பதிவிரதையாயிட்டா. எங்கம்மா மட்டும் பாதகத்தியா இருக்கலாமா? அப்புடியாகக் கூடாது. எனக்குத் தெரியட்டும் தெரியாமப் போகட்டும். தெரியுதுன்னு சொல்றது தான் சரி' என்று ஒருவருக்கொருவர் பார்த்துக்கொண்டு எல்லோரும் குதியாட்டம் போடுகிறார்கள். 'ஆஹா! அற்புத மான நடனம்! எப்படிப்பட்ட நடனம் இது! எப்படிப்பட்ட சங்கீதம் இது! தேவலோகத்து வாத்தியமே இங்கே கேட்குதல்லப்பா!' எனச் சொல்லி எல்லோரும் ஒருவரை ஒருவர் பார்த்துக்கொள்கிறார்கள். எல்லாம் வெறும் பொய்யே! ஜனங்களே நடனமாடிக்கொண்டிருக்கிறார்கள்.

ராஜா பார்த்தான். 'இவங்க எல்லாருடைய அம்மாக்களும் பதிவிரதைங்க. எங்கம்மா மட்டும் பாதகத்தியா இருக்கலாமா? வீரபத்திர சாமி நடனம் தெரியுதுன்னு நானும் சொல்றதுதான் நல்லது' என நினைத்து 'நானும் பாத்துட்டிருக்கறேன். எனக்கும் தெரியுது' என அறிவித்துவிடுகிறான். கூடவே மந்திரியும் அப்படியே ஆரம்பித்துவிடுகிறான்.

அப்போது அவர்களெல்லாம் நடனமாடத் தொடங்கும் போது, அந்த வேசியின் மகள் பகபகவெனச் சிரித்துவிடுகிறாள். 'என்ன சாமி? பொய்யைவிட ருசியானது வேற என்ன இருக்குதுங்க?' என்று ராஜா முன்னால் போய் பகபகவெனச் சிரிக்கிறாள்.

ராஜா ‘என்னம்மா இது? நீ சிரிக்கிறதுக்குக் காரணம் என்னா? மொதல்லயிருந்தே நீ செய்யறதெல்லாம் விசித்திர மாவே இருக்குதுல்ல?’ என்று கேட்கிறான்.

‘என்ன சாமி, தேவலோகன்னா என்ன? சாட்சாத் வீரபத்திர சாமின்னா என்ன? கடவுள் வந்து இங்க நடனமாடுறதுன்னா, அது இந்தப் பூலோகத்து சாத்தியமா சாமி? நர மனுசர்கள் கண்ணுக்கு அது தெரியுமா? எல்லாமே பொய் சாமி. இப்புடிப் பட்ட ருசி வேறேதாவது இருக்கா? பொய்யைப் போல ருசி இன்னெதுவும் இல்ல சாமி’ என்று அவள் தான் சொன்னதை நிரூபிக்கிறாள்.

அந்தப் பெண்ணின் சாமர்த்தியத்தைக் கண்டு ராஜா, மந்திரி எல்லோரும் ஆச்சரியப்பட்டு, மெச்சி, அவளுக்கு வேண்டியளவு பரிசுகள் வழங்குகிறார்கள். அவ்வளவே.

(இக்கதை கர்நாடகாவின் மண்டியா மாவட்டத்தைச் சேர்ந்த ஒருவரே சொன்ன இருபத்தியிரண்டு நாட்டுப்புறக் கதைகளின் தொகுப்பிலிருந்து தேர்ந்து தமிழாக்கப்பட்டுள்ளது. அவர் வாய்மொழியாகச் சொன்னவற்றை ஒலிநாடாவில் பதிந்து, அப்படியே பதிப்பித்துவிட்டார்கள். தொகுத்தவர் பெங்களூர்ப் பல்கலைக்கழகத்தின் முன்னாள் கன்னடப் பேராசிரியர் வீரண்ணா. பதிப்பு: பெங்களூர்ப் பல்கலைக்கழகம்.

வாய்மொழியாகக் கூறிய கதையை வார்த்தைக்கு வார்த்தை அல்லது வரிக்கு வரி அப்படியே தமிழாக்கிப் பார்த்தேன். படிக்கவே முடியவில்லை. எனவே, கதையின் அமைப்பு மாறாமலும் வாக்கியங்களை விட்டுவிடாமலும் தேவையற்ற சொற்களை நீக்கியும் வேண்டிய இடங்களில் சிற்சில வார்த்தை களைச் சேர்த்தும் தமிழ் வாசகர்களுக்கு வழங்குகிறேன். இதில் இடம்பெற்றுள்ள சில ஆங்கிலச் சொற்கள் மூலத்தில் உள்ளபடி எடுத்தாளப்பட்டுள்ள.)

அடிக்குறிப்பு

1. போயர்: கல்லுடைக்கும் தொழில் செய்யும் இனத்தவர்.
2. என்னைப்போல: கதை வாய்மொழியாகச் சொன்னவரைப்போல.

●

ஜூன் 2019

புகைப்படம்

கன்னட மூலம்: எஸ். திவாகர்

தயவுசெய்து இந்தப் புகைப்படத்தைப் பாருங்கள். இதிலிருப்பவர்கள் மணமக்கள். இருவரில்

ஓவியம்: பாரதிராஜா

ஒருவராவது செல்வந்தர் என்பதற்கு இவர்கள் அணிந்திருக்கும் ஆபரணங்களே சாட்சி. முதலில் மணமகளின் மீதே உங்கள் கவனத்தைக் குவியுங்கள்.

கடந்த நூற்றாண்டின் தொடக்கத்தில் பெண்பிள்ளைகளுக்கு மிக விரைவில் திருமணம் செய்வது ஒரு வாடிக்கையாக இருந்தது. அதனால் இந்தச் சிறுமிக்கும் பதினான்கோ பதினைந்தோ வயதாகியிருந்தால் அதிகம். இந்த வார்த்தைகளுக்கு முந்தானையில் மூடிக்கொண்டிருக்கும் இவள் மார்பும் ஆதாரம் அளிப்பது போலிருக்கிறது. உருண்டை முகம். அதில் சற்று புடைத்திருப்பது போன்ற கண்கள். தடிமனே என்று சொல்லத்தக்க புருவம். மூக்கின் புல்லாக்கு உதடுகளைத் தொடுமளவுக்கு கீழிறங்கியிருப்பதிலிருந்து அந்த உதடுகள் தீவிரத்தையோ புன்னகையையோ காட்டுவதாகக் கறாராகச் சொல்வது கடினம். இவள் கன்னங்கள் உப்பியிருக்கின்றன என்பதற்குத் தாடையில் கவிந்திருக்கும் நிழலே போதும். வகிடையும் நெற்றியையும் மூடியிருக்கும் ஆபரணங்கள். அவற்றின் பேச்செடுத்தால், இவள் கழுத்தில் எத்தனை சங்கிலிகள் இருக்கின்றன தெரியுமா? நான் எத்தனையோமுறை எண்ணியிருப்பதிலிருந்து கழுத்தில் நெருக்கமாகச் சுற்றியுள்ளது மூன்று விரலளவு அகலமுள்ள சங்கிலி. அதற்குக் கீழே புஜத்தளவு வரும் நான்கு சங்கிலிகள். அங்கிருந்து மார்பின் கீழ்வரை இறங்கியிருக்கும் ஏழு சங்கிலிகள். இந்தத் தங்கச் சங்கிலிகளில் முத்து, பவளம், விலை மதிப்புமிக்க மணிகள் உள்ளனவென்று தனியாகச் சொல்ல வேண்டியதில்லை. போதாததற்கு வங்கி, இடையில் ஒட்டியாணம், கைகளில் வளையல்கள், கங்கண வளையல்கள். அந்த வளையல்களிலிருந்து நீளும் இணைப்புச் சங்கிலிகளின் இரண்டு முனைகள், ஆட்காட்டி விரலிலும் சுண்டு விரலிலும் இருக்கும் மோதிரங்களைப் பிடித்துள்ளன. மேலும் இவள் கால்களைப் பாருங்கள். அவற்றில் கைப்பருமனில் சலங்கைத் தண்டைகள். நான்கு விரல்களில் நான்கு மோதிரங்கள். பெருவிரலி லிருக்கும் அவ்வளவு தடிமனான மோதிரத்தைப் பார்த்து என்னைப்போலவே நீங்களும் ஆச்சர்யப்படலாம். மொத்தத்தில் தொடைகளின்மேல் கைவைத்துக்கொண்டு, கால்களை முடிந்தளவு பக்கத்தில் கொண்டுவந்து யாருடைய வற்புறுத்தலுக்காகவோ என்பதுபோலக் கணவனின் உடம்போடு தன் உடம்பு பட்டும் படாமலும் உட்கார்ந்திருக்கும் பாணி. சும்மா உங்களிடம் எதற்குப் பீடிகை? இது புவனகிரியின் நடுவீட்டிலிருக்கும் என் தாத்தா பாட்டி புகைப்படம். 1923 அளவில் பெங்களூரிலிருந்து வந்திருந்த வேலப்பன் என்னும் தமிழர் ஒருவர் எடுத்தது.

என் தாத்தாவின் பெயர் லக்ஷ்மிநாரணய்யா. பாட்டி கமலம்மா. அவள் கங்காவதியின் இனாம்தார் ஷாமண்ணாவின்

மகள். அவருடையது வேண்டியளவு நிலம், காணி கொண்டிருந்த பரம்பரைப் பணக்காரக் குடும்பம். அவர் தன் ஒரே மகளைப் புவனகிரியின் அவ்வளவு வசதியற்ற லக்ஷ்மிநாரணய்யனுக்குத் தாரை வார்த்துத் தர வேறு காரணங்கள் இருந்திருக்கலாம். அந்த விஷயம் நமக்கு இப்போது வேண்டாம்.

கமலம்மாவுடையது பணக்காரக் குடும்பமானால் என்ன, புகுந்த வீட்டுக்குப் போனபிறகு கணவனே கண்கண்ட தெய்வம். லக்ஷ்மிநாரணய்யா கொஞ்சம் கர்வம் கொண்டவர், அதோடு முன்கோபி. கமலம்மா அந்த வீட்டில் எப்படியிருந்தாள் என்பதை இந்தப் புகைப்படத்தில் தெரியும் ஜன்னலே சொல்கிறதல்லவா?

என் அம்மா ஒருமுறை சொன்னதுபோல (அப்போது என் அம்மாவுக்கு ஏழோ எட்டோ வயசாம்) தாத்தா லக்ஷ்மி நாரணய்யா சூலிபெலெ நகரத்தில் ஒய்யாரி ஒருத்தியை வைத்துக்கொண்டிருந்தாராம். ஒன்றிரண்டு மாதங்களுக்குப் பிறகு, அந்தச் செய்தி வீட்டிலிருந்தவர்களுக்கும் எட்டி, வேலைக்காரப் பெண்கள்கூடக் குசுகுசுக்கும்படியாயிற்று. கமலம்மா மனமுடைந்துபோனாள். பலமாக அழுது கூவி ஆர்ப்பாட்டம் செய்யும் தைரியம் இல்லாமல் சாப்பாட்டை நிறுத்தினாள். தூக்கம் கெட்டாள். எதுவும் செய்ய முடியாமல் உடம்பைப் பிறாண்டிக்கொண்டாள்.

அன்றொரு நாள் காலை, லக்ஷ்மிநாரணய்யா சுவாமி பூஜைக்காகப் புழக்கடையில் பூப்பறித்துக் கொண்டிருந்தபோது, அவள் கோடாலியைத் தூக்கிக்கொண்டு மூலையில் விறகுக் காக ஆள் உயரத்துக்கு அடுக்கியிருந்த மரக் கட்டைகளை (அந்தக் காலத்தில் எங்கெங்கும் மரங்களிருந்தனவாம்) ஒவ்வொன்றாக உருட்டிப் பிளக்கத் தொடங்கினாளாம். ஒரு நாளாவது விறகு வெட்டு வெட்டுவதிருக்கட்டும், கோடாலியைக்கூடத் தொட்டவ ளல்ல. புகைப்படத்தில் சுருங்கிக்கொண்டு உட்கார்ந்திருக்கும் இவள், அன்று தன் முந்தானையை இடுப்பில் சொருகி, புடவையைத் தூக்கிக் கட்டி, வீராவேஷத்தோடு கட்டைகளைப் பிளந்துகொண்டிருந்தபோது, எப்படித் தோற்றமளித்திருக்க லாம் என்று நீங்களே ஊகித்துக்கொள்ளுங்கள். லக்ஷ்மி நாரணய்யா பயந்துபோய் நின்றுவிட்டார். அவள் கோடாலியைத் தூக்கிய ஒவ்வொரு முறையும் அவன் இதயம் திடுக்கென்றது. அவ்வளவுதான், அதன் பிறகு எதுவும் நடக்கவில்லை என்பது போல முன்னைப்போலவே சிரித்துக்கொண்டு இருந்துவிட்டாள். லக்ஷ்மிநாரணய்யா பிறகு என்றைக்கும் சூலிபெலெ நகரத்தின் பக்கம் கால்வைக்கவே இல்லை. கமலம்மா பிறகு என்றைக்கும் கட்டைகளை உடைக்க வேண்டியிருக்கவில்லை.

என் அம்மாவிடமிருந்து இந்தச் சங்கதியைக் கேட்ட பிறகு, புகைப்படத்திலிருக்கும் இவளது கண்கள் இப்போது எனக்கு எதையோ புதிதாகச் சொல்வது போலிருக்கிறது. அது என்ன? என் உடம்பிலிருக்கும் நகைகளைப் பார் என்றா? பக்கத்தில் உட்கார்ந்திருக்கிறவன் எப்படிப்பட்ட கல்லுளிமங்கன் என்றா? நீ நினைக்கிறபடி நான் ஒன்றும் அப்பாவியல்ல என்றா?

கதையையோ கவிதையையோ படிப்பதுபோலப் புகைப்படத்தைப் படிப்பதும் ஒரு கலை, அவ்வளவுதான். அப்படி நானும் இந்தப் புகைப்படத்தை நுட்பமாக, உச்சி முதல் அடிவரை படிக்க முயல்கிறேன். முடிந்தால் நீங்களும் படியுங்கள். படித்த பிறகு உங்களுக்கு வேறு ஏதேனும் தோன்றினால் எனக்குச் சொல்வதற்கு மட்டும் மறந்துவிடாதீர்கள்.

●

ஆகஸ்ட் 2019

எஸ். திவாகர்

கன்னட இலக்கிய உலகில் ஃபேன்டசி எழுத்து என்றதும் நினைவுக்கு வரும் முதல் பெயர் திவாகர். பெங்களூரு கிராமப்புற மாவட்டத்துத் தேவனஹள்ளித் தாலுகாவின் சோமத்தன ஹள்ளியில் 1946ஆம் ஆண்டு பிறந்த திவாகர், தார்வாடிலுள்ள கர்நாடகப் பல்கலையில் பிஏ பட்டம் பெற்றார். பல முன்னணிக் கன்னடப் பத்திரிகைகளில் உதவியாசிரியராகவும் ஆசிரியராகவும் விளங்கிய இவர், 1967 முதல் 1971 வரை 'சோவியத் செய்தி' இதழின் கன்னடத் துறையில் பணியாற்றினார். பிறகு, நீண்டகாலம் சென்னை அமெரிக்கத் தூதரகத்தில் கன்னடச் செய்தித் தொகுப்பாளராகத் திகழ்ந்தார். இவரது பல கதைகள், தமிழ் நிலப்பரப்பில் களம்கொண்டவை. தற்போது பெங்களூருவில் வசிக்கிறார்.

திவாகரின் மொத்த நூல்கள், முப்பதுக்கும் மேல். இவரது சொந்தப் படைப்புகளாக நாவல்கள், சிறுகதை மற்றும் கவிதைத் தொகுதிகள் வெளியாகியுள்ளன. கன்னடத்தின் மிகச் சிறந்த மொழிபெயர்ப்பாளர்களில் திவாகர் ஒருவர். நோபல் பரிசு பெற்ற மூவரின் நாவல்கள், நோபல் பரிசு பெற்றவர்களின் தேர்ந்தெடுக்கப் பட்ட சிறுகதைகளின் தொகுப்பு, உலகின் மிகச் சிறிய கதைகளின் தொகுப்பு ஆகியன இவரது பேர் சொல்லும் ஆங்கிலம் வழிக் கன்னட மொழியாக்கங்கள். இருபதாம் நூற்றாண்டின் மிகச் சிறந்த கன்னடச் சிறுகதைகளின் தொகுப்பு திவாகரின் தலையாயப் பதிப்பு. இத்தொகுப்பில் இவரது சிறுகதை இடம்பெறவில்லை என்பது குறிப்பிட்டுச் சொல்லத்தக்கது.

'தங்கத் தாமரை' தேசிய விருது பெற்ற 'கடஸ்ரார்த்த' கன்னடத் திரைப்படத்தின் துணை இயக்குநராகவும் 'கிரஹன' படத்தின் கலை

இயக்குநராகவும் திவாகர் பங்காற்றினார். கன்னட இலக்கிய உலகின் எந்த அணியிலும் சேராத திவாகர், தன் 'இதிஹாச' சிறுகதையைக் குறும்படமாகவும் தயாரித்து இயக்கியுள்ளார்.

திவாகரின் துணைவியார் ஜெயஸ்ரீ காஸரவள்ளியும் சிறந்த கன்னட எழுத்தாளர்.

இத்தத்

கன்னட மூலம்: பொளுவார் மகம்மது குன்ஹி

உங்களில் யாராவது மனைவியைவிட்டு மரணமடைந்தால் நான்கு மாதங்களும் பத்து நாட்களும் பொறுத்திருக்கட்டும். அவ்வாறு இத்தத்தின் காலகட்டத்தை முடித்த பிறகு திருமணம் செய்துகொண்டால் (வாடிக்கைபோல நடந்தால்) உங்கள்மேல் எந்தவொரு ஆட்சேபனையும் இல்லை. நீங்கள் செய்வதைப்பற்றி அல்லா நுட்பமாக தெரிந்திருப்பான்.

குரான் – அல் பகர 234

மெஹருன்னிஸா சரியாகவே கணக்கிட்டிருந் தாள். இந்த ஒரு இரவு கழிந்து பகலானால் இத்தத் காலம் முடிவடையும். அப்பாடா! அதெவ்வளவு வேகமாகக் கழிந்தது! எல்லாம் நேற்று, முந்தாநாள் நடந்ததைப்போல.

தன் முகம் இப்போது எப்படியிருக்கும்? இத்தத் காலகட்டத்தில் கண்ணாடியில் முகம் பார்க்கக் கூடாதாம் – சித்தி சொன்னது. ஆனாலும் குளிக்கும்போது ஒருமுறை அண்டாவில் எட்டிப் பார்த்தவள் பயந்துபோனாள். அலிகத் இல்லாத மூளிக் காதுகள். நகைகள் எல்லாம் பெட்டகத்தில் இருக்கின்றன. யாரும் கவனித்திருக்க சாத்தியமில்லா விட்டாலும், சர்வவல்லமை படைத்த அல்லாவுக்குத் தெரியாதா? எல்லாவற்றின் சூத்திரதாரி அவன். பொறுமை காத்தவர்களுக்கு அவர்களின் நன்னடத்தைக்காக மறுமையில் வெகுமதிகளைத்

தரவிருக்கிறான். அண்டாத் தண்ணீரில் ஒரு கணம் – ஒரே ஒரு கணம் – முகத்தின் பிம்பத்தைப் பார்த்தது தவறானாலும், உடனே 'தௌபா' சொல்லிப் பச்சாதாபப்பட்டது அல்லாவுக்குத் தெரிந்திருக்கும். தன் குற்றம் மன்னிக்கப்பட்டிருக்கும்.

'அல்லாவே என் குற்றங்களுக்கு மன்னிப்பு வழங்கு! கடந்த சில நாட்களாக நான் தினந்தோறும் படிக்கும் புனித குரானின் புண்ணியத்தால் எனக்குத் தயவுகாட்டு! ஓ அல்லாவே, குரானின் பாகங்களில் நான் மறந்துவிட்டவற்றை மீண்டும் என் நினைவுக்கு வருமாறு அனுக்கிரகம் செய். இந்த ஒட்டுமொத்த உலகத்தின் பிரபுவே இந்தப் புத்தகத்தையே என் வாழ்வின் ஆதாரமாக்கு. ஆமீன்.'

வழிபாட்டை முடித்துக் குரானை முத்தமிட்டு மடித்துப் பக்கத்து மேஜைமீது விரித்த பச்சைத் துணியின்மீது வைத்த அவள் இரண்டு கைகளையும் கண்ணில் ஒற்றிக்கொண்டாள்.

இன்னும் ஒரே இரவு நாளைய தினம் வெயில் காயும்போது கிணற்றுச் சுவரின் பக்கமிருக்கும் துணி துவைக்கும் கல்லின் மேல் உட்கார சுதந்திரம் பெற்றவள். தாழ்வாரத் திண்ணையில் சாய்வு நாற்காலியில் சாய்ந்து வானொலியில் பாடல் கேட்பது நாளையிலிருந்து பாவமல்ல. சமத் படுக்கும் கண்ணாடி அலமாரி உள்ள அறையில் கண்ணாடியில் பார்த்தபடியே தலைவாரிக் கொண்டால் கைஜம்மா ஆட்சேபிக்க முடியாது.

சமத் இப்போது எப்படியிருப்பான்? ஒரே வீட்டில் இருந்தாலும் ஒருவரையொருவர் பார்த்துக்கொள்ளாமல் எத்தனையோ வருடங்கள் ஆனதுபோல இருக்கிறது. அவன் முற்றத்தில் கைஜம்மாவோடு பேசிக்கொண்டிருக்கும்போதெல்லாம் வேண்டாம் வேண்டாமென்றாலும் அவன் சிரிப்பு மெஹருன்னிஸாவுக்குள்ளே நுழைந்துவிடுகிறது.

பேச்சுக்குப் பேச்சு 'அந்த விஷயத்தை விடுங்க. நான் இருக்கேனுல்ல. . .' என்று

சேர்த்துச் சொல்வதை எவ்வளவு கேலிசெய்தாலும் அவன் நிறுத்தவே இல்லை. இந்த இரண்டு வருடங்களில் என்னவெல்லாம் நடந்துவிட்டன! எல்லாம் மாயம்போல. அல்லா விருப்பப்பட்டால் அவனால் முடியாதது என்ன? அவன் மகாமாயக்காரன்.

இவ்வளவு பெரிய வீட்டுக்கு எஜமானியாக வருவாள் என அவள் கனவுகூடக் கண்டவளல்ல. மெஹருன்னிஸாவின் ஏழைக் கனவுகளில் இவ்வளவு பெரிய வீட்டின் படத்தை வரைவது சாத்தியமல்ல. அவள் எவ்வளவு பெரிய அரண்மனையின்

படத்தைக் கற்பனை செய்தாலும் – அற்குக் கல்சுவர் இருந்தாலும் – ஓலைக் கூரைதான்.

மெஹருன்னிஸாவுக்கு அப்போது வயது பதினைந்தோ பதினாறோ இருக்கும். நிச்சயமாகச் சொல்ல அவள் பிறந்த தேதி எந்தப் பள்ளிக்கூடத்திலும் பதிவாகவில்லை. அவள் திருமணத்துக்கு முன்பு இரண்டு மழைக்காலங்களுக்கு முன்னால் ஒரு நாள் இருமியபடியே அரசு மருத்துவமனைக்குப் போயிருந்த அவள் தந்தையை மய்யத் வண்டியில்தான் கொண்டுவந்தார்கள். அன்று ஊர் முழுவதும் கரையுமளவுக்கு அவள் கண்ணீர் விட்டிருந்தாள். மெஹருன்னிஸாவுக்கு, அப்பாவின் சடலத்தைத் தாழ்வாரத்தில் பெஞ்சுகளின்மேல் கிடத்திக் குடிதண்ணீரால் குளிப்பாட்டிக்கொண்டிருந்தபோது – அங்கே போவது தவறா னாலும் – பைத்தியம் பிடித்தவள்போல அங்கே ஓடியது; சேற்று நீரில் விழுந்து அழுது புரண்டது; யாரோ இரண்டு ஆண்கள் அவளைக் குருவியைப்போல அமுக்கித் தூக்கிகொண்டுவந்து உள்ளே தள்ளியது என எல்லாம் இன்றும் நன்றாக நினைவிருக்கிறது.

தான் அன்று அவ்வளவு அழுது ஆர்ப்பாட்டம் செய்தது எதனாலாயிருக்கும்? தந்தை இறந்துவிட்டார் என்றா அல்லது தனக்கு இனி யார் ஆதரவு என்ற கேள்வியாலா? தன் தாயாவது வாழ்ந்திருந்தால் மெஹருன்னிஸா அவ்வளவு துக்கப்பட்டிருப் பாளா? அல்லது தன் எல்லா வலிக்கும் அழுகைக்கும் காரணம் சித்தியின் கொடுமையாயிருக்கலாமோ? ஆனால் தன்னை இவ்வளவு பெரிய வீட்டுக்கு எஜமானியாக்கியது அதே சித்தி தானே? இப்படிப்பட்ட கடை முதலாளிக்கு யார்தான் கூப்பிட்டுப் பெண் கொடுக்கமாட்டார்கள்?

முதலிரவிலிருந்தே புத்தப்பா முதலாளி தம் புதிய மனைவியைக் கட்டிலில் உட்காரவைத்துக்கொண்டு விவரித்தார், ‘இந்த வீட்டுக்கு நீதான் எஜமானி. உனக்கு இங்கே எதற்கும் குறைவிருக்காது. அல்லா எனக்குத் தேவையான அளவு கொடுத்திருக்கிறான். நீ எதற்கும் மற்றவர்களிடம் கையேந்த வேண்டியதில்லை.’

கையேந்த வேண்டியிருந்தாலும் அந்த வீட்டில் இன்னொருவரும் இருந்தாரல்லவா? இல்லவே இல்லை என்றல்ல. இரண்டு பேர் இருந்தார்கள். இவளிடமே யாசிப்பவர்கள்.

எங்கிருந்தோ மீன் கூடையைத் தலையில் சுமந்துகொண்டு முத்துப்பாட்டில் கால்வைத்த இளைஞன் புத்தப்பா. படிப்படி யாகத் தலைச்சுமையாகக் கருவாட்டு வியாபாரத்திலிருந்து சைக்கிளில் மீன் வியாபாரத்துக்கு மாறி, இருந்திருந்தாற்போல மீன்

வியாபாரத்தையும் கைவிட்டுப் பஞ்சாயத்து அலுவலகத்துக்குப் பக்கத்தில் மளிகைக் கடை ஆரம்பித்து, சில வருடங்களிலேயே புழக்கடையோடு வீடு வாங்கிக்கொண்டு புத்தப்பா முதலாளியாக வளர்ந்த பின்னணியில் முப்பது வருட உழைப்பின் கதை உள்ளது.

நான்கு மாதங்கள் பத்து நாட்களுக்கு முன்னால் இறந்த முதலாளிக்கு சாகும் வயதொன்றும் ஆகியிருக்கவில்லை. நாற்பது – நாற்பத்தைந்து அல்லது ஐம்பது ஆகியிருக்கட்டும் – சாவைக் கொண்டுவரும்படியான பெரிய வியாதி எதுவும் அவரைப் பீடித்திருக்கவில்லை. அல்லாவின் விளையாட்டில் எதையும் கறாராக இது இப்படித்தான் இருக்க வேண்டும் எனச் சொல்வது சாத்தியமா? தூரத்திலிருந்து பார்ப்பவர்களுக்குப் புத்தப்பா கல்லுருண்டை போன்ற ஆள். தலைப்பாகை கட்டிக்கொண்டு தன் மளிகைக் கடையில் உட்கார்ந்தால் வாடிக்கையாளர்கள் தங்களை அறியாமலே 'முதலாளி' என்றே அழைக்க வேண்டும். பேசினால் நூறடிக்குக் கேட்கும். அப்படிப்பட்ட குரல்வளை. இருபது தலை முடிகள் வெளுத்திருந்தாலும் அவருக்குக் கருப்பு மை போன்ற புருவங்கள். திருமணத்துக்கு ஆறு மாதங்களுக்கு முன்னால் புதிதாக ஆறு பற்களைக் கட்டிக்கொண்டதை யாராலும் கண்டுபிடிக்க முடியாது. பரிச்சயம் அற்றவர்களுக்கு எதிரில் இருபது வருடங்களையே மறைக்கக்கூடிய மிடுக்கான நடை. வயிறு மட்டும் அளவுக்கு மீறி வளராதிருந்தால் முப்பது வயது இளைஞர்களையும் வெட்கம்கொள்ள வைக்கும் திடத்தனம் அவரிடம் துலக்கமாகக் காணப்பட்டது.

இவ்வளவெல்லாம் இருந்தும் பத்துப் பேருக்கு நடுவில் மேலெழுந்து தெரியும்படியான முதலாளி நூறு பேருக்கு முன்னால் நிக்கா செய்துகொண்டு அழைத்துவந்திருந்த முதல் மனைவி ஸகீனா மூன்று மாதங்கள்கூட அவருடன் குடும்பம் நடத்தவில்லை. நடு இரவில் கட்டிலிலிருந்து எழுந்து ஓடியவள் புத்தப்பா 'வேண்டாம்... வேண்டாம்' என்று அங்கலாய்த்தாலும் கேட்காமல் புழக்கடைக் கிணற்றில் குதித்தாள். நான்கு நாட்கள் புத்தப்பாவுக்கு மிகுந்த காய்ச்சல். கடை வேலைக்கென்று வீட்டிலேயே தங்கவைத்திருந்த குண்டான பையன் சமத்தைக் கட்டிக்கொண்டு ஒரு வாரம் முழுவதும் கண்ணீர் சொறிந்து கொண்டிருந்ததைக் கண்டு நிறைய பேர் இரக்கத்தைத் தெரியப் படுத்தினார்கள். முதலாளியின் நடவடிக்கை குறித்துப் பதினைந்தின் தொடக்கத்திலிருந்த சமத்துக்குப் பயமாகவே இருந்தது.

இன்னொரு பெண்ணை வீட்டுக்கு அழைத்துவருவதே இல்லை என்னும் பிடிவாதத்தில் தன் தூரத்துச் சொந்தமான அக்கா கைஜம்மாவைக் கூட்டிக்கொண்டுவந்து, அடுத்த

பத்துப் பன்னிரண்டு வருட வாழ்க்கையைக் கழித்த புத்தப்பா முதலாளி கடந்த மழைக்காலத்துக்கு ஒரு மாதம் இருந்தபோதே, மனத்தை மாற்றிக்கொண்டு தம்மைவிட சுமார் இருபத்தைந்து வருடம் சிறியவளான மெஹருன்னிஸாவை நிக்காசெய்து அழைத்துவந்தபோது சமத் தன் பென்சில் மீசைக்குக் கீழே சிரிப்பை மலர்த்தினான்.

‘இவன் முன்னால் நீ முகத்தை மூடத் தேவையில்ல. சமத் பல காலமா என்னோட இருக்கறான். தாய் தந்தை யாரும் இல்லாத அனாதைப் பையன். இந்த வீட்டுல நானும் அவனும் வேறவேறல்ல’ எனச் சொல்லியபடி முதலாளி மெஹருன்னிஸாவுக்குச் சமத்தை அறிமுகப்படுத்தியபோது, தெரிக்கும் மௌனத்தையே உடம்பெல்லாம் மறைத்திருந்த இளைஞன் அன்பு மரியாதை இரண்டும் கலந்த புன்னகையின் பூங்கொத்தையே மெஹருன்னிஸாவுக்கு வெளிப்படுத்தினான்.

பதினெட்டு வயதான சிவந்த பெண் அப்படிப்பட்ட சிரித்த முகத்தைக் கண்டது அதுவே முதல்முறை. மெஹருன்னிஸா வுக்கு உடம்பெல்லாம் வியர்த்தது!

புத்தப்பா முதலாளி மத்தியானம் சாப்பிட வீட்டுக்கு வரும் வழக்கமில்லை. வீட்டிலிருந்து சாப்பாட்டுக் கேரியர் அனுப்ப வேண்டும். மத்தியானத் தொழுகைக்கான பாங்கு கேட்கத் தொடங்கியதென்றால் சமத் வந்துவிட்டான் என்றே அர்த்தம். கேரியரில் சாப்பாட்டை நிரப்பிவிட்டுத் தாழ்வாரத்தின் ஜன்னல் கம்பிகளுக்கிடையே கன்னத்தைப் பதித்து சமத்துடைய சைக்கிளின் கிணிகிணிக்குக் காது கொடுத்துக் கண்களை விரித்து நிற்பது மெஹருன்னிஸாவுக்கு வெறெங்கும் கிடைக்காத மகிழ்ச்சி.

தன்னை ராஜகுமாரியைப்போலவே கவனித்துக்கொள்ளும் கணவன் முதலிரவின்போதே விளக்கிவிளக்கிச் சொன்னது பொய்யாகவில்லை. மெஹருன்னிஸாவுக்கு எதிலும் குறையில்லை. வாரத்துக்கு இரண்டுமுறை கோழிக் குழம்புச் சாப்பாடு உட்கொள்ளும் பாக்கியம் ராஜகுமாரிக்கு அல்லாமல் வேறு யாருக்குக் கிடைக்கும்?

கைஜம்மாவுக்கு ஒரு வார்த்தை சொல்லிவிட்டால் போதும். தாழ்வாரத் திண்ணையில் ரேடியோவைத் திருப்பிக்கொண்டே உட்கார்ந்திருந்தால் காலடியில் சுட்டக் கோழித் தொடையைக் கொண்டுவந்து வைப்பார். சொந்த அம்மா வாழ்ந்திருந்தாலும் இவ்வளவு அன்பு செலுத்துவாரோ இல்லையோ.

அம்மாவைப் பார்த்த நினைவே மெஹருன்னிஸாவுக்கு இல்லை. அவள் ஒரு வயதுக் குழந்தையாயிருந்தபோதே

இறந்துபோனாளாம். வீட்டிலிருக்கும் தாய் தன் அம்மாவல்ல என்று மிகச் சீக்கிரத்தில் மெஹருன்னிஸாவுக்குப் புரிந்தது. ஒருத்தியைத் தொடர்ந்து இன்னொருத்தியென மூன்று தங்கைகள் மற்றொரு தம்பி வீடு நிறைய கத்தத் தொடங்கியபோது, அவளுக்கு மூத்த அக்காவுக்கான எல்லாப் பொறுப்புகளும் ஒட்டிக்கொண்டன.

பன்னிரண்டு அல்லது பதின்மூன்று வயதுப் பெண்ணொருத்தி நாளொன்றுக்கு ஓராயிரம் பீடி சுருட்டியது, முத்துப்பாடியின் பீடி சுற்றும் கிளைகளின் வரலாற்றில் இன்றைக்கும் சாதனையே. சூரியன் உதிப்பதற்கு முன்பே எழுந்து புழக்கடையில் மண் அண்டாவில் நீர் நிரப்புவதிலிருந்து ஆரம்பமாகும் மெஹருன்னிஸாவின் தினசரி வேலைகளில், பீடி சுற்றுவதோடு தம்பி தங்கைகளின் உணவு, உடை, சளி சிந்தவைப்பது, குளியல் போன்ற பொறுப்புகளும் இருந்தன. சித்திக்கு ஒருவிதமான இடுப்பு வலி விடியற்காலையில் தீவிர மடையும். ஆவி பறக்கும் சுடுநீர் பட்டால் சற்று ஆசுவாசம் கிடைக்கும். சற்று நேரம் அது இது என்று ஓடியாடும்போது, மெஹருன்னிஸா மத்தியானத்துக்கான சமையலையும் முடித்திருப்பாள். சாப்பிட்டவுடனே சித்தியைத் தூக்கம் கவ்வும். மாலை நான்கு மணிக்கு எழுந்து மெஹருன்னிஸாவிடம் அதைச் செய்யவில்லை, இதைச் செய்யவில்லை, இது இன்னும் அப்படியே இருக்கிறது முதலான புகார்களைச் சொல்லி விட்டுப் பக்கத்துக் கல்யாணியக்காவின் வீட்டுக்கு அரட்டை அடிக்கப் போனால் மீண்டும் வீட்டின் நினைவு வருவது பொழுது சாய்ந்து நீண்ட நேரமான பிறகுதான். காலையிலேயே எழுந்து பஸ் ஸ்டாண்டுக்குப் பக்கத்திலுள்ள குடோனுக்குக் கூலி வேலைக்குச் செல்லும் அப்பா திரும்புவது இரவு ஒன்பதுக்குத் தான். ஆனாலும் வீட்டில் நடந்துகொண்டிருந்த பதர் யுத்தம் அவருக்குத் தெரியாதது அல்ல. ஒன்றிரண்டு சந்தர்ப்பங்களில் தந்தை தன் அன்புக்குரிய மனைவியோடு சண்டையிட்டதும் உண்டு. ஆனால் அப்படிப்பட்ட நாட்களில் சித்தியின் இடுப்பு வலி இரவிலும் வந்ததால் அவள் இடுப்பை நீவுவதிலேயே இரவு முழுக்கத் தூங்காமலிருக்கும் கட்டாயம் மெஹருன்னிஸாவுக்கு இருந்தது. மெஹருன்னிஸாவை ரகசியமாக உற்றுப்பார்த்துப் பெருமூச்சு விடுவதைத் தவிர்த்து வேறெதுவும் செய்ய சமர்த்தற்றவராகத் தந்தை இருந்தார். மெஹருன்னிஸாவுக்கும் கேட்கும்படி அவளுக்காகத் தந்தை தன் மனைவியிடம் பேசியது ஒரே ஒருமுறைதான். மருத்துவமனையில் சேர்ந்ததற்கு முந்தின நாள், 'மெஹருன்னிஸாவுக்கு அநியாயம் பண்ணாதே. அல்லா அதை மெச்சமாட்டான். புரிஞ்சுதா?' என்று சொல்லியிருந்தார்.

சித்தி தன் கணவனின் பேச்சை அட்சரம் பிசகாமல் பின்பற்றினாள். தான் விதவையான இரண்டே இரண்டு வருடங்களுக்குள் மெஹருன்னிஸாவை மளிகைக் கடை முதலாளிக்குத் திருமணம் செய்துகொடுத்தது அல்லா மெச்சும்படியான காரியமாகவே இருந்தது. மெஹருன்னிஸாவுக்குத் தங்க நிறமிருக்கலாம். நிமிண்டினால் ரத்தம் பீறிடுவது போன்ற யௌவனம் இருக்கலாம். ஆனால் திருமணம் என்றால் அதென்ன விளையாட்டா? குறைந்தது பத்துப் பவுன், மூவாயிரம் ரூபாய் எங்கிருந்து கொண்டுவருவது? அல்லா வானத்திலிருந்து பண மழையைப் பொழியவைப்பதில்லையே?

புத்தப்பா முதலாளியிடம் பவுனும் இருந்தது; பணமும் இருந்தது. அவரிடம் இல்லாத எல்லாமும் மெஹருன்னிஸாவிடம் இருந்தன. அவளைப் பார்த்த கணமே கப்சிப்பென்று ஒப்புதலளித்தார். இவ்வளவு அழகான பெண்ணைத் தனக்காக ஒதுக்கீடுசெய்த அல்லாவை முதலாளி நன்றியோடு நினைத்துக் கொண்டார்.

‘உங்கள் பெண்கள் உங்களுக்கு வயலாயிருப்பார்கள். உங்கள் வயலில் உங்களுக்கு விருப்பமானபடி பிரவேசியுங்கள்.’

ஆனாலும் ஏனோ நிக்காவுக்கு உட்கார்ந்து கை நீட்டியபோது முதலாளியின் விரல்கள் நடுங்கின. தானே கண்ணாரக் கண்டிருந்த சமத் இந்த விஷயத்தைத் தமாஷாகச் சொல்லி எவ்வளவோமுறை சிரிக்கவைத்திருந்தான்.

முதலாளி புத்தப்பாவின் வீட்டுக்கு ஜீப்பில் புறப்பட்டு நின்ற மணமகளைக் கட்டிக்கொண்ட சித்தி பொலபொலவென அழுதுவிட்டாள். மெஹருன்னிஸாவுக்கு அந்தச் சமயத்திலும் ஆச்சரியமாயிருந்தது. உண்மையில் அழ வேண்டியவள் தான் தானே? சித்தி ஏன் அழுகிறாள்? தந்தையின் சவத்தை வீட்டுக்கு வெளியில் வைத்திருந்தபோதும் இவ்வளவு அழவில்லை. ‘பெரிய வீட்டுக்குப் போற உன்னிஸா. ஒன் சித்தியோட பிள்ளைங்களை மறந்துடாத. . . ஹூம்.’ சித்தி விக்கிவிக்கி அழுதாள்.

மறந்துவிட வேண்டுமென்றாலும் அதற்கு வாய்ப்பு தந்தவளல்ல இந்தச் சித்தி. இரண்டு வாரத்துக்கு ஒருமுறை மெஹருன்னிஸாவின் சுக துக்கத்தை விசாரிக்கக் காலிக் கோணிப்பையோடு ஆஜராகிக்கொண்டிருந்தாள். மெஹருன்னிஸா சொல்லட்டும் அல்லது விடட்டும் கைஜம்மாவே கோணிப்பை கொள்ளுமளவுக்கு அரிசி, தேங்காய் நிரப்பிக்கொடுத்துக்கொண்டிருந்தார். தன் தம்பி பணம் சேர்த்துவைத்தாலும் யாருக்காக? சித்தியின் பிள்ளைகள் மிகுந்த தூரத்தவர்களொன்றும் அல்லவே?

மெஹருன்னிஸாவுக்குக் கைஜம்மாவுடைய மனத்தின் ஆழமே புரியவில்லை. ஒரு நாளும் தனக்கு எதிராகப் பேசிய தில்லை. தானே சில சமயம் கோபத்தில் சகித்துக்கொள்ள முடியாமல் நடந்துகொண்டால், 'உனக்குப் புரியாது பைத்தியக் காரப் பொண்ணு. நானு குடிச்சளவு தண்ணியில நீ குளிச்சிருக்கக் கூட முடியாது' என்று சிரித்துவிடுவாள்.

கட்டிலிலிருந்து எழுந்து சமையலறை வழியாகப் புழக்கடைக் கதவைத் திறந்து குளியலறையில் காலெடுத்து வைத்தவளுக்குத் தன் முதலிரவு நினைவுக்கு வந்தது. பக்கத்தில் ஒன்றின் மேல் ஒன்றாக அடுக்கிய, காய்ந்த குச்சிகள். வெளியி லிருந்து நெருப்பு மூட்டுவதால் புகை உள்ளே வராது. தனியாக அழ வேண்டும் எனத் தோன்றும்போதெல்லாம் குளியலறைக்குள் நுழைந்து பூட்டிக்கொள்வாள். மற்றவர்களுக்கு விவரித்துச் சொல்லக்கூடிய துக்கமாக இருந்திருந்தால் கொஞ்சமாவது சமாதானம் கிடைத்திருக்குமோ என்னவோ. அப்படி ஏதேனும் நடக்குமாயிருந்தால், பரணில் வரிசையாக அடுக்கியிருந்த அரிசி மூட்டைகளெல்லாம் உருண்டு விழுமளவுக்குப் பலமாக அழுது சமாதானம் செய்துகொண்டிருக்கலாம். தன் தந்தை வயதான – அல்லது பத்து வயது கூடவே இருந்தது – கடவுளைப் போன்ற கணவனே காலில் விழுந்து பெண்களைப்போலக் கண்ணீர் விடுவதை யாரிடம் சொல்ல? சொன்னாலும் என்ன பயன்? தௌபா..! தௌபா..! தான் இப்படியெல்லாம் யோசிப்பதும் பாவமாகும்.

'பரம கருணாநிதியான அல்லாவே, எங்கள் இதயங்களில் இருப்பவற்றை நாங்கள் மறைத்தாலோ பகிரங்கப்படுத்தினாலோ அவை எல்லாவற்றையும் நீ முன்னமே அறிவாய்.

பூமி ஆகாயங்களில் இருக்கும் எல்லாமும் உனக்குத் தெரியும்.

என் மனத்தில் கெட்ட சிந்தனைகளே பிறக்காதவாறு அனுக்கிரம் செய்.'

உடுத்திருந்த புடவையெல்லாம் ஈரமாகும்படி தலைக்கு மேல் தவலைதவலையாக நீரை ஊற்றிக்கொள்ளும்போது, மறக்க வேண்டும் என்றாலும் கிணற்றுச் சுவரின் பக்கம் சமத் குளிக்கும் காட்சி கண் முன்னால் குதியாட்டம் போடும். பெரிய தாமிரக் குடம் நிறையத் தண்ணீரை ஒரேயடியாகத் தலையில் சரித்துக்கொண்டவாறு நடுங்கும் சமத்தின் நிறைந்த தேகத்தை சமையலறை ஜன்னல் வழியாகப் பார்த்துக்கொண்டிருக்கும் போதே மெஹருன்னிஸா தௌபா சொல்வாள்.

'தயவுசெய்து எனக்குப் பிரம்படிகளிலிருந்து மன்னிப்பு கிடைக்கட்டும்.'

பால் மீசை

2

இனி அதிக நேரம் இல்லை. தாழ்வாரத்தின் சுவர்க் கடிகாரம் பன்னிரண்டு அடித்து வெகு நேரமாயிற்று. முதலாளி உயிரோடிருந்தபோதும் வாரத்துக்கு ஒருமுறை கடிகாரத்துக்கு சாவிகொடுத்தவன் சமத். இப்போது ஆழ்ந்த தூக்கத்தில் இருக்கலாம். கவிழ்ந்து படுத்த மொந்தடித் தவளையைப்போல.

நான்கைந்து மணிநேரம் கழிந்தால் புழக்கடையின் கோழிக் கூடுகளிலிருந்து 'கொக்கரக்கோ...கொக்கோ...' ஆரம்பமாகும். இப்போது கோழிகளின் எண்ணிக்கை அதிகரித்திருக்கலாம். புத்தப்பா உயிரோடிருந்தபோது கூட்டில் பத்து பன்னிரண்டு கோழிகள் இருந்தே தீர வேண்டும். வாரத்தில் இரண்டுமுறை கோழிக் குழம்பும் அரிசி ரொட்டியும் வேண்டும். பக்கத்து மசூதிக்குச் (பள்ளிவாசலுக்குச்) சென்று கோழியின் கழுத்தை அறுத்துக்கொண்டு - அது சாஸ்திரப்படியே நடக்க வேண்டும் - வரும் பொறுப்பு சமத்தினுடையது. அப்படியே கடையில் முதலாளி வாங்கும் புதிய கோழிகளின் கால்களைக் கயிற்றால் சுற்றிக் கட்டி சைக்கிளில் தலைகீழாகத் தொங்கவிட்டுக் கொண்டு வந்து கூடுகளில் சேர்க்கும் பொறுப்பும் அவனுடையதே. இதுவரைக்கும் ஒரு கோழிகூட சமத்தின் பிடியிலிருந்து தப்பித்ததை மெஹருன்னிஸ்ஸா கண்டதில்லை.

அவன் வேலைகளெல்லாம் அப்படித்தான். எல்லாவற்றிலும் கச்சிதம். உற்சாகமின்மை என்பதே இல்லை. எந்த வேலை சொன்னாலும், 'அந்தச் சமாச்சாரத்தை விடுங்க. நா இருக்கேனுல்ல...' எனச் சொல்லியபடியே செய்துகொடுப்பான். கடையிலிருந்து தலைக்கூந்தலுக்கான க்ளிப், மை டப்பி, வாசனைத் தைலம் - என்ன வேண்டுமோ அது - சொன்ன அன்றே மாலையில் கொண்டுவந்து கொடுப்பான். ஹேர்பின் வேண்டும், ப்ளாஸ்டிக் வளையல் வேண்டும் என்று கடை கடையாக அலையப் புத்தப்பா முதலாளிக்குச் சங்கோஜமாயிருந்தது. வீட்டிலும் கடையிலும் அவருக்கிருந்த அளவே சமத்துக்கும் பொறுப்பு இருந்தது. கடையின் பணப்பெட்டியில் தொடங்கி சமையலறை ஊறுகாய் ஜாடிவரை கைவைக்கும் சுதந்திரம் அவனுக்கு இருந்தது.

ஆனால் கடையின் முன்வாசல் பூட்டின் சாவிக்கொத்து மட்டும் புத்தப்பாவின் இடுப்பிலேயே தொங்கிக்கொண்டிருக்க வேண்டும். அது விபரீதம் என எண்ணத்தக்க மோகம். கடையின் கதவை அவரே திறக்க வேண்டும். அவரே மூடிப் பூட்டுப்போட வேண்டும். சாவிக்கொத்தை வைப்பதற்கு என்றே தடித்த தோலாலான இடுப்புப் பட்டியொன்றைச் செய்து வைத்திருந்தார்.

சமத் ஒருமுறைகூடச் சாவிக்கொத்தைத் தொட்டதில்லை. அதைத் தொட வேண்டும் என அவனுக்குத் தோன்றியதும் இல்லை. அவன் குறும்புச் சிரிப்பின் பிரவேசத்துக்குக் கதவுகளும் வேண்டியிருக்கவில்லை.

சமத்தின் குண்டு முகத்திலும் தீவிரத்துக்கும் கவலைக்கும் இடமிருக்கிறது என்பதை மெஹருன்னிஸா கவனித்தது வெறும் எட்டு நாட்கள் மட்டுமே. அந்த எட்டு நாட்களிலும் புத்தப்பா முதலாளியின் மளிகைக் கடை மரக் கதவுக்கு நடுவே பெரிய பித்தளைப் பூட்டு தொங்கிக்கொண்டிருந்தது.

ரம்ஜான் பண்டிகையைக் கொண்டாடி ஒரு மாதமும் ஆகியிருக்கவில்லை. ஒரு நாள் இரவு என்றைக்கும்விடச் சற்று முன்னதாகவே கடையை மூடி வீட்டுக்கு வந்த புத்தப்பா, ‘கொஞ்சம் நெஞ்சு வலிக்குது’ என்றபடி சாப்பாடு வேண்டா மென்றபோது மெஹருன்னிஸாவுக்குத் தன் தந்தையின் நினைவு வந்தது. இரவு முழுவதும் விழித்திருந்து கணவனின் நெஞ்சை நீவிக்கொண்டே உட்கார்ந்திருந்தவளுக்கு நடு இரவுவரைக்கும் கண்ணாடி அலமாரியிருக்கும் அறையில் கைஜம்மாவுடன் பேசிக்கொண்டிருந்த சமத்தின் குரல் கேட்டுக்கொண்டிருந்தது. ஒன்றிரண்டுமுறை படுக்கையறைக்குப் பக்கத்தில் தென்பட்ட சமத், ‘டாக்டரை கூட்டிட்டு வரட்டுமா?’ எனக் கேட்டபோது புத்தப்பா வேண்டாமென்று கையசைத்திருந்தார்.

ஆனால் மறுநாள் விடியற்காலையிலும் புத்தப்பா எழும் அறிகுறியைக் காட்டாதபோது சமத் தீவிரமாக – மெஹருன்னிஸா வுக்கு அது எதிர்பாராததாக இருந்தது – ‘அந்த சமாச்சாரத்தை விடுங்க. நான் இருக்கேனுல்ல. டாக்டர் வரணுமா வரக்கூடா தான்னு தீர்மானிக்கிறவர் கட்டில்ல விழுந்திருக்கறதில்லை. நானிருக்கேனுல்ல, டாக்டரைக் கூட்டிட்டு வர்றவன்’ எனச் சொன்னவன் சூறைக்காற்றுபோலப் புறப்பட்டுப்போனான். மெஹருன்னிஸாவால் நம்பவே முடியவில்லை. சமத்தின் முகத்தில் ஒவ்வொரு கணமும் துள்ளிக்கொண்டிருந்த குறும்புச் சிரிப்புக்கு அந்தக் கம்பீரம் எதையும் சிறப்பாகப் பெற்றிருக்கவில்லை. புத்தப்பாவிடம் அந்த இரண்டும் இருக்கவில்லை. தேன் மெழுகு போன்ற மனம். சற்று வலியுடன் பேசினாலும் புத்தப்பா அழுமூஞ்சிக்காரர். சமத்திடம் மெச்சுதலான பார்வையைச் செலுத்திய மெஹருன்னிஸாவின் ஆசையைப் புரிந்து கொள்ளாத அளவுக்கு புத்தப்பா அசடர் அல்ல.

புத்தப்பாவின் படுக்கை வெளியே தாழ்வாரத்தை ஒட்டிய கண்ணாடி பதித்த அலமாரி உள்ள அறைக்கு இடமாற்றம் செய்யப்பட்டது. டாக்டரும் சமத்தும் தினத்துக்கு எட்டுமுறை தன்

படுக்கையறையில் நுழைவது அவருக்கு வேண்டாமென்றிருந்தது. சமத் வீட்டுக்குள்ளிருந்தால் கண்ணாடி அலமாரி உள்ள அறைக்குள் மெஹருன்னிஸா – மிகவும் அவசியமான வேலையில்லா விட்டால் ஒழிய – பொதுவாகக் காலெடுத்து வைக்கவில்லை.

காலை டீ குடித்துவிட்டுப் புத்தப்பாவோடு கடைக்குப் போகும் சமத் திரும்பி வரும்போது மத்தியானத்துக்கான பாங்கு கேட்கும். முதலாளிக்குச் சாப்பாட்டுக் கேரியர் வாங்கிக்கொண்ட பிறகு இருவரும் வயிற்றுப் பசியாற்றிக்கொள்ள அவன் திரும்புவது வழக்கம். பகல் முழுவதும் வீடு முழுக்க மெஹருன்னிஸா வுடையதே நாட்டாமை. ஆள் உயர அலமாரிக் கண்ணாடியில் தன்னை மீண்டும் மீண்டும் பார்த்துக்கொள்வதே அவள் வேலை. மஞ்சள் பட்டைப் போன்ற மென்மையான தன் வயிற்றை உற்றுப்பார்த்தவாறு பெருமூச்சுவிடக் கண்ணாடி அலமாரி உள்ள அறையே பொருத்தம்.

சமத்தின் கட்டிலில் புத்தப்பா தம் படுக்கையை விரித்துப் படுத்து சங்கடப்பட்டது நான்கே நாட்கள். வியாழக்கிழமை இரவில் சற்றுத் தெம்புடன் பேசிய முதலாளி வெள்ளிக்கிழமைக் காலை கண் திறக்கவே இல்லை.

'ஓ அமைதியான ஆத்மாவே, உன் பிரபுவிடம் திரும்பிச் செல். நீ அவனால் மகிழ்ச்சியடைவாய் அவன் உன்னாலும் மகிழ்ச்சியடைவான்.

இப்போது சேர்ந்துகொள் என் தொண்டர்களுடன் அதோடு என் சொர்க்கத்துக்குள் பிரவேசி.'

இரவு முழுவதும் தூக்கம் கெட்டு விடியற்காலையின் குளிரில் சற்றுத் தூங்கிவிழுந்த சமத்துக்கு விழிப்பு வந்தபோது வீட்டுக்கு முன்னால் காக்கைகள் பறந்துகொண்டிருந்தன.

இரவுப் பொழுதில் கண்ணாடி அலமாரியில் தெரிந்த மெஹருன்னிஸாவின் சாரைப்பாம்பு போன்ற நீண்ட கருங் கூந்தலை உற்றுப்பார்த்தபடி புத்தப்பா கொஞ்சம் துக்கத்துடனே சொன்னார், 'உனக்கு நான் ரொம்ப அநியாயம் பண்ணிட்டேன். உனக்கு இனி யாரு ஆறுதல்.'

'அந்த சமாச்சாரத்தை விடுங்க. நான் இருக்கேனுல்ல. . .' எனச் சொல்லியபடியே நுழைந்திருந்தான் சமத். 'நான் அவ்வளவு சுலபத்துல கைவிட்டுடறவனல்ல. ராத்திரி நேரத்துல வர்றதேயில்லன்னு ஒக்காந்துட்டாரு. ஆனா நான் இருக்கே னுல்ல, அவரோட பெட்டியத் தூக்கிட்டே வந்துட்டேன். நீங்க கொஞ்சம் உள்ள போங்க. அவரு பார்க்கட்டும்' என்று மெஹருன்னிஸாவை அறையிலிருந்து வெளியே அனுப்பி

டாக்டரை அழைத்திருந்தான். கணவனின் கடைசிப் பேச்சு ஆரம்பமானபோதே பலவீனமடைந்தது.

தாழ்வாரத்தில் பேச்சு. . . காலடி. . . தேறுதல். . . அழுகை அதிகரித்துக்கொண்டே இருந்தது. படுக்கையறையில் முழங்கால்களுக்கு இடையே முகம் புதைத்து உட்கார்ந்த மெஹருன்னிஸா தனியள். 'அவளோடு யாரும் பேச வேண்டாம். சின்னப் பொண்ணு. அவ ஒருத்தியே அழுது தீரட்டும்.' கைஜம்மா யாரிடமோ சொல்லிக்கொண்டிருந்தார். பக்கத்து வீட்டுப் போபம்மா, அவர் மகள் சாரம்மா, பின் வீட்டு ராதாக்கா எல்லோரும் வந்துவிட்டிருந்தார்கள். செய்தி எப்படிச் சென்றடைந்ததோ. . . சித்தி தன் குட்டிப் பிள்ளைகள் இருவரை இழுத்துக்கொண்டே வந்து அழுதுகொண்டிருந்தவர்களின் தலைவியாக அடம்பிடித்துக் கொண்டிருந்தாள். 'ஒனக்கு இனி யாரு ஆறுதல் உன்னிஸா. . .' என்று ராகத்தோடு கத்திக்கொண்டிருந்ததைக் கைஜம்மாவாலும் சகித்துக்கொள்ள முடியவில்லை.

மரக்கட்டைபோலிருந்த கணவனின் நெஞ்சின் மேல் விழுந்துவிட்டிருந்த மெஹருன்னிஸாவைக் கட்டிக்கொண்டு அவளது அறைக்கு இழுத்துக்கொண்டு வந்தபோது கைஜம்மா சொன்னார், 'நீ இங்கிருந்து வெளிய வர வேண்டாம் மகளே. துக்கப்பட்டு ஒரு பிரயோஜனமில்ல. வந்ததை வந்ததுபோலவே எதிர்கொள்ளணும். இப்ப என்ன நடந்திருக்கு? பேசிக்கிட்டிருக்க ஒரு ஆளு குறைஞ்சதைப் போலாச்சு. அவ்வளவுதான் இல்லியா?'

ஹூம்! கைஜம்மா எல்லாவற்றையும் எப்படிப் புரிந்து கொள்கிறார்! இந்த வீட்டுக்கு எஜமானியாக வந்த நான்கு மாதங்களிலேயே இந்தக் கைஜம்மாவின் கண்களுக்குத் தப்பி எந்த ரகசியத்தையும் காப்பாற்றுவது சாத்தியமல்ல என்பது மெஹருன்னிஸாவுக்குத் தெரிந்துவிட்டது.

ஒரு நாள் மத்தியானம் சமத் சாப்பாட்டுக் கேரியரோடு சைக்கிளில் ஏறிப் போன உடனே கைஜம்மா மெஹருன்னிஸாவின் தோள்களைப் பிடித்து அவளது பயமும் பீதியும் தெரிந்த கண்களிலேயே கண்ணை நட்டு நேரடியாகவே சொன்னாள், 'மகளே, நானும்கூட ஒன்னைப் போலவே இளமையைத் தாண்டி வந்தவதான். இந்தப் புத்தப்பாவுக்குக் குழந்தையைப்போல மனசு. அவனால ஒரு எறும்பைக்கூடக் கொல்ல முடியாது. அவன் எப்படிப்பட்டவங்கறது ஒனக்குத் தெரியாததல்ல. அவனைப் பால்ல போடறதும் தண்ணியில போடறதும் ஒன்னோட கையில.' மெஹருன்னிஸா கைஜம்மாவின் கால்களில் சரிந்து விழுந்து விக்கி விக்கி அழ ஆரம்பித்தபோது கைஜம்மாவின் கண்களில் தானாகவே நிறைய நீர். அன்றைக்குப் பிறகு கைஜம்மா அப்படிப் பேசவில்லை.

மெஹருன்னிஸா அப்படிப்பட்ட குற்றங்கள் எதையும் செய்யவும் இல்லை.

சமத்துக்கு நூற்றுக்கணக்கான கதைகள் தெரியும். மற்றவர்களிடமிருந்து கற்றதோ அவனே தயாரித்துச் சொல்லிக்கொண்டிருந்தானோ தெரியாது. மொத்தத்தில் மெஹருன்னிஸா கிணற்றுச் சுவரின் பக்கம் கோழி இறகுகளைப் பிடுங்கக் கைஜம்மாவுக்கு உதவும்போதெல்லாம் சமத் கிணற்றுச் சுவரின் மேல் உட்கார்ந்துகொண்டு புதிய கதையைத் தொடங்குவான். கைஜம்மாவுக்கும் சமத் சொன்ன கதைகள் மிகவும் பிடித்திருந்தன. எல்லாக் கதைகளும் வீராதி வீரர்களான அழகிய ராஜகுமாரர்களுக்கும் உலகிலேயே மிக அழகிகளான ராஜகுமாரிகளுக்கும் இடையே வளர்ந்தன. அரண்மனையின் காவல்காரன் வேடத்தில் வரும் ராஜகுமாரன் எழு சுற்றுக் கோட்டையைத் தாண்டி வரும்போது வெள்ளை அரபிக் குதிரையிலேறி ஆகாயத்திலேயே பறப்பது; ராஜகுமாரிக்கு விருப்பமான முத்துச் சங்கிலியைத் தர மாயக் குதிரையிலேறி ஏழு கடல்களுக்கு அப்பால் இருக்கும் ராட்சதர்களின் குகைக்குள் நுழைவது; பன்றி வடிவத்தில் எதிரில் வரும் ராட்சதனோடு யுத்தம் செய்ய அருவருப்பு கொண்டு பறந்து செல்வது இப்படிக் குறும்பு தமாசுகளைச் சேர்த்தே கதை சொல்லிக்கொண்டிருக்கும்போது, கோழி இறகுகளைப் பிடுங்குவதைக்கூட மறந்து இருவரும் கதையில் மூழ்கிவிடுவார்கள். சமத் கதையை முடித்துக் கைதட்டிச் சிரிக்கும்போது திடுக்கிட்டு வெட்கப்படும் கைஜம்மா ஒவ்வொருமுறையும், ‘நீ இங்கிருந்து போறியா இல்லன்னா புத்தப்பாகிட்டச் சொல்லி ஒன் வாயைத் தைக்கட்டுமா? என்று பொய்க் கோபத்தை வெளிப்படுத்துவார்.

கதையை முடித்துவிட்டு சமத் கடைக்குப் புறப்பட்டுப் போன உடனே ராஜகுமாரர்களின் ஏழு சுற்றுக் கோட்டைக் குள்ளேயே வழி தவறியவளைப் போலக் கலவரப்படும் மெஹருன்னிஸாவை இரக்கப் பார்வையுடன் கைஜம்மா எச்சரிப்பார். மெஹருன்னிஸா ஒவ்வொருமுறையும் உதட்டைக் கடித்துத் தவறை ஒத்துக்கொள்வாள். ஆனால் கணவன் இறந்த தினம் ஏழு சுற்றுக் கோட்டைக்குள் நுழைந்த ராஜகுமாரன் நேராக சிம்மாசனத்தை நோக்கிக் கைநீட்டியபோது மட்டும் மெஹருன்னிஸா பயந்துபோனாள்! மையத்துக்குக் குளிப்பாட்டல் முடிந்த பிறகு தாழ்வாரத்திலிருந்து பிரார்த்தனைக் குரல் கேட்கத் தொடங்கியது. சற்று நேரத்தில் மையத்தை எடுத்துச் செல்வார்கள். அதன் பிறகு இந்தப் பெரிய வீட்டுக்கு ஆண்கள் என்று யாரும் இருக்கப்போவதில்லை. மெஹருன்னிஸா பயப்படத் தொடங்கினாள். அதற்குள் கதவுக்கு அருகில் காலடிச் சத்தம்.

மெஹருன்னிஸா தலை தூக்கிப் பார்த்தபோது, திறந்த கதவில் சாய்ந்து சமத் நின்றிருந்தான். அவசரமாக எழுந்து நின்ற மெஹருன்னிஸா சுவரில் சாய்ந்து தலையைக் குனிந்தாள். அவள் இதயத்தின் தடதட சத்தம் சமத்துக்கும் கேட்டிருக்கலாம்.

'கடைச் சாவி வேண்டும்.'

மெஹருன்னிஸாவின் ரத்தமெல்லாம் குளிர்ந்தது. உதடுகள் அதிரத் தொடங்கின. நாக்கு முழுவதுமாக உலர்ந்தது.

'ஊதுவத்தி எடுத்துட்டு வரணும். அப்படியே கொஞ்சம் பணமும் வேணும்.'

மெஹருன்னிஸாவின் கால்கள் நடுங்கத் தொடங்கின. விழுந்தேவிடுவாள் என்பதற்குள் சுதாரித்துக்கொண்டவள் கட்டிலின் மூலையில் சரிந்து உட்கார்ந்தாள். அவளது வலது கை தலையணையைப் பலமாக அழுத்திப் பிடித்திருந்தது. தலையணைக்கு அடியில் சாவிக் கொத்து. அதை அங்கே வைப்பது வாடிக்கை.

தூங்கும்போதும் புத்தப்பா முதலாளி தம் பிரியத்துக்குரிய சாவிக் கொத்தைத் தலையணைக்கு அடியிலேயே வைத்துக் கொள்வார். ஒருமுறை வாய்விட்டும் சொல்லியிருந்தார்,. 'இந்தச் சாவிக் கொத்தைப் பாரு. இது எனக்குச் சொந்தமானது. இது மேல எனக்கு மட்டுந்தான் அதிகாரம். பெரியவங்க எனக்கு விட்டுட்டுப் போனது எதுவும் இல்ல. எல்லாமே என்னோட சொந்த உழைப்புல சம்பாதிச்சது. மத்தவங்கள ஏமாத்திக் கொண்டாந்ததும் இல்ல. வீட்டுக்குள்ள இந்தச் சாவிக் கொத்தை ஜாக்கிரதையா வாங்கி வக்கிற பொறுப்பு ஒன்னோடது.'

மெஹருன்னிஸா தன் பொறுப்பை சரியாகவே நிர்வகித்தாள். புத்தப்பா முதலாளி இரவில் கடையை மூடிய பிறகு, சாவிக் கொத்தைத் தம் தோலாலான இடுப்புப் பட்டியில் சொருகிக்கொண்டுவந்து அதை மனைவியின் கையில் கொடுத்தால், அவள் அதை அவரது தலையணைக்கடியில் வைக்க வேண்டும். மறுநாள் விடியற்காலை முதலாளி கடைக்குச் செல்லப் புறப்பட்டு நிற்கும்போது அவளே அதை தலையணைக்கு அடியிலிருந்து எடுத்துவந்து அவரிடம் ஒப்படைக்க வேண்டும். கடந்த இரண்டு வருடங்களில் ஒவ்வொரு நாளும் நடந்துவந்த முறை இது. கைஜம்மாகூட இந்தச் சாவிக்கொத்தைத் தொட்ட தில்லை. கணவனின் படுக்கை வெளியே உள்ள கண்ணாடி அலமாரி அறைக்கு மாறியபோது மட்டும் சாவிக் கொத்துப் படுக்கை அறையிலேயே தலையணைக்கு அடியில் தங்கிவிட்டது.

‘நேரமாவுது. சாவிக் கொத்து எங்க இருக்குது?’ இந்தமுறை சமத்தின் கேள்வியில் வேண்டுதல் இல்லை. அதிகாரம் இருந்தது. ‘எல்லாப் பகுதிகளுக்கும் எஜமானான அல்லாவே, நீ விரும்பினால் அதிகாரத்தைத் தருவாய். நீ விரும்பினால் அதிகாரத்தைப் பறித்துக்கொள்வாய். நீ விரும்பியவர்களுக்குப் பரிசுகளைக் கருணைசெய்கிறாய். நீ எல்லாக் காரியங்களிலும் சமர்த்தனா யிருக்கிறாய். என் சிந்தனைகள் தவறாயிருந்தால் தயவுசெய்து மன்னித்துவிடு.’

உட்கார்ந்த இடத்திலிருந்து உதட்டைக் கடித்துகொண்டு எழுந்து நின்று மெஹருன்னிஸா தலையணையைச் சரித்து சாவிக் கொத்தை எடுத்து சமத்திடம் நீட்டினாள்.

3

சூரியன் மலரும் முன்பே காகங்கள் கூவத் தொடங்குவது மெஹருன்னிஸாவுக்குச் சிறியவளாக இருந்தபோதே தெரிந்து விட்டிருந்தது. இன்னொரு மணிநேரத்தில் அறைக்குள் வெளிச்சம் நுழையவிருக்கிறது. விடியற்காலை நமாஸுக்கு எழும் பழக்கம் சிறியவளாயிருந்தபோதே அவளுக்கு இருந்தது. சித்தியின் கட்டாயத்தால் கற்றது. மழையாகட்டும் குளிராகட்டும் மெஹருன்னிஸாவுக்குச் சூரியோதயத்துக்கு முன்பே விழிப்பு வந்துவிடும். தாமதமானால் உள்ளே படுத்திருக்கும் சித்தியிட மிருந்து வசவுகளைக் கேட்டுக்கொள்ள வேண்டும். அண்டாவில் நீர் நிரப்பி அடுப்பில் நெருப்பு மூட்டிப் பாத்திரங்களை எல்லாம் கழுவிக் கஞ்சிக்குத் தண்ணீர் ஊற்றித் துணிகளைத் துவைத்துப் போடுவதற்குள் தந்தை எழுந்துவிடுவார். அவருக்கு மூக்காகத் தண்ணீர் வைத்துத் தம்பி தங்கைகளுக்கு முகம் கழுவும்போது முழுவதும் விடிந்திருக்கும். கஞ்சி குடித்துவிட்டுப் பீடி சுற்றும் வேலையைத் தொடங்கினால் மீண்டும் காலை நீட்டுவது மத்தியானச் சாப்பாட்டின் தயாரிப்புக்காக எழும்போதுதான். சோறு வடிக்கும் வேலை ஒன்றை மட்டும் சித்தி தானே செய்து கொண்டிருந்தாள்.

புத்தப்பா முதலாளியின் பெரிய வீட்டில் மெஹருன்னிஸா பத்து மணிவரை தூங்கினாலும் கேட்பவர்கள் யாருமில்லை. கைஜம்மாவே எல்லா வேலைகளையும் செய்யத் தயாராயிருந்தார். ஆனால் பழக்கதோசத்தால் மசூதியிலிருந்து நமாஸுக்கான பாங்கு கேட்டதுமே முழிப்பு வந்துவிடும். நமாஸ் முடித்த உடனே சமையலறைக்குப் போகும் மெஹருன்னிஸா கைஜம்மா ‘வேண்டாம். வேண்டாம்’ என்னும்போதே எல்லா வேலைகளை யும் செய்து முடிப்பாள்.

மெஹருன்னிஸா இத்தத்தில் அமர்ந்த பிறகு எல்லா வேலை களும் கைஜம்மாவின் தலையில் விழுந்தன. மெஹருன்னிஸா அறையிலிருந்து வெளியே தென்படக் கூடாது. எந்த ஆணின் கண்ணிலும் விழக் கூடாது. பிள்ளைகளிருந்தால் அது வேறு விஷயம்.

குளியலறைக்குச் செல்வதாயிருந்தால் மட்டும் மெஹருன்னிஸா அறையின் வாசற்படியைத் தாண்டுவாள்.

ஆச்சரியமென்றால், இந்தப் புதிய தினசரி நடைமுறைக்குத் தன்னைப் பொருந்திக்கொள்ள அவளுக்கு விசேஷமான கஷ்ட மெதுவும் ஆகவில்லை. அவள் தன் சித்தியோடு வசித்துக்கொண் டிருந்தபோதான அனுபவத்திலிருந்து இது மிகவும் வேறுபட வில்லை. காய்ச்சலில் விழுந்தபோது அரசு மருத்துவமனைக்கு, வருடத்துக்கு ஒருமுறை நடக்கும் முத்துப்பாடி உரூஸுக்குப் போனதையும் கணக்கில் சேர்க்காதிருந்தால், மெஹருன்னிஸா ஒருமுறைகூட சாலையில் நடந்தவளல்ல. தம்பி தங்கைகளுக் கான சேவை மற்றும் பீடி சுற்றும் வேலையிலிருந்த கெடுபிடியால் வேற்று ஆண்களைப் பார்க்க வேண்டும் என்னும் எண்ணமே தோன்றியதில்லை. சித்தி தன் திருமணத்துக்கு முயல்வது தெரிந்த ஒரு வருடத்தில் அதைப் பற்றி ஒன்றிரண்டு தெளிவற்ற கனவுகளைக் கண்டிருக்கலாம் என்றாலும் தன்னைத் திருமணம் செய்துகொள்ளுபவன் தொடர்பாகக் கச்சிதமான சித்திரங் களை அவள் கற்பனைசெய்துகொள்ளவில்லை. புத்தப்பா முதலாளியின் பெண்டாட்டியாகவிருக்கும் செய்தியை மெஹருன்னிஸா ஏறக்குறைய மகிழ்ச்சியோடுதான் ஏற்றுக் கொண்டாள். பீடி சுற்றும் வேலை செய்யாமலே மூன்று வேளை கமகமவென்ற சாப்பாடு கிடைக்குமென்றால் யார்தான் வேண்டாம் என்பார்கள்? தாழ்வாரத்திலும் கண்ணாடி அலமாரி அறையிலும் காலடி எடுத்துவைப்பதை நிறுத்தியது ஒன்றுதான் இந்த இத்தத் காலகட்டத்தில் தினசரி நடைமுறையில் உண்டான மிக முக்கிய மாற்றம். அருகாமை வீடென்றால் அது மைமூனுடையது. புழக்கடைக் கிணற்றின் வேலியைத் தாண்டினால் அவள் வீடு. மெஹருன்னிஸா அங்குச் சென்றதும் அபூர்வமே. சில சமயம் மிகுந்த சலிப்பேற்படும்போது மைமூனின் குழந்தையைக் கொஞ்சிப் பேசப் போனதுண்டு. இத்தத் காலகட்டத்தில் அந்தக் குழந்தையின் நினைவெதுவும் அதிகமாகத் தொல்லைப்படுத்தவில்லை. மைமூனின் குழந்தை யோடு விளையாடியபோது மகிழ்ச்சியைவிட அவமானமே அதிகமாக வந்தடைந்தது.

புத்தப்பா முதலாளி இறந்த பிறகு பதின்மூன்றாம் நாள் – பாத்திஹா முடிந்த மறுநாள் – கைஜம்மா சந்தேகத்துடனே

பிரஸ்தாபித்தார். 'கடையைத் தொறந்து மாசமாகப் போவுது. வீட்டில் கொண்டுவந்து போட்ட சாமான் எத்தனை நாளைக்கி வரும்? என்ன செய்யலான்னு இருக்கற?' முடிவெடுப்பதன் பொறுப்பு முழுவதையும் மெஹருன்னிஸாவின் மேல் போட்டார் கைஜம்மா.

மெஹருன்னிஸாவுக்கு இது எதிர்பாராத சிக்கலாகவும் இருக்கவில்லை. கடை முதலாளியின் மனைவியாக வந்த இரண்டு வருடங்களில் கொஞ்சநஞ்சம் வியாபார அறிவும் அவளை ஒட்டிக்கொண்டது. புத்தப்பாவே அதற்குக் காரணம். பெண்டாட்டியிடம் அவருக்கு எந்த ஒளிவு மறைவும் இல்லை. ஒவ்வொரு நாள் இரவும் அன்று இப்படியாயிற்று, இவ்வளவு லாபம் கிடைத்தது. மறுநாள் தேங்காய் விலை இறங்கினால் கோணிப்பையில் கட்டிவைத்திருப்பதைச் சட்னி செய்து தலைக்குத் தடவிக்கொள்ள வேண்டியதுதான் – இப்படி எல்லாவற்றையும் விளக்கிச் சொல்வார். அவர் விவரிக்கும்போதே தூங்கிவிடுவார். மெஹருன்னிஸா கூரையை உற்றுப்பார்த்தபடி தூக்கத்துக்காக ஏங்குவாள்.

மெஹருன்னிஸாவின் மௌனமும் கைஜம்மா எதிர்பார்க்காதது அல்ல. தன் கேள்வி தீர்மானித்து ஒரே வார்த்தையில் பதிலளிக்கத் தக்கதுமல்ல என்பதும் அவருக்குத் தெரிந்திருந்தது.

'நான் சாயங்காலம் தெரியப்படுத்தறதா சமத்துகிட்டச் சொல்லியிருக்கறேன். அவன் இது பத்தி விசாரிச்சதுல எனக்குத் தப்பா எதுவும் தெரியல. என்னானாலும் அவன் ஆம்பிளை, அவனுக்குன்னு ஏதாவது ஒண்ணு ஆகணுமில்ல. அவனை நீ போயிடுன்னு சொல்றது சுலபம். ஆனா இந்த வீட்டுக்கும் ஆம்பிள்ளைன்னு வேற யாரு இருக்காங்க? சாயங்காலம் வரைக்கும் ஆலோசனை பண்ணிச் சொல்லு.' கைஜம்மா மிகுந்த ஞானத்தோடு பதிலை சூட்சுமமாக அறிவுறுத்திப் போயிருந்தார்.

சாவிக் கொத்து தலையணைக்கு அடியிலேயே கிடந்தது. கணவன் இறந்த அன்று அதை ஒருமுறை எடுத்துச் சென்றிருந்த சமத் அதே நாள் மாலையில் கைஜம்மாவின் மூலம் திருப்பி அனுப்பியிருந்தான்.

தொடைகளின் மேல் குரான் புத்தகத்தை விரித்து வைத்துப் படித்துக்கொண்டிருந்தபோதே தலைக்குள் நூற்றுக்கணக்கான யோசனைகள். இந்த வீட்டுக்கு ஆண்பிள்ளை என்று வேறு யார் இருக்கிறார்கள்? கைஜம்மாவின் பேச்சுக்குப் பின்னால் வேறு ஏதேனும் அறிவுறுத்தல்கள் இருக்கின்றனவோ? 'நீ இனிப் போய்விடு' என்று சொன்னவுடனே அவன் போய்விடுவானா? ரத்த சம்பந்தமில்லாமல் இருக்கலாம். ஆனால் தனக்கும் முன்பே

இந்த வீட்டுக்கு வந்தவன். இந்த வீட்டின் மொத்த சொத்தில் அவனுடைய பங்கும் இருக்கிறது. என்னவானாலும் அவன் ஆண்பிள்ளை. மனது வைத்தால் தன்னையும் கைஜம்மாவையும் வெளியே போகச் சொல்லி அவன் ஒருவனே இந்த வீட்டின் எஜமானனாக அறிவித்துக்கொள்ளும் திராணி உள்ளவன். மெஹருன்னிஸா லேசாக நடுங்கினாள். சமத் தன்னை வெளியேற்றுவானா? சே! கண்டிப்பாக அவன் அப்படிப்பட்டவன் அல்ல. இந்த வீட்டின் எஜமானியாக நானே தொடர்வேன்.

கைஜம்மாவின் நோக்கம் என்னவாக இருக்கலாம்? தௌபா..! தௌபா..! கண்ணைத் தேய்த்துக்கொண்டு குரானின் வரிகளில் பார்வையைச் செலுத்தினாள்.

இத்தத் காலகட்டத்தில் விதவைகளோடு திருமணத்தைப் பற்றி விவாதிப்பதோ மனத்துக்குள்ளேயே மூடிவைத்துக் கொள்வதோ உங்கள் குற்றமல்ல.

அது அல்லாவுக்குத் தெரிந்தே இருக்கும். ஆனால் இத்தத் காலம் முடியும்வரைக்கும் திருமண உறவு குறித்து முடிவெடுக்கக் கூடாது. தெரிந்துகொள்ளுங்கள். நிச்சயமாக உங்கள் இதயத்தில் என்ன இருக்கிறது என்பதை அல்லா தெரிந்திருப்பான். அதனால் அவனைப் பற்றிய பயமிருக்கட்டும்.

அவன் அதீதமாக மன்னிக்கிறவனாகவும் கருணையுள்ளவ னாகவும் இருக்கிறான்.

அன்றைய தினம் கைஜம்மா மத்தியானச் சாப்பாட்டை அறைக்குள் கொண்டுவந்து வைத்தபோதே மெஹருன்னிஸா சாவிக் கொத்தை அவரிடம் நீட்டினாள். இது தொடர்பாக எந்தப் பேச்சுக்கும் வாய்ப்பளிக்காமல் கைஜம்மா அதை வாங்கிக் கொண்டார். இத்தத்துக்கு உட்கார்ந்தவளோடு அதிகம் பேசுவதில் அவருக்கும் விருப்பமில்லை. வேளா வேளைக்கு சாப்பாடு, சிற்றுண்டி கொண்டுவந்து வைக்கும் கைஜம்மாவுக்கு ஒரு வேலை அதிகரித்ததைப் போலாயிற்று.

ஒவ்வொரு நாள் விடியற்காலை சாவிக் கொத்தை வாங்கிச் சென்று மீண்டும் இரவில் வாங்கிவந்து கொடுப்பது. கடையின் நிர்வாகம் பற்றியாகட்டும் – குறைந்தபட்சம் சமத்தைப் பற்றியாகட்டும் – கைஜம்மா ஒரு வார்த்தையும் பேசமாட்டார். மெஹருன்னிஸாகூட அதைப்பற்றிய ஈடுபாட்டை வெளிப்படுத்த வில்லை. பகல் முழுக்கக் குரான் படிப்பு. இரவு முழுவதும் அரைத் தூக்கம். நான்கு மாதங்களும் பத்து நாட்களும் ஏகாந்தமான தினசரி நடைமுறை. கைஜம்மா சாவிக் கொத்தை வாங்கிச் செல்ல விடியற்காலை வரும்போது ஒருமுறை, இரவு கொண்டுவந்து

கொடுக்கும்போது இன்னொருமுறை – இந்த இரண்டு சமயங் களில் மட்டும் மெஹருன்னிஸாவின் மனம் பைத்தியக்காரக் குதிரையைப் போலாகும். சமத் மத்தியானம் சாப்பிட வீட்டுக்கு வருவதில்லை. சின்னப் பையன் ஒருவன் வந்து சாப்பாட்டை வாங்கிச் செல்கிறான் என்று கைஜம்மா ஒருமுறை பேச்சுக்கு நடுவே சொல்லியிருந்தாலும் மெஹருன்னிஸா அது குறித்து ஆர்வம் காட்டவில்லை.

நமாஸ் முடித்துக் குரானை எடுத்துக்கொண்டு உட்கார்ந் தவளுக்கு உடம்பெல்லாம் ரோமாஞ்சனம். ஜன்னலுக்கு வெளியே வெளிச்சம் எட்டிப் பார்த்தது. இன்னும் சில நிமிடங்களில் எல்லாமே வெளிச்சம் பெறும்.

சூரிய சந்திரர்களை வரையறுக்கப்பட்ட கதியில் நடத்தும் அல்லாவே, என்னை நரகத்தின் வேதனையிலிருந்து காப்பாற்று.

சொர்க்கத்தின் கதவை எனக்காகத் திறந்துவை. அல்லாவின் மீது பயம் கொண்டவர்களுக்கு இரண்டு சொர்க்க நந்தவனங்கள் திறந்திருக்கட்டும்.

பசுமை படர்ந்த கிளைகளைக் கொண்ட நந்தவனங்கள்.

ஒவ்வொன்றும் இரண்டிரண்டு வகையான பழங்களைச் சுமந்த மரங்கள். பழங்கள் கைக்கெட்டுமளவுக்கு அருகில் மெல்லிசான பட்டுப் பீடத்தில் சாய்ந்திருக்கும் சாத்வீகப் பெண்கள். அவர்கள் அழகு தேவதைகள் மட்டுமல்லர் அதுவரைக்கும் எந்த மனிதனாகட்டும் சைத்தானாகட்டும் தொட்டிராத சாத்வீக அழகியர்.

அவர்கள் முழுக்கக் குணவதிகள். அல்லாவின் மீதான பயத்தைக்கொண்டிருப்பவர்களுக்கு மிகப் பெரிய அழகான கண்களைக்கொண்ட ரூபவதிகளான பெண்களைத் திருமணம் செய்யத்தக்கது.

படித்துக்கொண்டே மெஹருன்னிஸா ரோமாஞ்சனம் கொண்டாள். தன் கணவனுக்கு இந்த எல்லா சுகங்களும் கிடைக்கட்டும் என வேண்டிக்கொண்டாள். ஆனால் தனக்கு? பெண்ணாகப் பிறந்தவர்கள் மகா பாவிகள். அவர்களுக்கு அப்படிப்பட்ட சுகம் எங்கிருந்து வரும்?

சமையலறையிலிருந்து சத்தம் கேட்கத் தொடங்கியது. கைஜம்மாவாக இருக்கலாம். சமத் எழுவது எப்போதும் தாமதமாகத்தான்.

கண்ணாடி அலமாரி உள்ள அறையில் ஜன்னலுக்குப் பக்கத்தில் கட்டிலில் படுக்கும் அவன் முதுகில் சூரிய வெளிச்சம்

நஞ்சுண்டன்

வட்டச் சந்திரனைத் தோற்றுவிப்பதை மெஹருன்னிஸா தானே சிலமுறை கண்டதும் உண்டு. தாழ்வாரத்தின் வழியாக முற்றத்துக்குப் போவதாயிருந்தால் பக்கத்துக் கண்ணாடி அலமாரி உள்ள அறையின் திறந்த கதவு வழியாக உள்ளே இருக்கும் எல்லாவற்றையும் பார்க்கலாம். தவளையைப் போலக் கால்களை விரித்துக் கவிழ்ந்து விழுந்திருப்பவனைப் பார்க்கும்போதே வெட்கம் உண்டாகும். இன்றுகூட அப்படியே விழுந்திருப்பானோ? முகத்தைப் பார்த்தே நான்கு மாதங்கள் பத்து நாட்கள் ஆயிற்றே!

கைஜம்மா சமையலைறையிலிருந்தே கேட்டார், 'எழுந்துட்டியா மகளே?'

மெஹருன்னிஸா பதில் சொல்ல வேண்டியிருக்கவில்லை. இத்தத்துக்கு உட்கார்ந்த பிறகு ஒவ்வொரு நாளும் விடியற்காலையில் அவர் கேட்ட கேள்வி அது. ஆனால் இன்றென்னவோ பதில் சொல்ல வேண்டும் என மெஹருன்னிஸாவுக்குத் தோன்றியது. தான் இன்று இந்த அறையிலிருந்து வெளியே போனால் அது பாவமல்ல. ஆனால் வெளியே போவதென்றால் எங்கே? நேராகச் சமையலறைக்குப் போய்விடலாமா?

கைஜம்மா என்ன நினைப்பார்? அவரே வந்து கூப்பிடட்டும். பிறகு போனாலாயிற்று. இன்னும் அதிகமென்றால் அரை மணிநேரம். இவ்வளவு நாட்கள் சகித்துக்கொண்டவளுக்கு எதுவும் கடினமாயிருக்க முடியாது. குரானை மூடி முத்தமிட்டு மேஜைமேல் வைத்து உள்ளங்கைகள் இரண்டையும் கண்களில் ஒற்றிக்கொண்டு மெஹருன்னிஸா படுக்கையில் மல்லாந்து விழுந்தாள்.

வெளியே – தாழ்வாரத்திலிருந்து இருக்க வேண்டும் – சமத்தோடு கைஜம்மா பேசிக்கொண்டிருந்தது கேட்டது போலிருந்தது. கடைக்குப் புறப்படும் நேரமாகியிருக்கவில்லை. ஆனாலும் ஆசையோடு, சாவிக் கொத்தை வாங்கிச் செல்ல கைஜம்மா வரும் காலடிச் சத்தத்துக்காகக் காதுகொடுத்து உட்கார்ந்தாள். கைஜம்மா வரவில்லை. முன் வாசல் கதவு திறந்து முடப்பட்ட ஓசை கேட்டபோது மெஹருன்னிஸாவுக்கு ஆச்சரியம். சமத் எங்கே புறப்பட்டிருக்கிறான்?

சிற்றுண்டித் தட்டம், டீ தம்ளர்களோடு கைஜம்மா அறைக்கு வந்தபோது மெஹருன்னிஸாவுக்குக் குழப்பம். தன் கணக்குத் தப்பாக இருக்கலாமோ? குரான் புத்தகத்தின் பக்கங்களுக்கு நாள்தோறும் அடையாளமிட்டு வைத்துக்கொண்டிருந்தாள். பீடி சுற்றக் கற்றபோது அந்த வித்தை மெஹருன்னிஸாவுக்குக் கணக்கு

சொல்லிக்கொடுத்திருந்தது. தன் எண்ணிக்கை தவறாயிருக்க வாய்ப்பே இல்லை.

கைஜம்மாவுக்கும் தெரிந்திருக்க வேண்டுமே? இரண்டு நாட்களுக்கு முன்பு அவரே எண்ணி நினைவூட்டியிருந்தார். அப்படியென்றால் டீ குடிக்கத் தன்னை ஏன் சமையலறைக்கு அழைக்கவில்லை? தொண்டைவரைக்கும் வந்திருந்த கேள்வியை உதட்டைக் கடித்து மென்று சிற்றுண்டித் தட்டத்தில் கை வைத்தாள்.

'வெந்தய தோசை புத்தப்பாவுக்கு ஆகவே ஆகாது.' கைஜம்மா பேச்சைத் தொடங்கினார். 'சமத்துக்கோ வெந்தய தோசைன்னா உயிர். நேத்து கொண்டுவந்து குடுத்து செய்யச் சொல்லியிருந்தான். எப்படியிருக்குது தோசை?' அங்கே இருந்த மேஜையில் சாய்ந்து உட்கார்ந்து கேட்டார்.

மெஹருன்னிஸாவுக்கு அவர் பேச்சைத் தொடங்கிய போதே சந்தேகமிருந்தது. அவர் பிரஸ்தாபிக்க வேண்டிய தீவிரமான விஷயம் வேறென்னவோ இருக்கும். தலைதூக்கிக் கைஜம்மாவின் முகத்தை உற்றுப்பார்த்த மெஹருன்னிஸாவுக்கு அவர் கண்களில் கபடமெதுவும் தெரியவில்லை. ஆனாலும் மெஹருன்னிஸாவுக்கு ஆர்வம்.

'சமத் இன்னக்கிக் கடைக்குப் போறதில்லையாம். காசர்கோடு வரைக்கும் போயிட்டு வர்றானாம்.' கைஜம்மா அது ஏனோ விசேஷமானதல்ல என்பதுபோல இயல்பான குரலில் சொன்னார்.

'காசர்கோடுக்கு! எதுக்காம்?' மெஹருன்னிஸா ஆச்சரியத்தோடு சகிப்பின்மையைக் கலந்து கேட்டாள்.

காலி தட்டம் தம்ப்ளர்களை எடுத்துக்கொண்டே கைஜம்மா சொன்னார், 'இத்தத் காலத்துக்கு முன்னால ஒனக்குச் சொல்லவே கூடாதுன்னு எங்கிட்ட சத்தியம் வாங்கிட்டான். காசர்கோடு பார்ட்டி ஒண்ணு ஒரு மாசமா அவனுக்கு மாட்டி யிருக்காங்க. நீயே காசர்கோடுக்குப் போயி பொண்ணப் பாத்துட்டுப் பாஸ் போட்ட பிறகே அடுத்த கட்டப் பேச்சு வார்த்தைன்னு எங்கிட்ட கண்டிப்பா சொல்லியிருந்தான். அடுத்த வியாழக்கிழமை முடியலன்னா வெள்ளிக்கிழமை பொண்ணு பாக்குற சடங்க முடிச்சுடலான்னு சொல்றதுக்காகப் போயிருக்கறான். என்னோடது இன்னிக்கோ நாளைக்கோன்னு இருக்குது. உன் மருமகளா இந்த வீட்டுக்கு வர்றவள மொதல்ல நீ ஏத்துக்கணும். அவன்கூட அதைத்தான் சொன்னான். நீ ஊம்ன்னு சொன்னா போதும். பொண்ணு எப்படி வேணா இருக்கட்டும் –

நொண்டியோ குருடியோ எப்படி இருந்தாலும் சரிதான் – கண்ணை மூடிக்கிட்டு நிக்கா பண்ணிக்கிறதா சொல்லியிருக்கறான். என்னவோ இருக்கட்டும் இந்தக் காலத்துல சமத் மாதிரி பையன் கிடைக்கப் புண்ணியம் செஞ்சிருக்கணும். இல்லியா?

மெஹருன்னிஸாவுக்கு ஏனோ நினைவு தவறவில்லை. ஒருவகையான விழிப்புடனேயே அல்லாவிடம் பிரார்த்தித்தாள்.

ஓ... அல்லாவே!

காய்ந்து சிவந்த தோலைப்போலான ஆகாயத்தைப் பாவியான என்மேல் வீழ்த்து.

குடிதண்ணீரில் என்னை நடு.

சுடும் கரைந்த தாமிரத்தை என்மேல் கொட்டிவிடு...

○

அடிக்குறிப்பு

இத்தத்: முஸ்லிம் விதவை கணவன் இறந்ததிலிருந்து நான்கு மாதங்கள் பத்து நாட்கள் தனித்திருக்க வேண்டும். இக்கால கட்டத்தில் குடும்பத்துக்கு வெளியிலுள்ள ஆண்களோடு பேசக் கூடாது. குரான் ஓதுதலும் தொழுகையுமே அவள் கடமை. மறுமணம் தொடர்பாக யோசிக்கலாம். ஆனால் பிரஸ்தாபிக்கக் கூடாது. இக்கதையைப் படித்தால் 'இத்தத்' நன்கு விளங்கும்.

தௌபா: பாவமன்னிப்பு அலிகத்: காதணி

பதர் யுத்தம்: இஸ்லாத்தின் தொடக்க காலத்தில் நடைபெற்ற யுத்தம். குறைந்த எண்ணிக்கையிலான இஸ்லாமியர்கள் பெரும் எண்ணிக்கையிலான எதிரிகளை நோன்பிருந்து வென்றது இதன் சிறப்பு. பாத்திஹா: இறை வேண்டல் திறப்பு.

●

டிசம்பர் 2019

பொளுவார் மகம்மது குன்ஹி

1951இல் கர்நாடகாவின் தென்கன்னட மாவட்டத்தின் புத்தூரில் பிறந்த முகம்மது குன்ஹி மைசூர்ப் பல்கலைக்கழகத்தில் கன்னட இலக்கியத்தில் பொற்பதக்கத்துடன் முதுகலைப்பட்டம் பெற்று சிண்டிகேட் வங்கிப் பணியில் சேர்ந்து அதன் தலைமை மேலாளராக ஓய்வுபெற்றுத் தற்போது பெங்களூரில் வசிக்கிறார். சிறுகதை, நாவல்கள்,

நாடகங்கள் எழுதியுள்ளார். கர்நாடக – குறிப்பாகத் தென்கர்நாடக – முஸ்லிம் மக்களின் பண்பாட்டுக் கூறுகளைக் கன்னட இலக்கியத்தில் அறிமுகப்படுத்திய முன்னோடி. இரண்டுமுறை மையச் சாகித்திய அகாதமி விருது பெற்ற முதல் இந்தியர் (2010, 2016). கர்நாடகத்தின் முதல் பால சாகித்திய புரஸ்கார் விருதாளர். கதா விருது உள்ளிட்ட இருபத்து நான்கு கீர்த்திகளைப் பெற்றுள்ளார். மேல்விபரங்களுக்கு விக்கிபீடியாவில் இவர் பற்றிய பதிவைக் காண்க.

மினி கிருஷ்ணன் எடிட்டிங்கில் இந்தியாவின் பன்னிரண்டு மொழிகளிலிருந்து தலா ஒரு நீண்ட சிறுகதையைத் தேர்ந்து ஆங்கில மொழிபெயர்ப்பில் *Tell Me A Long, Long Story* எனத் தொகுப்பாக வெளிவந்துள்ளது. மகாஸ்வேதா தேவி, நிர்மல் வர்மா, கமலகாந்தா மொஹாபத்ரா, கே.ஆர். மீரா முதலான இந்தியாவின் புகழ்பெற்ற எழுத்தாளர்களின் படைப்புகள் அடங்கிய இத்தொகுப்பில் பொளுவாரின் இக்கதையும் ஒன்று. தெலுங்கு மொழிக்கு இதில் இடமில்லை. தமிழிலிருந்து கோபிகிருஷ்ணனின் ஒரு கதை *A Place to Love* (தமிழாக்கம் வசந்த சூர்யா) என இந்நூலில் இடம்பெற்றுள்ளது தமிழுக்குப் பெருமை.

கடசிரார்த்தம்*

கன்னட மூலம்: யு.ஆர். அனந்தமூர்த்தி

இன்னும் இருட்டு இருட்டு என்னும் போதே நான் எழுந்து கண்ணைக் கசக்கிக்கொண்டே முற்றத்துக்கு வந்து பார்த்தால், கையில் ஒரு மூட்டையைப் பிடித்துச் சேஷகிரி உடுப்பர் புறப்பட்டு நின்றிருந்தார். என்னை நோக்கி ‘குடுமல்லிகைக்குப் போகும் போது உன் அப்பா, அம்மாவைப் பார்ப்பேன்’ என்றார். அப்பா, அம்மா என்று அவர் சொன்னவுடனே ஊரிலிருந்திருந் தால் இந்நேரம் அம்மாவின் புடவையைப் போர்த்தி வெதுவெதுப்பாகப் படுத்திருந்திருப்பேன்; பிறகு அம்மா எழுப்பி முகம் கழுவிவிட்டுக் காபி கொடுத்திருப்பாள் என்பது நினைவுக்கு வந்து, வருத்தமாக இருந்தது. வேலியைத் தாண்டும் முன் நின்று சேஷகிரி உடுப்பர் ‘யமுனா’ என்று அவருடைய மகளை அழைத்தார். தலைக்கு மேலே சிவப்புப் புடவையின் முந்தானையை இழுத்துக் கொண்டே யமுனாக்கா வாசலுக்கு வந்து நின்றார். சேஷகிரி உடுப்பர் ஊன்றுகோலைப் பிடித்துக் கொண்டே சொன்னார்,

‘நான் போய் வருகிறேன், என்ன ? பிள்ளைகள் மேல் கவனம் இருக்கட்டும். ஆற்றில் அதிக நேரம் குளிக்கவிடாதே. கோகர்ணத்தில் யாகத்தை முடித்துக்கொண்டு, உத்தியாவரத்துக்குப் போய்வர மூன்று மாதமாவது ஆகும். பிள்ளைகள் தினமும் மனப்பாடம் செய்யட்டும். மற்றதையெல்லாம் வாத்தியாரிடம் சொல்லியிருக்கிறேன்’

என் அப்பாவைவிட முதியவராகத் தோற்றமளித்த சேஷகிரி உடுப்பரென்றால் எனக்குப் பயம். ஆனால் அம்மாவைவிடச் சின்னவரான யமுனாக்காவிடம் எனக்குச் செல்லம். உடுப்பரின் முதுகு என் பக்கம் திரும்பிய உடனே யமுனாக்காவிடம் நான் ஊருக்குப்போக வேண்டுமென அடம்பிடித்தேன். 'இப்போ சும்மாயிரு, முகம் கழுவிப் போய் துளசி பறித்து வா' என்று அவர் உள்ளே போனார். அவர் உள்ளே போகும் போதே விஸ்வநாத சாஸ்திரியும் கணேசனும் எழுந்துவந்தார்கள். சேஷகிரி உடுப்பரின் முதுகு இருட்டில் மறைவதைக் கண்டு அழுதபடியே நின்றிருந்த என்னைப் பார்த்துச் சிரித்தார்கள். அவர்களுடன் நான் கிணற்றடிக்கு முகம் கழுவச் சென்றேன். சாஸ்திரி 'என்னடா பொட்டையா' என்று என்னை விசாரித்தான். குடத்தைச் சரசரவெனக் கிணற்றுக்குள் இழுத்துவிட்டபடி, கணேசன் 'இல்லை சாஸ்திரி, இந்தப் பயந்தாங்கொள்ளி உபநயனத்துக்கு முந்தின இரவு தொடையை வைத்து மூடுவார்கள் என்று வேடிக்கைக்குச் சொன்னால் அதை நம்பி அழுதபடி உட்கார்ந்து இருந்ததாமே!' என்று குடத்தில் நீர் நிறைந்துகொண்டிருக்கச் சிரித்தான். நான் அழுதபடியே சமையலறைக்குப் போனேன். 'தண்ணீர் இறைத்துத் தருகிறோம் வா' என்று அவர்களிருவரும் சத்தம் போட்டு அழைத்தார்கள்.

யமுனாக்கா தயிர்கடைந்துகொண்டிருந்தார். அவருடைய முகம் அழுகை வருகிற மாதிரி இருந்தது. இரண்டு முறை நான் சொன்னபிறகு என் பக்கம் திரும்பிப் 'போகட்டும் விடு, நீ அவர்களுடன் துளசி பறிக்கப்போகாதே. உனக்கு நான் முகம் கழுவிவிடுகிறேன்' என்று சமாதானம் சொன்னார்.

முகம் கழுவி விட்டபின் நான் ஒருவனே குடலையுடன் கிழக்குத் திசையில் சென்றேன். வழியில் முளைத்திருந்த தும்பைப் பூவையெல்லாம் பறித்தேன். நான் இன்னமும் சின்னவனென்றும் குள்ளமாயிருக்கிறேனென்றும் அதனால் என்னைத் 'தும்பைச் செடிக்கு ஏணி வைப்பவன்' என்று சாஸ்திரி கேலி செய்துகொண்டிருப்பான். சாஸ்திரி என்னைவிடப் பெரிய பையன். ரொம்பப் பெரிய பையன்போலத் தெரிந்தான். அவனுக்கு அப்பா, அம்மா இல்லை. என்னைப்போலவே உடுப்பரிடம் வேதம் படித்துக்கொண்டிருந்தான். அவனுக்கு ஒரு கண் சிறியது. மற்றொன்று பெரியதாயிருந்ததால், கணேசன் அவனை ஒற்றைக்கண் சுக்ராச்சாரி என்று கேலி செய்வான். அவர்களிருவரும் ஒரு கோஷ்டி. நானே தனி. குடலையைப் பிடித்தபடி நடந்து அப்படியே கோபால் ஜோயிஸின் வீட்டுக்குப் போனேன். அங்கே வில்வமரம் இருந்ததால், அதன் இலையைப்

பறிக்கக் கோபால் ஜோயிஸின் அக்கா கோதாவரியம்மாளிடம் துரட்டி கேட்டேன்.

யமுனாக்காவைப்போலவே கோதாவரியம்மாளும் மடியானவர். ஆனால், அவரைவிட யமுனாக்கா மிகவும் சின்னவர். சிவப்பாகக் குண்டு குண்டாக அம்மாவைவிட யமுனாக்கா அழகு. யமுனாக்காவுக்குக் கல்யாணமான சில தினங்களிலேயே அவருடைய கணவர் பாம்பு கடித்ததால் இறந்தாராம். சேஷகிரி உடுப்பரின் மனைவி இறந்தபின், அப்பாவைக் கவனித்துக் கொள்ள யாரேனும் ஒருவர் வேண்டும் என்பதால் யமுனாக்கா உடுப்பருடன் இருக்கிறாராம். இப்படியென்று கணேசன் எனக்குச் சொன்னான். கணேசன், உடுப்பருக்குத் தூரத்து உறவு. கையில் துரட்டியுடன் எம்பிக் குதித்து வில்வயிலை பறித்துக்கொண்டிருந்த என்னைக் கண்டு, கோதாவரியம்மாள் ‘விடு நான் பறித்துத் தருகிறேன்’ என்று பறித்துக்கொடுத்தார். பிறகு நான் அவருடைய புழக்கடையில் துளசி பறித்துக்கொண்டிருக்க,

‘உடுப்பர் கோகர்ணத்துக்குப் போனாரா டா?’ என்றார். நான் ‘ஆமாம்’ என்றேன்.

‘யமுனா எப்படியிருக்கிறாள்?’ என்றார்.

‘நன்றாக இருக்கிறார்’ என்றேன்.

‘இரண்டு மூன்று நாளாகக் கோயிலுக்கு வரவில்லை. சுகமில்லை எனக் கேள்விப்பட்டேன்’ என்றார்.

‘எனக்குத் தெரியாது’ என்றேன்.

‘தெரியாதென்றால் என்ன அர்த்தம்? படுக்கையில் இல்லையா அவள்? உடுப்பர் ஒன்றும் சொல்லலையா?’

‘தலை சுற்றுகிறதென்று முந்தாநாள் படுத்திருந்தார், உடுப்பர் அதற்கு மருந்து கொடுத்தார். அவ்வளவே, வேறொன்றும் இல்லை’ என்றேன்.

‘ஓ. அப்படியா!’ என்று கோதாவரியம்மாள் சிரித்தார். உள்ளே நுழைந்தபடியே கோபால் ஜோயிஸிடம் –

‘கேட்டியாடா? யமுனாக்காவுக்கு ஜுரம் இல்லையாம். ஜுரம் வராமலேயே ஜுரக்கட்டி வந்திருக்க வேண்டும் பாவம்’ என்று சிரித்தார்.

அவர்கள் வீட்டிலிருந்து புறப்பட்டு வரும் பொழுது அக்கினியிலிட அஞ்சமரத்தின் சுள்ளிகளைச் சேரியின் கடைசியி லிருந்த மரத்தடியிலிருந்து பொறுக்கிக்கொண்டு வந்தேன். யமுனாக்கா நான் வருவதற்காகவே காத்திருந்தார்.

‘எவ்வளவு நேரம்? வாத்தியார் காத்திருக்கிறார் பார்’ என்று வேகமாகக் கிணற்றிலிருந்து இரண்டு குடம் தண்ணீரை என் தலை மேல் தடதடவென ஊற்றி, ‘வேகமாகப் போய் ஜபத்தில் உட்கார்’ என்றார். ஈர வேட்டியைப் பிழிந்து அதிலேயே என் நீண்ட குடுமியைத் துடைத்து, அதை இழுத்துவிட்டு முனையில் ஒரு முடிச்சுப் போட்டு, ஈரத்துணியுடனேயே நடு வீட்டுக்கு ஓடிவந்து யமுனாக்காவின் மடித்துணிகளுடன் காய்ந்த இன்னொரு அங்கவஸ்த்திரத்தை வாங்கி, போர்த்திப் பஞ்சபாத்திரத்தைப் பிடித்துப் புறப்பட்டேன். ‘டேய், கோவணம் கட்டியிருக்கிறாயா?’ என்றார் யமுனாக்கா. அதை மறந்திருந்தேன். யமுனாக்கா சிரித்து என் வெள்ளி அரைஞாண் கயிற்றில் அவரே கோவணத்தை மாட்டி ‘இனி போ’ என்றார்.

அம்மை வடு வாத்தியார் “எவ்வளவு நேரம்?” என்று அதட்டினார். உடுப்பர் ஒரு நாளும் என்னை அதட்டியதில்லை. ‘இன்னமும் நீ ஜப மந்திரத்தைக் கற்கவில்லையே’ என்று திட்டியபடியே ஜபம் செய்ய வைத்தார். அவர் என்னைத் திட்டியதால் ஜபம் செய்தபடி உட்கார்ந்திருந்த சாஸ்திரிக்குக் குஷியாகிச் சிரித்து, ஒற்றைக் கண்ணால் கணேசனின் பக்கம் பார்த்தான். ஜபம் பண்ணிய பிறகு, கோயிலுக்குப் பூஜைக்காகப் போக இருந்த வாத்தியார் ‘கஞ்சி குடித்த பிறகு வந்து சந்தனம் அரைத்துக்கொடுங்கள்’ என்றார்.

உள்ளே இலைகள் வரிசையாகப் போடப்பட்டிருந்தன. நாங்கள் எல்லோரும் அவசரமாக ஓடிப்போய் உட்கார்ந்தோம்.

நொய்யரிசியில் செய்த கஞ்சியை ஊற்றி, யமுனாக்கா தேங்காயெண்ணெய் விட்டார். தொட்டுக்கொள்ளக் கொஞ்சம் ஊறுகாய் வைத்தார். தேங்காய் நிறைய இருந்த தினம் எங்களுக்குத் தேங்காய்ப் பாலில் செய்த கஞ்சி கிடைத்தது.

நாங்கள் கஞ்சியைச் சர்புர்ரென்று குடித்து எழுந்தோம். சாஸ்திரியும் கணேசனும் வெளியே ஓடினார்கள். நான் சமையலறைக்குள்ளேயே தங்கினேன்.

‘நமக்கெல்லாம் இன்று முதலாளி வீட்டில் சாப்பாடு. நேற்று வந்து அழைத்துவிட்டுப் போனார்களல்லவா?’ என்றார் யமுனாக்கா. அப்படியானால் கோயிலில் பூஜை முடிந்தபின் பாயாசத்துடன் சாப்பாடு என்று எனக்குள் மகிழ்ச்சியேற்பட்டது. கூடவே தட்சிணையும் கிடைக்கும். உபநயனத்துக்கு முன் வெறும் ஒரு காசு மட்டும் கிடைத்தது. ஆனால் உபநயனமான பிறகு அது ஓர் அணாவாக உயர்ந்ததில் மகிழ்ச்சி. இனி மரக்குரங்கு விளையாட முடியாது, நாய்களைக் கல்லால் அடித்துத் துரத்தக் கூடாது, அரைக்கால் சட்டை அணிய முடியாது, சாப்பிட

உட்கார்ந்த பிறகு பேசக்கூடாது என்பதில் ஏமாற்றமுண்டா னாலும், இலைக்குப் பக்கத்தில் வைக்கும் பஞ்ச பாத்திரத்தில் ஓரணா விழுவதில் சந்தோசம். யமுனாக்காவிடம் ஓர் உண்டியல் டப்பா இருந்தது. எனக்குக் கிடைத்த தட்சிணையையெல்லாம் அதில் போட்டு வைக்கக் கொடுத்துவிடுவேன். ஊருக்குப் போகும்போது அம்மாவிடம் கொடுக்கச் சொல்லியிருந்தார் யமுனாக்கா. கஞ்சப் பயலே என்று சாஸ்திரி கேலி செய்வான்.

'ஏண்டா நேரங்கழிச்சி வந்தே, நாணி? சும்மா சும்மா ஏன் அந்த வாத்தியாரிடம் திட்டு வாங்கறே?' என்றார் யமுனாக்கா.

நான் கோதாவரியம்மாள் வீட்டுக்கு வில்வ இலைக்காகப் போனதையும் அங்கே அவர் விசாரித்ததையும் சொன்னேன்.

யமுனாக்காவின் முகம் சுண்டியது. 'வேறென்ன கேட்டார்கள் சொல்லு, சொல்லு!' என்று வற்புறுத்தினார். ஏதோ ஜுரம், ஜுரக்கட்டி என்று அவர்களுக்குள்ளாகவே பேசிக்கொண்டு சிரித்தார்கள் என்றேன். யமுனாக்கா முந்தானையில் முகத்தை மூடிக்கொண்டு அழுதார். 'இனிமேல் யாரேனும் கேட்டால் ஜுரம் வருகிறது' என்றே சொல் என்றார்.

யமுனாக்கா ஓய்வு நேரத்திலெல்லாம் படுத்தே இருந்ததால், கோயிலுக்குப் போவதை நிறுத்தியிருக்கலாம் என்று நான் நினைத்துக்கொண்டேன். மீண்டும் மதிய வேளை ஆனதால் ஜெபத்தில் உட்கார்ந்தேன். கோயிலில் பூஜையான பிறகு யமுனாக்காவைத் தவிர நாங்களெல்லோரும் முதலாளி வீட்டில் வயிறு முட்டச் சாப்பிட்டோம்.

அம்மாவின் சிரார்த்தமாம். சாப்பாடானதும் வாத்தியார் எங்களை அழைத்து 'இன்று என்னால் வரமுடியாதுப்பா. அவரவரே உட்கார்ந்து சிந்தனை செய்துகொள்ளுங்கள். ஏ, சரியாகக் கற்றிருக்கிறானா இல்லையாவென்று நீ பார்த்துக் கொள்' என்று என்னைச் சாஸ்திரியிடம் ஒப்படைத்துப் போனார். மதியச் சாப்பாடானதும் ஸ்ரீ சூக்தம், புருஷசூக்தம் முதலான மந்திரங்களை உடுப்பார் தக்கிளியில் பூணூலுக்கான நூல் திரித்துக்கொண்டே மனப்பாடம் செய்விப்பார். யமுனாக்கா தூரத்தில் உட்கார்ந்து கோயிலுக்கென விளக்குத்திரி தயார் செய்துகொண்டிருப்பார். உடுப்பர் வீட்டில் இருந்தபோது ஒருநாள்கூட அது தவறியதில்லை. ஆனால், இன்று பாடம் தவறியதில் எனக்கு மிகுந்த குஷி.

சாஸ்திரி என்னை அழைத்து 'எங்கே புருஷசூக்தத்தைச் சொல்' என்றான். அவனுக்கு என்னைவிட அதிகம் பாடமாகி யிருந்தது. நல்ல கோயில் மாடுபோல இருக்கிறானென்று யமுனாக்கா அவனைத் திட்டுவார். நான் பயந்த முகத்தோடு

அவன் எதிரில் நின்றேன். 'போகட்டும் உன் வம்சாவளிக் கோத்திரங்களையாவது சரியாகச் சொல்' என்றான். கணேசன் சிரித்துக்கொண்டிருந்தான். நான் 'அங்கிர. . . என்று சொல்லும் போதே 'எங்கே நின்றபடி காதைப் பிடித்துக்கொண்டு சொல்' என்றான். நான் மறுபடியும் அவையனைத்தையும் சொல்லி 'அஹம் போ அபிவாதயே' என்றேன். 'எங்கே நமஸ்காரம் செய்' என்றான். நமஸ்காரம் செய்தேன், 'நான் சொல்வதைத் தப்பாமல் கேட்பதால் இன்றைக்குப் பாடம் இல்லை' என்றான். எனக்கு மகிழ்ச்சி அதிகரித்தது. 'போ' என்ற கணமே யமுனாக்காவிடம் ஓடி வந்தேன்.

யமுனாக்கா சாதத்தைப் போட்டுக்கொண்டு இலைக்கு முன்னே தலைக்குக் கைகொடுத்து உட்கார்ந்திருந்தார். சாதத்தின் மேல் மாங்காய்த் துவையலைக் கொட்டியிருந்தார். ஒரு கவளச்சாதத்தைக்கூட அவர் சாப்பிட்டது போல் தெரிய வில்லை. நான் போய் உட்கார்ந்த பின் நான்கு கவளச் சாதத்தைச் சாப்பிட்டதுபோலப் பேர் பண்ணி மிச்சத்தைக் குப்பைத் தொட்டியில் போட்டு வந்தார். 'ஏன் யமுனாக்கா?' என்றேன். அவருக்கு மாங்காய்த்துவையல் மிகவும் பிடிக்கும் என்பது எனக்குத் தெரியும். 'ஏனோ ஒத்துக்கொள்ளவில்லை' என்று பெருமூச்சு விட்டார். எனக்குக் கிடைத்த தட்சிணையை அவர் கையில் வைத்தேன். அவர் அதை உண்டியல் டப்பாவில் போட்டபடியே, 'சிவபுரத்துக்குப் போய்க் கடையில் ஒரு படி காய்ந்த மிளகாய், கொத்துமல்லி வாங்கி வர வேண்டுமே! சாஸ்திரியிடம் போய்ச் சொல்' என்றார்.

நான் சாஸ்திரியைத் தேடி முதலாளி வீட்டுக்குப் போனேன். அவன் மாடியிலிருப்பதாக வேலைக்காரன் சொன்னான். மேலே போய்ப் பார்த்தால் ஒரு ஜமுக்காளம் விரிக்கப்பட்டிருந்தது. சுற்றிலும் முதலாளி மகன் ரங்கண்ணன், அக்கிரஹாரத்து இளைஞர்கள் இருவர், சாஸ்திரி அமர்ந்திருந்தார்கள். ஏதோ சீட்டுகளைக் கையில் பிடித்து விளையாடிக்கொண்டிருந்தார்கள், கணேசன் வேடிக்கை பார்த்தபடி உட்கார்ந்திருந்தான். நான் பார்த்துக்கொண்டே நின்றேன். ஜாக், ஆஸ், ராஜா, ராணி என்று சொல்லி ஜமுக்காளத்தின் மத்தியில் சீட்டுகளைப் போட்டு ஒருவர் முகத்தை இன்னொருவர் பார்த்தபடியே ஆடும் அந்த ஆட்டத்துக்குப் பெயரென்ன என்று கேட்டதற்குக் கணேசன் 'ரம்மி' என்றான். யமுனாக்கா சொன்னதைச் சாஸ்திரியிடம் கூறினேன். 'சிவபூஜைக்கு நடுவில் கரடி' என்று கத்தித் தன் கையிலிருந்த சீட்டுகளைக் கணேசனிடம் கொடுத்துச் சாஸ்திரி எழுந்தான். 'நான் சீட்டு விளையாடினேன் என்று வெளியில் சொன்னால் பல்லை உடைப்பேன் புரிந்ததா?' என்று மிரட்டி என்னுடன் வெளியே வந்தான்.

சிவபுரத்துக்குத் தன்னுடன் வருமாறு என்னை அழைத்தான். 'யமுனாக்காவைக் கேட்க வேண்டும்' என்றேன். 'சுத்தப் பொட்டையனா இருக்காதே' என்று அதட்டினான். எனக்கும் சிவபுரத்துக்குப் போக ஆசையாயிருந்ததால் அவனுடன் புறப்பட்டேன். அக்ரஹாரத்தைக் தாண்டிய பின் ஓர் ஏரி. அதைக் கடந்தவுடன் பெரிய காட்டில் ஒரு சிறிய கரட்டுப் பாதை. அதில் நாங்கள் இருவரும் நடந்து சென்றோம். சிறிது தூரம் சென்ற பின், நேரான பாதையைவிட்டுக் குறுக்கே திரும்பி என்னுடன் வா என்று அழைத்துக்கொண்டு போனான்.

அங்கே ஒரு பெரிய மரமிருந்தது. அதில் ஆளுயரத்தில் பெரிய பொந்து, அதனுள்ளே சாஸ்திரி குதூகலத்துடன் பார்த்து நின்றான். உள்ளேயிருந்து எடுத்து உள்ளங்கையில் மூடிக் கொண்டு, 'என் கையில் இருப்பது என்ன? சொல்' என்றான். எனக்குத் தெரியாது என்றதும் கையைத் திறந்து காட்டினான். ஒரு பீடிக்கட்டு. இன்னொரு முறை கையைவிட்டுத் தீப்பெட்டியை எடுத்தான். 'உட்கார்'. நான் உட்கார்ந்துகொண்டேன். 'மூக்கு வழியாகப் புகை விடுவது எவ்வளவு நன்றாக இருக்கும் தெரியுமா?' என்று புகைவிட்டுக் காட்டியபடியே, 'நீ ஒன்று இழு' என்று வற்புறுத்தினான். திறந்த வாயுடன் பார்த்துக்கொண்டிருந்த நான் கலவரமடைந்து 'வேண்டாம்' என்றேன்.

'யமுனாக்காவிடம் மட்டும் சொல்லாதே, புரிந்ததா? கோள் சொல்லக் கூடாது' என்றான்.

நான் 'ஆகட்டும்' என்றேன்.

'நீ சொன்னாலும் நான் பயப்படப் போவதில்லை. யமுனாக்காவின் கதை எனக்குத் தெரியாதா? இன்னொரு முறை என்னைத் திட்டட்டும், நான் எல்லாவற்றையும் வெளியே இழுத்துவிடுகிறேன். பூனை கண்ணை மூடிக்கொண்டு பால் குடிக்கிறதாம்!'

சாஸ்திரியின் பேச்சு எனக்குப் புரியவில்லை, ஆனாலும் பயமுண்டானது யமுனாக்காவிடம் சொல்லாமல் வந்திருக்கக் கூடாது எனத் தோன்றியது. கோபால் செட்டியார் கடையில் சாமான் வாங்கிக்கொண்டு சிவபுரத்தின் கரட்டுப் பாதையில் நுழைந்தபொழுது சாஸ்திரி, 'போகும்போது வேறு பாதையில் போகலாம். ஆற்றங்கரை ஓரம்' என்றான்.

வேண்டாமென்று சொல்லவும் எனக்குப் பயம். சாஸ்திரியின் ஒற்றைக் கண்ணைப் பார்த்தால், முகப்பருவைக் கிள்ளிக் கொண்டே அவன் என்னைக் கேலி செய்வதை நினைத்தால், அவன் கீறிய கோட்டைத் தாண்டும் தைரியம் எனக்கு வராது. வரும் போது வழியில், 'இப்போது உனக்கு ஒரு வேடிக்கை

காட்டுகிறேன். பார்த்த பின் உனக்கே எல்லா விஷயமும் புரியும். முன்னாடியே சொல்லி நான் ஏன் கெட்டவனாக வேண்டும்' என்றான்.

நாங்கள் நீண்ட தூரம் நடந்து ஒரு பாழடைந்த அக்கிரஹாரத்துக்கு அருகே வந்தோம். அது ஆற்றங்கரையில் இருந்தது. அதன் பெயர் ஹொடல. முன்னொருநாள் நான் யமுனாக்காவுடன் விறகு சேகரிக்க அங்கே போயிருந்தேன். வெறும் இடிந்த குட்டைச் சுவர்களும் வீடுகள் அஸ்திவாரங்களும் மட்டுமே மிச்சமிருந்தன. பழங்கால ஜைனபீடம் ஒன்றும் சாமி சிலையில்லாத, நிறைய வௌவால்கள் பறந்துகொண்டிருந்த, ஒரு கோயிலும் இருந்தன. 'முன்னொரு காலத்தில் இங்கே ஜனங்கள் வசித்தார்கள். இப்போது அழிந்துவிட்டது' என்று யமுனாக்கா சொன்னார். அங்கே பேய் இருக்கலாமென்று எனக்குப் பயம். 'ஐயோ பயந்தாங்கொள்ளி' என்று சாஸ்திரி புல் வளர்ந்திருந்த இடத்திலெல்லாம் சத்தமில்லாமல் அடியெடுத்து வைத்தவாறே என்னை அழைத்துக்கொண்டு போய் ஒரு குட்டைச் சுவரின் பின்னால் நிறுத்தி, 'இந்த விரிசல் வழியாக நீயே பார்' என்றான். அவன் இன்னொரு ஒட்டைக்கு அருகில் நின்றான்.

சிறிது நேரம் கழிந்த பின் தூரத்திலிருந்து ஒரு மனிதன் வருவதைக் கண்ட நொடியே நான் திகிலடைந்து, 'போய் விடலாம், போய்விடலாம்' என்றேன். சாஸ்திரி 'உனக்குத் தெரிய வேண்டாமா? இப்படி அப்பாவியாகவே நீ இருக்கப் போகிறாயா? சுகமுனியின் மறுபிறவி நீ' என்று அதட்டினான். நான் திகிலுடன் பார்த்தபடியே உட்கார்ந்தேன். பஞ்சகச்சம் உடுத்து, சட்டை போட்டு, கிராப் வைத்து வந்துகொண்டிருந்த மனிதன் யாரென்று தெரிந்து என் பயம் குறைந்தது. அவனை நான் தினமும் பார்ப்பேன். உடுப்பரின் வீட்டுக்குப் பக்கத்துப் பள்ளிக்கூடத்தில் அவன் வாத்தியார். தும்கூரிலிருந்து வந்து சிவபுரத்தில் தங்கி இருக்கிறானாம். தினமும் சைக்கிளில் வந்து போகிறான். ராமநவமியன்று கோயிலில் ஹார்மோனியம் வாசித்தான். பார்ப்பதற்கு மெலிந்து உயரமாகப் பட்டணத்துக் காரன் போலிருந்தான்.

நான் போகலாம் என்றேன். சாஸ்திரி இன்னும் கொஞ்ச நேரம் இரு என்றான். விரிசல் வழியாக எனக்கு ஒரு பாம்பு தென்பட்டது, பயந்து 'அங்கே பாம்பு' என்றேன். 'கொஞ்சம் சும்மா இரு' என்று சாஸ்திரி அதட்டினான். சிறிது நேரங்கழிந்த பின் பெரிய மீசை வைத்த ஒருவன் அங்கு வந்தான். அவன் யாரென்று எனக்குத் தெரியவில்லை. அவர்கள் இருவரும் பேசியபடியே நின்றார்கள்.

பாம்பைப் பார்த்ததினால் எனக்கு ஆன மட்டும் அங்கிருந்து விரைவாகப் போய்விட வேண்டுமெனப் பயம் பிடித்துக்கொண்டது. சாஸ்திரியும் ஓட்டை வழியாகப் பார்த்துக் களைத்துப் போயிருக்க வேண்டும். 'போகலாம் நட நீயொருத்தன், சரியான பயந்தாங்கொள்ளி' என்று என்னைத் திருட்டு நடை நடத்திக் குனிந்து நடந்து வண்டிப் பாதைக்கு அழைத்து வந்தான். அங்கிருந்து நேராக வீட்டுக்கு வந்தபோது மாலை நேரமாகியிருந்தது. சலித்துப் போய் அமர்ந்திருந்த யமுனாக்காவிடம் கடைக்குப் போய் வந்ததை மட்டும் பயந்து பயந்து சொன்னேன். பாழடைந்த அக்ரஹாரத்துக்குப் போய் விரிசல் வழியாக எட்டிப் பார்த்ததையும் அங்கொரு பாம்பைக் கண்டதையும் சொல்ல எனக்குத் தைரியம் வரவில்லை. நாங்கள் குளித்துச் சந்தியாவந்தனத்தில் அமர்ந்தோம். அதன் பிறகு சாப்பிட்டோம். யமுனாக்கா சோளப் பொரியை மோரில் கலந்து சாப்பிட்டார்.

இரவு நான், சாஸ்திரி, கணேசன் திண்ணையில் படுக்கை விரித்தோம். யமுனாக்கா நடுவீட்டில் படுத்தார். அன்று இரவு எங்களுடன் திண்ணையில் படுக்க உடுப்பர் இல்லாததால், மாலையில் பாழடைந்த அக்ரஹாரத்தில் பாம்பைப் பார்த்து வந்திருந்ததில் எனக்குப் பயமாக இருந்தது. நடுவீட்டில் யமுனாக்காவுடன் படுத்துக்கொள்கிறேன் என்றால் சுத்தப் பொட்டைப் பயல், பயந்தாங்கொள்ளி என்று சாஸ்திரி கேலி செய்வான். அதனால் நான் அங்கேயே படுத்தேன். பயமாயிருந்த தால் தூக்கம் வர நீண்ட நேரமாயிற்று. அப்பா, அம்மாவின் ஞாபகம் வந்தது. நான் யார் வீட்டிலோ யார் துணையுடனோ இருக்கிறேன் என்று. அழுகை வந்தது. என்னருகில் படுத்திருந்த சாஸ்திரி மெதுவாக என் மேல் கை போட்டு நெருங்கினான். அவன் வாயிலிருந்து பீடி நாற்றம் வந்ததால் எனக்குக் குமட்டியது. என் வேட்டியின் முடிச்சை அவிழ்த்துக் கோவணத்தில் கை வைத்தான். நான் தடக்கென எழுந்து நேராக நடு வீட்டுக்குப் போய் யமுனாக்காவின் பக்கத்தில் படுத்தேன். யமுனாக்காவுக்குத் தூக்கம் வந்திருக்கவில்லை. 'பயமாயிருக்கிறது' என்றேன். 'வா. படுத்துக்கொள்' என்று அவருடைய புடவையை எனக்குப் போர்த்தினார்.

இன்னும் சிறிது நேரங்கழிந்து, எனக்குக் கண் பாரமான போது, வீட்டைச் சுற்றி யாரோ நடமாடும் சத்தம் வந்தது. நான் பயந்து எச்சரிக்கையானேன். பேயாயிருக்க வேண்டுமென நடுங்கினேன். யமுனாக்கா என்னைக் கட்டிக்கொண்டார். பிறகு புழக்கடை வாசலுக்கு அருகில் யாரோ வந்து நின்ற சத்தம் கேட்டது. கதவைத் தட்டிய ஓசை வந்தது. நான் யமுனாக்காவைக்

கெட்டியாகப் பிடித்துக்கொண்டேன். ‘கதவு, கதவு’ என்று மெதுவாகச் சொன்னதுபோல இருந்தது. இருட்டில் இப்படித் திருட்டு நடை நடந்து வீட்டைச் சுற்றி வந்து கதவைத் தட்டியது பிரம்மராட்சசனே என்று நான் கலவரமடைந்தேன். யமுனாக்கா எழுந்தார். நான் அவரது கையைப் பிடித்துப் போகாதீர்கள் என்றேன். அவர் எழுந்து புறப்பட்டார். நானும் அவருடன் எழுந்தேன். ‘வராதே. பிரம்மராட்சசனாக இருக்கலாம். அது உள்ளே வராமலிருக்க விளக்குமாறைப் போட்டு வருகிறேன்’ என்று என்னை நடுவீட்டிலேயே விட்டுப் போனார். நான் அழுதபடியே அவருக்காகக் காத்திருந்தேன். புழக்கடைக்குப் போன யமுனாக்கா வாசலைத் திறக்கவில்லை. திறந்திருந்தால் கரகர என்று ஓசை வந்திருக்கும். ‘போங்க, போங்க. இங்கே வராதீங்க’ என்று அவர் சொன்னது மட்டும் கேட்டது. திரும்பி வந்த யமுனாக்காவைக் கண்டு அவர் பிரம்மராட்சசனுடன் பேசிவிட்டு வருகிறார் என்று மேலும் பயந்தேன். அவர் என்னை இழுத்துத் தைரியமூட்டிப் படுக்க வைத்துக்கொண்டார். நீண்ட நேரம் கழித்து எனக்குத் தூக்கம் வந்தது.

○○○

சூரியன் உதிப்பதற்கு முன்பே எழுந்து நான் ஒருவனே சொம்பை எடுத்துக்கொண்டு போகப் பயமானதால் யமுனாக்காவைத் துணைக்கு அழைத்துப் போய் நிறுத்திக்கொண்டேன். இது சாஸ்திரிக்குத் தெரிந்தால் அவன் என்னைக் கேலிசெய்து இம்சிப்பானென்று மேலும் பயந்தேன். நான் ஒருவனே குடலையுடன் வில்வ இலை, கொண்டுவரப் புறப்பட்டபோது, சாஸ்திரி ‘நானும் உன்னுடன் வருகிறேன்’ என்றான். வேண்டாமென்று சொல்லவும் எனக்குப் பயம். அல்லாமல் இரவு பிரம்மராட்சசன் வீட்டைச் சுற்றி நடமாடியதால், பாம்பைப் பார்த்ததால் தனியாகப் போகவும் பயம். வழியில் சாஸ்திரி ‘பிரம்மராட்சசன் யமுனாக்காவுக்கு என்ன சொல்லிச்சு?’ என்றான். ‘எனக்குத் தெரியாது’ என்றேன்.

‘யமுனாக்கா எழுந்து போனாங்களே! ஒண்ணும் சொல்லலியா?’

‘வராதே. போ. போ.’ என்றார் வாசலில் விளக்குமாறை வைத்து வந்தார்.

‘அந்தப் பிரம்மராட்சசன் யார் தெரியுமா? உனக்கு விவரம் போதாது. பூனை கண்ணை மூடிக்கொண்டு பால் குடிக்கிறதாம். போகட்டும் விடு. உனக்கே ஒரு நாள் தெரியத்தான் போகிறது. யமுனாக்காவுக்கு என்னைக் கண்டால் ஆகாது இல்லையா?

உனக்காவது ரகசியமாக ரவாலட்டு, முறுக்கு எல்லாம் கொடுக்கிறார். இல்லையாடா?' என்றான்.

எனக்கு என்ன சொல்வதெனத் தெரியாமல் அமைதியானேன். வில்வ இலைக்காக நாங்கள் கோதாவரியம்மாளின் வீட்டுக்குப் போனபோது அவர். 'யமுனா எப்படி இருக்கிறாள்?' என்று கேட்டார்.

நான் 'யமுனாக்காவுக்கு ஜுரம் வருவது நிஜம்' என்றேன்.

'ஜுரமோ கிரமோ இல்லை; நேற்று ராத்திரி வீட்டைச் சுற்றி ஒரு பிரம்மராட்சசன் ஓடியாடியது. புழக்கடைப் பக்கம் ஒரு கதவைத் தட்டியது' என்று சாஸ்திரி ஒற்றைக் கண்ணோடு சிரித்தபடி கோதாவரியம்மாளிடம் சொன்னான். கோதாவரியம்மாள் எல்லாச் செய்தியையும் கேட்டுத் தெரிந்து கொண்டார்.

வில்வ இலை பறித்த பிறகு சாஸ்திரி 'டேய், பிருகு, சுப்பிரமணியர் கோயிலுக்குப் போய்க் கொஞ்சம் செண்பகப்பூவும் கொண்டு வரலாம்' என்றான். நாங்கள் ஒரு நெல்வயலைத் தாண்டி அங்கே சென்று பூப்பறித்தோம். சாஸ்திரி என்னிடம் 'சுப்பிரமணியர் சிலையைக் குளிக்காமல் தொட்டிருக்கிறாயாடா? உனக்குத் தைரியமிருக்கிறதா?' எனக் கேட்டான். 'சுப்பிரமணியருக்குத் தீட்டு உண்டாக்கினால் பாம்பு கடிக்கும்' என்கிறார்கள். எனக்கு அதன் விவகாரம் வேண்டாம் என்றதற்குச் சாஸ்திரி 'அதற்குத்தான் பயந்தாங்கொள்ளி என்று சொல்வது, பொட்டைப்பையா. பிருகு. என்ன பயந்தாங்கொள்ளி நீ. வீட்டைச் சுற்றி நடமாடியது பிரம்மராட்சசன் என்று சொன்னால் அதை நம்பினாய் இல்லையா? இப்பொழுது பார் நான் தொட்டுவிட்டு வருகிறேன்' என்று நேராகக் கர்பக்கிரகத்துக்குள் சென்று சுவாமியைத் தொட்டான். எனக்கு வெட்கமும் பயமும் உண்டாயின. 'நீயும் தொடு' என்று என்னையும் இழுத்துக்கொண்டு போய்ச் சுவாமியைத் தொடவைத்தான். பிறகு சிரித்தபடி 'என் கையில் கருட மச்சமிருக்கிறது. அதனால்தான் நான் தைரியமாகத் தொட்டேன். உன்னைக் கண்டிப்பாகப் பாம்பு வந்து கடிக்கும்' என்று குதித்தான். நான் ஓவென்று அழத் தொடங்கினேன். 'நான் சொன்னபடி நீ கேட்டால் ஒன்றும் ஆகாது. உன்னைப் பாம்பு கடிக்காமல் பார்த்துக்கொள்கிறேன். யமுனாக்காவிடம் மட்டும் நான் சொன்னதைச் சொல்லக் கூடாது. சொன்னால் நீ சுத்தபத்தமில்லாமல் சுவாமியைத் தொட்டதைச் சொல்லிவிடுவேன்' என்றான். நான் கண்ணைத் துடைத்தபடியே வீட்டுக்கு வந்தேன். என்னாயிற்றென்று யமுனாக்கா கேட்க நான் பயந்து பேசாமலிருந்தேன். அவர்

சாஸ்திரியை அழைத்து 'தின்ன சோறு உனக்கு ஜீரணமாகல இல்லியா?' என்று திட்டினார். அன்று முழுக்க நான் சாஸ்திரியுடன் சேரவில்லை. உட்கார்ந்த, நின்றபடியே பாம்பு வருகிறதென்று திகிலடைந்தேன். சதா காயத்திரி மந்திரத்தைச் சொல்லியபடித் திரிந்தேன். இரவு யமுனாக்காவுடன் படுத்துக்கொண்டேன். பிரம்மராட்சசன் வீட்டைச் சுற்றி நடமாடவில்லை.

அன்றிலிருந்து நான் சாஸ்திரியுடன் சேரவில்லை. நான் தனியாகச் சிக்கியபோதெல்லாம் அவன் ஒற்றைக் கண்ணால் என் பக்கம் பார்த்து 'பாம்பு வந்து உன்னைக் கடிக்கும், யமுனாக்காவிடம் சொல்லு' என்று பயமுறுத்தினான். நான் பேசவேயில்லை. யமுனாக்கா எங்கே போனாலும் நானும் அவருடன் போக ஆரம்பித்தேன். சாஸ்திரியும் கணேசனும் எப்போதும் முதலாளியின் மகன் ரங்கண்ணனுடன் ரகசியமாகப் பேசிக்கொண்டிருந்தார்கள்.

ஒரு நாள் யமுனாக்கா 'விறகு கொண்டுவர வேண்டும் வா' என்று பாழடைந்த அக்ரஹாரத்து வழியில் அழைத்துப் போனார். பாதி தூரம் செல்வதற்குள் எனக்குப் பயமேற்பட்டது. உட்கார்ந்து அழத் தொடங்கினேன். 'அங்குப் பாம்பு இருக்கிறது. நான் வரமாட்டேன்' என்று அடம்பிடித்தேன். யமுனாக்கா அதட்டினார். அங்கலாய்த்தார், நான் கேட்கவில்லை. முணுமுணுத்தபடி என்னுடன் வீட்டுக்குத் திரும்பி வந்தார்.

இன்னொரு நாள் நான் ஒருவனே வில்வ இலைக்கென்று கோதாவரியம்மாள் வீட்டுக்குக் காலையில் போனேன். என்னைப் பார்த்தும் 'உள்ளே வா' என்று முதுகில் கைவைத்து வீட்டுக்குள் அழைத்துப் போனார். சமயலறையில் உட்காரவைத்துக் காபி கொடுத்தார். நான் வேண்டாமென்றேன். 'எப்பவாவது ஒரு தடவெக் குடிக்கலாண்டா, கண்ணா' என்றார். காபியைப் பார்க்க மிகவும் ஆசையாக இருந்தது. குடிக்க வேண்டும் எனத் தோன்றியது. குடித்தபடி உட்கார்ந்தேன். கோதாவரியம்மாள் சிரித்தவாறே,

'நீ பரவாயில்ல, கண்ணு. நியம நிஷ்டை உள்ள பையன். மத்தப் பசங்கபோல இல்ல. இந்தக் காலத்துப் பசங்க சொன்னப் பேச்சை எங்கே கேக்குறாங்க? "ஜபம் ஓடிப்போச்சு, அக்கினி கார்யம் பரணுக்குப் போச்சு" என்று பழமொழியே இருக்குதுல்ல. முதலாளி மகன் ரங்கண்ணன் நல்ல கோயில் மாடு மாதிரி திரியறான். கழுத வயசாயி மீசெ வந்திருக்குது' என்று என்னைப் புகழ்ந்தார். புறப்படலாம் என்று நான் எழுந்தபோது, 'ஏண்டா,

யமுனா கோயிலுக்கு வரல? படுக்கையிலருந்து எழறதே இல்லியா?' என்றார். நான் 'இல்லை' என்றேன்.

"உங்களுக்கெல்லாம் பொங்கிப் போடுறது யாரு? பாவம் உடுப்பரும் வீட்டுல இல்லை. அந்தப் பிரம்மராட்சசன் இப்பவும் வீட்டைச் சுற்றி ஓடியாடுதா?" என்றார். அன்றிலிருந்து அது காணவில்லை என்றேன்.

'ஏண்டா, யமுனாக்காவுக்கு வாந்தி கீந்தி ஆவுதா? ஜுரக்கட்டின்னா ரொம்ப வாந்தியாவுதுன்றாங்க. நான் முந்தாநாள் அவள மருந்து சாப்பிடச் சொன்னேன். ஏதாவது சாப்புடறாளா?' என்று கேட்டார். எனக்கு என்ன சொல்வதெனத் தெரியாமல், நேரமாயிற்று என்று சொல்லி சரசரவென நடந்து வீட்டுக்கு வந்தேன். யமுனாக்காவிடம் அவர் அப்படிக் கேட்டதற்கெல்லாம் நான் இப்படிப் பதில் சொன்னேன் என்றேன். யமுனாக்கா என் பேச்சைக் கேட்டுக் கலவரமுற்று உட்கார்ந்தார். கண் நிறைய நீர் தளும்பியது. 'நீ இனிமே அந்தப் பக்கம் போகாதே' என்றார்.

அன்று கணேசனின் தந்தை திப்பசாஸ்திரிகள் ஹொரணேயி லிருந்து வந்தார். யமுனாக்கா பேச்சுக் கொடுத்தாலும் அவர் பேசவில்லை. யமுனாக்கா செய்துகொடுத்த பானகத்தையும் அவர் தொடவில்லை. கணேசனிடம் 'உன் படுக்கை, துணியெல்லாம் கட்டிக்கொள்' என்று அழைத்துக்கொண்டு போய்விட்டார். பிறகு யமுனாக்கா வீட்டில் உட்கார்ந்து நீண்ட நேரம் அழுதார். அன்று இரவு சாப்பிட்ட பின் நான் கை கழுவப் புழக்கடைக்குச் சென்றபோது,

இருட்டில் யாரோ மதில் மேல் நடந்துவரும் சரசர சத்தம் எழுந்தது. 'யமுனாக்கா' என்று கிறீச்சிட்டேன். யமுனாக்காவும் சாஸ்திரியும் ஓடி வந்தார்கள். யாரோ ஒரு மனிதன் தடதடவென ஓடியதுபோலத் தெரிந்தது. 'இந்தப் பிரம்மராட்சசனின் தொந்தரவுக்கு என்ன செய்ய வேண்டும்?' என்று சாஸ்திரி யமுனக்காவின் பக்கம் பார்த்தான். 'நீ பேசாதே, சும்மாயிரு' என்று யமுனாக்கா அவனை அதட்டினார். கணேசனை அவனுடைய அப்பா வந்து அழைத்துக்கொண்டு போனதைப் போல என்னுடைய அப்பா ஏன் என்னைக் கூட்டிக்கொண்டு போகவில்லையென்று நான் இரவு படுத்துக்கொண்டே அழுதேன். யமுனாக்கா என்னைக் கட்டிக்கொண்டு, 'நீ என்னை விட்டுப் போய்விடாதே' என்று விக்கி அழுதார்.

யமுனாக்கா மூன்று வேளையும் வீட்டிற்கு உள்ளேயே இருந்தார். ஒரு நாள் சாயங்கால வேளை கோதாவரியம்மாள் வந்து கதவைத் தட்ட, தான் வீட்டில் இல்லையென்று சொல்லி

அனுப்பும்படி யமுனாக்கா என்னிடம் சொன்னார். மதியம் எங்களுக்கெல்லாம் வேதம் கற்பித்து, பின் புறப்பட்டு நின்ற வாத்தியாருக்கு யமுனாக்கா குடிக்கப் பானகம் கொண்டு வந்து வைக்க, 'எனக்கு இது வேண்டாம்மா' என்று அவர் புறப்பட்டுப் போனார். யமுனாக்கா எப்பொழுதும் மூலைக்கு மூலை நின்று வேண்டியபடி, அழுதபடி இருந்தார்.

ஒரு நாள் மதியம் எங்களுக்கெல்லாம் வேதபாடத்தை வேகமாக முடித்து வாத்தியார் புறப்பட்டுப் போனார். சாஸ்திரி ரங்கண்ணனைத் தேடிப் போனான். யமுனாக்கா, நான் இருவர் மட்டும் வீட்டிலிருந்தோம். அப்பொழுது புட்டரங்கி என்னும் கொங்கணிப் பெண்ணொருத்திப் புழக்கடை வாசலில் அம்மா என்று அழைத்து யமுனாக்காவிடம் பேசியபடி உட்கார்ந்தாள், பேச்சின் நடுவே, 'என்னா யமுனாம்மா, இப்பல்லாம் நீங்க பார்க்கறதுக்கு ரொம்ப அழகா தெரியறீங்க. குண்டா... உப்பியிருக்கிறீங்க' என்று அவள் சொன்ன உடனே பேச்சை அங்கேயே நிறுத்தி உள்ளே வந்த யமுனாக்கா மீண்டும் வெளியே செல்லவில்லை. புட்டரங்கி காத்துக் காத்து 'ஏன் அம்மாவுக்கு இவ்வளவு கோபம் வந்துச்சி?' என்று புறப்பட்டுப் போனாள்.

அன்று இரவு யமுனாக்கா என்னைப் பக்கத்தில் படுக்க வைத்துக்கொண்டு வெகு நேரம் அழுதார். பிறகு முந்தானையை விலக்கி இடுப்புச் சேலையை அவிழ்த்துக் கீழே இறக்கி அவரது அடிவயிற்றின் அருகே என் காதை இருத்திப் படுத்துக் கொண்டார். 'கண்ணா, உனக்கு ஏதாவது கேட்குதா?' என்றார். அவரது மெத்தென்ற வெதுவெதுப்பான வயிற்றின் மேல் கன்னத்தை வைத்தது எனக்கு மிகுந்த சுகத்தைத் தந்தது. அம்மாவின் ஞாபகம் வந்து எனக்கும் அழுகை வந்தது. மேலும், என் முகத்தை அவரது முலைகளில் அழுத்தி முதுகைத் தடவிக் கொடுத்தார். 'நீ என்னை விட்டு எங்கும் போகக்கூடாது, ஆயிற்றா?' என்றார். அன்று நான் சுகமாகத் தூங்கினேன்.

ஒருநாள் துளசி, வில்வ இலைக்கெனப் போன சாஸ்திரி வீட்டிற்கு வரவே இல்லை. முதலாளி வீட்டிலேயே தங்கியிருக்கத் தொடங்கினான், என் முகத்தைக் கண்டால் தூரத்திலிருந்து சீண்டிக்கொண்டிருந்தான்.

இந்தத் தினங்களிலெல்லாம் என்னை வீட்டைவிட்டு வெளியே போக யமுனாக்கா விடவில்லை. எனக்குக் கோபம் வந்தது. ஜன்னல் வழியாகப் பார்த்தவாறே உட்கார்ந்திருந்தேன். ஒற்றைக் கண் சாஸ்திரி ரங்கண்ணனுடன் அரட்டையடித்துக் கொண்டே அப்படி இப்படிப் போய் வந்துகொண்டிருந்தான்.

நஞ்சுண்டன்

பிரைமரி ஸ்கூலில் பிள்ளைகள் மரக்குரங்காட்டம் ஆடியபடி, பம்பரம் விட்டபடிக்கும்மாளம் போட்டுக்கொண்டிருந்தார்கள். எங்கள் வீட்டுப் பக்கம் ஒரு மனித ஜீவனும் வரவில்லை. நானும் யமுனாக்காவும் இப்படி வீட்டிலேயே ஒரு வாரம் பகல், இரவுகளைக் கழித்தோம். அப்பா வந்து ஏன் என்னைக் கொண்டு கூட்டிக் போகவில்லையென்று அழுகை வந்தது. யமுனாக்காவின் முகத்தைக் கண்டாலே எரிச்சல் வந்தது. நான் கோபப்பட்டால் யமுனாக்கா கண் நிறைய நீர் தளும்பி 'என்னை விட்டுப் போகாதே' என்று அழத் தொடங்கினார். ஒரு நாள் என்னை யமுனாக்கா கொஞ்ச வந்த பொழுது, நான் அவரை உதைத்தேன். பிறகு தவறுசெய்துவிட்டேன் என்று மன்னிப்புக் கேட்டுகொண்டேன். அன்று இரவு யமுனாக்கா அக்ரஹாரத்தில் எல்லோரும் உறங்கியபின் என்னை எழுப்பி அழைத்துக்கொண்டு கோயிலுக்குப் போனார். அங்கே சுவாமிக்கு ஒரு விளக்கேற்றி வைத்து நீண்ட நேரம் கண்ணை மூடி அமர்ந்து குனிந்து வணங்கித் திரும்பி வந்தார்.

○○○

அன்றொருநாள் மதியம் நான் ஒருவனே ஜன்னல் பக்கம் அமர்ந்திருந்தேன். யமுனாக்காவின் மேல் எனக்கு எரிச்சல் வந்திருந்தது. அப்பா என்னை ஏன் அழைத்துக்கொண்டு போகவில்லை! எனக்கு வீட்டுக்குப்போக வேண்டும் என்று அழுகை வந்தது. வெளியே வீதியில் சிறுமிகள் பாண்டி விளையாடிக்கொண்டிருந்தார்கள். ரங்கண்ணனுடன் சாஸ்திரி வீதிக்கு வந்து என்னைப் பார்த்தான். ஜன்னலுக்கு அருகே வந்து சைகை காட்டி என்னை அழைத்தான். நான் 'வரமாட்டேன்' என்று தலையாட்டினேன். 'காலாற நடந்துவிட்டு வரலாம் வா' என்றான். எனக்கு வெளியே போய் வரும் ஆசை உண்டாயிற்று. யமுனாக்காவிடம் கேட்டு வருகிறேன் என்றேன். 'யமுனாக்கா வீட்டிலில்லை வா' என்றான். நான் உள்ளே போய் அவன் சொன்னபடியே யமுனாக்கா வீட்டிலில்லையல்லவா என்று ஆச்சரியப்பட்டு அவனுடன் புறப்பட்டேன்.

ரங்கண்ணன், சாஸ்திரியுடன் இன்னும் மூன்று அக்ரஹாரத்து இளைஞர்கள் – அன்று ரம்மி விளையாட்டில் உட்கார்ந்திருந்தவர்கள் – வந்தார்கள். ஏரிக்கு அருகில் போகும்போது, அவர்கள் பாழடைந்த அக்ரஹாரத்துப் பக்கம் என்னை அழைத்துக் கொண்டு போகிறார்கள் என்று நான் பயந்தேன். 'நான் வரமாட்டேன்' என்று அடம்பிடித்தேன். ரங்கண்ணன்

சாஸ்திரியிடம் 'போகட்டும் விடு. அது ஒரு சுத்த பொட்டைப் பயல்' என்றான். சாஸ்திரி கேட்கவில்லை. என்னை இழுத்துக்கொண்டு போனான். 'உங்க அப்பாவுக்குக் கடிதம் போட்டிருக்கிறோம்டா. உன்னை அழைத்துக்கொண்டு போவதற்கு. அதற்கு முன்னே உனக்கு ஒரு தமாசு காட்டுகிறேன்' என்று சாஸ்திரி என் கைபிடித்து அன்போடு சொன்னான். என்னைப் பொட்டைப் பயல் என்று கேலி செய்வார்கள் என்று பயந்து அவர்களுடன் போனேன். வழிநெடுக எனக்குச் சுப்ரமணியர் சிலையை நான் சுத்தபத்தமில்லாமல் தொட்டது, பாம்பைப் பார்த்தது, வீட்டைச் சுற்றிப் பிரம்மராட்சசன் வந்தது எல்லாம் நினைவுக்கு வந்து பயமேற்பட்டது. உடனிருந்த ஐந்து பேரும் என்னைக் கேலி செய்கிறார்கள் என்று இன்னும் அதிகமாகத் திகிலடைந்தேன். உயரமாகத் துரட்டியைப்போல வளர்ந்திருந்த ரங்கண்ணனைக் காண எனக்கு அப்பாவைப் பார்த்தால் ஏற்படுவதைவிட அதிகமாகக் கலவரமுண்டானது.

காட்டில் வெகு தூரம் வரைக்கும் சுற்று வழியில் சென்று, பாழடைந்த அக்ரஹாரத்து ஒரு மூலையில் புதரின் நடுவே இருந்த ஜைன பீடத்தின் அருகே வந்தோம். ஆற்றின் ஓசை அங்கே கேட்டது. சாஸ்திரி ரகசியமாகச் சொன்னான் 'இங்கிருந்து முன்னே மெதுவாக நடந்து என் பின்னால் வாருங்கள்.' அவனை முன்னே விட்டு நாங்களெல்லாம் பின்னால் சத்தமெழுப்பாமல் நடந்து, அன்று நானும் சாஸ்திரியும் அடங்கி உட்கார்ந்திருந்த குட்டைச் சுவரின் பின்னே வந்தோம். நானும் சாஸ்திரியும் சுவர் விரிசல் விட்ட இடத்திலிருந்து பார்த்தபடி அமர்ந்தோம். மற்ற நான்கு பேரும் உயரமாக இருந்ததால் சுவரின் பக்கம் நின்றுகொண்டு எட்டிப் பார்த்தார்கள். எனக்குப் பாம்பின் ஞாபகம் வந்து இதயம் அடித்துக் கொள்ள ஆரம்பித்தது.

சாஸ்திரி 'எதிரில் என்ன தெரிகிறது பார்' என்றான். எங்களுக்குச் சிறிது தூரத்தில் யமுனாக்கா முதுகைக் காட்டிக் கொண்டு ஒரு கற்பலகையின் மேல் உட்கார்ந்திருந்தார். இரு கைகளின் மேலே தலையைக் கவிழ்த்துக் குனிந்து அமர்ந்திருந்தார். இவர் இவ்வளவு தூரம் தனியாக ஒருவரே வந்து உட்கார்ந்திருக்கிறாரே, பயமில்லையே. . . இங்கே பாம்பு இருக்கிறதென்று தெரியவில்லையே என்று நான் ஆச்சரியப் பட்டேன். சிறிது நேரத்துக்குள்ளாக யமுனாக்கா எழுந்து நின்றதைக் கண்டு சுவற்றுக்கு மேலாக எட்டிப் பார்த்துக் கொண்டிருந்தவர்கள் உட்கார்ந்துவிட்டார்கள். யமுனாக்கா நாங்களெல்லாம் இங்கே இருக்கிறோம், திருட்டுத்தனமாகப்

பார்த்துக்கொண்டிருக்கிறோம், இங்கே ஒரு பாம்பிருக்கிறது என்று சொல்லவேண்டுமென எனக்குத் தோன்றியது. ஆனால் நான் வாய் திறந்த உடனே சாஸ்திரி என் வாயை மூடினான். ரங்கண்ணன் உதட்டின் மேல் விரலை வைத்து எச்சரித்தான். நான் அமைதியானேன்.

நாங்கள் இருந்த திசை நோக்கி வந்த யமுனாக்கா நின்று குட்டைச் சுவரை உற்றுப் பார்த்தார். சாஸ்திரி மூச்சைப் பிடித்து உட்கார்ந்து என் வாயைக் கையால் மூடினான். யமுனாக்கா முந்தானையால் கண்ணைத் துடைத்துக்கொண்டு குருடனைப் போலக் கைகளால் துழாவியபடி நடந்து பின்னே சென்று முன்பு உட்கார்ந்திருந்ததைப் போலவே அதே கல்லின்மீது உட்கார்ந்தார்.

எனக்கு உட்கார்ந்திருந்ததில் சலிப்பேற்பட்டது. முதலாளி மகன் ரங்கண்ணனும் மற்றுமிருந்தவர்களும் நின்றது போதுமென்றாகி உட்கார்ந்தார்கள். ஏதேனும் பார்த்தால் சொல்லுமாறு சாஸ்திரியின் காதில் கூறினார்கள். ரங்கண்ணன் ஒரு சிகரெட்டைப் பற்றவைத்துக்கொண்டு சாஸ்திரிக்கு ஒன்றைக் கொடுத்தான். சாஸ்திரி என்னிடம் 'இன்னும் சிறிது நேரத்தில் பிரம்மராட்சசன் வருவான். நீயே உன் கண்ணால் பார்க்கலாம்!' என்றான். நான் மிகுந்த கலவரமடைந்தேன். இன்னும் சிறிது நேரம் கழிந்ததும் எனக்கு வெறுப்பேற்பட்டது. மாலை நேரமாயிற்று.

எனக்கு அப்பா, அம்மா ஞாபகம் வந்தது. யார் கையிலோ சிக்கிக்கொண்டேன். இனி நான் வீட்டிற்குப் போவேனோ இல்லையோ என்று துக்கம் உண்டாயிற்று. 'திரும்பிப் போகலாம்' என்று சாஸ்திரியிடம் சொன்னேன். 'நீ வேண்டுமானால் ஒருவனே போ. வழியில் பாம்பு துரத்திக்கொண்டு வரும். என் கையில் கருடமச்சமிருப்பது உனக்குத் தெரியாதா?' என்று சாஸ்திரி என்னை மிரட்டிச் சிரித்தான். நான் அமைதியானேன்.

சிறிது நேரங்கழிந்து தூரத்தில் ஒருவன் வருவது தெரிந்தது. மெலிந்து, உயரமாக இருந்தான்; பஞ்சகச்சம் உடுத்தியிருந்தான்; கிராப் வைத்திருந்தான். அருகில் வந்த பிறகு இவனே முன்னொரு தடவை நான் திருட்டுத்தனமாகப் பார்த்தபோது வந்து உட்கார்ந்திருந்தவன் என்று தெரிந்தது. தும்கூரிலிருந்து மாற்றலாகி வந்து, சைக்கிளில் சிவபுரத்திலிருந்து எங்கள் ஊர் ஸ்கூலுக்கு வந்து போய்கொண்டிருந்த அந்தச் சிவப்பு நிறப் பட்டணத்துக்காரன் பெயர் எனக்குத் தெரிந்திருக்கவில்லை.

சாஸ்திரி சிட்டிகை போட்டு, 'பிரம்மராட்சசன் வந்தான்' என்றான். உட்கார்ந்திருந்தவர்கள் எல்லாம் எழுந்து நின்று

குட்டைச் சுவருக்கு மேலே எட்டிப் பார்த்தார்கள். யமுனாக்காவின் பக்கத்தில் அவன் எனக்கு முதுகைக் காட்டி உட்கார்ந்ததைப் பார்த்ததும் எனக்கு ஆச்சரியமுண்டாயிற்று, 'பாரு, பாரு. நல்லா பாரு, ஏ சுகமுனி' என்று சாஸ்திரி என்னைக் குத்தினான். அவன் யமுனாக்காவிடம் ஏதோ சொன்னான். யமுனாக்கா கடகடவென்று நடுங்கினார். அவன் யமுனாக்காவின் கையைப் பிடித்துக்கொண்டான். யமுனாக்கா கையை உதறித் தூர விலகினார்.

சாஸ்திரி விசிலடித்தபடி சிகரெட் பற்றவைத்து, புருவத்தை உயர்த்தி என் பக்கம் பார்த்தான். விரிசல் வழியாகப் பார்த்தவாறே உட்கார்ந்த எனக்கு ஒரு பாம்பு நிதானமாக ஊர்வது தெரிந்தது. 'பாம்பு' என்றேன். எல்லோரும் அதைப் பார்த்தார்கள். சாரைப் பாம்பாக இருக்கும் சும்மாயிரு என்றார்கள். நான் கூக்குரலிட இருந்தேன். ரங்கண்ணன் ஓர் அறைவிட்டு என் வாயை மூடினான். அழுத என்னிடம் சாஸ்திரி 'அழாதே இன்னும் நிறைய சுவாராசியமிருக்கிறது, பொறுத்திருந்து பார்' என்றான். நான் அமைதியானேன். கன்னத்தைத் தடவியவாறே உட்கார்ந்தேன். பாம்பு மெதுவாகச் சத்தமில்லாமல் யமுனாக்கா உட்கார்ந்த பக்கமாக ஊர்ந்தது. முதுகைக் காட்டியவாறு உட்கார்ந்திருந்த அவர்கள் திரும்பிப் பார்க்கவே இல்லை. பாம்பு வளைந்து நெளிந்து முகர்ந்து முகர்ந்து பார்த்தவாறே ஊர்ந்துகொண்டிருந்தது. 'சாரைப் பாம்புதான் பயப்படாதே' என்று சாஸ்திரி சொன்னான். 'பாம்பு இருக்கிற பக்கம் பார்க்காதே. அது ஊர்ந்து உயரத்துக்குப் போகும். அவர்களிருவரின் கும்மாளத்தைப் பார்' என்றான். பாம்பு இடது பக்கம் திரும்பியது. இனி யமுனாக்கா உட்கார்ந்திருந்த பக்கம் அது போகாது என்று நினைத்தால், மறுபடியும் அது வலது பக்கம் திரும்பி ஊர்ந்தது. எங்களுடன் வந்த ஒருவன், 'இந்த முண்டச்சியினால் கடவுளுக்குத் தீட்டு. அதற்காக இந்தப் பாம்பு' என்றான். எல்லோரும் உண்மைதானென்று தலையாட்டினார்கள். எனக்குச் சுப்ரமணியர் சிலையைத் சுத்தபத்தமில்லாமல் தொட்டது நினைவுக்கு வந்து, உடல் நடுங்கியது. என்னைச் சுற்றிலும் பார்த்துக்கொண்டேன். ரங்கண்ணன் சொன்னான்: 'இந்தப் பாம்பைக் கடவுளே அனுப்பியிருந்தால் இது அவளைக் கடித்துச் சாகடிக்கும். பாவத்துக்குத் தக்க தண்டனை.'

பாம்பு கற்பலகையின் இடைவெளியில் நுழைந்தது. யமுனாக்காவும் அவனும் கால்களைத் தொங்கவிட்டு உட்கார்ந் திருந்ததால் பாம்பு அவர்கள் காலைக் கடிக்கலாமென எனக்கு உடல் நடுங்கியது.

கற்பலகைக்கு இடையில் அதற்குப் போதுமான இடம் கிடைக்கவில்லை எனத் தோன்றியது. அது மீண்டும் வெளியே வந்தது. மேகத்திலிருந்து விடுபட்டு வெளியே வந்த மாலைச் சூரியனின் வெளிச்சத்தில் பாம்பு பளபளவென மின்னியது.

அவன் மீண்டும் ஏதோ சொல்லியபடி யமுனாக்காவின் தோள் மீது கை வைத்தான். தன் தோள் மீது அவன் கை வைத்ததால் யமுனாக்கா கோபத்துடன் தன்னை உதறிக் கொண்டு எழுந்து நிற்கிறார். அப்போது பாம்பு கற்பலகையை வாயால் தொட்டுத் தொட்டுப் பார்ப்பதை யமுனாக்கா கண்ணாரக் காண்கிறார், பரவாயில்லை நான் பெருமூச்சு விட்டேன். ஆனால் நான் எண்ணியபடி யமுனாக்கா எழுந்து நிற்கவில்லை. உட்கார்ந்து அழுதபடியே அவன் தொடையின் மேல் தலை சாய்த்தார். நான் என் கையை உதறிக்கொண்டு குதித்து மேலெழுந்தேன். ரங்கண்ணன், சாஸ்திரி என்னைப் பிடிப்பதற்குள் குட்டைச் சுவரைச் சுற்றி, 'ஐயோ, பாம்பிருக்கிறது யமுனாக்கா?' என்று கிறீச்சிட்டவாறே ஒரே மூச்சில் அவர் பக்கம் ஓடினேன்.

யமுனாக்கா எழுந்து நின்றார். கலவரத்துடன் பத்தடி ஓடி எதுவும் தோன்றாதவரைப்போல நின்றார். குட்டைச் சுவருக்குப் பின்னால் நின்றிருந்தவர்களெல்லாம் பறந்து போனார்கள். யமுனாக்காவுடன் இருந்தவன் அவர்களைக் கண்டவுடன் வேறொரு திசையில் வேட்டியை மேலே தூக்கிக் கொண்டு ஓடிவிட்டான். ஓடிக்கொண்டிருந்த நான் அங்கே விழுந்திருந்த ஒரு கல்லை எடுத்துக்கொண்டு கற்பலகைப் பக்கம் ஓடினேன். என் பலத்தையெல்லாம் சேர்த்துப் பாம்பின் மேல் அந்தக் கல்லை வீசி, திடுக்கென்று பயந்து, உடல் வேர்த்து, ஓடிப்போய் யமுனாக்காவைக் கட்டிக்கொண்டேன். பாம்புக்கு அடி பட்டிருக்க வேண்டும், அது படத்தை அகலமாக விரித்து, புஸ்சென்று கற்பலகையைக் கொத்தியது. யமுனாக்கா வயிற்றின் மேல் தலைவைத்துக் கைகளால் அவரை இறுக்கி நின்றிருந்த எனக்கு உயிர்போகும் பயம் உண்டானது. இன்னொரு கல்லை எடுத்து அதன் பக்கம் வீசினேன். பாம்பு சரசரவென ஊர்ந்து கற்பலகையிலிருந்து இறங்கியது. மிக நீளமான தன் உடலை இப்படி அப்படி வளைத்தபடி புஸ்சென்று எங்களைத் துரத்திக் கொண்டு வந்தது. நாங்கள் இருவரும் ஓடினோம். யமுனாக்கா வின் கையைத் தரதரவென இழுத்தவாறே நானே முன்னால் வெகு தூரம் ஓடி, யமுனாக்காவுக்குக் களைப்பேற்பட நின்றேன். யமுனாக்கா சரிந்து உட்கார்ந்தார். எனக்கு உடல் சோர்ந்து கண் இருட்டிக்கொண்டு வந்தது. யமுனாக்காவுடன் உட்கார்ந்து சுதாரித்துக்கொண்டு, கண்களைத் திறந்தேன்.

எங்கள் எதிரிலிருந்த் ஒரு புற்றுக்குள் பாம்பு தலையை நுழைத்தது. மெதுவாகத் தன் நீண்ட உடலை இழுக்க, கடைசியில் வால் மட்டும். கூராக வெளியே தெரிந்தது. இறுதியில் அதுவும் மறைந்தது. கண்ணிமைக்காமல் அதை நான் பார்த்தபடியே உட்கார்ந்திருந்தேன். அந்த ஆளரவமற்ற பாழடைந்த அக்ரஹாரத்தில் அப்போது மீந்திருந்தவர்கள். யமுனாக்கா, நான், மற்றும் ஏதோ ஒரு புற்றின் இருட்டுக்குள் மறைந்த, காயமடைந்தாலும் சாகாத, கோபத்துடன் சீறும் பாம்பு.

நான் யமுனாக்காவின் கையைப் பிடித்து எழுப்பி, அழைத்துக்கொண்டுபோய்ப் புழக்கடை வாசல் வழியாக வீட்டுக்குத் திரும்பினேன். எனக்குக் கால் வலித்தது. ஒரு சாகசம் புரிந்தவனது மனநிலையில் நான் இருந்ததால், வீட்டுக்குப் போனதும் அழவில்லை. எல்லாக் கதவுகளையும் பூட்டி நடுவீட்டுக்கு வந்தேன். அங்கு யமுனாக்கா தரையில் விழுந்து உருண்டுகொண்டிருந்தார். சாகும் தறுவாயில் கவலைப்படுகிற வரைப் போலப் புலம்பினார். நான் அமைதியாக நின்றேன். எல்லாக் கதவுகளையும் நான் பூட்டியிருந்ததால் வீட்டுக்குள் அதிக இருட்டாக இருந்தது. யமுனாக்கா கண்ணுக்குப் புலப்பட வில்லை. அவர் புலம்பியபடி உருளும் ஓசை மட்டும் கேட்டது. ஒரு மூலையில் அப்படியே நீண்ட நேரம் நின்றேன்.

உருளுவதை நிறுத்தி யமுனாக்கா என்னை 'வா' என்று அழைத்தார். இருட்டில் தடவித் தடவி நான் அவர் இருந்த இடத்துக்குப் போனேன். என்னை இரு கைகளாலும் அள்ளி அணைத்துக்கொண்டார். யமுனாக்கா முழு நிர்வாணமா யிருந்தார் என்று அப்போது உணர்ந்தேன். என் முகத்தை எடுத்துத் தன் வயிற்றின் மேல் வைத்துக்கொண்டு 'ஐயோ! எரிகிறது. எரிகிறது' என்று அழுதார். மெத்தென்று வெது வெதுப்பாயிருந்த அவர் வயிற்றில் ஒட்டியிருந்த என் முகம் வேர்த்தது. மூச்சுவிடுவது கடினமாயிற்று. 'ஐயோ, என்னை விடுங்க, விடுங்க' என்று நான் சிரமத்துடன் விடுவித்துக்கொண்டு எழுந்தேன். யமுனாக்கா அமைதியானார். அசையாதவராக அந்த இடத்திலேயே படுத்தார்.

நான் சிறிது நேரம் அப்படியே உட்கார்ந்திருந்தேன். கணேசனைப்போலவே நானும் வீட்டுக்குப் போயிருக்க வேண்டுமென எண்ணினேன். இந்த யமுனாக்கா செத்துப் போனால் போதும், நான் நேராக வீட்டுக்குப் புறப்பட்டு விடலாம் என்று எண்ணி, இப்போதே யமுனாக்கா செத்துப் போயிருப்பாரோ என்று பயந்து 'யமுனாக்கா, யமுனாக்கா' என்று கத்தினேன். பதில் வரவில்லை. எனக்குப் பயமாக யிருந்தது. 'யமுனாக்கா பசிக்குது' என்று அழத்தொடங்கினேன்,

யமுனாக்கா எழுந்து புடவையை உடுத்திக்கொண்டு, சமையலறைக்குப் போய், சோளப் பொரியை மோரில் கலந்து எனக்குக் கொடுத்தார். 'உங்களுக்கு?' என்று கேட்டேன். 'ம், சாப்பிடு' என்று அவர் இருட்டில் உட்கார்ந்தார். இருட்டிலேயே அதைச் சாப்பிட்ட எனக்கு அழுகை வந்தது. யமுனாக்கா மெதுவாக 'அழாதே' என்றார்.

வெளியே கதவைப் பலமாகத் தட்டும் ஓசை வந்தது. 'கதவைத் திற, கதவைத் திற' என்று நாலைந்து பேரின் குரல் கேட்டது. யமுனாக்கா எழவில்லை. பேசவும் இல்லை. ரங்கண்ணனின் குரல் கேட்டது. என்னை வெளியே அனுப்புமாறு அவன் சொன்னான். யமுனாக்கா என்னிடம் 'வேண்டுமானால் போ' என்றார். நான் போகமாட்டேன் என்றேன். யமுனாக்காவின் கையைப் பிடித்து உட்கார்ந்தேன். மீண்டும் வெளியிலிருந்தவர்கள் தாழ்ப்பாள் உடையும் அளவுக்குக் கதவைத் தட்டினார்கள். மீண்டும் எல்லாம் அமைதியாயிற்று. கடைசியில் ஒரு குரல் கேட்டது. 'கோயிலுக்கு வராதே, கடவுளுக்குத் தீட்டு உண்டாக்காதே நாளைக்கோ அல்லது நாளன்னைக்கோ உடுப்பர் வருவார். அவர் வந்த பிறகு விசாரிக்கட்டும், வெறிச்சென்று மீண்டும் மௌனம் கவிந்தது. இருட்டி வெகு நேரமாயிருக்க வேண்டும். உட்கார்ந்தபடியே எவ்வளவு நேரம் கழிந்த பிறகு எனக்குத் தூக்கம் வந்ததோ தெரியவில்லை.

❍❍❍

திடுக்கிட்டுக் கண் விழித்துப் பார்த்தபோது நான் ஒரு படுக்கையின் மேல் படுத்திருந்தேன். உடல் போர்வையால் போர்த்தப்பட்டிருந்தது. கைகளால் தடவியபோது பக்கத்தில் யமுனாக்கா இருக்கவில்லை. பயந்து எழுந்து 'யமுனாக்கா' என்று அழைத்தேன். புழக்கடைக்குச் சென்று பார்த்தேன் – இல்லை. கிணற்றுச்சுவரின் பக்கம் நின்று அழத்தொடங்கினேன். என்னை எடுத்துப் படுக்கையில் படுக்கவைத்துவிட்டு யமுனாக்கா எங்கே போனாரோ என்று எரிச்சல் வந்தது. தொலைவில் ஒரு வீட்டின் முற்றத்தில் யாரோ லாந்தர் விளக்கைச் சுற்றி அமர்ந்து பேசிக்கொண்டிருந்தார்கள். நேரம் என்ன என்று எனக்குத் தெளிவாகவில்லை. நடுஇரவா. விடியப்போகிறதா? இன்னும் மாலைப் பொழுது போய் இரவு துவங்கும் நேரமா? ஆகாயத்தைப் பார்த்தேன். வெறும் திதி, நாள், நட்சத்திரம் தெரிந்திருக்கவில்லை. அமாவாசை இரவோ என்று பயந்து போனேன். பிரம்மராட்சசனின் நினைவு வந்தது. பாழாய்ப்போன யமுனாக்கா எங்கே தொலைந்தாரோ என்று

சபித்துக்கொண்டேன். என்னைத் தனியாகவிட்டுப் போனாரே என்று அழுது, அழுது போதும் போதுமென்றாகிக் கிணற்றுச் சுவரில் சாய்ந்து நின்றேன். புழக்கடையில் தொலைவிலிருந்து அம்மா என்று சத்தம் கேட்டுப் பயந்தேன். அம்மா அம்மா என்று பலமாக அழைத்தது போலிருந்தது. 'யார்?' என்றேன். 'நான்தானய்யா கடீரன், எனக்கு இன்னைக்குச் சோறு இல்லியா?' என்று வேலிக்கு அருகிலிருந்து சத்தம் வந்தது. 'ஏ, கடீரா, வாடா இங்கே' என்றேன். 'நான் அங்கே வரக்கூடாதய்யா' என்றான். நான் அருகில் சென்று, 'அம்மா வீட்டில் இல்லை, என்னோடு வா' என்றேன். உடனே எனக்கு யமுனாக்கா ஆற்றங்கரை வழியாகப் பாழடைந்த அக்ரஹாரத்துக்கு மறுபடியும் போயிருக்கிறார். அங்கே அவர்களெல்லோரும் வந்திருப்பார்கள் என்று துக்கமடைந்தேன்.

கடீரன் எனக்குக் கொஞ்சம் முன்னால் நடந்தான். எனக்குக் காட்டில் நிசப்தமாக நடப்பதற்குப் பயமாயிருந்ததால் கடீரனிடம் மாலையில் நடந்ததையெல்லாம் சத்தமாகச் சொல்லத் தொடங்கினேன். ஆனால் நான் சொன்னது ஒன்றும் அவனுக்குப் புரிந்ததுபோலத் தெரியவில்லை. வெறுமனே "உம்" கொட்டினான். முன்னால் நடந்தான். சேரிக்கு அருகில் வந்தோம். அங்கு அவன் ஜாதியைச் சேர்ந்த புலையர்கள் கையில் தீவட்டியோடு மீன் பிடித்துக்கொண்டிருந்தார்கள். அவர்களிடம் கேட்டு ஒரு தீவட்டியைப் வாங்கிக்கொண்டு 'இங்கே ஒரு குறுக்குப் பாதை இருக்குதுய்யா, வாங்க' என்றான். முட்கள் நெருக்கமாக வளர்ந்திருந்த பாதையில் அழைத்துக் கொண்டு போனான். சிறிது தூரம் நடந்தபின் எனக்குப் பயம் அதிகரித்தது. கடீரன் தனக்குத் தானே பாடத் தொடங்கினான். அவன் மிகவும் முந்தி நடந்ததால் எனக்கு வழி தெரியவில்லை. செடிகள் தாழ்ந்திருந்த இடங்களில் குனிந்தும் தவழ்ந்தும் நடக்க வேண்டியிருந்தது. கடீரன் குனிந்து தவழும் போதெல்லாம் உஸ் உஸ் என்றபடியிருந்தான். அப்போது உடனே நான் பயப்பட வில்லை. இனி என்ன செய்வது, சரசரசரவென்று புதருக்குள் ளிருந்து என்னென்னவோ ஓடிப் போய்க்கொண்டிருந்தன. 'திரும்பிப் போகலாம் கடீரா' என்றேன். அழவும் ஆரம்பித்தேன். 'இதோ வந்தே விட்டது' என்று அவன் சொன்னான். நாங்கள் சிறிது வெட்டவெளியாயிருந்த இடத்திற்கு வந்து நின்றோம். 'கடீரா என் கையைப் பிடித்துக்கொள்' என்றேன். 'அது எப்படி அய்யா முடியும்? நான் பறையனில்லையா?' என்று இன்னும் சிறிது தூரம் சென்று தீவட்டியைப் பிடித்து நின்றான். கோவணம் மட்டும் கட்டியிருந்த அவனது கருத்த, உயர்ந்த, நீளமான வெற்று உடம்பைத் தீவட்டி வெளிச்சத்தில் பார்த்துப் பயந்தேன்.

கலைந்த முடியுடைய உருவம் கொள்ளிவாய்ப் பிசாசை ஞாபகப்படுத்தியது. 'கடூரா, கடூரா, நீ கடூரன்தானே' என்றேன். 'ஆமாங்கய்யா' என்றான். நான் ஓடிப்போய் அவனைத் தொட முயற்சித்தேன். அவன் தீவட்டியைக் கீழே போட்டு ஓடினான். நான் தீவட்டியை எடுத்துக்கொண்டு அழத் தொடங்கினேன்.

அவன் பின்னாலிருந்து வந்து, 'நீங்க முன்னால நடங்க' என்றான். தீவட்டி வெளிச்சத்தின் சிறிய வட்டத்தில் நின்ற மூலைகளிலிருந்தும் என்னென்னவோ மிருகங்கள், நிழல்களெனப் பேய்கள் மெதுவாக வந்து என் பக்கமாகக் கைகளை விரித்து வருகின்றன எனத் தோன்றியது. காலை வைத்த இடமெல்லாம் பாம்பு எனத் தோன்றியது. மிருத்துஞ்சய ஜபம் செய்தபடியே முன்னால் நடந்தேன். இருந்திருந்தாற்போல எனக்குப் பயமெல்லாம் மாயமாய்ப் போனது. இந்த இருட்டு விலகிய பின் வெளிச்சம் வந்து சுற்றிலும் இருப்பதெல்லாம் வெறும் மரங்கள், புதர்கள் என்று தெரியும். நான் எதற்குப் பயப்படவேண்டும் எனத் தோன்றியது. யமுனாக்காவைக் காப்பாற்றும் பொறுப்பு என் மேல் இருக்கிறது. நான் இப்பொழுது சின்னப் பையன் அல்ல. உபநயனத்தில் காயத்திரி மந்திரம் உபதேசமா யிருந்ததால் இப்பொழுது நான் பெரியவன் என்று தைரிய மடைந்தேன். கடூரன் தன் பாட்டுக்குப் பாடிக்கொண்டே என்னைப் பின்தொடர்ந்தான்.

புற்று இருந்த இடத்துக்கு வந்து பார்த்தால் யமுனாக்கா மட்டும் அமர்ந்திருந்தார். புற்றில் உடலை ஒட்டிக் கொண்டிருந்தார். அவரது ஒரு கை புற்றுக்குள் இருந்தது. பார்த்த உடனே நான் பயப்படவில்லை. இனி என்ன செய்வது, யமுனாக்கா இறந்துபோய் விட்டார் எனத் தோன்றியது. மற்றொரு கணத்தில் உடம்பெல்லாம் நடுங்கத் தொடங்கியது. 'கடூரா யமுனாக்காவை எழுப்பு' எனக் கூவினேன். கடூரன் நின்ற நிலையிலிருந்து நகரவில்லை. எனக்கு அந்தப் புற்றுக்குள் அடிபட்டு நுழைந்த பாம்பின் நினைவு வந்தது. பாம்புக்குப் பன்னிரண்டு வருட வன்மம் இருக்கும் என்று அம்மா சொன்னது நினைவுக்கு வந்து கலவரமடைந்தேன். தீவட்டியை வீசிய கீழேயெல்லாம் பார்த்துக்கொண்டேன். ஒரு நீண்ட குச்சியால் யமுனாக்காவைக் குத்தினேன். அவர் எழுந்து நின்று 'போ, போ' என்றார். நான் 'போகமாட்டேன். என்னோடு வாருங்கள்' என்றேன். அவர் பேசாமல் எழுந்து என்னுடன் வந்தார். கடூரன் ஒன்றும் பேசாமல் அக்ராஹாரம் வரைக்கும் வந்து எங்களை வீட்டில் சேர்த்து, ஏதோ ஒரு பாட்டை முனகியபடி புறப்பட்டுப் போனான்.

மீண்டும் வீட்டுக்கு வந்த பின் யமுனாக்கா பேசாமல் இருட்டில் சிறிது நேரம் உட்கார்ந்தார். 'என்னை ஏன் சாகவும் விடவில்லை?' என்று திட்டினார். நான் சும்மா உட்கார்ந்திருந்தேன். 'தூக்கம் வருகிறது. தூங்கலாம் வாருங்கள்' என்றேன். 'நான் எங்கோ போக வேண்டும்' என்றார். எனக்கு எரிச்சல் வந்து அழத் துவங்கினேன். 'நீயும் என்னுடன் வா' என்றார். 'நான் வரவில்லை' என்றேன். 'என்னை அம்மாவிடம் அனுப்பிவையுங்கள்' என்றேன். 'அதிக தூரமில்லை. என்னோடு வா' என்றார். 'ஐயோ, என்னால் முடியாது. கால் வலிக்கிறது' என்றேன். என்னைக் கட்டிக்கொண்டு தேங்காய் எண்ணெய்யைக் காலுக்குத் தடவி நீவி விட்டார். அதன் பிறகு 'நீ தூங்கு' என்று தனியாக வெளியே புறப்பட்டார். எனக்குத் தனியாக இருக்கப் பயமாகி அவருடன் புறப்பட்டேன்.

அமாவாசை இருட்டில் அக்ரஹாரம் வெறிச்சென்றிருந்தது. மனிதவாடையே இல்லை. இருவர் மட்டும் நடந்தே புறப்பட்டோம். ஏதோ கரும்புக் காட்டில் நரி ஊளையிட்டது. நான் நடுங்கினேன். யமுனாக்கா என்னைக் கெட்டியாகப் பிடித்துக்கொண்டார்.

'அந்தப் பாழடைந்த அக்ரஹாரத்துக்கென்றால் நான் வரவில்லை' என்று அழுதேன். 'அங்கே இல்லை. உன் மேல் ஆணையாக அங்கே இல்லை' என்றார். 'வேறெங்கே?' என்று கேட்டேன். 'அது ஒருத்தர் வீட்டுக்கு. நானும் நீயும் அங்கே போயிருந்ததை நீ யாருக்கும் சொல்லக்கூடாது. நாளை என் அப்பா வந்து கேட்டால் ஒன்றும் தெரியாது என்று பேசாமலிருந்து விடு' என்றார். நான் 'ம்' என்றேன்.

நீண்ட தூரம் வண்டிப்பாதையில் நடந்து அதன் பிறகு குறுக்குப் பாதையைப் பிடித்து ஒரு மேட்டை ஏறி இறங்கினோம். ஒரு நெல்வயலின் ஓரமாக நடந்து கடைசியாக ஒரு வீட்டை அடைந்தோம்.

அந்த வீட்டில் இன்னமும் விளக்கு எரிந்துகொண்டிருந்தது. சைக்கிளில் வந்து போகும் பள்ளிக்கூட வாத்தியார் அங்கிருந்தான். அவன் மீண்டும் யமுனாக்காவின் தோள்மீது கை போடுவான் என்று திகிலடைந்தேன். அவன் யமுனாக்காவைக் கடுமையாகப் பார்த்துச் சொன்னான், 'ஏன் இவ்வளவு நேரம்? எவ்வளவு நேரமாக நான் காத்துக்கொண்டிருப்பது? இருட்டான உடனே வா என்று சொல்லியிருக்கவில்லையா?'

யமுனாக்கா பேசவில்லை. 'ஏ பர்பு' என்று கூப்பிட்டு அவன் யமுனாக்காவை உள்ளே அழைத்துச் சென்றான். நான் வெளியே உட்கார்ந்தேன்.

அது பிராமணர் வீட்டைப் போலத் தெரியாததினால் நான் அருவருப்படைந்தேன். அதைப் போன்ற ஒரு வீட்டில் நான்

நஞ்சுண்டன்

போய் உட்கார்ந்தது அதுவே முதல் முறை. குளியல் ஆன பிறகு நான் சூத்திரப் பையன்களுடன் பேசுவதுகூட இல்லை. அங்கே உட்கார்ந்திருப்பதற்கு நான் ஒரு மாதிரிக் கலவரமடைந்தேன். முற்றத்தில் ஒரு கோழிக்கூடும் வீட்டுக்கு எதிரே வெந்நீர் காய்ச்சும் பானையும் இருந்தன. திண்ணையின் மேலே நின்று பர்பன் 'பச்' சென்று துப்பிவிட்டுப் போனான். அங்குக் குடுமிவைத்துக்கொண்டு ஓர் அங்கவஸ்திரம் போர்த்தி, மற்றொன்றை உடுத்து உட்கார்ந்திருந்த நான் இங்கே ஏன் வந்தேன், எங்கே இருக்கிறேன் என்று துக்கமடைந்தேன். இந்த யமுனாக்காவின் விதியால் இவ்வளவும் – அப்பா வரட்டும் சொல்கிறேன் என்று எரிச்சல் வந்தது. எவனோ முற்றத்தில் நின்று 'பர்பரே' என்று கூப்பிட்டான். அதன் பிறகு திண்ணைக்கு அருகில் வந்து "ஓ, இதென்ன ஐயர் இங்கே!" என்றான். மேலும் உள்ளேயிருந்து விளக்குப் பிடித்து வந்த பர்புவை நான் அடையாளம் தெரிந்துகொண்டேன். முதல் முறை குட்டைச் சுவரின் விரிசல் வழியாக அவனைப் பார்த்திருந்தேன். பெரிய மீசையுடன் உயரமாக வளர்ந்த மனிதன். வெறும் ஜட்டி மட்டும் அணிந்து வெற்று உடம்புடன் இருந்தான். கழுத்தைச் சுற்றி எதையோ கட்டியிருந்தான். பர்பு திண்ணையின் மேலிருந்த ஒரு பெரிய பானையிலிருந்து புளித்த வாசனை வீசும் எதையோ சாய்த்து முற்றத்தில் நின்றிருந்தவனுக்குக்கொடுத்தான். உள்ளேயிருந்து ஒரு பெண் ஒரு துண்டு இலையில் கெட்ட வாசனை வீசிய ஏதோ ஒன்றைக் கொண்டுவந்து கொடுத்தாள். அந்த நாற்றமடிக்கும் வஸ்த்து மீனாக இருக்கலாம். கெண்டை மீன் என்று அருவருப்படைந்தேன். அவன் முற்றத்தில் தின்றபடி, குடித்தவாறே உட்கார்ந்தான். பாடிக்கொண்டே முற்றத்தில் சாய்ந்தாடினான். கூடவே பர்பு அவனுக்குச் சாய்த்துக் கொடுத்தது கள் என்று எனக்குத் தெரிந்தது. முற்றத்தில் குடித்தவன் என் மீது வந்து எகிறி விழுவானோ என்று திகிலடைந்தேன். அவன் 'ஐயரே, ஏ ஐயரே. பூஜை ஐயரே' என்று சொல்லி ஹி ஹி ஹி எனச் சிரித்தான். நான் எழுந்து நின்றேன். உள்ளே ஓடிப்போனேன்.

அங்கே யமுனாக்காவை நிர்வாணமாகப் படுக்க வைத்திருந்தார்கள். ஒன்னுக்குப் போகும் இடத்தை மட்டும் மூடியிருந்தார்கள். வயிற்றின் மேல் சாணியைப் பூசி மேலே ஒரு மண் விளக்கை வைத்திருந்தார்கள். நான் பார்த்துக்கொண்டே நின்றேன். பர்பன் ஒரு பாத்திரத்தை அதன் மேலே நிதானமாக மூடி 'அப்படியே விடுங்க இழுத்துக் கொள்ளட்டும்' என்றான். யமுனாக்காவைச் சுற்றி பர்பு, ஒரு பெண், மற்றும் 'அவன்' இருந்தார்கள். கைகளைப் பாயின் மீது விரித்து, கண்ணை மூடி மல்லாந்து படுத்திருந்த யமுனாக்காவைப் பார்த்து எனக்குப் பயமாயிருந்தது. அவர் பிறந்த மேனியாயிருக்கிறாரென்று நான்

போர்த்தியிருந்த அங்கவஸ்திரத்தை அருகில் சென்று அவர் மார்பின் மேல் போட்டேன். பர்பு என்னைத் தள்ளினான். நான் அழுதவாறே சொன்னேன்,

‘யமுனாக்கா வாங்க. வீட்டுக்குப் போகலாம் வாங்க, தூங்க வேண்டும். எனக்குப் பயமாயிருக்கு. . . வாங்க.’

யமுனாக்கா கண்ணைத் திறக்கவில்லை. ‘அவன்’ என்னை இழுத்துக்கொண்டு போனான். அந்தப் பெண் எச்சில் நிறைந்த வாயால் பர்புவுக்குக் கொங்கணியில் என்னமோ சொன்னாள். மீண்டும் வெளியே சென்று துப்பிவிட்டு வந்தாள். அவளுக்கு நெற்றியின் மேல் குங்குமம் இல்லை. ஆனால் கலைந்த கூந்தல் தலை நிரம்பி இருந்தது.

பர்பு ‘அவனை’ வெளியே அழைத்துக்கொண்டு போனான். நானும் வெளியே எல்லாவற்றையும் பார்த்துக்கொள்கிறேன். ‘இனி நீங்க போங்க’ என்று பர்பு சொன்னான். ‘அவன்’ சட்டைப் பையிலிருந்து கொஞ்சம் பணத்தை எடுத்துக்கொடுத்தவாறே, ‘நான் இப்பவே குடுமல்லிகைக்குச் சைக்கிளில் போக வேண்டும். அங்கிருந்து பஸ்ஸில் போவேன்’ என்று சொல்லிப் பர்புவின் காதில் வேறென்னவோ சொன்னான். அவன் குடுமல்லிகே என்ற உடனே எனக்கு என் வீட்டின் ஞாபகம் வந்து அங்கே போக வேண்டுமென்று அழுகை வந்தது.

சைக்கிளில் புறப்பட்ட ‘அவன்’, ‘எல்லாம் ரகசியமாக இருக்கட்டும்’ என்று பர்புவிடம் சொன்னான். ‘நானும் வருகிறேன்’ என்று கத்தினேன். ‘அவன்’ என் பேச்சைக் கவனிக்காமல் புறப்பட்டுப் போனான்.

முற்றத்தில் குடித்துக்கொண்டிருந்தவன் மீண்டும் சிரிக்க, பாட ஆரம்பித்தான். உள்ளேயிருந்து யமுனாக்கா முனகினார். ‘ஆஹா, ஐயரே’ என்று குடித்தவன் கிறீச்சிட்டுப் பாடினான். பர்பு அவனை அதட்டி, அழுதுகொண்டிருந்த என்னை அமைதியாயிரு என்றான். உள்ளே முனகிக்கொண்டிருந்த யமுனாக்காவிடம் ‘யமுனாக்கா நான் போக வேண்டும்’ என்று சத்தம் போட்டுச் சொன்னேன். பர்பு என்னை அதட்டினான்.

இன்னொரு குரல் முற்றத்தில் கேட்டது. அந்தக் குரல் கடூரனுடையது என்று அறிந்து எனக்கு உயிர் வந்தது போலாயிற்று. ‘ஏ கடூரா’ என்று கூவினேன். பர்பு மறுபடியும் என்னை அதட்டி அடிக்க வருகிறவன்போலக் காட்டினான். நான் அமைதியாக உட்கார்ந்தேன். அதன் பிறகு சிறிது நேரங்கழித்துக் கடூரன் பாட, தானே பலமாக உளர ஆரம்பித்தான். ‘ஏ கடூரா’ என்று

மறுபடியும் கூவினேன். கடீரன் 'ஓ' என்று அருகில் வந்தான். 'எங்க இன்னும் கொஞ்சம் போடு' என்றான். 'ஏ கடீரா நானப்பா' என்று சொன்னேன். அதற்கு 'யாரூ!' என்றபடியே சாய்ந்தாடிக்கொண்டு, தள்ளாடிக்கொண்டு போனான். கடீரன் இப்படிச் செய்துவிட்டானென்று மனம் கலங்கினேன். எவ்வளவு கூப்பிட்டுச் சொன்னாலும் அவனுக்கு என்னை அடையாளமே தெரியவில்லை.

உள்ளேயிருந்து யமுனாக்கா 'ஐயோ, ஐயோ ஐயோ' என்று கத்தினார். 'அம்மா' என்று கூவினார். நான் வெளியிலிருந்து 'யமுனாக்கா, யமுனாக்கா இங்கே நானிருக்கிறேன் வாங்க போகலாம்' என்று கிறீச்சிட்டபடி அழுதேன். பர்பு வந்து 'படுத்துக்கோ. விடிந்தபின் எழுந்து போனால் போதும்' என்று ஒரு கிண்ணத்தைக் கொண்டுவந்து என் எதிரில் வைத்து 'குடி' என்றான். நான் 'ஊஹூம்' என்றேன். 'இது கள் இல்லை பால்' என்று அவன் சிரித்தான். நான் ஒத்துக்கொள்ளவில்லை. விசும்பி விசும்பி அழுதபடி உட்கார்ந்தேன்.

மறுபடியும் எனக்கு நினைவு வந்தபோது விடிந்து எவ்வளவு நேரமாச்சோ! நான் எங்கிருக்கிறேன் இங்கே எப்படி வந்தேன் என்று கலவரமடைந்தேன். நடந்ததையெல்லாம் நினைவுபடுத்திக் கொள்ளத் தொடங்கினேன். என்றோ உபநயமான பின் குடுமல்லிகையிலிருந்து ஒரு மாட்டுவண்டியில் விடியற் காலை வெள்ளி முளைத்த நேரம் உடுப்பரின் வீட்டுக்கு வேதம் கற்கட்டும் என்று அம்மா அனுப்பியது மட்டும் நினைவுக்கு வந்தது. வண்டியில் புறப்பட்டவன் பின்னே இங்கே எப்படி வந்தேன் என அழுகை வந்தது.

பார்த்தால் கோழிகள் நடமாடின. கள்ளின் புளித்த வாசனை வந்துகொண்டிருந்தது. கண்ணைத் தேய்த்துக்கொண்டு திண்ணை மேல் உட்கார்ந்திருந்த என் எதிரில் என் வயசுப் பையனொருவன் இருந்தான். அவன் கிராப்பு அழூக்குச் சட்டை, அரைக்கால் சட்டை போட்டிருந்தான். அங்கவஸ்திரத்தை உடுத்திக் குடுமியுடன் உட்கார்ந்திருந்த என்னைப் பார்த்து 'ஐயரு, ஐயரு கோழி சமைச்சாரு ஊரெல்லாம் நாறடிச்சாரு' என்று கேலி செய்தான். நாள் திக்பிரம்மை பிடித்து உட்கார்ந்தேன்.

முதல் நாளிரவு நான் பார்த்த பெண் அவனிடம் கொங்கணியில் ஏதோ சொன்னாள். அந்தப் பையன் முற்றத்தில் இறங்கி ஒரு கோழியைத் துரத்திக்கொண்டு ஓடினான். "கொ கொ கொ" என்றபடி கோழி மூலை முடுக்கெல்லாம் இறக்கைகளை அடித்து ஓடி அவனிடமிருந்து தப்பித்துக் கொண்டிருந்தது. கடைசியில் அவன் அதைப் பிடித்துத்

தலைகீழாக எடுத்துக்கொண்டான். ஆனால் அது இறக்கையை அடித்துக்கொண்டது. கடைசியில் தலையைக் கீழே போட்டு 'கொக்கொக்' என்று கத்தத் தொடங்கியது. அதை அவன் உள்ளே எடுத்துக்கொண்டு போனான். சிறிது நேரம் கழித்து மீண்டும் அந்தக் கோழி இறக்கையை அடித்து உயிர் போவதுபோலக் கத்தும் ஓசை கேட்டது. மீண்டும் எல்லாம் அமைதியானது. நான் கடகடவென நடுங்கினேன்.

'யமுனாக்கா, யமுனாக்கா' என்று கத்தியபடி அழுதேன். 'வீட்டுக்குப் போக வேண்டும்' என்ற ஒன்றையே சொல்லியபடி உட்கார்ந்தேன்.

யமுனாக்கா சுவற்றைப் பிடித்து தடவிக்கொண்டே வந்தார். அவர் முகம் வெளுத்திருந்தது. நான் போய் அவரைக் கட்டிக்கொண்டேன். அவர் அழத் தொடங்கினார். பர்பு அவரிடம் 'கொஞ்ச நேரம் இருந்து சுதாரித்துக்கொண்டு போங்க' என்றான். ஆனால் யமுனாக்கா 'போகலாம் வா' என்று என் கையைப் பிடித்தார்.

அந்த நேரத்துக்குச் சரியாக அங்கே நீண்ட மேலாடை அணிந்துகொண்டு தாடி வைத்த ஒரு மனிதன் வந்தான். அவனிடம் பர்பு ஏதோ கொங்கணியில் சொல்லி உள்ளே அழைத்துப் போனான். நாங்கள் மெதுவாக முற்றத்தில் இறங்கினோம். அந்த மனிதன் உள்ளேயிருந்து ஏதோ சிவந்த துண்டுகளை இலையில் கட்டிக்கொண்டு வெளியே வந்தான். இலையிலிருந்து வெளியே தெரிந்த சிவந்த துண்டுகளைப் பார்த்து எனக்கும் யமுனாக்காவுக்கும் வாந்தி வருகிற மாதிரி ஆயிற்று. இருவரும் முகத்தைத் திருப்பிக்கொண்டோம். வெளியே வந்த அவன் யமுனாக்காவிடம் 'கொஞ்சம் நில்லுங்கள்' என்று அருகில் வந்தான். நிறுத்தி நிறுத்திப் பேசினான்.

'பாவிகளைத் தேவன் மன்னிப்பான். நீங்கள் பயப்படாதீர்கள்.'

யமுனாக்கா பயந்து நடக்கத் தொடங்கினார். அவன் எங்கள் பின்னாலேயே வந்து சொன்னான்,

'பயப்படாதீர்கள். உங்கள் அக்ரஹாரத்து ஜனங்கள் உங்களைத் தள்ளிவைப்பார்கள். ஆனால் எங்கள் கர்த்தரை நீங்கள் நம்பினால் அவர் உங்களைக் காப்பாற்றுவார். என்னுடன் சர்ச்சுக்கு வாருங்கள். அங்கே ரட்சிப்போம்.'

யமுனாக்கா எங்கே அவனுடன் போய் விடுவாரோ என்று நான் கலங்கினேன். ஆனால் யமுனாக்கா தாடிக்காரனைப் பயத்துடன் பார்த்து, தலை முழுக்க முந்தானையால் மூடிப் பேசாமல் என்னுடன் நடந்தார். அவன் மீண்டும் சொன்னான்,.

நஞ்சுண்டன்

'கல்லான உங்கள் கடவுளுக்குக் கல்லான இதயம். ஆனால் எங்கள் தேவன் ஏசு நம்பியவர்களைக் காப்பாற்றுவார். நான் சொன்னபடிக் கேளுங்கள். சர்ச்சுக்கு வாருங்கள்.'

யமுனாக்காவும் நானும் அவசரமாக நடந்தோம். பர்புவும் அவனும் கொங்கணியில் பேசிக்கொண்டிருந்தது தூரத்திலிருந்து கேட்டது.

எனக்குத் திரும்ப வீட்டுக்குப் போகிறோமென்று மிகுந்த மகிழ்ச்சியுண்டாகி உற்சாகம் ஏற்பட்டது. யமுனாக்கா முக்கி முனகி நடந்தார். அழுக்கான அவரது சிவப்புச் சேலையில் இரத்தக்கறை தெரிந்ததென்று எனக்குப் பயமாகயிருந்தது. 'யமுனாக்கா, உங்கள் பின்புறம் சேலையெல்லாம் ரத்தம்' என்றேன். யமுனாக்கா மனசொடிந்து உட்கார்ந்தார். நான் அவருடன் உட்கார்ந்து அவரைப் பிடித்துக்கொண்டேன். மூடியிருந்த கண்களை அவர் திறந்தார்.

'எழுந்திருங்க யமுனாக்கா. வீட்டுக்குப் போகலாம்' என்றேன். அவர் பெருமூச்சுவிட்டு...'எனக்கு முடியலப்பா. நீ போ' என்றார்.

'எழுந்திரிங்க, எழுந்திரிங்க யமுனாக்கா' என்று கையைப் பிடித்து இழுத்து அடம் பிடித்தேன்.

'எனக்குத் தாகமெடுக்கிறது. வரமாட்டேன். நீ போ' என்றார்.

'நீங்கள் உடன் வராமல் நான் போகமாட்டேன்' என்றேன்.

'வீட்டுக்கு ரொம்ப தூரம் இருக்கிறதப்பா' என்றார். தூரத்தில் அக்கிரஹாரத்துப் பிராமணர்களுடன் சாஸ்திரி, ரங்கண்ணன் வருவது எனக்குத் தெரிந்தது.

'யமுனாக்கா அவர்களெல்லாம் வருகிறார்கள். நாம் உடனடியாகப் போய்விடலாம், உங்களை எங்க வீட்டுக்கு அழைத்துச் செல்கிறேன் யமுனாக்கா' என்றேன்.

எனக்கு அழுகை வந்தது. யமுனாக்கா எழவில்லை, நிதானமாக மூச்சு விட்டபடிப் பேசினார். 'வந்தால் வரட்டும், குழந்தே. என்னால் எழுந்து நடக்க முடியாது. யார் வேண்டுமானாலும் வந்து பார்க்கட்டும். நான் இங்கேயே...'

நான் யமுனாக்காவின் உடம்பை உலுக்கிக்கொண்டே பேச்சுக் கொடுத்தேன். போகலாமென அடம்பிடித்தேன். யமுனாக்கா என்னைக் கட்டிக்கொண்டு முதுகைத் தடவிக் கொடுத்தார்.

அவர்களெல்லாம் வந்து சுற்றி நின்றார்கள். என்னைச் சாஸ்திரி இழுத்தான். நான் அவனை அடித்து, அவன் கையைப்

பலமாகக் கடித்து அழத் தொடங்கினேன். 'யமுனாக்கா, யமுனாக்கா' என்றேன். யமுனாக்கா யார் பக்கமும் பார்க்காமல் கண்ணை விரித்து எங்கேயோ பார்த்தபடி உட்கார்ந்திருந்தார். அவர் கண் நிறையக் கண்ணீர் நிறைந்து வழிந்துகொண்டிருந்தது.

○○○

அப்பா வந்து என்னை அழைத்துக்கொண்டு போனதில் எனக்கு மிகவும் சந்தோஷம். வீட்டுக்குப் போன உடனே எனக்கு வேறு பூணூல் போட்டுக் கோமியம் தெளித்துப் புனிதப்படுத்தினார்கள். அம்மா கேட்டதற்கு அங்கே நடந்ததெல்லாம் சொன்னேன். 'பாழாப்போன முண்டை எதற்குக் கர்ப்பமாக வேண்டும்' என்று அம்மா சொன்னாள். அம்மா கர்ப்பமாகவில்லையா, யமுனாக்கா ஏன் கர்ப்பமாகக் கூடாது. ஏன் இத்தனை கொந்தளிப்பு என்று நான் ஆச்சரியப்பட்டேன்.

சில நாளான பின் யமுனாக்கா உயிருடன் இருக்கும்போதே உடுப்பர் ஈமக்கிரியை செய்து ஜாதியை விட்டு விலக்கி வைத்தாரென்று செய்தி வந்தது. அப்பா, அம்மா, 'உடுப்பர் எவ்வளவு நல்லவர்' என்று புகழ்ந்து, யமுனாக்காவை 'நடத்தை கெட்டவள்' என்று இன்னொரு நாள் திட்டினார்கள். உடுப்பருக்குத் திருமணமென்று எங்களுக்கு அழைப்பு வந்தது. அப்பாவைவிட முதியவரான உடுப்பர் ஒரு சின்னப் பெண்ணுடன் மணையில் அமர்ந்து அட்சதை பெற்றுக்கொள்வா ரென்பதை யோசித்து நான் 'த்தூ' என்றேன். அப்பா என்னிடம் 'ஏண்டா' என்றார். 'இவள் நடத்தை கெட்டபின் உடுப்பருக்குச் சம்சாரம் நடக்க வேண்டாமா? ஆக்கிப் போட ஒரு ஜீவன் வேண்டாமா? காலம் கெட்டுப் போச்சு' என்று அம்மா சொன்னாள்.

●

1999

யு. ஆர். அனந்தமூர்த்தி

உடுப்பி ராஜகோபாலாச்சார்யா அனந்தமூர்த்தி என்ற யு.ஆர். அனந்தமூர்த்தி நவீன இந்தியாவின் முக்கியமான எழுத்தாளர்களில் ஒருவர். பிறப்பு 1932இல் கர்நாடகாவின் சிவமொக்கெ (ஷிமோகா) மாவட்டத்தின் தீர்த்தஹள்ளி தாலுக்கா மேளிகே கிராமத்தில். பால்யகாலத்தில் ஆச்சாரமான சமஸ்கிருதப் பள்ளியில் பயின்ற அனந்தமூர்த்தி பி.ஏ., எம்.ஏ. பட்டங்களை மைசூர்ப் பல்கலைக்கழகத்தில் பெற்றார். 1963ஆம் ஆண்டு காமன்வெல்த் ஃபெலோஷிப்பில் இங்கிலாந்தின் பர்மிங்ஹாம் பல்கலைக்கழகத்தில் முனைவர் பட்ட

ஆய்வுக்குச் சென்றார். அங்குக் கைலாசபதியின் உற்ற நண்பர். இந்தியா திரும்பிய அனந்தமூர்த்தி மைசூர்ப் பல்கலைக்கழகத்தின் ஆங்கிலத் துறையில் ஆசிரியரானார். அனந்தமூர்த்தியின் சம்ஸ்காரா நாவல் 1965இல் வெளியாகிப் பலமொழிகளில் பெயர்க்கப்பட்டு 1970இல் கன்னட சினிமாவாக எடுக்கப்பட்டு விருதும் பெற்றது.

நான்கு நாவல்கள், ஐந்து சிறுகதைத் தொகுதிகள், மூன்று கவிதைத் தொகுதிகள், நான்கு கட்டுரைத் தொகுதிகள், ஒரு நாடகம் என ஐம்பது வருடக் காலகட்டத்தில் எழுதியுள்ள அனந்தமூர்த்தி கோட்டயம் மகாத்மா காந்தி பல்கலைக்ககழகத் துணைவேந்தர், நேஷனல் புக் ட்ரஸ்ட் தலைவர், சாகித்திய அகாதெமியின் தலைவர் என்ற பதவிகளை அடைந்தார். இந்தியாவிலும் வெளிநாடுகளிலும் பரவலாக உரையாற்றியவர். தமிழின் மரபு, செழுமைமீது மதிப்பும் தமிழர்களிடம் பரிவும் கொண்டவர். கர்நாடகத் தமிழர்களுக்குத் தமிழ் படிக்கும் உரிமைக்காகவும் பெங்களூரில் திருவள்ளுவர் சிலை திறப்பதற்கு ஆதரவாகவும் குரல் எழுப்பியவர். கர்நாடக மாநிலத்தின் இலக்கியத்திற்கான 'மாஸ்தி விருது', 'பத்மபூஷன்', 'ஞானப்பீட'ப் பரிசு ஆகியவை இவர் பெற்ற கீர்த்திகள்.

'சம்ஸ்காரா' அல்லாமல் 'அவஸ்தை', 'பரா' நாவல்களும் 'கடசிராார்த்தம்' சிறுகதையும் திரைவடிவம் பெற்றவை. சம்ஸ்காரா தி.சு. சதாசிவத்தாலும் அவஸ்தை தமிழவனாலும் தமிழாக்கம் செய்யப்பட்டுள்ளன. கடசிராார்த்தம் கிரீஷ் காசரவள்ளி இயக்கிய முதல் படம். அந்த ஆண்டு சிறந்த இந்தியத் திரைப்படத்துக்கான ஜனாதிபதி விருது பெற்றது. காலச்சுவடு பதிப்பக வெளியீடாக அவரின் 'பிறப்பு', 'அவஸ்தை' இரண்டையும் நான் தமிழில் மொழிபெயர்த்துள்ளேன்.

2014, ஆகஸ்ட் 22 அன்று மாரடைப்பால் காலமானார்.

அனாதைகள்

கன்னட மூலம்: இராகவேந்திர காசனீஸ்

அந்தப் பள்ளத்தில் அதிகம் போனால் பாதம் முழுகுமளவு தண்ணீர் இருந்திருக்க வேண்டும். இறங்கும் சரிவில் சிறிது தூரம் முன்னே வழிந்தோடி ஆற்றுடன் சேர்ந்ததால் தண்ணீருக்கு அதிக வேகமும் இருந்தது. ஆனால், நீரின் நடுவில் பேருந்தின் சக்கரங்கள் சிக்கிக்கொள்ளுமளவு சேறு சேர்ந்திருக்கும் என்ற எண்ணம் டிரைவருக்கே இருக்கவில்லை. இஞ்சினை முழு வேகத்தில் மீண்டும் மீண்டும் இயக்கியும் 'ஸ்டீயரிங் வீலை' வளைத்து வளைத்து டிரைவர் எரிச்சலடைந்தாலும், பேருந்து முன்னால் போக முடியவில்லை. பின்னே செல்லவும் இயலவில்லை. டிரைவர் ஏதும் செய்ய இயலாதவனாகக் கோபத்தில் 'ஸ்டீயரிங் வீலை' ஒரு முறை முழுசாக வளைத்துக் கைவிட்டான். பேருந்து ஒரேயடியாக வேகமாக முன்னுக்குப் பாய்ந்து கப்பென்று நின்றது.

மகள் வீறிட்டாள். தலை பின்புறம் சீட்டின் கம்பியில் இடித்தது. பாதித் திறந்திருந்த கதவு வழியாகத் தண்ணீர் வேகமாக உள்ளே வந்தது. உள்ளே நின்றுகொண்டிருந்தவர்கள் சமநிலை குலைந்து ஒருவர் மேல் ஒருவர் விழுந்தார்கள். மகளுக்கு இந்தக் குழப்பங்கள் ஏதும் விளங்கவில்லை. ஜன்னல் வழியாகத் தொலைவில் பெரிய பெரிய பாறைகள் தெரிந்தன. பார்த்துக்கொண்டிருக்கும் பொழுதே தண்ணீர் ஏறிவந்து பேருந்தைச் சுற்றிக் கொண்டதுபோல் அவளுக்குத் தோன்றியது. மகள் முகத்தை மூடிக்கொண்டு மீண்டும் ஒருமுறைக் கிறீச்சிட்டாள்.

பின் இருக்கையில் தூங்கி விழுந்தவாறே உட்கார்ந்திருந்த தந்தை பேருந்து நின்ற வேகத்தில் விழித்தெழுந்து மீண்டும் தூக்கத்தில் ஆழ்ந்தார். மகள் இரண்டாம் முறையாகக் கூவியதைக் கேட்டு என்னவோ ஏதோவென்ற குழப்பத்தில் அவர் மீண்டும் எழுந்து உட்கார்ந்தார். சுற்றிலும் ஏதோ விபரீதம் நடந்திருப்பது அவருக்கு மெதுவாகப் புரியத் தொடங்கியது.

தாய் அவ்வளவாக பயப்படவில்லை. மகளின் பக்கத்தில் உட்கார்ந்திருந்தவர் அவள் கிறீச்சிட்டதைப் பார்த்து அவளது தோளை உறுதியாகப் பிடித்துக்கொள்ள முயற்சித்தார். அவர் வயிற்றில் தண்ணீர் ஊற்றியதைப்போல ஆயிற்று. மகளின் பைத்தியம் மீண்டும் திரும்பியதோ என அவருக்குத் தோன்றியது. இல்லையெனில் ஏன் அவள் அப்படி அவ்வளவு அசிங்கமாகக் கிறீச்சிட்டாள்?

வேண்டுமென்றே இவர்களைத் தவிர்த்து முன் சீட்டில் அமர்ந்திருந்த மகனுக்குத் தன் தங்கை கிறீச்சிட்டது கேட்க வில்லை. அருகில் சிறிது இடைவெளிவிட்டு அமர்ந்திருந்த பெண் அவன் மேல் விழுந்துவிட்டிருந்தாள். அவள் சூடியிருந்த மல்லிகையின் வாசனை அவனுக்கு விபத்தை மறக்கடித்திருந்தது. எவ்வளவோ நாட்களுக்குப் பின், பெண்ணின் உடல் அவ்வளவு வேகமாக அவன் மீது மோதியது. ஸ்பரிசம், வாசனை இவ்விரண்டின் அனுபவமும் ஒன்றுக்குள் ஒன்றுசேர்ந்து அவளது ஸ்பசரித்திற்கே மல்லிகையின் நறுமணம் இருந்ததாக அவனுக்குத் தோன்றியது. மறுகணமே, தாய் பின் இருக்கையிலிருந்து முறைத்துப் பார்த்துக்கொண்டிருக்கலாம் என்ற பயம் ஏற்பட்டது. வேறு வழியில்லாமல் தூர விலகி உட்கார்ந்துகொண்டான்.

பஸ் அதே இடத்தில் நின்றது. டிரைவர் சலிப்படைந்து, பீடியை வாயில் வைத்துத் தீக்குச்சியை உரசி, மேலே பார்த்துப் பக்கென்று புகைவிட்டான். முன் வாசல் அருகில் நின்றிருந்த கண்டக்டர், இந்த விபத்தெல்லாம் ஒரு 'ரொட்டீன்' என்பதுபோல ஒருமுறை பேருந்திலிருந்தவர்கள் பக்கமாகப் பார்த்துச் சிரித்தான்.

'பஸ்ஸை தண்ணீருக்குள் போட்டு எங்களையெல்லாம் இங்கேயே அர்ப்பணம் செய்ய வேண்டுமென்றிருக்கிறாயா, மகராசா?' பக்கத்தில் உட்கார்ந்திருந்த வயதான விதவை கண்டக்டரின் பக்கம் பார்த்துக்கொண்டு, டிரைவரைச் சிடுசிடுத்தாள். கையிலிருந்த மூட்டையை ஒரு குழந்தையைப் போல அணைத்துக்கொண்டு, தனது கேள்வியை யாரேனும் ஆமோதிப்பார்களா என்று அப்படியும் இப்படியும் பார்த்தாள். ஆனால், எல்லோரும் மௌனமாக இருந்ததைப் பார்த்து கடைசியில் தானே பேச்சைத் தொடர்ந்தாள். 'காசியிலிருந்து

ராமேஸ்வரம் வரைக்கும் எல்லா இடங்களுக்கும் தீர்த்த யாத்திரை போய் வந்திருக்கிறேன். பஸ்ஸில் திருப்பதி மலை ஏறியிருக்கிறேன். பத்ரிக்கும்கூட பஸ்ஸிலேயே போய் வந்திருக்கிறேன். ஆனால் இதைப் போன்ற விபத்தை எங்கேயும் கண்டதில்லையம்மா. இந்தப் பிரைவேட் பஸ் சர்வீசின் தலைவிதியே இவ்வளவுதான். குதிரை வண்டி ஓட்டுகிற தடியர்களைப் பஸ் ஓட்டுவதற்கு வைத்திருக்கிறார்கள்' தான் சொன்னது சரியென நிரூபிக்க அவள் கை மூட்டையிலிருந்த ஜபமாலையை எடுத்து எண்ணத் தொடங்கினாள். பதில் சொல்வது இருக்கட்டும், அவள் பேசி முடிக்கிறவரைக்கும் கண்டக்டர் அங்கே நிற்கக்கூட இல்லை; எப்பொழுதோ தூர விலகிப் போயிருந்தான். டிரைவரின் பின்புற இருக்கையிலிருந்த கருப்பு நிற வியாபாரி ஒருவன் பெருங்குரலில் தன் தொண்டையைச் செருமிக்கொண்டான்.

கடைசி முயற்சியாகக் கண்டக்டர் கீழே இறங்கி, பஸ்ஸி லிருந்தவர்களின் உதவியுடன் பஸ்ஸைத் தள்ளிக் கரைக்குக் கொண்டுவர முயற்சித்தான். சேற்றில் சிக்கியிருந்த சக்கரங்கள் மீண்டும் வெளிப்பட்டன. நுரைநுரையாகத் தண்ணீர் சக்கரத் திற்கு அருகில் தோன்றியது. மகள் ஜன்னல் வழியாக உற்று நோக்கிக்கொண்டிருந்தாள். நீரில் மிதந்தவாறே புறப்பட்ட பஸ், மதகின் சூழலுக்குள் சிக்கிப் பம்பரம்போலச் சுழலுவதாக அவளுக்குப்பட்டது. பஸ்ஸைக் கரைக்குச் சேர்த்து, கண்டக்ட ருடன் எல்லோரும் ஒவ்வொருவராகப் பஸ்ஸில் ஏறுவதற்குள் வெகு நேரமாகிவிட்டது. பஸ் வேகமாக முன்னே புறப்பட்டது.

'எவ்வளவோ தீர்த்தயாத்திரை போய் வந்திருக்கிறீர்கள். நீங்கள் மிகவும் புண்ணியம் செய்தவர்கள், தாயே, இப்பொழுது ஏன் நீங்கள் மந்திராலயம் புறப்பட்டிருக்கிறீர்கள்?' ஜபமாலை யின் எண்ணிக்கையில் மூழ்கியிருந்த முதியவளான விதவையைப் பார்த்துக் குதூகலத்துடன் அந்தப் பெண் கேட்டாள். அவள் முகம் களையிழந்திருந்தது. நெற்றியில் மிகப் பெரிதாகக் குங்குமம். அவளுக்கு ஏதேனும் நோய் இருக்க வேண்டும். உடல் வற்றிக் கைகளின் மேல் நரம்புகள் புடைத்திருந்தன. கண்கள் ஒடுங்கிக் கீழே கருப்பு வளையம் விழுந்திருந்தது. அவள் உடலோடு உடல் சேர்த்து இரு நோஞ்சான சிறுவர்கள் உட்கார்ந்திருந்தார்கள்.

விதவை சொன்னாள், 'இரண்டு வருடங்களாக வீட்டுக்கே போகவில்லை. தீர்த்தயாத்திரையிலேயே இருக்கிறேன். இன்னும் பார்க்க வேண்டிய இடம் நிறைய இருக்கிறது. நீங்க இப்போ. . .' அதற்குள்ளாக, நடுரோட்டில் போய்க்கொண்டிருந்த வண்டியை ஓரம் கட்டுவதற்காக டிரைவர் கர்ணகடூரமாக முழுவீச்சில் ஹார்ன் சப்தம் நின்றபோது, பெண்மணி விதவையிடம் சொல்லிக்

கொண்டிருந்தாள், '. . .எவ்வளவே, நல்ல டாக்டர்களிடம் எல்லாம் காட்டியாயிற்று, பத்தியம், கவனிப்பு எல்லாம் ஆயிற்று. சாமிகளுக்கும் வேண்டிக்கொண்டபடி செய்தாயிற்று. எந்தப் பயனுமில்லை. யாரோ புண்ணியவான்கள் சொன்னார்கள், “மந்திராலயம் போய் குருவுக்குச் சேவை செய்து வாருங்கள். கண்டிப்பாகக் குணமாகும்” என்று. அதற்காக மந்திராலயத்துக்குப் போய்க்கொண்டிருக்கிறேன். என்ன குணமாகுமோ என்னமோ? எனக்கு வேறு பயம் எதுவுமில்லை. ஆனால், பாவம் இவ்வளவு சின்னப் பையன்கள். நாளை நான் போனால், இவர்கள் கதி என்ன?' தாயும் அவர்கள் இருவரின் பக்கமாகப் பார்த்தார். தங்கள் தாயின் கையைக் கெட்டியாகப் பிடித்து அந்தப் பையன்கள் தாயின் கண்களைப் பணிவாகப் பார்த்தார்கள்.

'நம்பிக்கை வையம்மா. குரு மிகவும் மகிமையுள்ளவர். எல்லாம் நல்லபடியாக நடக்கும். எத்தனையோ சங்கதிகளை நானே அருகிலிருந்து பார்த்திருக்கிறேன்?' யார் அப்படிச் சொன்னார்கள் என்பதை அறிய அப்பெண் திரும்பினாள். நடுத்தர வயது சுமங்கலி ஒருத்தி இருந்தாள். அவள் முகவாயெல் லாம் மஞ்சள் அப்பியிருந்தது, அவள் நாசியைவிட மூக்குத்தி மிகப் பெரியது. பெண்ணைப் பார்த்துச் சுமங்கலி சிரித்தாள். பெண் ஏதேனும் பேச வேண்டுமென்று மனத்துக்குள் எண்ணுவதற்குள் அச்சுமங்கலிப் பெண்ணே பேசத் தொடங்கினாள். 'மந்திராலயம் பெரிய புண்ணியச் சேத்திரம் அம்மா. எத்தனையோ விதமான அற்புதங்கள் அங்கே நடந்துள்ளன. மடத்தில் தீபாராதனையான பிறகு பக்தர்களுக்குப் பிரசாதம் கொடுப்பதற்கு ஒரு பையன் இருக்கிறான். நீங்கள் மடத்துக்குப் போனதும் அவனைக் கட்டாயம் பார்ப்பீர்கள். அந்தப் பையன் நாலு வருடங்களுக்கு முன் இங்கே வந்தபோது அவனுக்கு நாக்கைத் திருப்பவும் முடியவில்லை. பிறவி ஊமை. ஆனால் இப்போது “சேவை” செய்து மழலையைப்போலப் பேசுகிறான். ஒன்றா, இரண்டா? இம்மாதிரி எத்தனையோ சங்கதிகளை நானே கண்ணாரக் கண்டிருக்கிறேன். ஒரு மாதத்துக்கு முன்னால், அற்புதமான சங்கதி ஒன்று நடந்தது. பைத்தியம் பிடித்துவிட்டது என்று ஓர் ஆளைச் “சேவை” செய்ய வைப்பதற்காக அழைத்து வந்திருந்தார்கள். அவன் தினமும் பூஜை வேளைக்குக் குருவின் சமாதி முன்னால் மாலைமாலையாக் கண்ணீர் சொரிந்தபடி நின்றிருப்பான். ஒரு நாள் அவனுக்கு என்ன தோன்றியதோ யாருக்குத் தெரியும். இரவு ஆற்றுக்குப் போனான். அநேகமாக உயிரை விடுவதற்காக இருக்கும்.

'ஆற்றுக்குள் இறங்கும் பொழுது யாரோ அவனை அழைத்ததுபோல இருந்தது, பின்னால் பார்த்தான். தேஜஸான ஆச்சாரியார் ஒருவர் நின்றிருந்தார். “குளியல் ஆயிற்று. சுத்தமாகி

இனி மேலே வா" என்று அவனை அழைத்தார். "இதோ இந்தக் கோபிசந்தனத்தைப் பூசிக்கொள். உள்ளே சென்று மாருதியைத் தரிசித்துவிட்டு வீட்டுக்குப் போ" மந்திரத்துக்குக் கட்டுப் பட்டவனைப்போல, அவன் மேலே வந்து கோபி சந்தனத்தை எடுத்துக்கொண்டு கோயில் பக்கமாக நடந்தான். அப்பொழுது அவனுக்கு எதுவும் தோன்றவில்லை. அவர் யாரோ ஓர் ஆச்சாரியார் என்று மட்டும் தோன்றியது. ஆனால் முன்னே சென்றவன் தற்செயலாகத் திரும்பிப் பார்த்தான். ஆச்சாரியார் அங்கே இல்லை. அதுவும் அப்பொழுது அவன் கவனத்துக்கு வரவில்லை. நடுராத்திரியில், நேராகக் கோயிலுக்குள் சென்று மாருதியைத் தரிசித்துவிட்டுக் குருவின் பிருந்தாவனத்தைத் தரிசிக்கச் சென்றவன், அங்கே நினைவு தவறி வாசலுக்கு அருகில் விழுந்துவிட்டான். அவனுக்கு நினைவு திரும்பியபோது, பொழுது புலர்ந்திருந்தது. மடத்தின் பூசாரிகளெல்லாம் ஆச்சரியத்துடன் நின்றிருந்தார்கள். ஏனென்றால், இரவு பத்து மணிக்குக் கோயில் கதவுகளையெல்லாம் பத்திரமாகப் பூட்டி விடுகிறார்கள். உள்ளே போக வேறு வழியே இல்லை. பார்த்தால் கதவுகளெல்லாம் பூட்டியபடியே இருந்தன. அவனைக் கேட்டாலோ எதும் சொல்லும் நிலையில் இல்லை. பிறகு மூன்று, நான்கு நாட்கள் முழு மூச்சாக இரவில் பார்த்த அந்த ஆச்சாரியரை அவன் ஊரெங்கும் தேடினான். அவர் எங்கிருந்து வருவார்? குருவே நேரில் காட்சியளித்துப் "பலன்" கொடுத்துப் போயிருந்தார். எல்லாவற்றையும் விட்டுவிட்டு இப்பொழுது அவன் தாசனாக இருக்கிறான்.'

மந்திராலயம் நெருங்கிக்கொண்டிருந்தது. பஸ்ஸின் ஜன்னல் வழியாக வெளியே பார்த்தால் பக்கத்திலேயே துங்கபத்ரா நதி மௌனமாகக் கிளைகிளையாகப் பிரிந்து ஓடுவது தெரிந்தது. மடத்தின் சுண்ணாம்பு பூசிய பெரிய சுவர்கள் நகர்ந்து அருகில் வருவதுபோலத் தோன்றியது. நோயாளிப் பெண்ணின் முகம் சிறிது மலர்ந்தது. கம்மிய குரலில் அவள் சொன்னாள், 'அப்படியானால் எனக்கு நோய் குறையுமாம்மா? நீங்க யாரும்மா? இவ்வள வெல்லாம் கண்ணாரக் கண்டிருக்கிறீர்கள். நீங்களும் இங்கே சேவைக்கு வந்திருக்கிறீர்களா?'

சுமங்கலிப் பெண் காரணமில்லாமல் சிரித்தாள். மேலும் கீழே வைத்திருந்த பையைக் கையிலெடுத்துக்கொண்டே சொன்னாள், 'நான் வெளி ஆள் அல்ல. இங்கேயே இருப்பவள். என் வீட்டுக்காரர் இங்கேயே "வைதீகம்" செய்கிறார். நீங்கள் இங்கு வருவது முதல் தடவை எனத் தெரிகிறது. அதோ, மந்திராலயம் வந்துவிட்டது. நீங்கள் இங்கே இறங்க வேண்டாம். மடத்தின் சத்திரத்திலேயே தங்கியிருங்கள். வேறு இடத்துக்குப் போனால் வெட்டியாகப் பணம் கொடுக்க வேண்டியிருக்கும்.'

பஸ் சடாரெனத் திரும்பியது. எழுந்திருக்க வேண்டு மென்றிருந்த அச்சுமங்கலிப் பெண் மீண்டும் இருக்கையில் அமர்ந்தாள், 'வர்ரேம்மா. நாளை ஆற்றங்கரையில் உங்களைப் பார்க்கிறேன். முறத்தில் வைத்து "படையல்" கொடுப்பதாக இருந்தால் எனக்கே கொடுத்துவிடுங்கள். வேறு யாருக்கும் கொடுக்காதீர்கள் என் பேர் கலாவதி. இங்கே எல்லாரும் என்னை "கலாம்மா" என்கிறார்கள். மீண்டும் வேறு யாராவது கேட்டால் கலாம்மாவுக்கே கொடுக்கிறேனென்று சொல்லிவிடுங்கள்'. நோயாளிப் பெண்ணுக்கு யோசிக்கவும் அவகாசம் கொடுக்காமல், கலாம்மா அவளிடம் உறுதிவாங்கிவிட்டிருந்தாள்.

வெளியே தூரத்தில் ஆற்று நீர், சின்னப் பையன்கள் வெயிலில் பிடித்து நிற்கும் கண்ணாடித் துண்டைப்போலப் பளபளவென மின்னியது. பிரயாணத்தில் களைப்படைந்துபோன ஜனங்களின் வாடிப்போயிருந்த முகங்கள் வெளிக் காட்சியை விரும்பி ஜன்னலுக்கு அருகே குழுமின.

பஸ் நிலையத்தைத் தொட்டபொழுது, மகன் மல்லிகை வாசனையின் தவறான வழியைப் பிடித்துக் கழிந்துபோன வாழ்வின் நினைவுகளின் கோரமான கானகத்தில் காணாமல் போயிருந்தான். சக்கரத்தின் கீழே நுரைநுரையாக மேலேறி வந்துகொண்டிருந்த தண்ணீரை நினைத்து மகள் கடகடவென நடுங்கிக்கொண்டிருந்தாள். தாய் இரண்டு கைகளாலும் அவளைக் கெட்டியாகப் பிடித்துக்கொண்டு வெறுமையான மனத்துடன் உட்கார்ந்திருந்தாள். தந்தை இன்னும் அரைத்தூக்கத்தில் தூங்கி விழுந்துகொண்டிருந்தார்.

○

விடிவதற்கு இன்னும் ஒரு மணி நேரம் இருந்தாலும், ஜனங்கள் ஆற்றங்கரையில் நிறைந்திருந்தார்கள். அப்படிப் பார்த்தால், விடியற்காலைக்குள் குளியல் முடிந்து சேவை துவங்க வேண்டும்.

பாறைகளுக்கு மேலே கவனமாகக் காலடி எடுத்துவைத்து நடந்து அந்த நான்கு பேர் தண்ணீருக்கு அருகில் சென்றார்கள். தந்தைக்கு நிஜமாகவே மிகவும் கோபம் வந்திருந்தது. இந்தக் குளிரில் சென்று ஆற்றில் மூழ்கி எழுந்து விடியற்காலை கடவுளின் முன்னால் நிற்க வேண்டும் என்று யார் சொல்லியது? வெயில் ஏறிய பிறகு குளித்துச் சென்றால் ஆகாதா? எழுந்தவுடன் சத்திரத்திலேயே மகனிடம் கறாராகச் சொல்லிவிட்டிருந்தார், 'நீங்களெல்லாம் முன்னதாகச் செல்லுங்கள், நான் பிறகு வருகிறேன்' என்று. அது தாயின் காதில் விழுந்தது. அந்தப் பேச்சு தாய்க்குச் சரியாகப்படவில்லை என்பது அவர் முகத்தைப் பார்த்த பொழுதே தந்தைக்குத் தெரிந்தது. 'எப்பவும் இவர் இப்படித்தான். எனக்காக

பால் மீசை ❋ 207 ❋

இங்கு வந்திருப்பதைப்போல நடந்துகொள்கிறார். மகளின் நோய் சரியாக வேண்டுமென்று. . ?' இன்னும் என்னென்ன சொல்ல இருந்தாரோ அதற்குள் மகள் ஓடி வந்ததனால் பேச்சு பாதியில் நின்றது.

'ஓ, ஐயா, அந்தப் பக்கம் போகாதீங்க. தண்ணியோட இழுப்பு அங்கே ரொம்ப அதிகம். கொஞ்சம் இந்தப் பக்கமா வாங்க. திரும்ப அங்க நீங்கப் போகாதீங்க. அது இல்லாம, தண்ணிக்குள்ள எல்லா எடத்திலயும் பாறைக் கல்லுங்க ரொம்ப மூழ்கியிருக்குது.' அவ்வாறு ஒரே மூச்சில் சொன்னது யார் என்பது தந்தைக்குத் தெரியவில்லை. யாருக்கு அவர் சொன்னார் என்பதும் புரியவில்லை. ஆற்றின் கரையிலெல்லாம் ஒரு திருவிழா கூட்டமே நிறைந்திருந்தது. குழப்பமான பேச்சுக்களுக்கு இடையில் ஒருவர் பேசுவது மற்றவருக்கு இயல்பாகக் கேட்பதாக இல்லை. மகளைக் குளிப்பாட்டி முடித்துத் தாய் வருகிற வரைக்கும் அவர் அங்கேயே பாறைக்கல்லின் மேல் அமர்ந்திருந்தார்.

'கொஞ்சம் வழிவிட்டு ஒக்காருங்கப்பா. பொம்பளைங்க, பசங்க போய் வர்ற வழி இது. மடியான பொம்பளைங்க போவும் வழியில் இப்பிடி உட்கார்ந்தா எப்படி?' தந்தை திரும்பிப் பார்த்தார். அதே பெண், இன்னும் அப்படியே வில்லைப்போல வளைந்து நடந்துகொண்டிருந்தாள். இவ்வளவு வருஷமானாலும் ஏதும் மாற்றமில்லை. அப்போதைக்கு இப்பொழுது சிறிது மெலிந்து கறுத்திருந்தாள். அவ்வளவே. கையில் சொம்பு இருக்கிறது. நசுங்கித் தேய்ந்து போனது. அநேகமாக அதே சொம்பாக இருக்க வேண்டும். பன்னிரெண்டு வருஷங்களுக்கு முந்தையது.

அப்பொழுது மகன் ஹைஸ்கூலுக்குப் போய்க் கொண்டிருந்தான். மகள் பள்ளியைவிட்டு நின்றிருந்தாள். மனைவி சண்டை போட்டுக்கொண்டு தாய் வீட்டுக்குப் போய் விட்டிருந்தாள் என்று இரண்டு பிள்ளைகளையும் கூட்டிக் கொண்டு அவர் மந்திராலயத்துக்கு வந்திருந்தார். அப்பொழுது ரயில்வே பாஸ் இருந்ததால் பிள்ளைகளுக்கும் விடுமுறை இருந்தது. ஆனால் நிச்சயம் மனைவி திரும்பி வரட்டும் என்று பிரார்த்தனை செய்வதற்கு அல்ல. அவள் சுபாவமே அப்படி. அவர் எதற்கும் என்றும் குறை வைக்கவில்லை. ஆனாலும் கள்ளத் தனமாக எப்படி எப்படியோ நூறு ரூபாய் அளவுக்குப் பணம் சேர்த்து வைத்திருந்தாள். தாய் வீட்டுக்குப் போகும் பொழுது சேலையில் மூடி ட்ரங்க் பெட்டியில் வைத்துக்கொண்டு புறப்பட்டிருந்தாள். அது அப்பொழுது அவர் கவனதுக்கு வந்தது. அப்படிக் கணவனிடமிருந்து மூடி மறைத்துப் பணம் கொண்டு போவது நல்லதல்ல என்று மட்டும் அவர் சொன்னதற்கு அவள் கோபித்துக்கொண்டு தன் தாய் வீட்டுக்குப் போயிருந்தாள்.

அப்பொழுது அவர் மந்திராலயத்திற்கு வந்திருந்தார். கூன் விழுந்த அந்தப் பெண் அன்றிலிருந்து இங்கேயே இருக்கிறாள். மகள் அவளைப் பார்த்தபொழுது பயம் கலந்த அருவருப்புடன் அவளிடமிருந்து தூர விலகிப் போய் நின்றிருந்தாள். எப்பொழுதும் அவள் கையிலிருக்கும் சொம்பைப் பார்த்து அவளைக் 'கூன் விழுந்த சொம்புக்காரி' என்று மகன் கூப்பிட்டுக்கொண்டிருந்தான்.

மகளுக்கோ அது இப்பொழுது நினைவிலிருப்பது சாத்தியமல்ல. ஆனால், மகனும் அதை மறந்துவிட்டிருந்தான் என்றால். . .

மகனுக்கு ஞாபகப்படுத்தலாமென்று, தந்தை சுற்று முற்றும் பார்த்தார். ஆனால், மகன் எங்கே இருக்கிறான்! அந்தப் பக்கம் நீலவானம், இந்தப் பக்கம் தாறுமாறாக விழுந்திருக்கும் கரும் பாறைகள். மகனை எங்கும் காணவில்லை. தூரத்திலிருந்த இன்னொரு பாறைக்குக் குறுக்காக நின்று பெண்கள் குளித்துக் கொண்டிருந்தார்கள். உலர்த்துவதற்கென்று பாறையின் மேல் துணிகளை விரித்திருந்தார்கள்.

தந்தை திரும்பத் திரும்பச் சுற்று முற்றும் கூர்ந்து பார்த்தார். ஆனால் மகனை எங்கேயும் காணவில்லை. அவருக்கு மகன் மேல் அபாரமான வாஞ்சை பிறந்தது. அருள் சுரந்தது. அவனை அழைத்துப் பக்கத்தில் உட்கார வைத்துக்கொண்டு, முதுகைத் தடவிக்கொடுத்துத் திரும்பத் திரும்பக் கொஞ்ச வேண்டும் போலத் தோன்றியது. அவன் வயசில் தனக்குத் திருமணம்கூட ஆகியிருக்கவில்லை. ஆனால், இப்பொழுது மகன் மனைவியை இழந்து நிற்கிறான்.

தந்தைக்கு மகனுடைய மனைவியின் நினைவு வந்தது. அவர்கள் இருந்த ஸ்டேஷனும் நினைவுக்கு வந்தது. ரயில் பாதை நினைவுக்கு வந்தது. அவர் கண் முன்னாலேயே வளர்ந்த பெண் ஒரு மனைவியாகி இப்பொழுது கதையாகிவிட்டிருந்தாள். சாவின் அர்த்தம்கூட அறியாத இளம் வயதில் அவள் இறந்த தினமே அவளை யாரேனும் எழுப்பியிருந்தால், கண்ணைக் கசக்கிக் கொண்டு அவள் நேராக வீட்டுக்கு நடந்து வந்திருப்பாளாயிருக்கும்.

வெயிலில் தன் தலை காய்வது மெதுவாகத் தந்தைக்கு உறைக்கத் தொடங்கியது. கீழே வைத்திருந்த ஈரமான வேட்டியைத் தலைக்குமேல் போர்த்திக்கொண்டார்.

கருத்த பெரிய பாறைகள் இரும்புத் துண்டுகளைப்போலப் பரந்து கிடக்கின்றன. ஆற்றிலிருந்து மடத்துக்குப் போகும் வழி அந்தப் பாறைகளின் மீதே பாய்ந்து போயிருக்கிறது. பாதை முடியும் இடத்தில் உயர்ந்த கம்பீரமான சுவர் உள்ளது. சுவரைத்

தாண்டினால் போதும் மடம் வந்துவிடும். சுவருக்கெல்லாம் சுண்ணாம்பு பூசிக் காவிப் பட்டைகளை இழுத்துவிட்டிருந்தார்கள்.

தாயும் மகளும் குளித்து முடித்து, ஈரத்துடன் கரைக்கு நடந்து வந்துகொண்டிருந்தார்கள். தாய்க்கு அப்படி வரக் கூச்சமாக இருந்தது. தண்ணீரிலிருந்து ஒரேடியாக எழுந்து வெளியே வருவதென்றால் மனத்துக்கு எவ்வளவு கூச்சமாக இருக்கிறது. துணியெல்லாம் உடம்போடு பசபசவென ஒட்டிக் கொண்டிருக்கிறது. 'நாம் வளர்ந்த பெண்கள், நமக்கு இன்னும் வெட்கமாகிறது. ஆனால், மகளுக்கு இது பற்றிய ஞானம் எங்கே இருக்கிறது? குளித்து முடித்துக் குளியலறையிலிருந்து ஓடிப் போகும் சின்னப் பையனைப்போல, குடுகுடுவென்று ஓடிக்கொண்டிருக்கிறாள்.'

ஆற்றங்கரையில் கூச்சல் வரவரக் குறையத் தொடங்கியது. ஜனங்களெல்லாம் அவசர அவசரமாக மடத்தின் பக்கம் போக ஏற்பாடு செய்யலானார்கள். பாறைகளின் மேல் காயப் போட்டிருந்த துணிகளெல்லாம் கொஞ்சம் கொஞ்சமாக மறையத் தொடங்கின.

அங்கேயே துணி துவைத்துக்கொண்டு உட்கார்ந்திருந்த வைசியச் செட்டிப் பெண் சொன்னாள். 'நிதானமாக வாம்மா, கல் பாசி பிடித்திருக்கும். கால் வழுக்கும். கொஞ்ச நாளைக்கு முன்னே, நான் இவ்வளவு சொன்னதற்கு ஒரு அம்மா எப்படித் திட்டினாள்! என்ன கதை? நான் என்ன கெட்டதா சொல்லிவிட்டேன்? கடைசியாக நான் சொன்னபடியே ஆயிற்று, கோபித்துக்கொண்டு முன்னால் போனபோது அந்தம்மாள் வழுக்கி விழுந்து காலை முறித்துக்கொண்டாள்!

தாய்க்கும் ரொம்பக் கோபம் வந்தது. 'மற்றவர்களைப் பற்றி யோசிப்பதைவிட்டு உன் வேலையைப் பார்த்துக்கொண்டு போ' என்று சொல்லத் தோன்றியது. ஆனால், அதிகாலையில் எழுந்து உபயோகமில்லாத நியாயத்தைப் பேசுவதில் என்ன அர்த்தம் இருக்கிறது என்று அமைதியானாள். மெல்லமெல்ல கால்வைத்து மகளைக் கரைக்குச் சேர்த்து ஆழமாக மூச்சு விட்டாள்.

மகளும் இங்கு வந்ததிலிருந்து ரொம்ப அமைதியாக இருக்கிறாள். முகத்தில்கூட அமைதியின் களை தெரிகிறது. எப்போதும் ஏதோ ஒரு நினைவில் மூழ்கி ஒரு மயக்கத்தில் கூச்சலிட்டுக்கொண்டிருந்தாள். ரயில் வண்டிகளின் ஓசையைக் கேட்டவுடனே, ரயில் பாதைப் பக்கமாகத் திரும்பத் திரும்பத் திசை தெரியாமல் ஓடிக்கொண்டிருந்தாள். அப்போது அவளைப் பிடித்து வைப்பதே எல்லாருக்கும் ஒரு வேலையாக இருந்தது.

நஞ்சுண்டன்

ரயில் பாதையில் எப்பவும் ரயில்கள் வராமலே போயிருந்தால் என்ன ஆகியிருக்கும்? ரயில் பாதையில் ஏறிச் சரிவில் இறங்கினால் போச்சு, அங்குப் பாழ்க்கிணறு இருக்கிறது.

தாய்ச் சேலையை உடுத்துக்கொள்ளும்போது தன் பக்கம் யாரேனும் பார்க்கிறார்களா என்று ஒருமுறை எல்லாப் பக்கமும் பார்த்தார். அதேவேளையில் காற்று வேகமாக வீசியது. கையில் கெட்டியாகப் பிடித்திருந்த முந்தானையில் காற்று நிறைந்து கப்பலின் பாய்மரம்போல உப்பிப் படபடத்தது. தாய் திடீரென்று கலவரமடைந்தார். மகள் உட்கார்ந்திருந்த இடத்தில் இன்னும் யாரேனும் இருந்து பார்த்திருந்தால், தாயினது காலின் பின்பக்கம் கெட்டியான சதைப்பிடிப்பு தெரிந்திருக்கும்.

தூரத்தில் தந்தை யாரோ இருவருடன் பேசிக்கொண்டிருக் கிறார். கை அசைத்து ஏதோ விளக்குவதுபோலத் தோன்றுகிறது. யாருடைய முகமும் தெளிவாகத் தெரியவில்லை, தாய்க்குத் திடீரென நினைவுக்கு வந்தது. சுற்று முற்றும் கலவரத்துடன் பார்த்தார். இந்நேரம்வரை இங்கே உட்கார்ந்திருந்த மகள் அதற்குள் எங்கே போனாள்?

தந்தைக்கு உண்மையிலேயே அவரை எங்கேயும் பார்த்த ஞாபகம் இல்லை. அந்தச் சம்சாரி கறுப்பாக, குள்ளமாக இருந்தார். ஐம்பத்தைந்தைத் தாண்டியிருக்க வேண்டும். அந்தச் சம்சாரி சிரித்த உடனே வாலிபமான பல்வரிசை பளிச்சிட்டது. அது அவருடைய சொந்தப் பல்லாக இருக்காது. அவருடன் வந்த மற்றொருவரைத் தந்தைக்குப் பரிச்சயமே இல்லை. அந்தக் கறுத்த வயோதிகன் சொன்னான். 'ஐயா, எனக்கு முதல்ல அடையாளமே தெரியல. இப்போ எவ்வளவு மாறிட்டீங்க!'

தந்தைக்கு அவர் பேசின விதமே புதிராகத் தோன்றியது. அடையாளம் தெரியவில்லை என்று சொல்லியே அடையாளம் கண்டு பேசுகிறார். 'நானெங்கே மாறியிருக்கிறேன்? வாழ்க்கை எவ்வளவு கழிந்தாலும் நான் அப்படியே இருக்கிறேன். எந்த மாற்றமும் இல்லை. இனிமேலாவது மாற வேண்டும். என் அடையாளத்தை நானே மறக்க வேண்டும். எல்லோருக்கும் மறக்க வைக்க வேண்டும். யாருக்கும் அடையாளம் தெரியாத இடத்தைத் தேடிக்கொண்டே தனியாக வெகுதூரம் போக வேண்டும். . .' தந்தை அப்படிப் பேசாமல் அமைதியாய் இருப்பதைப் பார்த்து வயதானவர் சத்தமாகச் சொன்னார்.

'நீங்கள் முன்பு ஒரு முறை சொல்லாப்புரத்தில் கூட்ஸ் கிளார்க்காக இருந்தபோது, நான் அங்கே சிக்னலராக வந்திருந்தேன். அது நடந்து இன்றைக்கு முப்பது வருஷம்

ஆகியிருக்கும். கொஞ்ச நாளைக்கு முன்னால் தகாரி ஸ்டேஷன் மாஸ்டராக இருந்து ரிடையரானேன். இப்போது நீங்கள் ரொம்ப மெலிந்துவிட்டிருக்கிறீர்கள்.

'வயசாகிறது. மனிதன் எப்படி அப்படியே இருக்க முடியும். எனக்கும் இப்போ உங்களைக் கொஞ்சம் அடையாளம் தெரிகிறது. நீங்களும் இப்போ அன்றைக்குப் போலில்லை...

தந்தைக்கு இன்னும் அவரை அடையாளம் தெரியவில்லை. தெரிகிற மாதிரியும் இல்லை. மரியாதைக்காகச் சொன்னார் அவ்வளவுதான்.

வயதானவர் கேட்டார், 'நீங்கள் என்ன இப்போது தனியாக வந்திருக்கிறீர்களா அல்லது. . ?'

'எல்லாரும் சேர்ந்து வந்திருக்கிறோம். மகளின் ஆரோக்கியம் சரியில்லை. குருவின் கைங்கர்யத்துக்காக என்று. .'

'ஏன் என்ன ஆச்சி?'

'விசேசமாகச் சொல்லும்படி ஏதுமில்லை. என்னமோ இடைஇடையே ஞாபக மறதி வந்ததுபோல நடந்துகொள்கிறாள். அவ்வளவுதான்.'

நீரின் பக்கமாகச் சென்றிருந்த மகளைப் பிடித்துக்கொண்டு வந்து, தாய் நிம்மதியிழந்தவளாகத் தந்தை வரும் வழியைப் பார்த்துபடி நின்றிருந்தார்.

'ஆகட்டும். அப்படினா அப்புறம் பார்க்கலாம். உற்சவம் வரைக்கும் இருப்பீர்களா? இல்லை கைங்கர்யத்தை முடித்துக் கொண்டு உடனே புறப்பட்டு விடுவீர்களா?'

'குரு எப்படி அனுக்கிரகம் செய்கிறாரோ பார்க்க வேண்டும். இருக்க வேண்டுமென்று தீர்மானம் செய்திருக்கிறேன். அதைக் குரு சாதிக்க வேண்டும். அவ்வளவுதான்.'

மடத்தின் மணியோசை கேட்கிறது. ஆற்றின் கரையிலெல்லாம் மஞ்சள், குங்குமம், கோபிசந்தன வாசனை நிறைந்திருந்தது. தந்தை புறப்பட்டுப் போன பின்னர், கறுத்த வயோதிகர் தன் கூட்டாளியிடம் சொன்னார், 'ஒரு மாதிரியான ஆளு இது. கூட்ஸ் மாஸ்ட்டராக ரிடையர் ஆனார். ரொம்பப் பணம் சேர்த்துட்டார். ஆனா என்ன? வெறும் பணம் மட்டும் சுகத்தைத் தருமா? இவருடைய மனைவி ராட்சசிபோல இருக்கிறாள். அவங்க ரெண்டு பேருக்கும் கடைசிவரைக்கும் ஒத்துப் போகல. மாஸ்ட்டருடைய விருப்பத்துக்கு எதிராகப் பிறந்த வீட்டுச் சொந்தத்தில் ஒரு பெண்ணை மகனுக்குக் கட்டி வைத்தாள். அந்த

பெண்ணையும் நல்லபடியாக வைத்துக்கொள்ள முடியவில்லை. கொடுமை தாள முடியாமல் அந்தப் பெண் ரயிலில் விழுந்து உயிரை விட்டாள். கொஞ்ச நாளைக்கு முன் நடந்த கதை இது. பிறகு மூணு மாதத்துக்குள்ளாகவே மகளுக்குப் பைத்தியம் பிடித்தது. மருமகளே வந்து பிடித்துக்கொண்டிருக்கிறாள் என்று ஜனங்கள் பேசுகிறார்கள். ஞாபகமறதி கிறதி எல்லாம் பொய். அந்தப் பெண்ணுக்குப் பைத்தியமே பிடித்திருக்கிறது.

தந்தைக்குத் தலைக்கு மேலே ஈரமான வேஷ்டி இருக்கிறது. தாயும் புடவையும் மிகவும் தூக்கிக்கொண்டிருக்கிறாள். ஈரமான தலை முடியை திரும்பத் திரும்பப் பரத்திவிட்டுக் கொண்டு, மகள் நீண்ட எட்டு எடுத்துவைத்து ஓடுவதைப் போல நடந்தவாறிருக்கிறாள்.

மடத்தின் மணியோசை கேட்கிறது.

○

தந்தை உட்கார்ந்திருந்த இடத்திலிருந்து, மடத்தின் வடபாக வெள்ளைச் சுவர் தெரிந்தது. சுவருக்கு சாளரம் போன்ற ஒரு சிறிய கதவு இருக்கிறது. ஆற்றில் குளித்து ஒவ்வொருவராக அந்தக் கதவு வழியாக உள்ளே வந்துகொண்டிருந்தார்கள். கதவுக்கு வெளியே பெரிய வேப்பமரம் இருக்கிறது. அந்த வேப்பமரத்தில் பிரம்மராட்சசர்கள் உள்ளனர் என்பதை தந்தை சிறுவனாக இருக்கும்போதே கேட்டிருந்தார். சுவரைப் பிளந்துகொண்டு வந்திருந்த அந்த மரத்தின் ஒரு கிளையை உற்றுப் பார்த்துக் கொண்டு தந்தை உட்கார்ந்திருந்தார். ஒரு நாள் பக்தன் ஒருவன் இரவில் அந்தப் பக்கமாக வந்தபோது பிரம்மராட்சசன் அவனைப் பிடித்தான். பயந்தாலும் தைரியமாக அந்தப் பக்தன் குருவின் ஸ்தோத்திரத்தைச் சொன்னபோது, அந்தப் பிரம்மராட்சசன் அவனை விட்டுவிட்டானாம்.

எதிரில் தாயும் மகளும் தெரிந்தார்கள். இருவரும் பிரதிட்சனை செய்துகொண்டிருந்தார்கள். மகளின் நெற்றியில் மணல் அப்பியிருக்கிறது. அவளது கண் இமைகள் ஈரமாயிருக்கின்றன. தாய் தொடர்ந்து பெருமூச்சு விட்டுக்கொண்டிருக்கிறார். அவரை பார்த்தபோது தந்தைக்கு என்றும் இல்லாத விசித்திரமான உணர்வு தோன்றியது. அவர்கள் இருவரும் அந்நியர்கள்போல ஜனத்திரளின் இரு துகள்களாகத் தெரிந்தார்கள். அவர் யார்? இத்தனை நாள் அவர்கள் சேர்ந்திருந்திருக்காவிட்டால், அவர்கள் இருவருக்கும் தந்தைக்கும் தொடர்பு எதுவும் இல்லை என அவர் சொல்ல முடியுமே. இத்தனை நாட்கள் அவர்கள் எதற்குச் சேர்ந்திருந்தார்கள்? எப்படிச் சேர்ந்திருந்தார்கள். தந்தைக்கு எந்தக் கேள்விக்கும் பதில் தோன்றவில்லை.

பால் மீசை

மடத்தில் சாப்பாடு மிகத் தாமதமாகிறது. தந்தைக்கு இப்போதிருந்தே பசி எடுக்கிறது. என்றைக்கும் அவரால் பசியைப் பொறுத்துக்கொள்ள முடிவதில்லை. பசியினால் மனசுக்கு வெறி பிடித்துவிடுகிறது. எதுவும் தெரிவதில்லை. மருமகள் இறந்தபோதும் இப்படியே ஆகியிருந்தது. அவருக்கு எதிராக யாரோ புகார் கொடுத்திருந்தார்களென்று எதேச்சை யாக ஸ்பெஷல் இன்ஸ்பெக்ஷன் வந்திருந்தது. கெடுபிடியில் சாப்பிட்டதுபோல ஒப்பேற்றி, அவர் கூட்ஸ் ஷைட்டுக்கு ஓடினார். பின்னர், இரவு சரியாகச் சாப்பாட்டுக்கு உட்காரும் சமயத்தில் எப்படியெல்லாம் நடந்தது. பயங்கரமான மரணம் அவ்வளவு இயல்பாக வந்து மருமகளைப் பொறுக்கிக்கொண்டு போகும் என்பது கற்பனைக்கும் எட்டாத ஒன்று. மருமகள் வெங்காயத்தை அரிந்தபடி அரிவாள்மணையில் உட்கார்ந் திருந்தாள். எதிரே அடுப்பில் வைத்திருந்த பால் பொங்குவதைக் கூட கவனிக்காமல் அவள் அமர்ந்திருந்ததற்காகத் தாய் திட்டினாள். மருமகள் திடீரென எழுந்து வெளியே போனாள். திரும்பி வரவேயில்லை. ஓடிக்கொண்டே மாலை எக்ஸ்பிரஸ்ஸின் கடகடவென்ற ஓசையில் காணாமல் போனாள். எல்லா கலாட்டாவும் முடிந்து வீட்டுக்குத் திரும்பியபோது அதிகாலை நான்குமணியாகியிருந்தது. அன்றும் அவருக்கு இப்படியே பசியாக இருந்தது.

தந்தைக்கு மகனைப் பார்த்து ஆச்சரியம் ஏற்பட்டது. திடீரென என்றிலிருந்து அவனுக்குக் கடவுள் பக்தி வந்தது எனத் தெரியவில்லை. மனைவியின் மரணம் அவனுக்குக் கடவுள் மேல்; சிரத்தையை உண்டாக்கியிருக்குமோ? மகன் கண்ணை மூடிப் பக்திபூர்வமாக வலம் வருகிறான். நிறைவேறாத எந்த ஆசை நிறைவேற அவன் பிரார்த்தனை செய்துகொண்டிருக்கிறானோ? வலம் வந்துவந்து மகன் சலிப்படைந்தான். இதற்கே கால் வலிக்கிறது. மனைவி இருந்தால் அவள் இப்பொழுது திட்டுவாளாயிருக்கும், ‘ஊரில் இருக்கும்போது அவுத்துவிட்ட கழுத மாதிரி ஊர் சுத்திக்கிட்டு வர்றீங்க. சாமியை வலம் வர்றதுன்னா கால் வலிக்கிறதா? உங்க சாமி சேவைக்காக இப்படிச் சலிப்படையக் கூடாது?'. அது ஞாபகம் வந்து, வலம் வருவதைத் தொடர வேண்டுமென அவனுக்குத் தோன்றியது. அவனுக்குச் சுயமாக என்றும் கடவுளின் மேல் நம்பிக்கை இருந்ததில்லை. இப்போதும் இல்லை. ஆனாலும், இப்போது வலம் வருகிறான். இதனால் அவளுக்குச் சந்தோசமாகலாம் என்றா? உயிரோடிருந்த பொழுது அவளைச் சுகமாக வைத்திருக்க வேண்டுமென்பது அவன் கவனத்துக்கே வரவில்லை. இப்பொழுது அவளுக்கு எதனால் சந்தோசமாக வேண்டியிருக்கிறது? இருந்தபோது அவளது சின்ன ஆசையைக்கூட நிறைவேற்ற முடியவில்லை.

திருமணமான புதிதில் ஒருமுறை மந்திராலயத்துக்குப் போய் வர வேண்டுமென அவள் மனசில் இருந்தது. தாய்தான் அதற்கு தடை போட்டாள். 'இதுக்குள்ள அவளுக்கென்ன வயசா ஆயிடுச்சி. இன்னக்கில்லன்னா நாளைக்காவது போகப் போறா. கல்யாணச் செலவே ரொம்ப ஆயிடுச்சி. திரும்பப் புதுச் செலவு எதுக்கு? அன்றைக்கு நின்றது ஒரேயடியாக நின்று போனது. அவள் மந்திராலயத்தைக் காணவேயில்லை. அவள் இறந்து இன்னும் ஆறுமாதம்கூட ஆகவில்லை. அவர்கள் எல்லோரும் மந்திராலயத்துக்கு வந்திருக்கிறார்கள்.

நடக்கும்போது மகனின் பஞ்சக்கச்சம் காலில் சிக்கியது. இடறிக் கீழே விழ இருந்தவன் பக்கத்திலிருந்த மதில் சுவரைப் பிடித்துக்கொண்டு நின்றான். தூரத்தில் தாய் யாரிடமோ பேசிக்கொண்டிருப்பது தெரிந்தது. வலம் வருவதைப் பாதியில் நிறுத்தித் தாயும் எதையோ கை நீட்டி அவருக்குச் சொல்லுகிறாள். அவள் என்ன சொல்கிறாள் என்பது மகனுக்கு நிச்சயமாகத் தெரியும். தன் மனைவிக்குத் துர்மரணம் ஏற்பட்டது என்றும் அவள் பேயாக வந்து தங்கையைப் பிடித்துக்கொண்டு இம்சிக்கிறாள் என்றும் எல்லோருக்கும் சொல்லிக்கொண்டே சுற்றுகிறாள். 'இருந்தபோது மருமகளுக்கு இவ்வளவு எல்லாம் செய்தாலும், எனக்குக் கெட்ட பெயரைக் கொடுத்துப் போனாள்' என்று எல்லார் எதிரிலும் பிரச்சாரம் செய்து அழுகிறாள். தாயின் சுபாவத்தினால் வீட்டில் எல்லோரும் சலிப்படைந்திருந்தாலும் தந்தை மட்டும் குடும்பப் பாரத்தைக் கைக்கழுவிட்டிருந்தார் என்பது மகனுக்கு விவரம் புரிந்தபோது தெரிந்தது. முதலி லிருந்தே தாயின் நடத்தை விசித்திரமாகவே இருந்தது. தந்தை அதிகம் சாப்பிட்டால் கூடச் சந்தேகப்படுவாள். அதிலும் தந்தை தவறிப்போய் வேறு பெண்களுடன் சிரித்துப் பேசினால் அவ்வளவுதான். அப்போது தாயின் அவதாரத்தைக் கண்ணால் பார்க்கக்கூட முடியாது. இதெல்லாம் வளர்ந்து பெரியவனான பின்பு மகனுக்குத் தெரியவந்தது. தந்தையின் பேச்சு ஏதேனும் அவள் மனசுக்கு எதிராகத் தோன்றினால் முடிந்தது. தாய் வயிற்றிலடித்தக்கொண்டு ஒப்பாரி வைப்பாள். தந்தையின் ஒவ்வொரு பேச்சுக்கும் அவளுக்குக் கோபம் வரும். அவன் சிறுவனாயிருந்தபோது ஏதோ ஒரு பைசா பெறாத காரணத்துக்காகத் தந்தையுடன் சண்டையிட்டு ஒரு நாளெல் லாம் ஆஞ்சநேயர் கோயில் பலகை மேல் உட்கார்ந்திருந்து திரும்பி வந்தாள்.

தாயின் வாயில் 'சாவு' தினசரி புழங்கியது. கோபம் வந்தால் 'சாகிறேன்' என்று புறப்பட்டுப் போய்க் கோபம் குறைந்த உடனே வீட்டுக்குத் திரும்புவாள். மகனுக்கு இப்போது கால்

அதிகமாக வலிக்கத் தொடங்கியது. மிகவும் திராணியற்றுப் போயுள்ளது. வலம் வந்து சலிப்பேற்பட்டது. வெயில் ஏறி மணல் சூடேயுள்ளது. தனக்குத் தாகமெடுப்பது ஞாபகத்துக்கு வந்தது. ஆற்றிலிருந்து நிரப்பி எடுத்து வந்திருந்த சொம்பை நினைத்து உட்காருவதற்காகப் போடப்பட்டிருந்த பலகையின் பக்கம் போனான். மகன் உட்கார்ந்திருந்த பலகையிலிருந்து குருவின் நந்தவனம் தெரிந்தது. கீழே கம்பத்தில் சாய்ந்துகொண்டு ரத்தச் சிவப்பு வண்ணப் பட்டு அங்கவஸ்திரத்தைக் கட்டிக் கொண்டு ஒரு வயோதிகர் அமர்ந்திருக்கிறார். அவரது தோளைப் பிடித்துபடி அருகில் அமர்ந்திருக்கும் அந்தப் பெண் அவர் மனைவியாக இருக்க வேண்டும். அவர் அருகில் மல்லிகை மாலை தொடுத்தபடி இரு இளம்பெண்கள் அமர்ந்திருக்கிறார்கள். ஒருத்திக்குப் பச்சை நெற்றி. உடலில் கடுகளவும் அலங்கார மில்லை. தூய வெள்ளைச் சேலை உடுத்தியிருந்தாள் மற்றவள் நெற்றியின்மேல் குங்குமம் இருக்கிறது. அவளுக்கு இன்னும் திருமணம் ஆகவில்லை. மகனின் கவனம் விசேஷமாக அவள் பக்கம் செல்லவில்லை.

மகன் பச்சை நெற்றிக்காரியைப் பார்த்தபடியே அமர்ந்திருந்தான். அவளைப் பார்த்தபடி உட்கார்ந்திருக்க வேண்டும் எனத் தோன்றுவது ஏன் என்ற கேள்வி வெகு நேரம் கழித்து அவன் கவனத்துக்கு வந்தது. ஒரு பக்கத்திலிருந்து பார்த்தால் அவள் அசப்பில் அவன் மனைவியைப்போலவே தெரிகிறாள். எவ்வளவு நேரமாகப் பார்த்துக்கொண்டிருக்கிறான்? அவள் சிரிக்கும் விதமும் முழுசாக அப்படியே இருக்கிறது. பின்பு இவன்; பார்ப்பது அவள் கவனத்துக்கு வந்து அவள் முகத்தை வேறு பக்கம் திருப்பிக்கொண்டாள். மகன் திடீரெனக் கலவர முற்று அங்கும் இங்கும் பார்த்துவிட்டுக் கடைசியாக அருகிலிருந்த ஸ்தல விருட்சத்தின் கீழ்ப் பார்வையை நிறுத்த முயற்சித்தான்.

அவள் உடம்பு திண்ணென்றிருந்தது. எவ்வளவு நேரமாக அவள் அப்படி அங்கே நின்றிருந்தாளோ யாருக்குத் தெரியும்? எந்த உணர்ச்சியும் இல்லை என்கிற பிரமையைத் தோற்றுவிக்கும் பார்வையுடன் தாய் அவனைப் பார்த்துக்கொண்டு நின்றிருந்தாள். மகனுக்குப் பயம் ஏற்பட்டது. அவன் யோசித்தான். தாய் என்றால் தனக்கு ஏன் அத்தனை பயம் வரவேண்டும்? தான் அந்தப் பெண்ணைப் பார்த்தால் என்ன தவறு? தாய் எந்த ஆண் பக்கமும் பார்ப்பதேயில்லையா? ஆனால்... ஆனால்..? தாயைப் பார்த்தால் நாங்களெல்லாம் ஏன் பயப்படுகிறோம்? தந்தை கூடப் பயப்படுகிறார். தங்கையோ தாயின் மீதுள்ள பயத்தின் காந்தலில் சிக்கிப் படிப்படியாக வாடிக்கொண்டிருக்கிறாள். தனக்கும் தாய் என்றால் பயம். ஆனால் இந்தப் பயத்துக்குக் கொஞ்சமும்

ஆட்படாத ஒரே ஒரு ஜீவன் கொஞ்ச நாள் மட்டும் வாழ்ந்து போனது. மகனுக்குத் தன் மனைவியின் மேலே மதிப்பு. தாயின் இம்சையால் அவள் சலிப்புற்றாள். அழுதாள். வாழ்ந்தவரைக்கும் எல்லாவற்றையும் மௌனமாகச் சகித்துக்கொண்டாள். ஆனால் தாய்க்கு அவள் என்றும் பயப்படவில்லை. திருமணமான புதிதில் தாய்க்குத் தெரியாமல் நண்பன் வீட்டிற்குப் போய் வருகிறோம் என்று பொய் சொல்லி அவர்கள் இருவரும் சர்க்கஸுக்குப் போயிருந்தார்கள். மறுநாளே அது தாய்க்கு எப்படியோ தெரிந்துவிட்டது. கோபத்தில் தன்னை மறந்தாள். 'தங்கையைத் தவிர்ப்பதற்காகவே நீங்கள் இந்த ஆட்டம் ஆடியிருக்கிறீர்கள்' என்று சீறி அடம்பிடித்து அன்றே பக்கத்து வீட்டுச் சிறுமியின் துணையுடன் மகளைச் சர்க்கஸுக்கு அனுப்பினாள். அன்று இவ்வளவெல்லாம் கலவரம் ஏற்பட்டாலும், மனைவி வாய் திறக்காமல் அமைதியாகத் தன் பாட்டுக்குத் தானிருந்தாள். மற்றொரு நாள் தாய்க்குச் சொல்லாமலே அவர்கள் இருவரும் சேர்ந்து போட்டோ பிடித்துக்கொண்டு வந்தபோது, தாயின் சீறலுக்கு எல்லையே இல்லை. பேச்சுக்கு எதிர்ப்பேச்சு வளர்ந்து எல்லோரையும் வாய்க்குவந்தபடித் திட்டிவிட்டுத் தான் கிணற்றில் விழப் போகிறேன் என்று தாய் புறப்பட்டபோது, சமமான கோபத்துடன் அவன் மனைவி தைரியமாகச் சொன்னாள், 'போய் விழுங்க. உங்களுக்குத் தைரியம் இருக்குதான்னு பார்க்கலாம். சாகப் போறவங்க தம்பட்டம் அடிச்சிக்கிட்டா போய் சாவாங்க?' கடைசியில் அவள் தன் பேச்சை மெய்ப்பித்து விட்டுப் போனாள். அல்லது அந்தப் பேச்சை மெய்ப்பிக்க அன்று அவள் அப்படி ஓடினாளோ?...தாயின் கையில் சாவு விநோதமான மதிப்பில்லாத சரக்காயிருந்தது. உயிரோடிருந்தபோதெல்லாம் சாவின் நினைவில் தொங்கிக்கொண்டிருந்த தாய்க்கு வாழ்வின் சுகமும் கிடைக்கவில்லை; சாவின் நிம்மதியும் கிடைக்கவில்லை. இருந்தபோது 'சாவு, சாவு' என்று அடித்துக்கொண்டவள் சாகிற நாளன்று வாழ்வதற்காக வேண்டிப் புலம்பினாள்.

அமர்ந்திருந்த இடத்திலேயே மகன் கணக்குப் போட ஆரம்பித்தான். ஸ்டேசனிலிருக்கும் அவர்கள் வீட்டிலிருந்து இரவில் ரயில்வே இருப்புப்பாதை வரைக்கும் ஓட்டமாகச் செல்ல எவ்வளவு நேரம் பிடிக்கும்? அன்று அவள் ஓடுவதற்கும் ரயில் வண்டி வருவதற்கும் நேரம் எப்படிச் சரியாக இருந்தது. தாய் திட்டியதால் கண்ணீர் நீர் நிறைந்திருக்க வேண்டும். கண் அடைத்துக்கொண்டு ஏன் அன்று வழி தவறவில்லை? பகல் பொழுதில்கூட ரயில் பாதையைத் தாண்டும்போதுதான் சிக்னல் கம்பியில் எத்தனை முறை இடறவில்லையா? அந்தக் கம்பி ஏன் அன்று அவள் வேகத்தை குறைக்கவில்லை? இரவு என்றாலே பயப்படுகிறவள் எப்படி அன்று ஒருத்தியே தைரியமாகப்

போனாள்? எந்தக் கேள்விக்கும் பதில் இல்லை. ஆனால், எல்லாமும் நடந்துவிட்டிருந்தது.

மனைவியின் நினைவால் மகனுக்குத் துக்கம் ஏற்பட்டது. ஆனால், அழுகை வரவில்லை. எரிந்துபோன மனைவியின் சிதையிலேயே அவனது அழுகையும் சாம்பலாகிப் போனதாகத் தோன்றியது. தந்தை, தாய், தங்கை, மற்றும் தான் இவர்களில் யாருக்கும் பரஸ்பரத் தொடர்பே இல்லை. வேறுவழியின்றி ஒருவர் இன்னொருவரை நம்பி, சார்ந்து ஒன்றாக இருக்கிறோம். அவனுக்குச் சர்க்கஸில், அந்தரத்தில் தொங்கும் ஓர் ஊஞ்சலிலிருந்து இன்னொரு ஊஞ்சலுக்குத் தாவும் ஆட்டக்காரர்களின் குழு நினைவுக்கு வந்தது. அவர்களைப் போலத் தாங்களும் ஒருவரை ஒருவர் நம்பியிருப்பது அவசியமாயிருக்கிறது. ஒருவர் வாழ்வு மற்றொருவர் மேல்; மேலும் எல்லோர் வாழ்வும் ஒருவர் மேல் சார்ந்திருக்கிறது. இந்தச் சூட்சுமத்தை அலட்சியப்படுத்தி ஒரு கணம் சுதந்திரமானவளாக இருக்க ஆசைப்பட்ட மனைவி கைப்பிடி தவறிக் கீழே விழுந்துவிட்டாள். இப்பொழுது தங்கை தொங்கிக்கொண்டிருக்கிறாள். அவளும் கைவிட்டுவிட்டால், ஒவ்வொருவராக எல்லோரும் கீழே வீழ்வோம். ஆனால், எல்லோரது வாழ்வின் சுதந்திரமும் இப்பொழுது தன் கையில் இருக்கிறது என்பது தங்கைக்குத் தெரியவில்லை. அவளுக்குச் சிந்திக்கிற சக்தியேனும் எங்கே இருக்கிறது? நாளை அவள் மீண்டும் பழையபடியானால், எல்லோரும் அவரவர் வழியைப் பார்த்துக்கொண்டு போவார்கள். தந்தை இன்னும் அதிக தினம் வீட்டை நம்பி இருப்பதற்கில்லை. தனக்கும் வீட்டில் என்ன ஆதாரம் இருக்கிறது? தங்கையின் நோய் குறையாமலிருப்பதில் தான் குடும்பத்தின் கௌரவம் இருக்கிறது. அவளுக்கு நோய் சுகமானால் குடும்பம் சுக்கு நூறாகும். எல்லோரும் சிதறிப் போவார்கள்.

வெயிலின் வெக்கை மிக அதிகமாக இருக்கிறது. உடம்பின் மீது வியர்வை வழிகிறது. பசியுடன் சக்தியற்றவனான மகனுக்குத் துக்கம் வந்ததுபோலத் தோன்றியது. ஆனால், உண்மையில் தூக்கம் வரவில்லை. உட்கார்ந்திருந்தவன் அப்படியே பின்னாலிருந்த சுவரில் தலையைச் சாய்த்தான். அருகில் அமர்ந்திருந்தவர்கள் தங்களுக்குள்ளேயே பேசிக் கொண்டிருந்தார்கள்.

‘ஐயா, நீங்க சொல்லுங்க. மடத்துக்கு முன்பிருந்த மகிமை இப்ப இல்ல. மடத்தின் மகிமை வரவரக் குறைந்து கொண்டிருக்கிறது.

‘இதென்ன சுவாமி, இப்படிச் சொல்றீங்க நீங்க? குருவின் மகிமை இப்போ எல்லா இடத்திலும் பரவியிருக்கு. நாலா

திசையிலிருந்தும் வேற வேற பாஷை பேசுற பக்தர்கள் அதிக எண்ணிக்கையில் சேர்றாங்க.'

'குருவின் மகிமையைப் பற்றி நான் பேசவில்லை, ஐயா. மடத்தின் மகிமையைச் சொன்னேன். பழைய மடாதிபதி இங்கிருந்தபோது நீங்க வந்திருக்க மாட்டீங்க. என்ன அன்னதானம் அந்த மகானுபவரது! மாசக்கணக்கில் யாரேனும் சாப்பிட்டாலும், ஒருவருக்கும் எதிர்த்து ஒரு வார்த்தை பேசவும் அப்பொழுது தைரியமில்லை. இப்ப என்ன, நாலு நாள் சாப்பிட்டாலே, பரிமாறுகிறவர்கள்கூட உங்களை முறைத்துப் பார்க்க ஆரம்பித்துவிடுவார்கள். அன்றைக்குச் சமையலில் என்ன ருசி, ஐயா! "குருமடத்தின்" குழம்பு எங்கள் பக்கம் ஒவ்வொரு வீட்டிலும் பிரசித்தம். அதிகாலையில் சாப்பிட்டுப் போனால், மாலை வரைக்கும் மசாலா வாசனை போகாது. அதை அளவுகோலாக வைத்துப் பார்த்தால், இப்பொழுது மடத்தின் நிர்வாகம் சீரழிந்துபோய்விட்டது. முக்கியமாகக் குழம்பு முன்னைப்போல இல்லை.'

'ஆனால் குருவின் மகிமைக்கும் குழம்புக்கும் என்ன சம்பந்தம், ஐயா?'

'நான் சொல்வது உங்களுக்கு அவ்வளவு சரியாகப் புரிந்த மாதிரி தெரியவில்லை. மக்கள் ஒரு மடத்தின் தரத்தைக் கணிப்பது அதன் அன்னதானத்தை வைத்து. உடுப்பி ஸ்ரீகிருஷ்ணனின் சன்னிதானத்தில் இரண்டு வேளை அன்னதானம் நடக்கிறதாம். என்ன புண்ணியவான்கள் அவர்கள்! முக்கியமாகக் கலிகாலம் வந்துவிட்டது. எல்லா திசையிலும் அன்னதானம் குறைந்து விட்டது.

தீபாராதனையின் ஓசை எல்லோரையும் எழுப்பியது. மகனும் அங்கேயே எழுந்து நின்றான். தூரத்திலிருந்து தந்தை ஓடிவந்து ஜனத்திரளுடன் சேர்ந்து அங்கிருந்தே அவனுக்குத் தெரிந்தது. அர்ச்சகரின் மந்திர உச்சாடனம் கோயிலுக்குள் எதிரொலிக்கிறது. தீபாராதனையின் ஆயிரம் விளக்குகளின் ஒளியில் கண் திடீரென மங்கி அவ்வொளியின் பிரகாசத்தில் மகனின் உடல் வேர்த்தது. இதைப்போலவே மனைவியின் சிதையின் பக்கம் நின்ற போது, காற்றின் வேகத்தில் காந்தல் புகுந்து உடம்பில் பட்டது. தீபாராதனையில் விளக்குத் திரிகள் எரிந்து கருகும் வாசனை வருகிறது. நெருப்பில் தர்ப்பை, நெய், சாதம், ஆகியவற்றைப் போட்டால் இதேபோல வாசனை வருகிறது. மகன் கண்ணை விழித்து நந்தவனத்தின் எதிரில் வட்டமாகச் சுழலும் ஜோதிகளை அசைவற்றுப் பார்க்கிறான். சேகண்டிகளின் ஓசை நாராசமாக இருந்தது. கூட்டம் முண்டியடித்தது. நந்தவனத்துக்குள்

கடல் அலைபோல ஜனங்கள் விழுந்துகொண்டிருந்தார்கள். மகன் அசையாமல் அப்படியே நின்றுகொண்டிருக்கிறான்.

O

தீபாராதனையின்போது தாய் பெண்கள் கூட்டத்தில் சிக்கிக் கொண்டாள். அதிகமான கூப்பாடு. அந்த நெரிசலில் யாரோ காலை மிதித்தார்கள். வைசியச் செட்டிப் பெண் ஒருத்தி பாய்ந்து வந்து அவரை மோதினாள். அதுவரைக்கும் 'மடி'யாக இருந்து பூசை வேளைக்குச் சரியாக யாரையாவது தீண்டுவது என்றால் என்ன கர்மம்? தலைக்குத் தலை மோதுகிறது. தாய் கழுத்து முறிவதுபோல முகத்தை மேலே தூக்கினாள். ஆனால், குருவின் தரிசனம் கிடைக்கவில்லை. கறுத்த தலைகள் கண் முன்னே வந்து கண்ணை இருட்டாக்குகின்றன. மணியோசை கேட்கிறது. தூரத்தில் மங்கலாக விளக்கு இருப்பதற்கான அறிகுறி மட்டும் தெரிகிறது. ஆனால், நந்தவனமே தெரியவில்லை. அந்தக் களேபரத்தில் மகள் எப்பொழுதோ தாயின் கையை உதறிவிட்டுப் போயிருந்தாள். அவள் வெளியே வந்து வேப்பமரத்தின் கீழே குவியல் குவியலாக விழுந்திருந்த காய்ந்த இலைகளைச் சிதறி யடித்தபடி உட்கார்ந்தாள். சிறிதும் மேகமில்லாத வானம் வெயிலின் தகிப்பில் காய்ந்து போயுள்ளது. அதைப் பற்றிய நினைவே இல்லாமல் மகள் ஆகாயத்தை உணர்ச்சியற்றுப் பார்த்தபடி அமர்ந்திருக்கிறாள். எதிரே, காய்ந்துபோன பாறைகளுக்கு இடையிலிருந்து பாதை புறப்பட்டு ஆற்றுக்குப் போயிருக்கிறது. காற்றின் சுவடே இல்லாத வெயிலில் காய்ந்த ஆறு புகைந்துகொண்டு இருக்கிறது. மகள் திடீரென எழுந்தாள். அருகிலேயே விழுந்திருந்த காய்ந்த வாழைப்பழத் தோல்களை எடுத்துக்கொண்டு சிறிது தூரத்தில் நிழலில் படுத்திருந்த நாயைச் சாப்பிட வைக்கப் போனாள். நாய் அதன் வாசனையை நுகர்ந்து, முகத்தைத் திருப்பிக்கொண்டு அங்கிருந்து புறப்பட்டுப் போனது. அப்பொழுது தனக்கும் பசியாயிருக்கிறது என்பது மகளுக்குத் திடீரென நினைவு வந்தது. வாழைப்பழத் தோலை எடுத்துத் தின்ன வேண்டும் என யோசித்து முடிவெடுப்பதற்குள் அதை மறந்தாள்.

மகளுக்கு இப்பொழுதெல்லாம் எதுவும் நினைவிருப்ப தில்லை. ஏக காலத்தில் இரண்டு உலகங்களில் இருந்துகொண்டு செயல்படுவதாக அவளுக்குத் தோன்றியது. ஒருமுறை பொருளற்றதென்று தோன்றியது, மற்றொரு முறை விசித்திர மாகத் தோன்றியது. தான் இந்த உலகத்திலிருந்து மற்றொரு உலகுக்கு மிதந்து போய் அதன் உச்சியின் மையத்தை அடைந்து படபடவென அடித்துக்கொள்வதுபோல பயங்கரமான கற்பனை வந்துகொண்டிருந்தது. கும்மிருட்டில் நட்சத்திரங்கள்

ஊஞ்சலாடுவதுபோலக் கண்ணெதிரில் இருள் பரவி அதற்குள் ஒளியின் துகள்கள் பலவிதமான வடிவம் கொண்டு வரிசையாகச் சரிந்து ஊஞ்சலாடி மாயமாக மறைந்தன. ஆயிரம் சங்கதிகள், ஆயிரம் முகங்கள் நெருக்கியதில் இடறி, விழுந்து ஒழுங்கற்றுச் சேர்ந்து சேர்ந்து குழப்பத்துக்குள் ஆழ்ந்தன. என்றிலிருந்து அப்படியானது? எதனாலானது என்பதும் அவளுக்கு தெரியாது. சிந்திக்கும் திறன் அவள் கட்டுப்பாட்டில் இல்லை. கண்ணெதிரில் காணும் காட்சி சினிமா படம் பார்ப்பதுபோலப் பொருள் தெரியா விட்டாலும் ஏதும் செய்ய இயலாதவளாகப் பார்த்துக்கொண்டு உட்கார்ந்துவிடுவாள்.

அண்ணி இறந்தபோது தாய், தந்தை, அண்ணன் எல்லாரும் அழுதார்கள். அது நினைவுக்கு வந்தால் அவளுக்கு இப்போதும் சிரிப்பு வருகிறது. பெரியவர்கள் அழுவது அவ்வளவு விசித்திரமாகத் தெரியுமென்பது அவளது அனுபவத்திற்கு வந்தது அதுவே முதல் முறை. தாய் வார்த்தை வெளியில் வராமல் வாயடைத்துப்போய் உட்கார்ந்திருந்தார். தந்தையின் குரல் அழுகைச் சரிப்பட்டு வராது. மேலும் அழும்போது அவர் முகம் மிகவும் விகாரமாகத் தெரியும். அன்று தந்தையிடம் அழவேண்டாமெனத் தெளிவாகச் சொல்ல வேண்டுமெனத் தோன்றியது. ஆனால், துண்டு துண்டாகி விழுந்திருந்த அண்ணி யின் உடலுக்கு அருகில் செல்லும் தைரியமில்லை. கார்டின் கைவிளக்கு வெளிச்சத்தில் அண்ணியைத் துண்டு துண்டாக்கிய ரயில் எஞ்சினின் பெரிய சக்கரம் மின்னியது. நிராதரவாகச் சாகும் தருணத்தில், வேகமாகச் சுழலும் சக்கரத்தை அணைத்துக் கொள்ள அண்ணி ஆசைப்பட்டிருக்கலாம்.

கம்பிக்கு மேலாகப் பூமியைத் தொடாமல் அந்தரத்தில் சுழலும் பெரிய சக்கரம் மகளின் கண்முன்னே வந்தது. தான் பார்த்த சர்க்கஸ் நினைவுக்கு வந்தது. தான் பார்த்த சர்க்கஸ் நினைவுக்கு வந்தது. ஒற்றைச் சக்கர சைக்கிளை ஓட்டும் பெண் சிறிது சமநிலை தவறினாலும், கம்பியிலிருந்து சரிந்து நிலத்தில் வீழ்வாள். வண்ண வண்ணமான வெளிச்சத்தில் போதையேற்றும் பேண்டு இசையின் தாளத்துக்குத் தக்கபடி குதிரைகள் வட்டமாக விருப்பு வெறுப்பில்லாமல் சுற்றிக்கொண்டிருந்தன. சர்க்கஸில் சிங்கத்தைப் பார்த்தபோது, மகளுக்குப் பயம் வரவில்லை. ஆட்டம் என்ற பெயரில் அதற்கு ஏற்பட்ட சித்திரவதையால் சிங்கம் மிகவும் கோபமடைந்தது. ஆனால், கூண்டின் பக்கம் போன சிங்கம் சாட்டை அடிக்குப் பணிந்து திரும்பவும் பார்வையாளர்கள் பக்கம் வந்தபோது அவள் பயம் தணிந்திருந்தாள்.

அந்த நிகழ்ச்சிகளெல்லாம் முன்னுக்குப் பின்னாக ஓடிப் பிடித்து விளையாடும் ஆட்டத்தில் சிறுவர்கள் வட்டமாகச்

சுற்றி நின்று ‘என்னைத் தொடு’ என்று கூப்பிடுவதைப் போல நாலா பக்கத்திலிருந்தும் அவளை அழைத்தன. மடம் தூரத்தில் இருந்தது. மந்திரித்த சாம்பலைக் கொடுத்துவிட்டுப் புறப்பட்ட சந்நியாசியைத் தொடர்வதுபோல மகள் நிகழ்ச்சிகளின் முதுகில் ஏறிச் சென்றாள். பாதி தூரம் வந்ததில் ஆற்றுக்கு அருகில் வந்திருக்கிறாள். பெரிய பாறைகள் தோசைக் கற்களைப் போலக் காய்ந்து போயிருந்தன. மகள் கால் வைக்க முடியாமல் ‘தக்கதை’ எனக் குதித்துக் கொல்லென்று சிரித்தாள். ஆனால் கால் சுடுவதைச் சகித்துக்கொள்ள முடியாமல், குரலெடுத்துச் சிறு குழந்தையைப்போல அழத்தொடங்கினாள். தான் இனி எங்கே போக வேண்டுமென அவளுக்குத் தெரியவில்லை. எதிரே ஆறு வழி மறித்துக்கொண்டு இருந்தது. பின்பக்கம் தூரத்தில் மடத்தின் சுவர்கள் பிரம்மாண்டமாய், உயரமாக நின்று சிறைச்சாலை யின் சுவர்களைப்போல அவளைத் திரும்பி போகவிடாமல் அந்த அமைதியான சூழலில் ஒழுங்கற்று விழுந்திருந்த குரூரமான கற்கள் படையெடுத்து ஒரேயடியாக அவள் மேல் ஏறிவந்ததுபோலத் தோன்றியது. சிடுசிடுவெனச் சீறிக்கொண்டே தண்ணீரின் பக்கம் ஓடினாள். நாலா பக்கமும் பாறைக் கற்கள் கைகட்டிக்கொண்டு அவளைச் சுற்றி வளைத்துக்கொள்ளும் திட்டத்துடன் பின்னால் நின்றிருக்கின்றன. அவைகளிடமிருந்து தப்பித்துக்கொண்டு முன்னே செல்ல வேண்டுமென்றால் அங்கே தண்ணீர். மகள் திகைத்து நின்றாள். இரு கைகளாலும் தலையைக் கெட்டியாகப் பிடித்துக்கொண்டு வானத்தை நோக்கிப் பெருங்குரலெடுத்து அழுதாள்.

மடத்தில் தீர்த்தமும் பிரசாதமும் வழங்கப்பட்டு சாப்பாட்டுக்கான ஏற்பாடு நடந்துகொண்டிருக்கிறது. பெண்களும் சிறுவர்களும் தத்தம் இலையைப் பிடிக்கத் தாவிக்கொண்டிருந் தார்கள். குழம்பின் வாசனை கமகமவென மடம் எங்கும் கமழ்ந் திருந்தது. வரிசை வரிசையாக இலைகளைப் போட்டிருக்கிறார்கள். இலையில் சாதம், பாயசம், குழம்பு, பூசணிக்காய் பொறியல் ஆகியவை பரிமாறப்பட்டுள்ளன.

தந்தையும் மகனும் ஆண்கள் பந்தியில் அமர்ந்திருந்தார்கள். தந்தை சந்தனம் பூசிக்கொண்டாயிற்று. சாப்பிடுவதற்காக ஆச்சாரியார் ‘கிருஷ்ணார்ப்பனமஸ்து’ எனச் சொல்வது ஒன்று மட்டும் பாக்கி. அட்சதையைப் பூசிக்கொள்வதற்காகத் தந்தை முகத்தை மேலே உயர்த்தினார், எதிரில் தாய் வந்து நின்றிருக் கிறார். முகம் வெளுத்திருக்கிறது. பேச முடியாமல் ஒரேயடியாகத் தேம்பிக்கொண்டிருக்கிறார். மூச்சைப் பிடித்துக்கொண்டு, தாய் மெதுவாகச் சொன்னார், ‘மகள் மடத்தில் இல்லை. எங்கோ போய்விட்டிருக்கிறாள்.’

தந்தை பந்தியைவிட்டெழுந்தார். மகன், தாய் இருவரும் அவரைத் தொடர்ந்தார்கள். எல்லோரும் ஓடோடி ஆற்றங்கரைக்கு வந்தார்கள். பார்க்கிறார்கள். தங்கை பாறைக்கல்லில் தலையை முட்டிக்கொண்டு அசைவே இல்லாமல் விழுந்து கிடக்கிறாள்.

வெயில் கோரத் தாண்டவமாடுகிறது.

காற்றும் மூச்சடைத்துப் போயுள்ளது.

ஆனால், மகள் மூச்சு விட்டுக்கொண்டிருக்கிறாள்.

O

'மகளே, கையை விட்டுவிடாதே. கெட்டியாகப் பிடித்துக்கொள் கூட்டத்தில் எங்காவது தவறிவிடுவாய்! மகளின் கையைப் பிடித்திருந்த தாய் பிடியை மேலும் இறுக்கியபடிச் சொன்னார். தங்கை உற்சவத்துக்காகத் திரண்டிருந்த மக்கள் கூட்டத்தை ஆச்சரியமுற்றுப் பார்த்துக்கொண்டிருக்கிறாள். மடத்துக்கு எதிரிலுள்ள வயலில் வரிசையாகக் கடைகளைப் போட்டிருக்கிறார்கள். வாங்குவதற்கு எதுவுமில்லாமல் போனாலும், வெறுமனே ஏதேனுமொரு கடையின் முன்னால் போய் நிற்க வேண்டும் என அவளுக்குத் தோன்றியது. மகள் இன்று மகிழ்ச்சியாயிருக்கிறாள். முன்னிருந்த களையற்ற தன்மை குறைந்து உடலெல்லாம் அபரிமிதமான உற்சாகம் நிறைந்திருக்கிறது. தந்தையும் மகனும் இவர்களுக்குப் பின்னே நடந்து வந்து கொண்டிருந்தார்கள். தந்தைக்கு அவர்கள் புறப்பட்ட ரீதி புதிதாகத் தோன்றியது. சிறிது வெட்கமும் உண்டானது. இப்படிக் குடும்பம் முழுவதும் கையைப் பிடித்துக்கொண்டு வெளியில் போவது மிக அபூர்வம். ஒரு கணம் தந்தைக்குப் பெருமையாகத் தோன்றியது. நிறைவாக இருந்தது. தங்களெல்லோரும் இப்படி ஒற்றுமையாயிருந்தால் அவர்களின் வாழ்வு எப்படி இருந்திருக்கும் என்பதைக் கனவு கண்டுகொண்டு அவர் முன்னே நடந்தார். மகன் கூட்டத்தில் சிக்கிப் பின் தங்கியிருக்கிறான். அவன் வருகிற வரைக்கும் நின்று அவன் கையை உறுதியாகப் பற்றித் தந்தை முன்னே நடந்தார். ஆனால், அவருக்கு மிகவும் பலவீனம் ஏற்பட்டிருக்கிறது. கூட்டத்துக்கு ஈடுகொடுக்கும் வலிமை தற்பொழுது தனக்கு இல்லை என்பது அவருக்குத் தெளிவாயிற்று. ஏனென்றால், மக்கள் வெள்ளமென வந்து அவரை முன்னுக்குத் தள்ளிக்கொண்டிருக்கிறார்கள். தாயின் முகம்; கோபத்தினாலோ அருவெருப்பினாலோ சுருங்கியிருந்தது. கூட்டத்தில் மக்கள் திடீரென்று முட்டிமோதுவது அவருக்குப் பிடிக்கவில்லை. மகளை அழைத்துக்கொண்டு எவ்வளவு குறுகி நடந்தாலும் மக்கள் நெருக்குகிறார்கள்.

வானத்தில் எங்கும் மேகம் கவிந்துள்ளது. ஆயிரக்கணக்கான மக்கள் சாப்பிட்ட இலைகள் எடுப்பாரில்லாமல் ஆற்றங்கரைக்குச் செல்லும் வழியெங்கும் அப்படியே விழுந்திருக்கின்றன. தேர்த் திருவிழாவின் தரிசனத்துக்காக ஆரவாரத்துடன் மக்கள் அனைவரும் மடத்தின் வளாகத்தில் முட்டி மோதத் தொடங்கினார்கள்.

அந்த நால்வரும் அப்படியும் இப்படியும் நெருக்கிநெருக்கி வழி ஏற்படுத்திக்கொண்டு கோயிலின் பெரிய வாசல்வரைக்கும் வந்துசேர்ந்தார்கள். மகனுக்கு இரண்டு நாட்களாக அந்த நாராசத்தைச் சகித்துக் கடைசியாக இப்பொழுது எரிச்சல் உண்டாக்கியது. பெரிய வாசற்படியின் மேலிருந்து பார்த்தால் சுற்றிலும் வெறும் தலைகளே தெரிந்தன. இந்தக் கோலாகலத்தில் கையை உதறிக்கொண்டு தந்தையை அவர் பாட்டுக்கு விட்டு விட்டு வெளியே ஓடிப்போக வேண்டுமென மகனுக்குப் பேராசை ஏற்பட்டது. முன்னே போகப் போக வளாகம் சுருங்கிக் கொண்டே போயிற்று. தான் இன்னும் முன்னேறிப் போனால் இக்கட்டில் சிக்கி நசுங்கிப் போகலாம் என அவன் பயந்தான். அங்கிருந்து திரும்பிப் பார்த்தால் பின்னால் இருந்து கடைகளின் வரிசை தெரிகிறது. மக்களெல்லாம் கடைகளை நீக்கி இந்தக் கூட்டத்தில் சேருகிறார்கள். மகனுக்கு இந்த உற்சவத்தில் விருப்பம் எதுவும் இல்லை. அவனுக்கு இப்பொழுது மனைவி நினைவுக்கு வந்தாள். பண்டிகை, விசேஷ நாள் என்றாலே அவளுக்குக் கொண்டாட்டம். அந்தக் கொண்டாட்டத்தில் வேறெதுவும் அவள் கவனத்தில் நிற்காது. ஒருமுறை நவராத்திரியின்போது வெங்கடாஜலபதி கோயிலுக்குப் போன சமயம், கூட்டத்தில் சிக்கி ஒரு காதின் கம்மலைத் தொலைத்துவிட்டு வந்திருந்தாள். அது தாயின் கவனத்துக்கு வரத் தாமதமாகவில்லை. அதன் விளைவாக அவள் உடலிலிருந்த ஆபரணங்களெல்லாம் மாயமாக மறைந்தன. ஆனால், அவள் கையிலிருந்த மோதிரம் மட்டும் கடைசிவரைக்கும் அவளிடமே இருந்தது.

அவள் இறந்த அன்று தாய் ஒரேயடியாக மருமகளின் கையைப் பிடித்துப் பிடித்து அழுதுகொண்டிருந்தாள். சுண்டு விரலின் மோதிரத்தை அவள் நடுவிரலில் அணிந்திருந்ததால் அது இறுக்கமாகித் தாயின் சாதூரியமெல்லாம் பயனற்று போனது. கடைசியில் வேறெந்த வழியுமற்றவளாக வந்திருந்தவர் களின் கண்ணெதிரிலேயே அந்த மோதிரத்தைப் பிடித்து இழுத்தாள்.

மேகம் சூழ்ந்த வானத்திலிருந்து எங்கிருந்தோ சூரியக் கதிர் புகுந்து வந்து விழுந்துள்ளது. அதன் வெளிச்சத்தில் முதலிலேயே அழகாக நின்றிருந்த தேர் மேலும் பளபளத்தது. தேரின் முன்பாகத்

தீப்பந்தம் எரிந்துகொண்டிருக்கிறது. பச்சை நிறக் கம்பியில் சிவப்பு வண்ணக் கொடியைக் கட்டியிருக்கிறார்கள். கூடியிருந்த ஆயிரக்கணக்கானவர்களின் குரல்கள் பூமி நடுங்குவதுபோல் ஜெயகோஷமிட்டன. தேர் வலம் வரப்புறப்பட்டது. தேரை இழுத்துப் புண்ணியம் அடைய, தாங்கள் விழுந்த எழுவதைக் கூடக் கவனிக்காமல், மக்கள் ஒருவரை ஒருவர் அடித்துக்கொண்டு பலமாகத் தள்ளித் தேரின் பக்கம் பாய்ந்தார்கள். மீண்டும் ஜெயகோஷம்.

இதற்குள்ளாக மகனின் கை தந்தையிடமிருந்து விடுதலை யானது. மக்கள் கூட்டம் ஒரேயடியாகக் குழப்பமடைந்து, முட்டி மோதியதில் கொஞ்சம்கொஞ்சமாகத் தந்தையும் மகனும் தூரமாக விலகிவிலகி இறுதியில் ஒருவருக்கு ஒருவர் தொலைந்து போனார்கள். தாயும் மகளும் எப்பொழுதோ அந்த மக்கள் வெள்ளத்தில் கலைந்துபோயிருந்தார்கள். ஆனால், மக்கள் வெள்ளத்தில் அலை அவர்களை எடுத்துத் தூரமாக எறிந்திருந்தது. தந்தை திகைத்து நின்றார். அவருக்குக் கையை இழந்தது போலாயிற்று. சுயக்கட்டுப்பாட்டை இழந்து தன்னைத் தானே முழுவதுமாக அந்த மக்கள் வெள்ளத்தில் இழுப்புக்கு ஒப்பித்து நிராதரவாக நின்றார். மகன் இனிமேல் தன்னை தேடிக்கொண்டு வராமல் போகலாம். இந்தச் சக்கர வியூகத்தி லிருந்து தப்பித்துக்கொள்ளும் வழி தனக்குத் தெரியவில்லை. மகனுக்கேனும் இங்கிருந்து வெளியேறும் சூட்சுமம் தெரிந்திருக்க லாமோ? ஆனால், மகன் இதுவரைக்கும் தன்னுடன் இருந்தாலும் அதைக் கேட்க நினைவு வரவில்லை. இந்தக் குழப்பத்தில் மனைவியும் மகளும் எங்கே கரைந்து போனார்களோ? யாருக்குத் தெரியும் . .? மகளின் ஆவேசம் இன்று திரும்பவும் அதிகரித்திருக்கிறது. கையை உதறிக்கொண்டு போனால் அவள் இந்த முறை திரும்பிவரும் நம்பிக்கை கண்டிப்பாக இல்லை. அன்றைக்குப்போல அவள் மீண்டும் ஆற்றுக்கு ஓடினால். . ?

டமடமவென முரசறையும் ஓசை கேட்கிறது. தேர் முன்னேறி யிருக்கிறது. வழிந்தோடும் மக்கள் வெள்ளத்துக்கு எதிராகப் போராடி வெளியேற வேண்டுமென மகனுக்குத் தோன்றியது. வெளியே வருவது எவ்வளவு அசாத்தியம் என்பது அவனுக்குத் தெரிந்திருந்தது. தாயும் மகளும் சுழலில் சிக்கிவிட்டிருந்தார்கள். தந்தை மக்கள் வெள்ளத்தில் மையத்தை எட்டியபோது கையசைக்கவும் முடியாமல் பலவீனமடைந்து, கடவுளின் மேல் பாரத்தைப் போட்டு அங்கேயே நின்றுவிட்டார். அவர்களை அந்த நிலையில் விட்டுவிட்டு வெளியேறுவது நியாயமா என மகன் சந்தேகப்பட்டான். மக்கள் காலடி அதிகரித்தது. அந்த இழுப்பிலிருந்து யாரையும் வெளியே கொண்டுவருவது

சாத்தியமில்லை என்ற முடிவுக்கு வந்து எல்லோரையும் அவரவர் போக்கில் விட்டுவிட்டு மகன் அங்கிருந்து வெளியேறினான்.

மேகங்கள் ஒன்றாகக் கவிந்து எங்கிருந்தோ சுழல்காற்று சுழன்று சுழன்று வெயிலின் தூசி அனைத்தையும் கொண்டு வந்து மடத்தின் மேலெல்லாம் தூற்றிக்கொண்டிருக்கிறது. எல்லோரும் பலமாக வேகத்துடன் தேரை இழுத்துக்கொண்டிருக்கிறார்கள். மக்கள் திசை தவறிக் கண்ணைக் கசக்கியப்படிச் சின்னா பின்னமாகும் உணர்வில் இருக்கிறார்கள். தேர் அருகில் வந்தவுடன், தாய் மகளை இழுத்துக்கொண்டு முன்னே முட்டிமோதுகிறார். மகளின் நெற்றி மேலெல்லாம் துளித்துளியாகக் கோர்த்தது போல் வியர்வை அரும்பி இருக்கிறது. அவளது பெரிய கண்கள் மந்திரித்ததுபோலத் தேரில் நிலைகுத்தியிருக்கின்றன. உடல் நடுநடுங்குகிறது. ஏதோ மயக்கத்தில் பயந்துபோய் எல்லாற்றையும் மறந்து தேரைப் பார்த்தபடி நின்றிருக்கிறாள். தேர்வலம் முடிவுக்கு வர இருந்தது. மக்கள் நின்ற இடத்திலேயே தலை தாழ்த்தி வணங்குகிறார்கள். அலங்கரித்த உற்சவ மூர்த்திகள் தேரின் இழுப்பாட்டத்தில் சாய்ந்தாடுகின்றன.

மகள் தேரின் பக்கம் கை காட்டிச் சட்டென்று அலறினாள். 'ஐயோ, நெருப்பு, நெருப்பு! அம்மா! அம்மா, தேருக்கு நெருப்புப் பிடித்திருக்கிறது. அங்கே பார். தேர் எப்படித் திகுதிகுவென எரிகிறது! அம்மா, நெருப்பு.' தாயின் கையை விடுவித்துக் கொண்டு மகள் தேரின் பக்கம் தாவினாள். அவளது கால் நரம்புக ளெல்லாம் சடசடவென வெட்டுண்டு சக்தியற்றுப் போனதாகத் தோன்றியது. தேரைப்போலவே தானும் ஒரே பிழம்பில் முழுசாக எரிவதைப்போல அவளுக்கு வேதனை ஏற்பட்டது. நின்றிருந்த நிலமெல்லாம் இடைவெளியில்லாமல் அவளைச் சுற்றிலும் திம்திம்மென்று நகர்கிறது. பற்றிக்கொள்ள ஆதாரம் இல்லாமல் விழுந்து எழுந்து முன்னால் தாவுகிறாள். எதிரே தேர் ஜ்வலிக்கிறது. வெளிச்சத்தில் கண் கூசுகிறது. அதன் சூட்டில் உடலெல்லாம் கரைந்து சிறிது சிறிதாகத் தான் இல்லாததுபோல ஆகிக்கொண்டிருக்கிறாள். புகைபோல அடர்த்தியற்றுப் போய்க் கொண்டிருக்கிறாள். உணர்வற்று எல்லோரையும் தள்ளிக் கொண்டு தேரின் பக்கம் ஓடினாள்.

தாய் எதுவும் தோன்றாமலே அப்படியே நின்றிருக்கிறார். அருகிலிருந்த பெண்களெல்லாம் அவரை மனம் போன போக்கில் திட்டினார்கள். பைத்தியம் பிடித்த பெண் அமங்கலமாகப் பேசியபடித் தேரைத் தொட்டுத் தீட்டு உண்டாக்கினால், தாய் அதைத் தடுக்க வேண்டாமா? பைத்தியம் பிடித்த பெண்ணை ஏன் இங்கு அழைத்து வரவேண்டும்? மடாதிபதியும் இதனால்

மிகவும் அமைதியிழந்தார். தேர்த்திருவிழா சமயத்தில் என்ன அமங்கலமான பேச்சு? பைத்தியக்காரியானால் என்ன? இந்தச் சுபவேளையில் தீப்பிடித்துவிட்டது எனக் கூக்குரலிடுவது என்றால். .? 'அந்தப் பைத்தியக்காரியைத் தடுத்து நிறுத்துங்கள்.' அங்கிருந்தவர்கள் கூவிச் சொல்வதற்குள்ளாகவே மகள் தேர்ச் சக்கரத்தைக் கட்டிக்கொண்டு நின்றாள்.

சுற்றிலும் ஒரே தூசாக இருக்கிறது. ஒருவர் முகம் இன்னொருவருக்குத் தெரியவில்லை. வானமே கிழிந்து விழுந்தது போலத் தாரைதாரையாக மழை கொட்டத் தொடங்கியுள்ளது. மக்களெல்லாம் சின்னா பின்னமாகிக்கொண்டிருக்கிறார்கள். இன்னும் சிறிது தூரம் போனால் தேர் நிலை சேர்ந்துவிடும்.

மகள் சக்கரத்தைக் கெட்டியாக அழுத்திக்கொண்டு நினைவு தவறியவள்போல இருக்கிறாள். கண்ணில் ஒரேயடியாக நீர் வழிகிறது. மீதியிருந்த மக்கள் ஜெயகோஷம் எழுப்பினார்கள். தேரை இழுக்க மீண்டும் ஆயத்தமானர்கள்.

தாய் மகளைத் தேடிக்கொண்டிருந்தார். தந்தை, மகன் இருவரில் யார் கிடைத்தாலும் அவருக்குச் சமாதானமாகாது. ஆனால், எல்லோரும்; எங்கெங்கோ தப்பித்துக்கொண்டு போயிருக்கிறார்கள். இனி யாரை எங்கே போய்த் தேடுவது..? தேர்ச் சக்கரத்தின் கீழே சிக்கினால் மகள் சுக்குநூறாகப் போய்விடுவாள். மழையில், அந்தத் தூசியில் எதுவும் தெரியவில்லை.

தந்தை மதில் சுவரை உறுதியாகப் பிடித்துக்கொண்டு நின்றிருந்தார். மழை தாரைதாரையாகத் தலைமேல் கொட்டிக் கொண்டிருந்தாலும் அங்கிருந்து நகர்வதற்கு அவர் யோசனை செய்யவில்லை. சுவரில் தலை சாய்த்து ஒட்டியபடி வானத்தைப் பார்த்தார். கம்பீரமான சுவர் உயர்ந்து கூராகி வானத்தை முத்தமிட்டதுபோலத் தோன்றுகிறது. மேலிருந்து கீழிறங்கும் மழை நீரில் சுவரின் காவி வண்ணம் சேர்ந்து சிகப்பாகி ரத்தத்தைப் போலத் துளித்துளியாகச் சொட்டுகிறது. சுவரெல்லாம் நனைந்து, பச்சை மண் வாசனை எழுகிறது. தந்தை திரும்ப திரும்ப நாக்கால் சுவரை நக்கத் தொடங்கினார்.

தந்தைக்குப் பசியாக இருக்கிறது. தொண்டை வறண்டுள்ளது. தாரைதாரையாக நீர் தலை மேல் கொட்டுகிறது. பாதி சாப்பிட்டு எழுந்த ஆயிரக்கணக்கான இலைகள் சுவரின் அந்தப் பக்கம் சாப்பிடுகிறவர்கள் இல்லாமல் திறந்து விழுந்து கிடக்கின்றன. தந்தைக்கு ஆயாசத்தினாலோ சலிப்பினாலோ கண் இமைகள் மெல்ல மூடத்துவங்கின. சாய்ந்து நின்றிருந்த சுவரின் அடி வரைக்கும் நிதானமாக சரிந்து அவர் கீழே விழுந்தார்.

தேர் இழுப்பவர்களின் கை வழுக்குகிறது. புறப்பட்ட தேர் ஒரேயடியாகச் சேற்றில் சிக்கியதுபோல நின்றுவிட்டது. எல்லாரும் ஜெயகோஷமிட்டு மீண்டும் தயாரானார்கள். எதிர் சாரையாக மழை வேகமாக முகத்திலும் கண்ணிலும் அடிக்கிறது. பிறவிக் குருடர்கள்போல மக்கள் தேரை நேராக இழுத்துக்கொண்டே இருக்கிறார்கள். விலங்குகளைப்போல சர்வ பலத்தையும் பந்தயம் வைத்த மாதிரி கஷ்டப்பட்டார்கள். ஆனால் தேர் கொஞ்சமும் அசைந்து கொடுக்கவில்லை. சக்கரத்தின் கீழே ஏதேனும் சிக்கியிருக்க வேண்டும். அல்லது சக்கரமே நிலத்தில் ஊன்றிப் போயிருக்க வேண்டும்.

தாய் நனைந்து உடை அவர் உடலோடு ஒட்டியிருக்கிறது. வெகுநேரம் அவர் சுற்றிலும் பார்த்தார். ஆனால், மகளை எங்கும் காணவில்லை. தேர் எப்பொழுதோ முன்னேறாமல் மழையில் ஆற்றின் கொள்ளளவு நிரம்பியிருக்க வேண்டும். தாய் ஆற்றுக்கு ஓடினார். ஆளரவமற்ற வீதியில் அது யாருடைய கவனத்துக்கும் வருவதற்கில்லை. வேகவேகமாக நடக்க வேண்டுமானால், கால் நொடிக்கு நொடி வழுக்குகிறது. வீதியில் வழியும் நீர் ஆற்றை நோக்கிப் பாய்கிறது. சாப்பிட்ட இலைகள் ஒழுங்கற்று விழுந்திருக்கின்றன. தென்னைகள் தோணிகளைப் போல மிதந்து ஆற்றின் பக்கம் போயுள்ளன. எச்சில் இலைகளை மிதித்தபடி, தாய் ஆற்றின் பக்கம் ஓடிக்கொண்டிருக்கிறார்.

●

ஏப்ரல் 1999

இராகவேந்திர காசனீஸ்

பத்திரிகை படிப்பவர்களுக்கும் அதிகம் பரிச்சயமில்லாத, ஆனால் கல்வித்துறை வட்டாரங்களில் அவ்வப்பொழுது விவாதத்துக்கு உள்ளாகும் பெயர்களில் ஒன்று ராகவேந்திர காசனீஸ். இவருக்கு 'எழுத்து' வாழ்க்கையை உயர்த்தும் ஒரு வழிமுறை. விளக்கிய அளவுக்கும் பூடகமாகவே இருக்கும். சலனமேயில்லாத மனித உறவுகளையும் மனித சுபாவங்களின் விசித்திரங்களையும் தமது கதைகளின் மூலம் சோதித்திருக்கிறார் காசனீஸ். 'வாழ்வே அரூபமானது, நம் அறிவுக்கு மீறியது. வாழ்வதன் மூலமே அதை அறிய வேண்டும்' என்பது இவர் கதைகளின் பின்னணித் தத்துவம்.

அனாதைகள் கதையின் தலைப்பே இன்றைய மனித மனநிலையின் பிரதிபலிப்பு; கதை என்னும் கூண்டைத் திறப்பதாக உள்ளது. இக்கதையின் பாத்திரங்களான தந்தை, தாய், மகன், மகள் – இவர்களது உறவின் மூலம் வாழ்வின் சொரூபத்தைப் படிப்பவர்களுக்குக் காண்பிக்கும் முயற்சி தெரிகிறது. பாத்திரங்களுக்குத் தனிப்பட்ட பெயர் இல்லாதிருப்பது கவனத்துக்குரியது.

பிஜாப்பூர் மாவட்டத்தின் இண்டி கிராமத்தில் 1933இல் காசனீஸ் பிறந்தார். தொடக்கப் பள்ளியிலிருந்த போதே காசனீசுக்குத் தந்தையின் மூலம் ஆர்தர் கானன் டாயில், அவரது கதைகள் அறிமுகமாகிப் பின்னர் கதைகள் படிக்கும், எழுதும் பழக்கம் ஏற்பட்டது. நடுநிலைப்பள்ளி மாணவராக இருந்தபோது அவரது முதல் கதை வெளியானது. கர்நாடகப் பல்கலைக்கழகத்தில் B.A. (1954), பின் பம்பாய்ப் பல்கலைக்கழகத்தில் M.A. (English) அத்துடன் நூலக அறிவியலில் டிப்ளோமா. பெங்களூர்ப் பல்கலைக்கழகத்தில் உதவி நூலகராகப் பணியாற்றிய காசனீஸ் 1991இல் பெற்றார்.

இவரது ஏழு கதைகளின் தொகுப்பான காசனீஸரின் கதைகள் கர்நாடக மாநில சாகித்திய அகாடமியின் விருதை 1994இல் பெற்றது. இவரது வேண்டிக்கொண்டவர்கள் என்னும் நீண்ட கதை தனிப்புத்தகமாக வெளியாகியுள்ளது. இந்த இரண்டே நூல்களின் மூலமாகக் கன்னட இலக்கிய உலகில் மறையாத உன்னதமான இடத்தைத் தக்கவைத்துக்கொண்டுள்ள காசனீஸ் பார்க்கின்சன் நோயால் இன்று எழுதும் நிலையில் இல்லை.

இக்கதை 1964இல் எழுதப்பட்டது.

○

தொடுவானம்

கன்னட மூலம்: சாந்திநாத் தேசாய்

மந்தாகினி 'பி'டெக்கின் மேல் தனியாக நின்று கடல் அலைகளையும் இருந்தது இருந்தபடியாகத் தெரிந்த தொடுவானத்தையும் எவ்வளவோ நேரமாகப் பார்த்தபடி நின்றிருக்கிறாள். சுற்றிலும் தண்ணீரோ தண்ணீர், எந்தப் பக்கம் பார்த்தாலும் ஒரே அளவாக மூச்சிறைக்கும் கரிய நீர். மேலே வானம். அதுவும் மேகங்களால் போர்த்தப்பட்ட கருத்த வானம். பார்த்துப் பார்த்துச் சலிப்பு. அதே டெக்கில் அருகே இருந்த அழகான நூலகத்தில் மெத்தென்ற சோபாவில் ஏதாவதொரு புத்தகத்தைப் படித்தபடி உட்கார்ந்திருக்கலாமா அல்லது திரும்பவும் தன்னுடைய கேபினுக்குச் சென்று மாலை ஏழு மணிக்கு 'டின்னர்' பெல் அடிக்கும்வரைக் குழாய்களிலிருந்து புஸ்ஸென்று வரும் குளிர்ந்த காற்றை வாங்கியபடிப் படுத்துவிடலாமா என்று யோசித்துக்கொண்டிருந்தாள். நேற்றிரவு சரியாக உறக்கம் வரவில்லை. கப்பலின் அதிகமான அல்லாட்டத்தால் இருக்க வேண்டும். அன்றைக்கு மத்தியானம் லஞ்ச் முடிந்த பிறகு தூங்க நினைத்தால் அவளுடைய புது டேபிள் – மேட் மிஸஸ் மோஹித் அவர்களுடன் அறிமுகப் பேச்சு. மிஸஸ் மோஹித்தின் மகன் லண்டனில் ஏதோ ஒரு தொழிற்சாலையில் வேலை செய்கிறான். பம்பாயில் ஏன் தனியாக இருக்க வேண்டும், கணவர் இறந்து பத்து வருடங்களாயிற்று; மகனும் வா வா என்று வற்புறுத்திக்கொண்டிருந்தான். பம்பாயோ லண்டனோ எல்லாம் ஒன்றே; அங்கேயும் மராட்டியர்கள் இருக்கிறார்கள் என்று வற்புறுத்திக் கொண்டிருக்கிறாள் இந்தத் தாய், அவளது

இரண்டு மணி நேரப் புராணத்திற்குப் பிறகு இனியாவது போய்ப் படுக்கலாம் என்பதற்குள் அவளது கேபின் – மேட் மிஸ் ஜோசப் வந்துவிட்டாள். 'மந்தா, கமான் சி டெக்கில் ஸ்விம்மிங் பார்க்கலாம்' என்று இழுத்துக்கொண்டு போயிருந்தாள். ஆஸ்திரேலிய ஆண், பெண்கள் அரை நிர்வாணமாக நீரில் சிரித்துக் கேலி பேசியபடித் தமாஷ் செய்ததைப் பார்த்து அசூயை கொண்ட பிறகு, மிஸ் ஜோசப் சொன்னாள், 'மிஸ் பாட்டே, அவர்களது சுதந்திரம், சிரிப்பு, கேலி, கும்மாளம் எல்லாம் பார்த்து நம்முடையது ஒரு வாழ்க்கையே அல்லவெனத் தோன்ற வில்லையா உனக்கு? எங்கள் கிறித்துவர்களுக்குச் சிறிதாவது துய்த்து மகிழ இருக்கிறது உங்களுக்கு. .? உனக்கு நான் டான்ஸ் கற்றுத்தரவா? இங்கிலாந்தில் ஒரு வருடம் இருக்கப் போகிறாய். டான்ஸ் தெரியாவிட்டால் எப்படி?' அவளுடைய அரட்டை தொடர்ந்தது. 'இன்று இரவு டான்ஸ் இருக்கிறதல்லவா? அந்தத் தாடிக்கார சர்தார்ஜி இருக்கிறானே, அவன் விடியற்காலையி லிருந்து இரண்டு முறை கேட்டிருக்கிறான். நான் அவனோடு டான்சாட வேண்டுமாம். மனசில்லாவிட்டாலும் சரி என்றிருக் கிறேன். அந்த முட்டாள் முகர்ஜிக்கு டான்சாடத் தெரிந்திருந்தா லும் நன்றாயிருக்கும்'. 'முகர்ஜி யாரு?' மந்தாகினி கேட்டாள். 'நேற்று மாலை என்னோடு இரண்டுமணி நேரம் அரட்டையடித்து விட்டுப் போனானே, சின்னக் கண்ணு, உயரமான ஸ்மார்ட் குரங்கு. அவன் கல்கத்தாவில் டாக்டர். எப்.ஆர்.சி.எஸ். படிக்க எடின்பரோவுக்குப் போய்க்கொண்டிருக்கிறான். *I like him* ரொம்ப ஜாலி மனுசன். . .'

'ஓ, அவனா? இன்று விடியற்காலை டாக்டர் சரோஜா இருக்கிறாளல்லவா அவளோடு பாரில் உட்கார்ந்து எதையோ குடித்துக்கொண்டிருந்தான்.' 'ஓஹோ. உம் . . . *speak of the devil* அதோ அவள் தானே டாக்டர். சரோஜா? அப்பா எவ்வளவு குண்டு! – யானையைப்போல இருக்கிறாளே. . .' 'ஆனால் அவள் நல்லவளைப்போலத் தெரிகிறாள். நேற்று நீ முகர்ஜியுடன் பேசிக்கொண்டிருந்தபோது, அவளாகவே வந்து தன்னை அறிமுகம் செய்துகொண்டாள். . .' என்று மந்தாகினி சொல்வதற்கு டாக். முகர்ஜி, டாக். சரோஜா அவர்களிருந்த இடத்திற்கு வந்து, 'மிஸ் ஜோசப், இவர் டாக். சரோஜா மேற்கொண்டு மருத்துவப் பயிற்சிக்காக லண்டனுக்குப் போய்க் கொண்டிருக்கிறார். இவர் மிஸ்.ஜோசப். இவர் லண்டனுக்கு. . . இண்டியா ஹவுசில் ஒரு வேலை கிடைத்திருக்கிறது. *lucky*' என்று முகர்ஜியும், 'மிஸ் பாட்டே, இவர் டாக். முகர்ஜி' என்று டாக். சரோஜாவும் அறிமுகம் செய்துவைத்தார்கள். டாக்.முகர்ஜியின் கண்கள் மந்தாகினியை உச்சிமுதல் பாதம்வரை அளந்தன. பிறகு அவை அவளது நெஞ்சின் மேல் குத்திட்டபோது அவளுக்கு

என்னவோ போலிருந்தது. நாலு மணி அடிக்க இன்னும் ஐந்து நிமிடம் இருந்ததால், எல்லோரும் தேநீருக்குப் புறப்பட்டார்கள். தேநீர் அருந்தும்போது பொலிகாளையைப்போலத் தோன்றும் சர்தார்ஜி அவர்களுடன் சேர்ந்துகொண்டான். தேநீருக்குப்பிறகு சர்தார்ஜி மிஸஸ் ஜோசப்புடனும் (மிஸ் ஜோசப் சுறுப்பானாலும் ஸ்மார்ட்டாக இருக்கிறாள். சர்தார்ஜி அவளைப் பற்றி என்ன நினைக்கிறானோ!) டாக்.முகர்ஜி (உண்மையாகவே ஸ்மார்ட் – அழகன்! மணமாகியிருக்காது. . .) டாக்.சரோஜவுடனும் போனார்கள். மந்தாகினி மௌனமாகத் தன் கேபினுக்குச் சென்று பத்து நிமிடம் பார்த்தபடியே உட்கார்ந்திருந்தாள். அதிக நேரம் உட்கார முடியாமல் சடையை அவிழ்த்துக் கூந்தலைக்கொண்டை போட்டு முகத்தை நன்றாகக் கழுவிப் பௌடர் பூசி, சேலை – பிளவுஸ் மாற்றித் தன் பிரதி பிம்பத்திற்கு ஒரு புன்னகையை வீசி, 'நீ அவ்வளவு மோசமில்லை – ஏன், இந்த நீலச்சேலையில் உண்மையில் அழகாகவே தெரிகிறாய். . .' என்று சொல்லி, 'பி' டெக்கில் வந்து நின்றாள். இனிக் கேபினுக்குத் திரும்பிச் சென்று தூங்குவதே நல்லது என்ற முடிவுக்கு வருவதற்குள் அவளது இடப்பக்கத்திலிருந்து சுருட்டு வாசனையுடன் ஓர் ஆண் குரல் இங்கிலீசில் கேட்டது. 'இந்த மாலைப் பொழுது எவ்வளவு "டல்" ஆக இருக்கிறது இல்லையா?'

மந்தாகினிக்குச் சந்தேகம். அந்தச் சிவந்த ஐரோப்பிய முதியவன் கேட்டது தன்னையா அல்லது எதிரிலிருக்கும் சமுத்திரத்தையா என்று.

'மன்னிக்கவும். நீங்கள் கேட்டது என்னைத்தானே?

'எஸ். குட்ஈவினிங். நான் ஹாரி மெக்கார்த்தி, கலிபோர்னியாக் காரன். சிட்னிக்குப் பிசினிஸ் விஷயமாகப் போயிருந்தேன். இப்போது திரும்பிப் போகிறேன்.'

'சிட்னியிலிருந்து விமானத்தில் சென்றிருந்தால் நன்றா யிருந்திருக்குமே?' மந்தாகினி தயக்கமில்லாமல் கேட்டாள். அவளுக்கு முதியவனின் சிரிக்கும் ஒளிரும் கண்களும் அனுதாபம் நிறைந்து வழியும் முகமும் மிகப் பிடித்திருந்தன.

'இது என் பிளஷர் டிரிப். எனக்கு ஒரு மாத விடுமுறை கிடைத்திருக்கிறது. அதைக் கப்பலில் சுகமாகக் கழிக்க வேண்டும். கொஞ்சம் உலகத்தைப் பார்க்க வேண்டும் என்று. . . நீங்கள் இந்தியர்தானே?

'ஆம் நான் பம்பாய்க்காரி. அதாவது பம்பாய்க்கு அருகே சிறிது தொலைவில் ஓர் ஊரிருக்கிறது அஹமத் நகர். அங்கத்தியவள். என் பெயர் பாட்டே.'

'மிஸஸ் பாட்டே, நீங்கள். .?'

'மிஸஸ் அல்ல. மிஸ் பாட்டே!'

'ஓ. சாரி. சரியான முட்டாள் நான்? மிஸ் பாட்டே, நீங்கள் எங்கே போகிறீர்கள்? லண்டனுக்காயிருக்க வேண்டும்?'

'ஊம். அதற்கு அருகில் சிசல்ஹர்ஸ்ட் என்னும் ஊரிருக்கிறது. அங்கு ட்டி. டி. அதாவது டிப்ளமோ இன் டீச்சிங் படிக்க'.

'சொந்தச் செலவிலா?'

'இல்லை. நான் வேலை செய்யும் மிஷனரி ஸ்கூல் ஸ்காலர்ஷிப் கொடுத்து அனுப்புகிறது.'

'அதென்னவோ எனக்குத் தெரியாது. ஆனால் பிஏயில் பர்ஸ்ட் க்ளாஸ் வந்தது நிஜம். வரலாற்றுப் பாடம். பிறகு பி.டி.யிலும் பர்ஸ்ட் க்ளாஸ் வந்தது . .!'

'இப்பொழுது என்ன? அப்படியென்றால் நீங்கள் அமெரிக்காவுக்கு வரவேண்டும். வந்து அங்கே ஏதாவது ரிசர்ச் செய்ய வேண்டும். என் குடும்ப வரலாற்றைக் குறித்து ரிசர்ச் செய்தாலும் உங்களுக்குப் பி.ஹெச்டி. கிடைப்பது உறுதி' என்று மெக்கார்த்தி சிரித்தான். 'வெல், இந்தக் கப்பல் வாழ்க்கையை எப்படிக் கழிக்கின்றீர்கள்? சுவாரஸ்யமாக இருக்கிறதில்லையா?

'நாட் பேட் முதல் இரண்டு நாள் கொஞ்சம் ஜாலியாக இருந்தது. இப்போது சலிப்பாக இருக்கிறது. சரியாக நேரத்துக்குச் சாப்பிட்டு, பிறகு வெறுமனே உட்கார்ந்திருப்பது அதன் பிறகு இந்தத் தண்ணீர், வெறும் தண்ணீர். எந்தப் பக்கம் பார்த்தாலும் அதே தண்ணீர். . .'

'தண்ணீர்! கடல்! இந்தக் கடலில் வேறோர் உலகமே இருக்கிறது, பாருங்கள். ரொம்ப இன்ட்ரஸ்டிங்! முந்தாநாள் ஒரு புத்தகம் படித்துக்கொண்டிருந்தேன், கடலைப் பற்றி. கடலுக்குள் இருக்குமளவு விலங்குகள், மீன்கள், அங்கே இருக்குமளவு வண்ண வண்ணமான விதவிதமான வாழ்க்கை பூமியின் மேலேகூட இல்லையெனத் தோன்றுகிறது. ஆனால் கடலில் மூழ்கும் கலை அறிந்தவர்களுக்கு மட்டுமே அந்த வாழ்க்கையின் ரொமான்ஸ் தெரியும். . .'

அப்படியா? அப்படியென்றால் நானும் படிக்க வேண்டும். கடல் ஜீவராசிகளைப் பற்றி ஒன்றிரண்டு சினிமாக்கள் மட்டும் பார்த்திருக்கிறேன். எனக்கோ தண்ணீருக்குள்ளிருக்கும் அந்த உலகம் முழு பயங்கரம் எனத் தோன்றியது.'

இருவரும் சிறிது நேரம் கடல் அலைகளைப் பார்த்தபடியே நின்றார்கள். தொலைவில் தொடுவானம் சிவக்கத் தொடங்கியது. மெக்கார்த்தி அணைந்துபோன தன் சுருட்டை மீண்டும் பற்ற வைத்தான்.

‘மிஸ் பாட்டே, இப்பொழுது இரண்டு தினங்களாகப் பார்த்துக்கொண்டிருக்கிறேன் – இந்தியர்களில் நிறையப் பேருக்கு வாழ்க்கையை அனுபவிக்கவே தெரியவில்லை எனத் தோன்றுகிறது. சங்கோஜம், வெட்கம், பயம், நடுக்கம் இல்லாமல் ஆடவோ, சிரிக்கவோ, அனுபவிக்கவோ இவர்களுக்குத் தெரியவே இல்லையோ? உதாரணத்துக்கு உங்களை எடுத்துக்கொள்ளுங்கள். இரண்டு நாட்களாக உங்களைக் கவனித்துக்கொண்டிருக்கிறேன். உங்கள் கம்பீரம், ஏகாந்தம், அடைந்துகொள்ளும்; தன்மை எல்லாவற்றையும் பார்த்து எனக்கென்னவோ எப்படி எப்படியோ தோன்றியது.*Why don’t you enjoy yourself?*’ முதியவனின் குரலில் ஆத்மார்த்தம் இருந்தது.

‘அப்படியென்றால்?’ மந்தாகினியின் மனம் சிணுங்கிய கேள்வி.

‘அப்படியென்றால் – வாழ்க்கையை அனுபவிக்க வேண்டும்... *You should have a time before it is late* . . . காலம் கடப்பதற்கு முன்பு.’

‘அதாவது டான்ஸ், டிரிங்ஸ், மற்றும்... மற்றும் லவ் தானே?’ என்று சிரித்துவிட்டாள் மந்தாகினி.

‘ஆமாம். அவை சில முக்கிய வழிகள். நிஜமாக. . .’

‘பாருங்கள், நான் இந்தியப் பெண். அதிலும் இந்துப் பெண். நாங்கள் இப்பொழுதுதான் சமையலறையிலிருந்து கொஞ்சம் வெளியே வந்திருக்கிறோம். இதெல்லாம் எங்களுக்கு ஒரு புதிய உலகம். வெறும் புத்தகம், சினிமாவிலான கற்பனை உலகம். . .’

‘ஓ, அப்படியென்றால் இங்கிலாந்துக்குச் சென்ற பிறகு என்ன செய்வீர்கள்? ரோமில் ரோமானியர்களைப்போல இருக்க வேண்டும். தெரியுமா?’

ஏன்? எங்கிருந்தாலென்ன இந்தியர்கள் இந்தியர்களல்லவா? ரோமில் இந்தியர்களாக இருக்க முடியாதா?’

‘வெல். வெல். வெல்–உங்கள் முயற்சி வெற்றி பெறட்டும். . . நீங்கள் தவறாக எடுத்துக்கொள்ளவில்லை என்றால், உங்கள் வயசென்ன? இப்படிக் கேட்பது நாகரிகமில்லை, தெரியும். ஆனாலும் தெரிந்துக்கொள்ளும் ஆவல் – முதியவனின் ஆவல். உங்கள் இந்தியர்களின் வயசே எங்களுக்குப் பிடிபடுவதில்லை?

‘இருபத்தைந்து.’

‘ஓ. கிரேட் அனுபவிக்கச் சரியான வயசு! ஓகே... மறுபடியும் சந்திப்போம். . . பை பை’ என்று புன்னகையுடன் புறப்பட்டுப் போனான் மெக்கார்த்தி.

❃ 234 ❃ நஞ்சுண்டன்

வயது இருபத்தெட்டு அல்லது இருபத்தொன்பது ஆகியிருக்கலாம். இருபத்தைந்து என்று சொல்வது மந்தாகினிக்குப் பழக்கமாகிவிட்டிருந்தது. தான் நிஜமாகவே கிழவியாகிவிட்டதாக அவள் பாவனை. கல்வி கற்பதில், பிறகு வேலையில், தாயையும் தம்பிகளையும் கவனித்துக்கொள்வதில் வாழ்க்கை முழுவதும் வீணாகிப் போயிற்று அவ்வளவே! பி.ஏ. முடித்த உடனே பேரா. கரந்திகரின் வரன் வந்தது. அதற்குப் பிறகு உடன் வேலை செய்த தேஷ்பாண்டே திரும்பத் திரும்ப வீட்டுக்கு வந்து காதலைச் சொல்ல, அவளிடமிருந்து 'இல்லை' என்ற பதில். அவளுக்கு வேலையிலிருந்த விருப்பம், பள்ளிக் குழந்தைகளின் மேலிருந்த பாசம், பள்ளியின் மேலிருந்த பக்தி எல்லாவற்றையும் பார்த்து மிஷனரியினர் அவளுக்கு ஸ்காலர்ஷிப்புக்கு ஏற்பாடு செய்து சிசல் ஹர்ஸ்ட்டுக்கு அனுப்பத் திட்டமிட்டார்கள் – மூன்று வருட பாண்டு எழுதிக்கொண்டு. இனியென்ன வேலையே கணவன்! அதில் தவறென்ன. .? ஒரு வகையில் அவள் மிக அதிர்ஷ்டசாலி. அவள் அசாதாரணமானவள் என்பதாலேயே இவையெல்லாம் கூடி வந்தன அல்லவா? அவளது ஒரே சிந்தனை: இங்கிலாந்துக்குச் செல்ல வேண்டும். அங்கே ட்டி.டியில் முதல் வகுப்பில் தேர்ச்சி பெற்றுத் திரும்ப வேண்டும். இதே பள்ளியில் மூன்று, நான்கு வருடம் வேலை செய்து, பிறகு ஏதாவதொரு உயர்நிலைப் பள்ளியின் பிரின்சிபாலாக வேண்டும். நல்ல லட்சியம் திறமையான பிரின்சிபால் என்று பெயரெடுத்தால் வாழ்க்கையில் அதைவிட வேறென்ன வேண்டும்? எத்தனையோ மிஷனரிப் பெண்கள் திருமணம் செய்துகொள்ளாமல் இருப்பதில்லையா? அவர்கள் பள்ளியின் பிரின்சிபால் மிஸ் டெய்லர் இல்லையா? அப்படிப் பலனை எதிர்பாராத சேவையில் வாழ்க்கை முழுவதும் கழிப்பதில் ஓர் உன்னதமான ஆனந்தமில்லையா? இப்போதைக்கு மந்தாகினிக்குக் கொஞ்சம் பசித்ததுபோல இருந்தது. சாப்பாட்டு மெனு–கார்டிலிருந்து காப்சிகம் கறி, சிலோன் ஸ்பஞ்ச், துய்செம்ப் சலாட் முதலான ரொமாண்டிக் பெயர்கள் நினைவுக்கு வந்து இன்று பரிமாறப்படுபவைகளின் எல்லாப் பெயர்களையும் குறித்துக் கொண்டு, நாளை வீட்டுக்கு எழுதும் கடிதத்தில் அவைகளை எழுத மறக்கக் கூடாதெனத் தீர்மானித்து, அவள் படியில் இறங்கியபோது தொடுவானம் கருத்திருந்தது.

2

பயங்கரமான வெப்பம். இன்னும் ஒரு தினத்தில் கப்பல் செங்கடலை அடைய இருக்கிறது. எத்தனையோ பேர் வெளியே ஓபன் டெக்கில் காம்ப்காட்டுகளில் படுத்திருக்கிறார்கள். சிலர் சாய்வு நாற்காலிகளில் உட்கார்ந்து பாரிலிருந்து என்னென்னவோ

பானங்களை வரவழைத்துக் குடிக்கிறார்கள். பேசிக்கொண்டே பலமாகச் சிரிக்கிறார்கள். . . கையில்லாத தொளதொளப்பான பிளவுசையும் சதைப்பிடிப்பான பெரிய பெரிய தொடைகளைக் காட்டும் குட்டையான கால்சட்டையும் அணிந்த பார்சிப் பெண்ணொருத்தி நடுவயதினான தன் கூட்டாளியொருவ னுடன் 'ஏ' டெக்குக்கு – என்றால் 'லவர்ஸ் டெக்குக்கு – போகும் போது, குடித்துக்கொண்டு உட்கார்ந்திருந்தவர்கள் கண்களைச் சிமிட்டிப் பார்த்தார்கள். சிறிது நேரம் கழிந்த பிறகு பாவாடை யணிந்த தாய்லாந்தின் சப்பை மூஞ்சிக் குட்டைப் பெண் குச்சி போன்ற ஓர் ஆஸ்திரேலியப் பையனுடன் 'ஏ' டெக்கில் நுழைந்த போது அந்த ஜனங்கள் என்னென்னவோ கிசுகிசுத்தபடிக் கொல்லென்று சிரிக்கத் தொடங்கினார்கள், அவர்களுக்கு முதுகைத் திருப்பித் தூரத்தில் இருட்டில் உட்கார்ந்திருந்த மந்தாகினி உடனே தன் கேபினுக்குப் போக விரும்பினாள். ஆனால், பக்கத்து நாற்காலியில் உட்கார்ந்திருந்த முகர்ஜி அவளைப் போகவிடுவதற்குத் தயாராக இருக்க வேண்டுமே!

'மந்தா, என்ன இவ்வளவு சீக்கிரம்? சே. இது அநியாயம். . .'

'இப்போது பதினொன்றாகியிருக்கிறது. ஆனால் ஹவுஸி – ஹவுஸி ஆட்டம் முடிந்தே ஒரு மணி நேரம் ஆயிற்று. நீங்கள் முன்னால் செல்லுங்கள் இப்பொ வந்துவிடுகிறேன் என்று மிஸஸ் மோஹித்திடம் சொல்லிருந்தேன். பாவம் "டி" லௌஞ்சில் அவர் காத்துக்காத்து இப்பொழுது தூங்கச் சென்றிருக்க வேண்டும்.

'உன் ரூம்–மேட் மிஸ் ஜோசப் எப்படியிருக்கிறாள்? சர்தார்ஜியைக் கைவிட்டுவிட்டாள். நேற்று அவளைக் கப்பலின் செகண்ட் இஞ்சினியரோடு பார்த்தேன். அதென்னவோ சொல்கிறார்களே – காற்றடித்த போதே தூற்றிக்கொள் என்று. . . இரவு எந்நேரம் திரும்பினாள்?'

'எனக்குத் தெரியாது. விடியற்காலையிலிருந்தே கேபினில் இல்லை. எங்கேயோ உட்கார்ந்து எட்டு, பத்துக் கடிதம் எழுத வேண்டுமென்றென்னவோ சொல்லிப் போனவள் – இது வரைக்கும் அவளைப் பார்க்கவில்லை. என்னோடு இப்போது முன்னைப்போல ஃபிரீயாகப் பேசுவதே இல்லை. . .

'அது ஏன் தெரியுமா? ஏடனில் ஷாப்பிங் செல்லும்போது அவளைவிட்டு உன்னை அழைத்துச் சென்றேனல்லவா அதற்காக அவளுக்கு உன் மேல் எரிச்சல்!. . .'

'அப்படியென்றால் அவளுடைய மீனை நான் வலையில் போட்டுக்கொண்டேன் என்பது அவள் கற்பனையா?'

'போட்டுக்கொண்டில்லையா பின்னே?'

மந்தாகினி திடுக்கிட்டாள். 'உங்களோடு நேற்று ஷிப்பிங் வந்த உடனே அதற்கெல்லாம் அர்த்தம் கற்பிக்க வேண்டுமா? நீங்கள் தவறாக நினைத்துக்கொள்ளவில்லைதானே?'

'சே. தவறாக நினைத்துக்கொள்வதென்றால் என்ன? அதில் தவறென்ன இருக்கிறது? உடைத்துச் சொல்ல வேண்டிய அவசியமிருக்கிறதா – நான் உன்னை ரொம்ப லைக் பண்ணுகிறேனென்று. . .'

'நீங்கள் முதலில் டாக். சரோஜாவை லைக் செய்தீர்கள். அதன் பிறகு ஒரு நாள் அளவுக்கு நர்சிங் பயிற்சிக்குச் செல்லும் கேரளப் பெண்ணை லைக் செயதீர்கள். . .'

'ஓ! அந்தக் கேரளப் பெண்ணின் பேச்சே வேண்டாம். அவள் ரொம்ப சீப். நன்றாக ஆங்கிலம் பேசுகிறாள். கொஞ்சம் ஜாலி என்று சிறிது நேரம் அவளோடு. . . இல்லை, அவளோடு "ஏ" டெக்குக்கு இரவில் போனதே தவறு. அதனாலேயே என்னென்வோ வதந்திகள் – அவச்சொல் பிறந்திருக்க வேண்டும். இன்னும் டாக். சரோஜா என்றாலே ராட்சசி, பேய். . . அவளை இரண்டு நாள் பொறுத்துக்கொண்டதே அதிகம். . .'

'ஏன்? அப்படியென்ன செய்தாள் அவள்? எனக்கென்னவோ அவளது சுபாவத்திலிருந்து அவள் மிகவும் நல்லவளென்று தோன்றுகிறது. . .'

'நெருப்பில் போடு அவளது சுபாவத்தை. உன்னை அழைத்துக்கொண்டு போனதால் அவளுக்கு எவ்வளவு எரிச்சல் தெரியுமா? அவளென்ன என் மனைவியா அல்லது அம்மாவா எப்போதும் அவள் விரலையும் முந்தானையையும் பிடித்துக் கொண்டு திரிய? எனக்கு வேண்டியவர்களை என்னுடன் அழைத்துச் செல்ல எனக்கு அதிகாரமில்லையா என்ன? நிஜத்தில் என் தாலிகட்டிய மனைவிகூட என் அதிகாரத்தைப் பிடுங்கிக் கொள்ளவில்லை!'

'அப்படியென்றால். .? இல்லை. . . ப்ளீஸ் ரொம்ப நேரமாகி விட்டது. . . நான் கேபினுக்குச் செல்ல வேண்டும். . .'

'வாவ். இன்றைக்கு நீ சொன்னதையெல்லாம் வரி பிசகாமல் கேட்கிறேன். குடிக்க வேண்டாமென்றாய். நான் குடிக்கவில்லை. உனக்குச் சிகரெட் புகை ஒத்துக்கொள்ளாதென்று, நான் இன்று சிகரெட்டே பிடிக்கவில்லை. . .'

'நான் சொன்னேனேன்று நீங்கள் எதற்குக் கேட்க வேண்டும்?'

'நான் சொல்வதை நீ கேட்க வேண்டுமென்பதற்காக? ஹா ஹா ஹா என்று சிரித்தான். 'உன் தொடர்பு மதுவைவிட அதிக

எக்சைட்டிங். மந்தா, அங்கே உட்கார்ந்திருந்த ஜனங்களெல்லாம் போய்விட்டார்கள். நட நாம் "ஏ" டெக்குக்குப் போகலாம். . . உம்? நீ எவ்வளவு நைஸ் தெரியுமா? ஐ லவ் யூ. .'

'ஐ ஆம் சாரி. சாரி. . . நீங்கள் நிஜமாகவே என்னைத் தவறாகப் புரிந்துகொண்டிருக்கிறீர்கள். குட் நைட்' என்ற மந்தா அங்கிருந்து எழுந்தாள். முகர்ஜி உடனே அவள் கையைப் பிடித்து இழுத்தான். நிலை தடுமாறி அவன் மேல் விழுந்ததுபோலானாலும், அதுவரையில்லாத பயத்துடன் அவள் அவனது பிடியிலிருந்து விடுவித்துக்கொண்டு பரபரவென்று அருகிலிருந்த படியில் இறங்கி 'சி' டெக்குக்கு வந்தாள். முன்னால் இருந்த 'டி' டெக்குக்குச் செல்லும் படிக்கு அருகே இருட்டில் ஒரு ஜோடி ஒருத்தருக்கொருவர் தோளில் கை கோர்த்துக்கொண்டு இருந்தது. கேபின்களுக்கு இடையில் பிரியும் வழியில் இவளுக்கு எதிர்ப்பக்கமிருந்த மற்றொரு படியை நோக்கி ஓடத் தொடங்கினாள். ஆனால் இடையில் ஒரு பார், லௌஞ்ச் இருந்ததால் வேகத்தைக் குறைத்துக்கொண்டு அந்தப் பக்கத்தில் நுழைவதற்குள் ஹாரி மெகார்த்தி அவளை அழைத்தான்.

'மிஸ் பாட்டே, மிஸ் பாட்டே, எங்கே போகிறாய் இவ்வளவு வேகமாக?'

'என் கேபினுக்கு!'

'ஓர் ஐந்து நிமிடம் என்னுடன் உட்காரக் கூடாதா, ப்ளீஸ்?'

மந்தாகினி அருகிலிருந்த நாற்காலியில் உட்கார்ந்தாள். கையில் விஸ்கி கிளாசைத் திருப்பிக்கொண்டே 'உன் அனுமதி இருந்தால்' என்று கேட்டு, அவள் சம்மதம் பெற்று ஒரு முழுங்கு குடித்து, 'எப்படிப் போகிறது உன் வாழ்க்கை?' என்றான்.

'அருவருப்பாயிருக்கிறது. . . ஆண்களென்றாலே ஓநாய்கள்.'

'ஏன்? என்னவாயிற்று? நேற்றிலிருந்து உன்னோடு இருந்த கல்கத்தா கனவான் அழகாயிருக்கிறானே. .!'

'ஏன்? என்ன செய்தான் அவன்?'

'என்னைக் கேவலம் வீதியில் திரியும் பெண்ணென்று நினைத்துக்கொண்டிருக்கிறான் அவன்! அவ்வளவு தைரியமாகக் கொஞ்சமும் வெட்கமில்லாமல் கேட்பதென்றால்? எங்கள் நாடாயிருந்தால் செருப்பால் அடித்திருப்பேன். போலீசில் பிடித்துக் கொடுத்திருப்பேன்.'

'கடவுளே! இதையெல்லாம் இவ்வளவு சீரியஸாக எடுத்துக் கொள்ளுகிறார்களே உங்கள் நாட்டில்? அப்படியிருந்தால் வாழ்க்கை பயங்கரமாயிருக்க வேண்டும் அல்லவா? மூலை

முடுக்கெல்லாம் பூட்ஸ் சத்தம், நகர் முழுக்க விசிலூதியபடி ஓடும் போலீஸ். . .'

'மிஸ் பாட்டே, நீ ரொம்ப எக்ஸைட் ஆகியிருக்கிறாய். . . கொஞ்சம் டிரிங்க்ஸ் சாப்பிட்டால் நன்றாயிருக்கும் – நரம்புகளுக்கு. . .'

'நோ. தாங்ஸ்.'

ஒரு கிளாஸ் பீராவது? கொஞ்சம் சுறுசுறுப்பைக் கொடுக்கும் அவ்வளவு தான் – இறுகிய நரம்புகளுக்கும் கொஞ்சம் அமைதியைக் கொடுக்கும். ஒத்துக்கொள்ளாமல் போனால் விட்டுவிடு. வெயிட்டர் ஒரு லாகர். . .'

மந்தாகினி மேற்கொண்டு சொன்னாள், 'எங்கள் நாட்டில் பதினெழு, பதினெட்டு வயசுப் பையன்கள் மட்டும் இப்படிப் பைத்தியம் பைத்தியமாக எதையாவது செய்யலாம். ஆனால் இப்படி எல்லோரும். . .'

வெயிட்டர் கொண்டு வந்த பீரை மந்தாகினி ('மந்தா, இங்கிலாந்தில் பியர், ஜிஞ்சர் ஏல், கொஞ்சம் ஒயின் குடிக்கத் தடையில்லை' என்று பிரின்சிபால் மிஸ் டெய்லர் சொல்லியிருந்தாள். 'சளிக்குப் பிராந்தியைவிடச் சிறந்த மருந்தில்லை' என்றும் சொல்லியிருந்தாள்) பயந்தவாறே, முகம் சுளித்துக் குடித்தாள். 'அப்படியொன்றும் கசப்பில்லை' என்றாள்.

'இங்கே இருக்கிறவர்களைக் கப்பலே பைத்தியமாக்கலாம் அல்லவா?' மெகார்த்தி சிரித்தாள். 'எங்கள் நாட்டில் இதுபோன்ற சின்ன விஷயங்களுக்கு நாங்கள் முக்கியத்துவம் கொடுப்பதில்லை.'

'ஆங்? இருக்கலாம். நான் சொல்வது ஐரோப்பியர்கள் செய்கிறார்களென்று அவர்களது பழக்க வழக்கங்களை நாமும் குரங்குகளைப்போலக் கடைபிடிக்க வேண்டுமா என்பதுதான்!'

'அப்படியென்றால், உன்னுடைய அந்தக் கல்கத்தா நண்பன் இன்று எங்களுடைய நடத்தையை வெறும் குரங்கைப்போலக் கடைபிடித்திருக்கிறானா அல்லது எந்த நிர்ப்பந்தமும் இல்லாமல் இயல்பாக அவன் தன் எண்ணங்களை வெளிப்படுத்தி யிருக்கிறானா?'

'அப்படி நிர்ப்பந்தமில்லாமல் மனம் போனபடி நடப்பதற்கு அனுமதித்தால் ஜனங்கள் நாய்களைப் போலாவார்கள். ஓநாய்களாவார்கள். அதன் பிறகு வாழ்க்கை. . .'

'வெயிட்டர், இன்னொரு பீர்!'

'வேண்டாம். நிஜமாலும் வேண்டாம். . .'

ஏன் ஒத்துக் கொள்ளவில்லையா உனக்கு? பீருடன் ஏதாவது கொறித்திருக்க வேண்டும் – இனிப்பாக இருக்கும். . .அல்லது இனிப்பான ஒயின் கொண்டு வரச் சொல்லட்டுமா?'

'தயவு செய்து வேண்டாம்! இதையே குடித்திருக்கக் கூடாது.'

'என் செல்லப் பெண்ணே! நீ இங்கிலாந்துக்குப் போய்க் கொண்டிருக்கிறாய், அதற்குள்ளாக அது வேண்டாம் இது வேண்டாமென்றால் அங்கே வசிப்பது கடினம். அங்கே பார் அந்தத் தொடுவானத்தை. ஒரு கப்பல் கிழக்கே போய்க்கொண்டிருக்கிறது – பாரதம் திரும்புவதாயிருந்தால் சொல். நான் காப்டனிடம் சொல்லி உன்னை அந்தக் கப்பலுக்கு மாற்றிவிடுகிறேன்' என்று சிரித்தப்படி அவள் முகத்தைத் தட்டினான்.

மந்தாகினியும் மனப்பூர்வமாகச் சிரித்தாள். இன்னொரு முறை சாளரம் வழியாக வெளியே நோக்கினாள். இரவில் விளக்குகளால் ஜொலிக்கும் தூரத்துக் கப்பல் அழகாகத் தெரிந்தது. அவளுக்கு, 'தாங்க்ஸ்! குட்நைட்!' என்று எழுந்தாள்.

'ஸ்லீப் வெல்' என்ற முதியவன் ஹாரி புன்னகை செய்தான்.

3

மத்தியதரைக் கடலில் தெளிந்த தூய நீல வண்ண அலைகளைத் தடவி வந்த குளிர்ந்த காற்று வெகு இதமாக இருந்தது. வடக்குத் தொடுவானத்தில் கிரீஸ் நாட்டின் நிலம் எங்காவது சிறிதேனும் தெரிகிறதா என ஆர்வத்தோடு பார்த்துக்கொண்டிருந்தாள் மந்தாகினி. அங்கங்கே கடலின் குழந்தைகளைப்போலக் காணப்படும் சின்னத் சின்னத் தீவுகள் கிழக்கில் தோன்றிய சூரியனின் இனிய வெளிச்சத்தில் சிரித்தபடி உறங்கிக் கொண்டிருந்தன.

'கிரீட்டுக்கும் கிரீசுக்கும் இடையே போகுமாம் நம் கப்பல் அவளுடைய இரண்டு நாள் சினேகிதன் சஞ்சீவ் சப்ரு சொன்னான், 'நான் நவ்ஹரின் வளைகுடா எப்போது வரும் என்று ஆவலோடிருக்கிறேன். . . கிரீசின் ஒரு துணுக்கையாவது பார்த்தால் நான் புண்ணியவான். கிரீக் கலாச்சாரத்தைப்போல வளமான, உன்னதமான கலாச்சாரம் வேறில்லை. பைரன் வெறுமனே கிரீஸ் தேசத்துக்காகப் போராடி இறந்தானே. .! அதிருக்கட்டும் பிரமிடுகளைப்பற்றி எழுதிய என் கவிதை எப்படி யிருந்தது? நீங்கள் கெய்ரோ டிரிப்புக்கு வந்திருக்க வேண்டும்!'

என்னமோ ஏதோ மந்தாகினி கெய்ரோ டிரிப்புக்கு செல்ல வில்லை. சூயஸ்சிலிருந்து போர்ட் செய்ட் வரைக்கும் மிஸஸ் மோஹித்தின் பாதுகாப்பான சகவாசத்தில் கழித்தாள்.

ஜாலவித்தைக்காரன் தொடைபெருத்த பார்சிப் பெண்ணின் சோளிக்குள்ளிருந்து கோழிக்குஞ்சை வெளியே எடுத்த பிறகு, மந்தாவின் புடவைக்குக் கீழேயிருந்து கோழிக்குஞ்சை எடுத்த போது மட்டும் அவள் வெட்கத்துடன் ஒரேயடியாக வேர்த்து விறுவிறுத்துப் போனாள். அந்தப் பயங்கரமான கணத்தை விட்டால் வேறு விபரீத சம்பவம் எதுவும் நிகழவில்லை. ஜால வித்தைக் காட்சிக்குப் பிறகு தொடங்கிய டான்ஸ் நிகழ்ச்சிக்கு ஆஸ்திரேலிய இளைஞனொருவன் (அநேகமாகக் குடித்திருக்க வேண்டும்) 'மதாம், உங்களுடன் டான்சாடலாமா? கண்ணை உற்றுப் பார்த்துக் கேட்டான். 'எனக்கு டான்ஸ் வராது' என்று எவ்வளவு சொன்னாலும் அவன் அவளைவிடத் தயாராயில்லை. அப்பொழுது அவளை ஏன் தொந்தரவு செய்கிறாய்? இங்கிருந்து போ பார்க்கலாம்' என்று அதட்டியிருந்தாள், தன் அரைகுறை ஆங்கிலத்தில். போர்ட் செய்ட்டைவிட்ட பிறகு, தன் அப்பா வின் செலவில் தத்துவம் படிக்கக் கேம்ப்ரிட்ஜிக்குப் போய்க் கொண்டிருக்கும் – தான் தத்துவஞானி மட்டுமல்லாமல் கவிஞனும் கூட என்று சொல்லிக்கொள்ளும் – இருபது இருபத்திரண்டு வயசுப் பையன் சஞ்சீவ் சப்ரு அவளுடன் எப்படியோ ஒட்டிக் கொண்டிருந்தான். அவளுடன் அவன் எவ்வளவு நேரமிருந்தாலும் எவ்வளவு பேசினாலும் அடிப்படையில் தொல்லை கொடுக்காத சாதுப்பிராணி, முக்கியமாக மிஸஸ் மோஹித்தைப்போல அவன் மிகவும் 'சேஃப்' என்றே அவள் அவனைச் சேர்த்துக் கொண்டிருந்தாள். ஆனால், இன்று மட்டும் அவனுடைய பேச்சைக் கேட்டபடி உட்கார்ந்திருப்பதென்றால் சலிப்பு. ஆனாலும், மனசில்லாத மனசோடு அவள் பதிலளித்தாள்.

'அந்தக் கவிதை எனக்குப் புரியவில்லை. . .எனக்குக் கவிதையே புரிவதில்லை. ஆனால் அது நன்றாகத்தான் இருக்க வேண்டும் விடு. . .' என்றாள். ஆனால் எதையேனும் பேசிக் கொண்டே இருக்க வேண்டும் – நேரத்தைப் போக்க – என்று, 'மிஸ்டர் சப்ரு (மிஸ்டர் என்பதில் அழுத்தம் சேர்த்தாள்) உனக்கு சைக்காலஜி தெரியுமா? நேற்று எனக்கொரு கனவு வந்தது. அதற்கு அர்த்தம் சொல்கிறாயா? நான் அரேபியக் காட்டுக்குள் ஒரு சிவப்புக் குதிரையேறிப் போய்க்கொண்டிருந்தேன்.

'புரிந்தது, மந்தா பெஹன். புரிந்தது. . . குதிரையென்றால் ஃபிராய்ட் சொன்னபடி செக்ஸ்'.

'அப்படியென்றால் நான் மேற்கொண்டு சொல்லப் போவ தில்லை. போ. . . அது போகட்டும். நானே அஹமத் நகரிலிருந்த போது ஒரு விசித்திரமான கனவு வந்தது. அதில் எங்கே செக்ஸ் இருக்கிறது பார்க்கலாம்? அந்தக் கனவில் ஒரு பைத்தியக்காரி என்

முதுகில் ஏறினாள். நான் தப்பித்துப் போய்க்கொண்டிருந்தேன்... தப்பித்து ஏதோ ஒரு வீட்டிற்குள் நுழைந்து. . .'

'இங்கே பாருங்கள், பைத்தியக்காரி என்றால் உங்களுடைய அல்லது நீங்கள் பைத்தியக்காரத்தனம் என்று எண்ணும் அந்தரங்க ஆசைகளின் பிரதிபலிப்பு – அதாவது செக்ஸ்!'

'நீ நிஜமாகவே விவரமான பையன்!'

'இதைப் பாருங்கள் மந்தா பெஹன், நேற்று எனக்கும் ஒரு கனவு வந்தது. ரொம்ப ரொமாண்டிக்! அதில் நீங்கள் இருந்தீர்கள். . .'

'ச்சூ ச்சூ ச்சூ. . . என்னைப் பற்றி நீ கனவு காணக் கூடாது. உன்னைப் போல் இளையவர்கள் அதே பருவத்து சம வயசுப் பெண்களுடன் சேர வேண்டும், ஆட வேண்டும், குதிக்க வேண்டும் தெரியுமா? அதோ அங்கே கேரம் விளையாடுகிறாளல்லவா மலேயப் பெண் – அவளைப் போல் யாரையாவது பிடி – ஊம்?'

'எனக்குத் தெரிந்தவர்கள் இதற்குள்ளாகவே கேலி செய்கிறார்கள். நான் உங்களைக் காதலிக்கிறேனென்று. . .'

'நீ என்னை! ஆஹா ஜனங்களுக்கு என்ன கற்பனை சக்தி! இனிமேல் நாம் பேசாமலிருப்பதே நல்லது. . .'

மந்தாகினிக்குத் தன் கையிலிருந்த புத்தகத்தைப் படிக்கும் எண்ணம் வந்தது. அதற்குள் 'நான் உங்களுடன் உட்காரத் தடையில்லையே?' என்றான் ஓர் ஐரோப்பியன், கழுத்தை வளைத்து முகத்தில் இனிய தெளிவான சிரிப்பை ஒட்ட வைத்து.

'என் பெயர் பால் லெக்வி. பாரீஸ் என் பூர்வீகம். இப்போது நானிருப்பது லண்டனில். லிமோஜினுக்கு வியாபார விஷய மாகச் சென்றிருந்தேன். இப்போது லண்டனுக்குத் திரும்பிப் போய்க்கொண்டிருக்கிறேன். நீங்கள் இந்தியர்கள் அல்லவா? எனக்கு இந்தியாவை மிகவும் பிடிக்கும். வொன்டர்புல் கன்ட்ரி! நேரு ரொம்பப் பெரிய மனிதர். வொன்டர்புல் மேன்! உங்கள் பெயரைத் தெரிந்துகொள்ளும் சந்தோசம் கிடைக்குமா எனக்கு?'

சப்ருவும் மந்தாவும் தம் பெயரைச் சொல்லி, எங்கே எதற்குப் போய்க்கொண்டிருக்கிறார்கள் என்பவற்றையும் சொன்னார்கள்.

'வெரிகுட், முசே சப்ரு. நீங்கள் ஃபிலாசபர். கடவுள், பாவம், புண்ணியம் முதலியவையெல்லாம் என் தலைக்கு மேலே பறந்து போகும் விஷயங்கள். மதாம் பாட்டே, வரலாறு – அது எனக்கும் பிடித்தமான விஷயம். சாம்பர்லின், அலெக்ஸாண்டர் தி கிரேட், நெப்போலியன், பிரெஞ்சுப் புரட்சி, முகலாயப் பாதுஷாக்கள்,

கிளியோபாட்ரா, ஆண்டனி, சீசர் – வொண்டர்புல்! கிப்பனின் "ரோம சாமராஜ்யத்தின் சரிவும் வீழ்ச்சியும்" புத்தகத்தை நான் ஒரு வருடம் முழுக்கப் படித்திருப்பேன். அதைப் படிக்கும்போது தான் என் ஆங்கிலத்தைச் செம்மைப்படுத்திக்கொண்டேன்... உங்களுக்கு என்ன டிரிங்க்ஸ் வரவழைக்கட்டும்?'

'நாங்கள் டிரிங்க்ஸ் சாப்பிடுவதில்லை' மந்தாவின் குரலில் மன்னிப்புக் கேட்கும் பாவனை இருந்தது.

'நோ டிரிங்ஸ்! வொன்டர்புல்! பிரான்சில் ஒயின் இல்லாமல் வாழ்வதே சாத்தியமில்லை. இது நல்ல அநியாயம் – நான் மட்டும் தனியே எப்படிக் குடிப்பது? வெல்... வெல்... ஜிஞ்சர் ஏல் மட்டுமாவது குடியுங்கள்...'

'தடையில்லை' என்று மந்தாகினி சொல்ல வேண்டுமா யிருந்தது. அவனுடைய கலகலவெனச் சிரிக்கும் கண்களில் நிர்ப்பந்தம் வடிவம்கொண்டு நின்றிருந்தது.

இரண்டு ஜிஞ்சருடன் லெக்வி தனக்காக மாணிக்கத்தைப் போல ஜொலித்த ஏதோ ஒரு சிவப்புப் பானத்தைத் தருவித்தான். 'இதனை நீங்கள் சுவைத்துப் பார்க்க வேண்டும். கோன்யாக்கின் ஒரு காக்டெயில் இது...உங்கள் ஒப்புதலுடன்...சியர்ஸ்!' என்று ஒரு முழுங்கு குடித்தான். பேசும்போது அவன் பார்வை மந்தாகினியைவிட்டு ஒரு நிமிடம்கூட விலகவில்லை.

மந்தாகினியிடம் அதுவரையில்லாத சுறுசுறுப்பு உடன் எழுந்தாடத் தொடங்கியது. பால் லெக்விமீது தைரியமாகக் கண்ணை உருட்டி ஆர்வதோடு அவன் அங்கங்களின் மேல் பார்வையைச் செலுத்தினாள்.

'நீங்கள் மார்செய்ல்ஸில் இறங்கிப் பாரீசைப் பார்த்து விட்டே லண்டனுக்குச் செல்வீர்களல்லவா?' – லெக்வி மந்தாகினியைக் கேட்டான்.

'இல்லை ஜிப்ரால்டர் வழியாக நேராக லண்டனுக்கு'.

லெக்வியின் முகத்தில் உடனே துக்கத்தின் நிழல் படிந்தது. 'ஜிப்ரால்டரிலிருந்து லண்டனுக்கு! ஓ. இதைக் கேட்டு நான் மிகவும் துக்கப்படுகிறேன்... செப்டம்பரில் பிரான்ஸ், அதிலும் பாரீஸ்... அதாவது அது செப்டம்பரில் பிரான்ஸ், அதிலும் பாரீஸ்... அதாவது அது சொர்க்கத்துக்குச் சமம். மதாம் என்னுடன் அழகையெல்லாம் பிழிந்து உங்கள் கோப்பையில் வழியவிடுவேன்...' என்று அனுதாபம் கூடிய ஹாஸ்யம் செய்தான். இரண்டு முழுங்கு காக்டெயிலைக் குடித்தான்.

'என் டிக்கெட்டை இப்போது மாற்ற முடியுமா?' என்று மந்தாகினி சின்னப் பெண்ணைப்போலக் கேட்டாள்.

பால் மீசை

இருவராலும் அலட்சியப்படுத்தப்பட்டுத் தன்னளவில் தானே ஜிஞ்சர் குடித்துக்கொண்டு பேசாமல் உட்கார்ந்திருந்த சப்ரு உடனே எழுந்து, 'மிஸ்டர் லெக்வி, தாங்க்ஸ். நான் போக வேண்டும். பை பை' என்று புறப்பட்டான். லெக்வியும் நாற்காலியிலிருந்து பாதி எழுந்ததைப்போலப் பாவனை செய்து 'மெர்சி மூசே. ஒ ரேவான்' என்று சொல்லி மந்தாகினியின் பக்கம் திரும்பிப் பேசத் தொடங்கினான். மந்தாகினியும் சப்ருவிடம் 'மீண்டும் சந்திப்போம்' என்று மட்டும் மொட்டையாகச் சொல்லி லெக்வியின் பக்கம் தன் சிரித்த வதனத்தைத் திருப்பினாள். சப்ரு போவதற்காகவே காத்திருந்ததைப்போல அவன் போனவுடனே மந்தாகினியின் இதயம் ஜில்லென்று நடுங்கியது.

○

அன்று லெக்வி மந்தாகினியை விடவேயில்லை. டின்னர் முடிந்த பிறகு பாரின் ஒரு மூலையில் அவளை உட்காரவைத்துக்கொண்டு அரட்டையோ அரட்டை. முகர்ஜி – மிஸ் ஜோசப் ஜோடி கண்களைச் சிமிட்டிக்கொண்டே போனது. நேரடியாக அறிமுகமில்லாதவர்கள் கூட மந்தாகினியைப் பார்த்த போதெல்லாம் ஆர்வத்துடன் கண்களை உருட்டினார்கள். சங்கோஜத்துடன் சேர்ந்து ஆனந்தமும் மந்தாவை அவள் அக்குளில் கை வைத்து சிரிப்பூட்டியது. லெக்வியின் சகவாசத்தால் மந்தாவுக்கு மாணிக்கத்தை போலப் பளபளக்கும் மதுபானத்தின் போதை ஏறியது. லெக்வியுடன் சோபாவில் அமர்ந்து நண்பர்களைப் போல அரட்டையடிப்பதில் மந்தாவுக்குத் தவறேதும் தெரியவில்லை. கொஞ்சமும் கட்டுப்பாடில்லாமல், இந்தப் புது வகையான பிரெஞ்ச் பேசும் இளைஞனுடன் உட்கார்ந்து ஏன் பேசக்கூடாது? வெளிநாட்டுக்கு போகிறவர்களுக்கு விதவிதமான நாடுகள், விதவிதமான மக்களின் அறிமுகம், அனுபவம் அவசியமில்லையா? இல்லாதிருந்தால் இவ்வளவு தூரம் ஏழுகடல் தாண்டிப் போவதெதற்கு? ஜனங்கள் எதையாவது பேசட்டும். அவளை அந்த முட்டாள் சப்ருவுடன் இணைத்தும்கூட ஏதேதோ சொல்லவில்லையா?... லண்டன் சேர்ந்ததும் இவர்களெங்கோ அவளெங்கோ? மேலும் நாளன்றைக்கு விடியற்காலை லெக்வி மார்செய்ல்ஸில் இறங்கிப் போய்விடுவான். அவளிடம் – மற்றவர்களைத் தவிர்த்து – மூடி மறைக்காமல் இவ்வளவு ஆர்வம் காட்டுகிறானென்றால் இந்த மகிழ்ச்சியை, இந்த அனுபவத்தை வெட்கப்பட்டு, வெறுத்து, சங்கோஜப்பட்டு இழக்க வேண்டுமா? இரவு பதினொரு மணியான பிறகு மந்தா தன் கேபினுக்குச் செல்ல எழுந்தாள். லெக்வி தானும் எழுந்தான். அவள் கையைப் பிடித்து முத்தமிட்டு, 'ஏன்? களைப்பாக இருக்கிறதா? உங்களை இவ்வளவு நேரம் உட்காரவைத்துக்கொண்டு உங்கள் தூக்கத்துக்கு இடைஞ்சலாக

இருந்துவிட்டேன் மன்னியுங்கள். . . ஆஹா இந்தப் புடவையில் நீங்கள் எவ்வளவு அழகாகத் தெரிகிறீர்கள். . . இளவரசியைப் போல!. . . குட்நைட். நாளைச் சந்திப்போம்' என்றான். அவனது பிரெஞ்சின் வினயம், அவனுடைய மிருதுவான உரிமை, அவனது உதடுகளின் பட்டுப் போன்ற ஸ்பரிசம். . . அவளது இதயம் அடித்துக்கொண்டது, கலங்கியது. கேபினுக்குச் செல்லும்போது அவளுக்குத் தானொரு கனவு உலகத்தில் மிதப்பதுபோலத் (இதெல்லாம் அநேகமாக லெக்வி குடிக்க வைத்த போர்ட் ஒயினின் பரிமாணமாயிருக்கலாமோ) தோன்றியது. கேபினுக்குச் சென்று, கண்ணாடியில் சிவப்புப் பட்டுப் புடவையுடுத்திய இளவரசியை நீண்ட நேரம் பார்த்து, புடவையை அவிழ்க்கும் மனசில்லாமல், பாதித் திறந்த போர்ட் ஓட்டை வழியாகத் தலைதூக்கி மத்தியதரைக் கடலின் இசையைக் கேட்டவாறே நின்றாள், மிஸ் ஜோசப் வந்து கதவைத் தட்டும்வரை.

○

மறுநாள் விடியற்காலை, பிற்பகல் லெக்வி கண்ணில் படவே இல்லை. மந்தாகினி பைத்தியம் பிடித்தவளைப் போல் இந்தப் பக்கமிருந்து, அந்தப் பக்கமிருந்து எல்லா டெக்குகளின் பெஞ்சு களில், பார்களில், லைப்ரரிகளில், காரிடார்களில் ஓடித் திரிந்து பார்த்தாள். எங்கேயும் அவன் அடையாளமே இல்லை. நாலுமணிக் காபி குடித்த பிறகு, ஒரு பக்கம் படிக்கட்டில் சந்தித்தான் சப்ரு. 'மந்தா பெஹன், என்ன என்னையாத் தேடுகிறீர்கள் ?' என்றான்.

'இல்லை, மிஸஸ் மோஹித்தைப் பார்க்க வேண்டும்.'

'அவர் ஈ டெக்கில் உட்கார்ந்திருந்தாரே – குழந்தைகளின் ஃபேன்சி டிரஸ் காம்படிஷன் பார்க்க.'

'ஓ. நான் மறந்தே போனேன்' என்று மந்தா ஓடினாள்.

அன்று விழா நாள்! விளையாட்டுகளில் போட்டி, ஃபேன்சி டிரஸ் போட்டி, சங்கீதக் கச்சேரி. . .கப்பல் முழுவதும் உற்சவத்தின் கொண்டாட்டம். எதிலும் மந்தாகினியின் மனம் செல்லவில்லை. இனியென்ன விழா டின்னருக்குத் தயாராகலாம். தனக்குப் பிடித்தமான மஞ்சள் பட்டுப் புடவையை உடுத்தலாம் என்று தன் கேபினுக்குச் சென்று தயாரானாள். ஏழு அடிக்க ஐந்தே நிமிடம். புறப்பட வேண்டுமென்று புதிய பார்ஜரி சாண்டல்களை அணியத் தொடங்கினாள். அதற்குள் கேபின் கதவை தட்டிய சத்தம்.

'யார் ?'

'நான், லெக்வி.'

அவளுடைய உடல் பலமே குறைந்து மற்றொரு சாண்டல் அணிவதைப் பாதியிலேயே நிறுத்திக் கதவைத் திறந்தாள்.

'ஐ ஆம் சாரி. இன்றைய விழா டின்னருக்கு எங்கள் டைனிங் ஹாலுக்கு நீங்கள் வரவேண்டும் – என் விருந்தினராக... வரத் தடையில்லைதானே?' லெக்வியின் குரலில், கண்களின் அழைப்பில் மந்திரமிருந்தது.

'சாரி கேபினுக்குள் எல்லாம் அலங்கோலமாயிருக்கிறது.'

'என் கேபினைப் பார்க்க வேண்டும்; நீங்கள். அதோ, நீங்கள் அவசரத்தில் சாண்டலை முழுசாக அணியவில்லை. வாருங்கள், நான் உதவுகிறேன்' என்றவன் குனிந்து அவள் காலுக்குச் சாண்டலை அணிவிப்பதில் முனைந்தான்.

'லவ்லி சாண்டல், மதாம் மந்தா. . . ஆஹா உங்கள் பாதங்களின் வடிவம் மிகக் கச்சிதமாக இருக்கிறது. நீங்கள் பிரெஞ்ச் பெண்ணாயிருந்தால் நான் உடனே அவைகளை முத்தமிட்டிருக்கலாம்...' என்றபடியே அவள் புடவையை மேலே தள்ளிச் செருப்பின் வார்க் கொக்கியை இறுக்கினான்.

லெக்வி எழுந்து நின்றான். மந்தாவின் இடுப்பைப் பிடித்து, அவள் முகத்தை உயர்த்திப் பார்த்து, 'புறப்படுங்கள் என் இந்திய இளவரசி!' என்றான்.

'என் கேபினை எப்படிக் கண்டுபிடித்தீர்கள்?'

'அதிலென்ன கஷ்டம்? அலுவலகத்துக்குச் சென்று மதாம் பாட்டேயின் எண்ணைக் கேட்டேன்.'

'நீங்கள் இன்று நாள் முழுக்க எப்படி கழித்தீர்கள்?' கேள்வி கேட்பதே ஒருவகையானப் பாதுகாப்பு என மந்தாவுக்குத் தோன்றியது.

'ஓ. பத்து மணிக்கு எழுந்தேன்... நேற்றையக் காக்டெயில்... ஹாங் ஓவர்... என்னுடையது தனி கேபினானதால் யாருடைய தொந்தரவும் இல்லை. என்னுடைய ஸ்டூவர்ட் பிரேக் பாஸ்ட் கொண்டுவந்து கொடுத்தான். பிறகு படுக்கையிலேயே இரண்டு மணி நேரம் கழித்தேன். பிறகு லஞ்ச். . . அதன் பிறகு ஓய்வு. . . இன்றைய விழா இரவுக்கு முழுவதும் தயார். . . பாரீஸ் அல்லது லண்டனில் விடுமுறை என்றாலே இப்படி. . . மாலை வரை ஓய்வு... அதன் பிறகு பன்னிரண்டு – ஒன்று – இரண்டு மணிவரை விருப்பம் போல். . . டிரிங்க்ஸ், டான்ஸ், மற்றும். . . அமூர். . . ஹாஹாஹா. .'

மந்தாவுக்குப் பிரெஞ்ச் தெரியாது. ஆனாலும், 'அமூர்' என்றால் என்னவென்று கேட்க அவள் எத்தனிக்கவே இல்லை.

'சி' டெக்கின் சாப்பாட்டு ஹால். . . மிக மிக அழகாக அலங்கரிக்கப்பட்டிருந்தது. வண்ண வண்ணக் காகித மாலைகள், பலூன்கள், சிறப்பான ஆடையணிந்த ஜனங்கள், அவர்களின் கலகலப்பான கிக்கீக்கி, ஹா ஹா ஹா சிரிப்பு. அமர்ந்து இருந்தவர்களின் தலைமேல் உயர்ந்த, அகன்ற, வளைந்து நெளிந்த கோமாளித் தொப்பிகள், பட்பட் சிட்சிட் என்னும் ஓசைகள், விசில் சத்தம், 'பாம்' என்று ஒலிக்கும் வண்ணத் தகடாலான ஊதல்கள், மேஜை மேல் விதவிதமான சின்னப் பரிசுகள், ஒயின் கிளாசுகள், மது நிரம்பிய பெரிய பெரிய கண்ணாடிக் குப்பிகள்... பாதாளத்தில் சிக்கிய பச்சிளம் குழந்தையைப்போல மந்தாகினி அந்த மாயா நகரத்தில் கலவரமுற்றாளோ என்னவோ? ஆனால் அவளது இடுப்பை வளைத்த லெக்வியின் வலதுகை அணைப்பு அவளுக்குத் தைரியத்தைக் கொடுத்தது. பலபேர் இவர்கள் பக்கம் ஆர்வத்துடன் பார்த்தார்கள். பெருமையில் அவள் இதயம் அடித்துக்கொண்டது. சரிந்த முந்தானையை எடுத்து இடுப்பில் சுற்றிக்கொண்டாள்.

'ஆ, இங்கே இருக்கிறது நம் மேஜை!'

டேபிள் மேட்களின் அறிமுகம் முடிந்தது. ஆனால், அந்த அறிமுகம் லெக்வி, மந்தாகினியின் தனிமைக்குத் தடையாக வில்லை. கோமாளித் தொப்பியை அவள் தலையில் முகவாயைப் பிடித்து முகத்தைப் பார்த்தான் லெக்வி. 'நீ மூர்க்கர்கள் நாட்டின் மகாராணியைப் போலத் தெரிகிறாய்' என்று அவள் தோளைப் பற்றினான். அதற்குள் எட்டு அல்லது பத்து மேஜைகளுக்கப்பா லிருந்து யாரோ கையாட்டுவதைப் போலத் தெரிந்தது. லெக்வி அவளது தோளைப் பற்றியபோது மங்கிய பார்வையில் அது யாரென்று உடனே அடையாளம் தெரியவில்லை. சிறிது நேரத்திலேயே கையசைத்தவர் அவள் பக்கமாக வரத் தொடங்கினார். அதற்குள் அவள் பார்வை தெளிவடைந்து 'குட்ஈவினிங் மிஸ்டர் மெக்கார்த்தி' என்று வாழ்த்தினாள். இப்பொழுது முழுசாக அருகில் வந்த மெக்கார்த்திக்கு லெக்வியை அறிமுகப்படுத்தினாள்.

'மிஸ் மந்தா, நீ இன்று மிகவும் அழகாகத் தெரிகிறாய். மத்தியத்தரைக்கடலில் ஒரு காற்றுக்கே நீ மலர்ந்ததைப் போலத் தெரிகிறாய். . . மிஸ்டர் லெக்வி நீங்கள் உண்மையிலேயே லக்கி.'

'உங்களுக்குப் பொறாமையாக இருந்தால் வாருங்கள், இங்கேயே இருவரும் குத்துச் சண்டை போடுவோம்! வெற்றி பெறுகிறவருக்கு இந்த இளவரசி. . .' என்று லெக்வி சிரித்தபடியே சொன்னான். அனைவரும் சிரித்தார்கள்.

'குத்துச் சண்டை போட நான் முதியவனாயிற்றே! இல்லாது போனால்... நல்லது... என் தோழி மிஸஸ் ஜோன்ஸ் என்னை எதிர்பார்த்துக் காத்திருக்கிறாள். நான் போகிறேன். உங்கள் டின்னர் நல்லபடி நடக்கட்டும்... இங்கே பாருங்கள் லெக்வி, நீங்கள் எச்சரிக்கயாக இருங்கள். இல்லாது போனால் இந்த இளவரசியின் செருப்புகள்... ஹா ஹா ஹா...' என்று சிரித்துக்கொண்டே போனார் மெக்கார்த்தி.

'நான் அவைகளைப் பத்திரமாகக் கட்டியிருக்கிறேன்' என்றான் லெக்வி, மெக்கார்த்தி பேசியதன் பொருள் தெரியாமல்.

மந்தாகினி செருப்புத் தொடர்பான நிகழ்ச்சியைத் துல்லியமாக விவரித்தாள். லெக்விக்கு அவள் கதையைக் கேட்டுச் சிரிப்பொ சிரிப்பு.

'நீ என்னை உன் செருப்பாலடித்தால் எனக்கு எவ்வளவு மகிழ்ச்சி தெரியுமா? வொன்டர்புல்... ஆனால் தனிமையில் மட்டும். ஆம், பொதுவிடத்திலல்ல... ஹா ஹா ஹா...'

மந்தாகினிக்கு ஷாம்பெயின் மிகவும் பிடித்திருந்தது. ஆனால் ஏனோ சரியாகச் சாப்பிட முடியவில்லை. அவளது நளினம் லெக்விக்கு மிகவும் பிடித்திருந்தது. 'எனக்கு டெலிகேட், மிருதுவான, மெலிந்த பெண்களென்றால் மிகவும் பிடிக்கும்... So ethereal, so spiritual! அதோடு அவர்களது மிருதுவான புதுச் செருப்புகளும் மிகவும் பிடிக்கும்!'

சூழ்நிலையில் நிறைந்து வழியும் உற்சாகம், கண் நிறையும் உல்லாசம், எங்கும் பைத்தியம் பிடிக்க வைக்கும் சிரிப்பு, கலகலப்பு, பளபளக்கும் சிவப்பு, வெள்ளை, மஞ்சள் கிளாசுகள், இடுப்பை பிடித்துக் கலகலப்பாக ஆடவைக்கும் இசை. ஆண்—பெண், ஆண்—பெண், ஆண்—பெண், சூட்டு-பிராக், சூட்டு-ஸ்கர்ட், சூட்டு-புடவை. இந்திரதனுசின் எல்லா வண்ணங்களும் குதியாட்டம் போட்டு ஒன்றோடொன்று கலக்கின்றன. சில யட்ச-யட்சினியர் தோளோடு தோள் வைத்து, கன்னத்தோடு கன்னம் ஒட்டி, உடலோடு உடல் சேர்த்துக் கால்களை மட்டும் ஆட்டிக்கொண்டிக்கிறார்கள். சிறிது நேரத்துக்குப் பிறகு டெக் நிறைய ஆடும் கால்கள். குறுக்கே மறுக்கே வந்தால் மேலே வந்து விழும் கால்கள். ஹாய் ஹோ ஹி ஹி ஹி, ஹா ஹா ஹா, ஹோ ஹோ ஹோ ஹே...பேண்டுக்கே போதை ஏறியதுபோல இருக்கிறது. பேண்ட் கோஷ்டினர் கை, கால்கள், உடம்பை ஆட்டி, வளைத்து தொடுவானம் கிழியும்படி வாசிக்கத் தொடங்கினார்கள். ஆடத் தெரியாதவர்களும் ஆடத் தொடங்கினார்கள். அந்த இரைச்சலில் யாரிடம் யார் அனுமதி கேட்பார்கள்; யாருக்கு யார் இல்லையென்று சொல்வார்கள்?

‘ப்ளீஸ், மிஸ்டர் லெக்வி, ப்ளீஸ். . . தலை சுற்றுகிறது. . .’

‘சாரி, உன் சாண்டல் என் காலை மிதிக்கிறது... நான் காலை நகர்த்துவதுபோல நகர்த்து போதும். . .’

‘ஓ! இது என்னால் முடியாது விடுங்கள். . .’

‘ஏன் அவ்வளவு இறுக்கிப் பிடித்திருக்கிறாய்? ரிலாக்ஸ். . . ரிலாக்ஸ். . . கொஞ்சம் தளர்ந்து. . . கொஞ்சம் நெருங்கி வா. . . இன்னும் கொஞ்சம்.’

‘வேண்டாம் விடுங்கள். . . ஓ. . . ஹோ. . . நிஜமாலும் தலைசுற்றுகிறது. . . தலை! என்று மந்தா தலையைப் பிடித்துக் கொண்டாள்.

லெக்வி மந்தாகினியின் கையைப் பிடித்து ஜனங்களுக் கிடையில் நுழைந்து, வளைந்து அவளை வேகவேகமாக அந்தக் களேபரத்திலிருந்து இழுத்துக்கொண்டு ஒரு மூலைக்குச் சென்று ஒரு நாற்காலியில் உட்கார வைத்தான்.

‘டார்லிங், உனக்குத் தேவை சுகமானக் காற்று... இப்பொழுது எப்படியிருக்கிறது?’

‘தலை இன்னமும் கிர்ரென்கிறது. . . இங்கே ஏனோ ஜோவென்று வாசிப்பதுபோல இருக்கிறது’ என்று காதை மூடிக்கொண்டான்.

‘கொஞ்சம் நில் காபி வாங்கி வருகிறேன்...’ என்று ஓடினாள் லெக்வி.

லெக்வி வருவதற்குள் மந்தா குனிந்து ‘உவ்வேவ்’ என்று வாந்தி எடுத்துக்கொண்டிருந்தாள்.

‘பரவாயில்லை... ரிலாக்ஸ்... இப்போது எப்படியிருக்கிறது? வா கொஞ்ச நேரம் நீ ஓய்வு எடுத்துக்கொள்ள வேண்டும். இப்போதைக்கு இந்தக் காபியைக் குடி. . .’ என்று அவளைக் காபி குடிக்க வைத்து, அவளை இரண்டு கைகளாலும் சாய்த்துப் பிடித்துக்கொண்டு படியில் இறக்கி அழைத்துப் போனான் – ‘சி’ டெக்கிலிருந்த தன் கேபினுக்கு.

4

மூன்று நாள் காய்ச்சல், இரண்டு நாள் ஓய்வு – இன்று எழுந்து இருக்கிறாள். மார்செய்ல்ஸ் டிரிப் தப்பியது. ஜிப்ரால்டர் டிரிப்பும் தவறியது. மிஸஸ் மோஹித் வந்து மார்செய்ல்ஸ் தொடர்பாகச் சொன்னது மட்டுமே அவளுக்குத் தெரியும்.’ அது வேறோர் உலகம். என்ன மனம் போனபடியான வாழ்க்கை அங்கே கடற்கரையைப் பார்க்க வேண்டுமே! ஆணும் பெண்ணும்

அரை நிர்வாணம். . . சே! மணலில், நீரில் ஆடுவதைப் பார்த்தால் என் உடம்பெல்லாம் கூசுகிறது. . .' ஜிப்ரால்டாரின் பெரும் பாறையைத் தொலையிலிருந்தே போர்ட் துளை வழியாகப் பார்த்து, 'ஆஹா வாழ்க்கை இப்படியல்லவா இருக்க வேண்டும் ஒரு பாறையைப்போல' என்று மந்தாகினி தனக்குத் தானே சொல்லிக்கொண்டிருந்தாள். 'கப்பல்கள் வருகின்றன, போகின்றன. ஆனால் இந்த ஜிப்ரால்டர் மட்டும் பயமில்லாமல், அசையாமல் தலை நிமிர்ந்து நின்றிருக்கிறது. சுற்றியுள்ள கடல்களைத் தாங்கி' என்று பெருமூச்சுவிட்டாள்.

அவள் ஸ்வெட்டர் பின்னியபடி உட்கார்ந்திருந்த நாற்காலிக்கு அருகில் ரேலிங்கில் சாய்ந்து முகர்ஜி கேரளப் பெண்ணுடன் முட்டாளைப்போலச் சிரித்தபடி நின்றிருந்தான். அவன் பார்வை மந்தாகினியிடம் போன உடனே சிரிப்பதை நிறுத்திக் கேட்டான்.

'ஹலோ மிஸ் பாட்டே, மார்செய்ல்ஸிலிருந்து உன்னைப் பார்க்கவேயில்லையே? அங்கேயே இறங்கி நீ பாரீஸிலிருந்து லண்டன் போயிருக்க வேண்டுமென்று நினைத்துக்கொண்டேன்.'

மந்தாகினிக்குத் தெரியும் அவன் பேச்சில் அடங்கிருந்த அர்த்தம். சிரித்து, சொன்னாள், 'அப்படியே போயிருந்தால் நன்றாகியிருந்திருக்குமோ என்னவோ?'

'நீ கொஞ்சம் வெளுத்துப் போயிருக்கிறாய்! வெள்ளையர் களின் சகவாசமோ?' என்று பலமாகச் சிரித்தான்.

'உங்கள் முகம் கருத்திருக்கிறதே! அது யார் சகவாசத்தால்? அல்லது உள் மனசின் நிறமெல்லாம் வெளியே வருகிறதா?'

'நீ ரொம்ப விவரமாகிவிட்டாயே இந்தக் குறுகிய காலத்துக்குள்.

'தேங்க்ஸ்!' என்றால் தன் கையிலிருந்த ஸ்வெட்டரைப் பின்னியபடி.

'நீ பின்னுவது குழந்தைக்கான சாக்ஸ் இல்லைதானே?' என்று சிரித்தவாறே சொல்லி, முகர்ஜி அங்கே நிற்காமல் கேரளப் பெண்ணின் கையைப் பிடித்து வேகவேகமாக இழுத்துப் போனான்.

மந்தாவுக்கு அவமானமாயிருந்தது. உள்ளுக்குள் என்னென்னவோ எரிச்சல். மனம் யாரையோ சபித்தது. கண் அட்லாண்டிக் பெருங்கடல் வெறித்து நோக்கியது. தன்னைப் பற்றி ஜனங்களிடம் என்னென்னப் பேச்செழுந்துள்ளதோ என்று பயந்தாள். பேச்செழுந்திருந்தால் அதற்குத்தான் என்ன செய்ய முடியும்? இவர்களென்ன நாளை செய்தித்தாளில் வெளியிடப்

போகிறார்களா? அல்லது தன் தாய் – தம்பிகளுக்குக் கடிதம் எழுதித் தெரிவிக்கப் போகிறார்களா? அல்லது தன் தலையெழுத்தி லேயே இல்லாத கணவனிடம் கோள் சொல்லப் போகிறார்களா? அந்தச் செல்லப் பையன் சப்ருவை பிடித்தால் எல்லாம் தெரியவரும் என்று, அவனைத் தேடியது போலவும் ஆயிற்று, காற்று வாங்கியது போலவும் ஆயிற்று என 'ஈ'யிலிருந்து 'டி'க்கு, 'டி'யிலிருந்து 'சி'க்கு ஒரு வட்டமடித்து ஏறினாள். 'பி' டெக்கின் லைப்ரரியில் சப்ரு தென்பட்டான். – ஓர் ஆஸ்திரேலிய இளம்பெண்ணுடன். மந்தாவைப் பார்த்த உடனே சப்ரு எழுந்து அழைத்தான். 'மந்தா பெஹன், இங்கே வாருங்கள். நாலைந்து நாட்களாக உங்களைக் காணவே இல்லையே? மிஸஸ் மோஹித் சொன்னார் உங்களுக்கு ஏனோ காய்ச்சலென்று, உங்களைப் பார்க்க வரவேண்டுமெனப் பத்து முறை தீர்மானித்தேன்... ஆனால்...' என்று தன் சிநேகிதியை ஓரக்கண்ணால் புன்னகையுடன் பார்த்தான். 'இவள் என் சிநேகிதி, மிஸ் வேகஃபீல்ட். மெல்போர்னிலிருந்து ஆஃக்ஸ்போர்ட் போகிறாள். அங்கே பி.ஏ. படிக்கப் போகிறாள். இவளுடைய ஆண்ட்டி ஆக்ஸ்போர்டில் இருக்கிறாள்... இவர் மிஸ் பாட்டே என்று சொல்லித் தன் கையிலிருந்த பத்திரிகையில் தலை கவிழ்த்தாள். 'அப்படியென்றால் ஏன் என் கேபினுக்கு வரவில்லை? எனக்கு ரொம்ப சலிப்பாக இருந்தது. மார்செய்ல்ஸில் மிஸ் ஜோசப் இறங்கிவிட்டதால் நான் மட்டும் தனியே இருக்கிறேன். அதிலும் ஜுரம் வேறு – ஃப்ளுவாக இருக்க வேண்டும். டாக்டருக்கே தெரியவில்லை...' மூலையிலிருந்த ஒரு சோபாவில் சோர்ந்து உட்கார்ந்து சொன்னாள் மந்தா.

'உண்மையைச் சொல்ல வேண்டுமானால் எனக்கு உங்கள் மீதிருந்த ஆர்வம் எல்லாம் போய்விட்டிருந்தது – அந்த விழா நாளன்று' தன் இயல்பான வெகுளித்தனத்துடன் சொன்னான், அதே சோபாவில் உட்கார்ந்தபடியே.

'லெக்வி உங்களை *monopolice* செய்து விட்டிருந்தான்... அன்று இரவு டான்ஸ் நேரத்தில் இவளைப் பிடித்தேன்... இவள் ரொம்ப *ugly* இருக்கிறாள், இல்லையா? அதனாலேயே எனக்குக் கிடைத்திருக்கிறாள்... *ugly* இருந்தாலென்ன மிகவும் விவரமானவள் என்றே பேச்சுக் கொடுத்தேன்.'

அவனது வெகுளித்தனத்தைப் பயன்படுத்திக்கொண்டாக வேண்டுமென்று மந்தா உடனே கேட்டாள், 'இல்லை, இந்த நாலைந்து நாட்களாக ஜனங்கள் என்னைப் பற்றி என்ன பேசிக்கொள்கிறார்கள்?'

'ஓ. ஜனங்களுக்கு எங்கே நேரமிருக்கிறது உங்களைப் பற்றிப் பேச? எல்லோரும் அவரவர் கவலையில் ஆழ்ந்திருக்கிறார்கள்.'

‘அது எனக்கும் தெரிகிறது, சரி. . .’

‘முகர்ஜி மட்டும் என்னென்னவோ சொல்லித் திரிகிறான். நீங்கள் அன்று இரவு லெக்வியின் கேபினுக்குப் போனீர்கள். . . அப்படி இப்படி என்று. எனக்கென்னவோ அதில் நம்பிக்கை யில்லை. விடுங்கள். கடைசியில் அவனோடு சண்டையே போட்டு விட்டேன். உனக்கென்னத்துக்கு இத்தனை வயிற்றெரிச்சல். உனக்குச் சான்ஸ் கிடைக்கவில்லையென்றா?’ என்று கேட்டே விட்டேன். அதிருக்கட்டும் நீங்கள் நிஜமாகவே போயிருந்தீர்களா?

‘ஊம். . .’ சப்ரு ஆழ்ந்த பெருமூச்சுவிட்டான்.

‘அன்றைய தினம் சாப்பாடு ஒத்துக்கொள்ளவில்லை. . . பித்தம் அதிகமானதுபோலத் தெரிகிறது – தலை சுற்றியது – பயங்கரமான குளிரெத்ததுபோல இருந்தது – லெக்வி தன் கேபினுக்கு அழைத்துச் சென்ற மருந்து கொடுத்தான். கொஞ்சம் தேவலாம் என்று தெரிந்த பிறகு என் கேபினுக்குக்கொண்டு வந்து சேர்த்தான். . . அப்பப்பா?’

‘பாருங்கள் ஜனங்களுக்கு எத்தனை மூர்க்கத்தனம்!’

‘இங்கிலாந்து! இங்கிலாந்து. .! இங்கிலாந்து தெரிகிறது!’ என்று யாரோ கத்தினார்கள். எல்லோரும் தபதபவென்று ஓடிக் கப்பலில் இடப்பக்கத்து மேல் தளத்தை அடைந்தார்கள். மிஸ் வேக்ஃபீல்ட் ‘கமான்’ என்று சப்ருவை அழைத்துப் போனாள். மந்தாகினிக்கு எழ மனசே வரவில்லை. இங்கிலாந்துக்குச் சென்று அங்கேயிருக்கத் தான் யோக்கியமற்றவள் என்னும் பாவனை அவளைப் பீடித்தது. அங்கே போய் என்ன செய்வது? வெறும் ட்டி.டி.? வாழ்க்கையின் சாரத்தைச் சுவைக்க நாக்கில்லை, உதடுகளில், கைகளில்லை. . . வெறும் கண்ணால் எதைச் சாப்பிட? விழா தினத்து இரவு அவளது சொரூபத்தின் நிர்வாண உண்மையை அவளுக்குக் காட்டியது.

அன்று லெக்வி அவளை அவளது கேபினில் விட்டுச் செல்லும் போது, ‘மிஸ் பாட்டே, நம் மாலைப்பொழுது இந்த விதமாகச் சப்பென்று முடிந்து போனதில் எனக்கு மிகவும் துக்கம். பரவாயில்லை. உங்கள் இனிய நட்புக்கு நன்றி. நீங்கள் நிஜமாகவே வொன்டர்புல். நான் விடைபெற்றுக்கொள்வதற்கு முன் ஒரு முத்தம் தரலாமா? என்று வினயத்துடன் பாசத்துடனும் கேட்டான். ஆனால் அவனுடைய பட்டு உதடுகளுக்கு அவள் கொடுத்தது வெறும் வாடிப்போன கன்னம். அவனுடைய தோளில் அழுத்தியது வெறும் கற்சிலையை. . . ஒரே வெட்கம், பயம், தலைக்கு மேலே கண்ணுக்குத் தெரியாத இறந்துபோன அப்பாவின் (தான் என்றும் அனுபவித்திராத) பயங்கர சாட்டை. . .

இல்லாது போனால் லெக்வியின் கேபினில் அவனுடைய ப்ரியமான கை அவளை மென்மையாகப் பிடித்தபோது திரும்ப வும் உவ்வென்று வாந்தி வந்திருக்குமா? அங்கேயே படு என்று அவன் அன்புடன் சொல்லிக்கொண்டிருந்தபோது, 'உங்களுக்கு எதற்குத் தொல்லை – நீங்கள் டான்ஸ்க்குத் திரும்பிச் செல்லுங்கள். நான் என் கேபினுக்குப் போகிறேன். உங்களுக்குத் தொல்லை கொடுத்து உங்கள் மாலைப் பொழுதையும் இரவை யும் பாழாக்கிவிட்டேன். . .' நீங்கள் தயவு செய்து டான்சுக்குப் போகத்தான் வேண்டும். . .' என்று பைத்தியக்காரியைப்போல நிர்ப்பந்திருப்பாளோ?

'ஹலோ மிஸ் பாட்டே, நீ இங்கே?' லைப்ரரியின் வாசலில் நின்ற மெக்கார்தியின் குரல். திடுக்கிட்டாள் மந்தாகினி.

'மிஸ் பாட்டே, எப்படியிருக்கிறாய்? உனக்கு உடம்பு சரியில்லையென்று கேள்விப்பட்டேன். இப்போது சௌக்கிய மாக இருக்கிறாயல்லவா? அதோ இங்கிலாந்து வந்துவிட்டது. எல்லோரும் இங்கிலாந்தின் கரையைப் பார்த்து ஆனந்தப்படு கிறார்கள். நீ இங்கே தனியே. .! வா நாமும் பார்க்கலாம்.'

'கமான். வாருங்கள்.'

இருவரும் ரேலிங்கின் மேல் முழங்கையை ஊன்றித் தொடுவானத்தை உற்றுப் பார்த்தவாறே நின்றார்கள். பனிப் போர்வையில் இங்கிலாந்தின் வெள்ளை–கருப்புப் பாறைகள் அரைகுறையாகத் தெரிந்தன.

'எப்படி இருக்கிறது இங்கிலாந்து?' மெக்கார்த்தி கேட்டான்.

'எப்படியென்றால். . . பூதம்போல!' தானே தன் நாக்கைக் கடித்துக்கொண்டாள்.

'வெல். கடைசியாக வந்து சேர்ந்துவிட்டோமல்லவா! ஆ! எப்படியிருந்தது பயணம்? ரொம்பவும் நன்றாயிருந்ததுதானே?' மெக்கார்த்தி வாயில் சுருட்டைக் கடித்தபடிக் கேட்டான்.

'ஊம். நன்றாயிருந்தே. . .'

'எதைப்பற்றியும் துக்கம், கவலை இல்லைதானே?'

'துக்கம்! கவலை! சே. . . எல்லாம் சுவாரஸ்யமாக இருந்தது' என்று மெக்கார்த்தியின் சிரிக்கும் கண்களைப் பார்த்து மந்தா நகைத்தாள்.

'இன்டரஸ்டிங்!. . . ஆஹா, அதுவே சரியான முன்னேற்றம். பார் எல்லாவற்றையும் சுவாரஸ்யமாக எடுத்துக்கொள்ள வேண்டும். . . குட் நட, இங்கிலாந்தைப் பார்த்ததற்காக ஒரு

சிறிய விழா எடுப்போம்... ஆளுக்கொரு கோன்யாக்கின் சின்ன காக்டெயில் குடித்து குட் ஓல்ட் இங்கிலாந்தை வரவேற்போம்...'

'ஓ.கே'

இங்கிலாந்தின் தொடுவானத்தில் பனி விலகியிருந்தது.

●

ஆகஸ்ட் 1999

சாந்திநாத் தேசாய்

உத்தர கன்னட மாவட்ட ஹளியான தாலுக்காவின் ஹவகியில் 1929இல் பிறந்த சாந்திநாத் தேசாய் ஹளியாளில் ஆரம்பக் கல்வியும் தார்வாடில் உயர்நிலைக் கல்வியும் பம்பாய்ப் பல்கலைக்கழகத்தில் டீயுஇ ஆயு (நுபெடள்ா) பட்டங்களையும் பெற்றார். பின்னர், பிரிட்டிஷ் ஸ்காலர்ஷிப் பெற்று இங்கிலாந்தின் லீட்ஸ் பல்கலைக்கழகத்தில் ஆய்வு செய்து *PhD* பெற்றார். இந்தியா திரும்பிய சாந்திநாத் தேசாய் பம்பாய் வில்சன் கல்லூரியில் ஆசிரியர் பணியைத் தொடங்கிக் கோலாப்பூர் சிவாஜி பல்கலைக்கழகத்தின் ஆங்கிலத்துறைத் தலைவர் எனத் தொடர்ந்து, சிவமொக்கேயின் குவெம்பு பல்கலைக்கழகத்தின் முதல் துணைவேந்தர் ஆனார்.

கன்னட நவ்ய இலக்கியத்தில் சிறுகதை, நாவல், விமர்சனம் ஆகியவற்றில் பெயர் பெற்ற சாந்திநாத் தேசாயின் இலக்கியப் பிரவேசம் கவிதை மூலம் நடந்தது. இதுவரை ஏழு சிறுகதைத் தொகுதிகள், ஏழு நாவல்கள், நான்கு கட்டுரைத் தொகுதிகள் எனக் கன்னடத்தில் வெளியிட்டுள்ள தேசாய் ஆங்கிலத்தின் நான்கு நூல்களை எழுதி, ஆறு கட்டுரைத் தொகுதிகளைத் தனியாகவும் மற்றவர்களுடன் இணைந்தும் தொகுத்துள்ளார்.

தேசாயின் முக்தி நாவல் பல இந்திய மொழிகளில் பெயர்க்கப்பட்டுள்ளது. இவரது ராட்சசன் சிறுகதைத் தொகுதி கர்நாடக சாகித்திய அகாடமி விருதையும் நவ்ய இலக்கியத் தரிசனம் கட்டுரைத் தொகுதி 1995இல் வர்த்தமான சாகித்தியா பரிசும் பெற்றன.

அனந்தமூர்த்தியின் அவஸ்தை நாவலையும் லங்கேஷின் புரட்சி வந்தது புரட்சி நாடகத்தையும் தேசாய் ஆங்கிலப்படுத்தினார்.

மத்திய சாகித்திய அகாடமி, ஞானபீட விருதுகளின் தேர்வுக் குழுக்களில் உறுப்பினராயிருந்த சாந்திநாத் தேசாய் 1998ஆம் ஆண்டு மறைந்தார்.

இக்கதை 1971இல் எழுதப்பட்டது.

❍

அபச்சூர் போஸ்ட்டாபீஸ்

கன்னட மூலம்: பூர்ணச்சந்திர தேஜஸ்வி

புதிதாகத் தொடங்கப்பட்ட அபச்சூர்ப் போஸ்ட்டாபீசின் பகுதிநேரப் போஸ்ட்மாஸ்டரான போபண்ணன் இன்று மிகுந்த கவலைக்கும் தொல்லைக்கும் ஆளாகியிருக்கிறான். முதலில் அவன் அபச்சூரின் முதலாளியான அலிஜான் சாயபுவின் தோட்டத்தில் ரைட்டர் வேலை செய்துவந்தான். அபச்சூரில் புதிதாகப் போஸ்ட்டாபீஸ் திறந்தபோது போபண்ணன் மாலை ஒரு மணி நேரம், காலை ஒரு மணி நேரம் பகுதிநேரப் போஸ்ட்மாஸ்டராக வேலை செய்ய ஒப்புக்கொண்டான். போபண்ணன் ஒப்புக்கொள்ளாமல் போயிருந்தால் அபச்சூருக்குப் போஸ்ட்டாபீஸ் வரும் வாய்ப்பே இல்லை. ஏனென்றால் அங்கு இன்னும் யாருக்கும் இங்கிலீஷ் எழுத்துகள் தெரிந்திருக்கவில்லை. அல்லாமல் இங்கிலீஷ் தெரிந்த எவரும் அந்தக் குக்கிராமத்துக்கு அவ்வளவு குறைந்த சம்பளத்துக்கு வந்து வேலை செய்யத் தயாரில்லை. போபண்ணன் ஒப்புக் கொண்ட பிறகு அவனுடைய அத்தை வீடே பகுதிநேரப் போஸ்ட்டாபீஸாகவும் உருவெடுத்தது. இப்படியாகப் போஸ்ட்டாபீஸ் திறந்த சில தினங்களிலேயே போபண்ணனும் போஸ்ட்டாபீசும் ஒன்றுக்குள் ஒன்றானார்கள்.

போஸ்ட்டாபீஸ் தொடங்கியது. எல்லோரும் போபண்ணனைப் ‘போஸ்ட்மாஸ்டர்’ என்று மரியாதையுடன் அழைத்தார்கள். தான் டில்லி யுடனேயே தொடர்புகொண்டுள்ள ஒரு பாரதக்

குடிமகன் என்ற பெருமிதம் போபண்ணனுக்கு ஆரம்பானது. அவனது எஸ்.எஸ்.எல்.சி வரையிலான இங்கிலீஷ், கன்னட டிக்ஷனரியை வைத்துக்கொண்டான். போபண்ணன் தன் அத்தை வீட்டிலேயே வசித்தான். அவன் அத்தையும் மனைவியும் சாயபுவின் தோட்டத்திலேயே பலகாலமாக வேலை செய்துவந்தார்கள். போபண்ணன் சக்லேஷ்புரத்துக்கு அருகில் கொடலிப்பேட்டை கிராமத்தைச் சேர்ந்தவன். அங்கே வேலையில்லாமல் அவன் போக்கிரியாகத் திரிந்தபோது போபண்ணனின் அத்தை மாச்சம்மா அவனை அழைத்துவந்து, தன் மகளுக்குத் திருமணம் செய்து வீட்டோடு வைத்துக்கொண்டாள். படித்த பையனென்று அலிஜான் சாயுபுவிடம் கேட்டு ஒரு வேலையும் வாங்கித் தந்தாள். போபண்ணனுக்குத் தந்தை, தாய் இருவரும் இல்லை. இரு அண்ணன்கள் மட்டும். போபண்ணன் அத்தை வீட்டுக்குப் போவதாகச் சொன்னபோது மகிழ்ந்து மறுபேச்சில்லாமல் சம்மதித்தார்கள். இயல்பில் நல்லவனான போபண்ணன் வேலை யில்லாததால் கொடலிப் பேட்டையில் போக்கிரியாகத் திரிந்தான். திருமணமாகி வேலையில் சேர்ந்ததால் இப்போது போக்கிரித்தனம் முழுசாக நின்றுவிட்டது. இவ்விதமாகக் சுமார் மூன்று நான்கு ஆண்டுகள் வரைக்கும் நிம்மதியாகக் காலங்கழித்த போபண்ணன் இன்று மிகுந்த கவலைக்கும் துக்கத்துக்கும் ஆளாகியிருக்கிறான்.

கவலைக்கு ஏன் ஆட்பட்டிருக்கிறானென்று அவனுக்கே புரியவில்லை. கவலைக்கு அவன் காரணம் கண்டுபிடிப்பது இருக்கட்டும். கவலை என்னவென்றே அவனுக்குப் புரியவில்லை.

போபண்ணன் போஸ்ட்மாஸ்டர் வேலையைத் தொடங்கிய போது அலிஜான் சாயபுவின் மகனுக்கு வந்த ஒரு கடிதத்தைத் திருடியிருந்தான். தன் திருட்டுத்தனத்தால் போஸ்ட்டாபீசுக்குத் தொடர்புள்ள ஏதாவது பேயோ தெய்வமோ கோபித்துக் கொண்டதோ என்று அவ்வப்போது யோசித்தான்.

மங்களூரில் படித்துக்கொண்டிருந்த அலிஜான் சாயபுவின் மகன் அஜீஜ் விடுமுறையில் ஊருக்கு வந்திருந்தபோது யாரோ நண்பன் அவனுக்கு ஒரு கவரை அனுப்பியிருந்தான். அதில் என்ன இருக்குமென்று போபண்ணனுக்கு ஆர்வம் ஏற்பட்டது. பணமாயிருக்கலாமென முதலில் சந்தேகித்தான். ஆனால், அது ஒரு காதல் கடிதமாயிருக்கலாமென இறுதியில் ஊகித்தான். அவன் அதுவரைக்கும் காதல் சல்லாபம் எதையும் கேட்டதில்லை. அதுவுமில்லாமல் கல்யாணமான பிறகும் கூட ஒரே ஒரு நாளேனும் மனைவியுடன் அப்படிச் சல்லாபித்ததில்லை. அத்தையும் சேர்ந்து வசித்துவந்த அந்த வீட்டுக்குள் அதற்கெல்லாம் வாய்ப்பு மிகவும் குறைவு. போபண்ணன் தன்னுடைய மனைவியின் நிர்வாணத்தைத் தொட்டு உணர்ந்திருந்தானே ஒழிய அதை

ஒரு நாளும் வெளிச்சத்தில் கண்டதில்லை. அஜீஜிக்கு வந்தது ஒரு காதல் கடிதமாயிருக்கலாமென்ற சந்தேகம் வந்தவுடனே போபண்ணனுக்கு ஆர்வம் தலைக்கேறியது. இதயம் தடதடவென அடித்துக்கொண்டது. அந்தக் கடிதத்தைத் திருடிச் சட்டைப் பைக்குள் போட்டுக்கொண்டான். அன்று முழுவதும் அவன் நடவடிக்கையே ஒருவிதமாக இருந்தது. பலமுறை அதை கொடுத்துவிடலாம் என்று யோசித்தான். திறந்து பார்த்தால் என்றென்றைக்கும் அதைத் திருப்பிக் கொடுக்க முடியாது எனப் பயந்து அதைத் திறந்து பார்க்கவும் இல்லை; திருப்பிக் கொடுக்க வும் இல்லை.

போபண்ணனின் மனைவி பெயர் காவேரி. காவேரிக்கு ஒரு பெண், ஓர் ஆண் குழந்தை. இரண்டாம் பிரசவமான பிறகு ஓய்வு கிடைக்கும் தினங்களில் மட்டும் அவள் வேலைக்கு சென்றுகொண்டிருந்தாள். மற்ற தினங்களில் அத்தை ஒருத்தியே வேலைக்குப் போனாள். போபண்ணனின் இவ்விதமான நடவடிக்கையால் காவேரிக்கு ஏனோ சந்தேகம் ஆரம்பமானது. மணியார்டர் பணத்தை ஏதாவது சொந்தத்துக்குப் பயன்படுத்தி இவ்விதமான நடவடிக்கையால் காவேரிக்கு ஏனோ சந்தேகம் ஆரம்பமானது. மணியார்டர் பணத்தை ஏதாவது சொந்தத்துக்குப் பயன்படுத்திக்கொண்டானோ என்று கலவரமடைந்தாள். ஒருமுறை போபண்ணன் யாருக்கோ வந்த மணியார்டரின் ஒரு ரூபாயைச் சொந்தச் செலவுக்குப் பயன்படுத்தியதால் பெரிய களேபரமானது. போபண்ணன் தன் சம்பளத்திலிருந்து அதைக் கட்டி எல்லோர் முன்பும் அவமானப்பட்டான். அதனால் போபண்ணன் வேலைக்குத் தோட்டத்துக்குப் போனபின் போஸ்ட்டாபீஸ் பக்கம் யாரும் தென்பட்டால் 'உங்களுக்கு ஏதாவது மணியார்டர் வரவேண்டியிருந்ததா?' என்று கேட்டுக் கொண்டிருந்தாள் காவேரி.

நாலைந்து நாள் கழிந்த பின் இனி அந்தக் கவரைக் கொடுத்தால் சந்தேகம் வருமென்று போபண்ணன் அதைப் பிரித்துப் படிக்கத் தீர்மானித்தான். அன்று தோட்டத்துக்குப் போனவன் எதையோ பார்க்கிறவனைப்போல ஆட்கள் காணாத ஒரு மறைவுக்குச் சென்று அதைப் பிரித்து பார்த்தான். அந்தக் கவரினுள் ஒரு கார்டு மட்டும் இருந்தது. மேலும் உருது எழுத்தில் என்னென்னவோ எழுதியிருந்தது. போபண்ணனுக்கு சப்பென்றானது. அதன் தொடர்பாக இதுவரை ஏதேதோ கற்பனை செய்ததற்காக அவனுக்கு தன் மீதே கோபம் வந்தது. அதற்குள் அந்தக் கடித்தைப் பிடித்துக்கொண்டிருந்தவன் அதன் மற்றொரு பக்கத்தைத் திருப்பினான். அதில் இடுப்புவரை நிர்வாணமா யிருந்த பெண்ணின் படமொன்று போபண்ணனுக்குத் தெரிந்தது.

அவளது சிவந்த உடல் உருண்ட மார்புகள், துரைசானி போன்ற முகம் எல்லாம் பார்த்துப் போபண்ணனுக்கு ஆச்சரியம் ஏற்பட்டுப் பேச்சு மூச்சற்றுப் போனான். சிறிது நேரம் அதிலேயே மூழ்கியிருந்தவன் திடுக்கென்று சுயநினைவுக்கு வந்து அதை சட்டைப்பைக்குள் போட்டுக்கொண்டு வேலைக்குத் திரும்பினான். வேலை நடந்துகொண்டிருந்த இடத்திற்குத் திரும்பிய போபண்ணனின் வெட்கம் கொண்ட முகம் பார்த்து ஆட்களெல்லாம் ஆச்சரியப்பட்டார்கள். ஆனால் போபண்ணன் அந்தக் கவரினுள்ளிருந்த ரகசியம் வெளியானதாலோ ஏனோ தன் மனக்கிளர்ச்சிக்குக் கடிவாளம் போட்டு வேலை மும்முரத்தில் அதை மறந்தான்.

போஸ்ட்டாபீசில் போதுமான அளவு வேலைவெட்டி இல்லை. அதனால், தேவையான அளவு கடிதப் போக்குவரத்து இல்லாமல் போனால் அதை மூடிவிட வேண்டியிருக்கும் என்று ஹெட்போஸ்ட்டாபீசில் இருந்து எச்சரிக்கை வந்திருந்தது. அதற்காகப் போபண்ணன் விசேஷ கவனம் செலுத்தி அக்கம் பக்கத்துக் கிராமங்களுக்கெல்லாம் சென்று அந்தப் போஸ்ட்டாபீஸ் வழியாகவே கடிதப் போக்குவரத்து வைத்துக் கொள்ள வேண்டினான். அந்தப் பிரச்சாரத்தின் மூலமாகச் சுற்றுமுற்றிலிருந்த எழுத்தறிவற்ற பலருக்கும் போபண்ணன் கடிதம் எழுதித்தரவும் அவர்களுக்கு வந்த கடிதங்களைப் படித்துச் சொல்லவும் வேண்டியிருந்தது. அதனால் அவனுக்குச் சுற்றுமுற்றுமிருந்த எல்லா வெளி, உள் விவகாரங்களும் பரிச்சயமாகத் தொடங்கின. கடிதம் எழுதும் போதும் அதற்கு விளக்கம் சொல்லும் போதும் எவ்வளவோ முறை அவன் சுற்றுமுற்று விவகாரங்களை வழிப்படுத்திக்கொண்டிருந்தான். இப்படியாகப் போஸ்ட்டாபீசின் விவகாரங்கள் அதிகரித்து வந்ததால் போபண்ணனின் மன அமைதி நசிந்துகொண்டே வந்தது.

தன் மனக் குழப்பத்துக்கும் அமைதியற்ற நிலைக்கும் என்ன காரணம் என்பதைப் போபண்ணன் பலமுறை யோசித்தான். இந்தப் பாழாய்ப்போன போஸ்ட்டாபீஸ்தான் அதற்குக் காரணமோ? அல்லது அஜ்ஜீக்கு வந்த நிர்வாணப்படமா? எனச் சிந்தித்தான். அது ஒரு தீங்கு என்று அந்தப் படத்தைக் கிழித்தெறிய வேண்டுமென நினைத்தான். அந்தக் கவரைப் பிரித்துப் பார்த்த நாள் முதலே அவ்வப்பொழுது அந்தப் படத்தை வெளியே எடுத்துப் பார்த்தபடியே இருந்தான். அந்த நிர்வாண அழகியின் மார்புகள், மனோகரமான விழிகள் முதலானவைகளைப் பார்த்த போதெல்லாம் அதைக் கிழித்தெறிய வேண்டுமென்ற போபண்ணனின் தீர்மானம் காற்றில் பறந்து போனபடி

இருந்தது. அந்தப் படத்துக்கும் தன் கவலைகளுக்கும் என்னதான் தொடர்போ என்று தர்க்கித்து அதை மடித்து வைத்துக் கொண்டிருந்தான்.

போபண்ணன் அப்படியொன்றும் கெட்டவனல்ல. அந்தப் படத்தைப் பார்த்துக் காமுகனாகி அவன் வேசி வீட்டுக்குப் போகவில்லை. அதல்லாமல் வேறெந்தப் பெண்ணிடமும் ஈடுபாடு கொள்ளவுமில்லை. ஆனால், தன் மனைவி காவேரியைக் கண்ட போதெல்லாம் அவனுக்கு மெய்யாகவே சூடேறியது. பெண்ணின் நிர்வாண வடிவின் கணக்கற்ற சாத்தியங்களை அவள் முகத்துக்குக் கீழே வரைந்துகொண்டிருந்தான்.

போபண்ணனின் சேஷ்டைகளும் நடவடிக்கைகளும் இரண்டு பிள்ளைகளுக்குத் தாயான காவேரியை வெட்கப்படச் செய்தன. மகள் சற்றுப் பெரியவளாயிருந்ததால் காவேரி வெட்கத்துடன் கலவரமும் அடைந்தாள். ஒருமுறை போபண்ணன் காவேரியை முத்தமிடப் பிடித்துக்கொண்டபொழுது, அவள் கலவரத்துடன் வெளிப்பக்கம் வாசலைப் பார்த்தவாறே போபண்ணனின் கையில் திமிறினாள். போபண்ணன் அவளை விடுவித்தபோது அவள் சற்றுக் கோபத்துடன் ‘ஏன் இப்படித் தொல்லைப்படுத்துறீங்க?’ என்று அதட்டினாள். என்னவென்று சொல்வான் போபண்ணன்! மொத்தத்தில் கடந்த காலத்துப் போக்கிரித்தனங்கள் போபண்ணனிடம் மீண்டும் தலைகாட்டு கின்றனவோ எனக் காவேரி மெய்யாகவே சந்தேகிக்கத் தொடங்கினாள்.

மாச்சம்மா பலமுறை சூட்சுமமாகப் போபண்ணனின் இந்த வகைச் சேஷ்டைகளைக் கவனித்திருந்தாள். தான் வயதானவள், போபண்ணன் தனக்கு மரியாதை தரவேண்டும் என்ற விருப்பம் அவளுக்கிருந்தது. தன் கணவனின் இறப்புக்குப் பின், அவள் ஒத்தையா உழைத்துக் காவேரியை வளர்த்திருந்தாள். அதற்கும் மேலாகக் காவேரி திருமணமான பிறகு கணவன் பேச்சைக் கேட்டுக்கொண்டு அவன் மீதே பைத்தியமாகித் தனியே போய் விட்டால் இந்த முதுமையில் தன் கதி என்னவாகும் என்ற பயமிருந்தது. அதனால், காவேரிக்குத் திருமணம் செய்ய அவளுக்குப் பயமிருந்தது. அதனால், காவேரிக்குத் திருமணம் செய்ய அவளுக்கு விருப்பமிருக்கவில்லை. ஆனால், சுற்றியிருந் தவர்களின் பேச்சுக்கும் காவேரியே குறுக்கு வழி தேடிக்கொள் வாளோ என்பதற்காகவும் பயந்து காவேரிக்கு ஒரு பையனைத் தேடத்தொடங்கினாள். போபண்ணனுக்குத் தாய், தந்தை இருவரும் இல்லாததாலும் அவன் மாச்சம்மாவின் வீட்டுக்கு வந்து தங்க ஒப்புக்கொண்டதாலும் அவன் காவேரிக்குப்

பொருத்தமான வரனாகத் தென்பட்டான். ஆனால், அவனுக்குக் காவேரியின் மீதான அன்பு தன் மேலான மரியாதை இரண்டும் இணைந்து பெருகும்படி அவள் பார்த்துக்கொண்டாள். தன் வீடு எப்பொழுதும் ஒரு வகைக் கம்பீரத்துடன் இருக்குபடிக் கவனித்துக்கொண்டு பூஜை புனஸ்காரங்களில் தொடங்கிக் கேலி கீலி இல்லாமல் போபண்ணன் மரியாதையஸ்தனாக இருக்கும்படிப் பார்த்துக்கொண்டாள். இப்படியிருக்க, போபண்ணனின் சேஷ்டைகள், அவனது காமச் செயல்கள் மாச்சம்மாவுக்குப் பயங்கரமான அதிகப்பிரசங்கித்தனமாகத் தெரிந்தன. இது இப்படியே தொடர்ந்தால் போபண்ணன் தன் வீட்டிலேயே தங்கினாலும் தன் எஜமானத்துவத்துக்குப் பாதகம் வரலாம் அல்லது போபண்ணன் காவேரியுடன் வெளியேறித் தன்னை அனாதையாக விட்டுவிடலாம். இவை இரண்டில் ஒன்று நடக்கும் என நினைத்தாள். போபண்ணன் காவேரியைக் கைவிட்டுவிடலாம் என்ற எண்ணம் அவளுக்கு ஓர் ஆண் குழந்தை பிறக்கும் வரைக்கும்கூடத் தலை காட்டிக்கொண்டிருந்தது. ஆனால் இப்போது அவன் கைவிட்டாலும் பரவாயில்லை என்று தைரியம் வந்தது. தான் கணவனையிழந்தும் காவேரியை வளர்த்து ஆளாக்கவில்லையா? அவளும் அப்படியே வாழட்டும் என்று நினைத்துக்கொண்டாள். அதனாலேயே ஒருநாள்,

‘காவேரி, உனக்குப் பல நாளாகச் சொல்லனுன்னிருந்தேன். போபண்ணன் அதெதுக்கு இப்பச் செல்லங்கொஞ்சுகிறான். புள்ளங்க எதிருல, சாமி முன்னாடி எல்லாம் ஒரே மாதிரி செய்யுறதா? உனக்கு நானொன்னும் சொல்ல வேண்டியதில்லை. நீ கஷ்ட சுகம் அனுபவிச்சவ. அவர் போனப்பறம் நான் என்னென்ன கஷ்டப்பட்டிருக்கறேன். உன்னை எப்படி வளர்த்தேங்கறதை நீயே பார்த்திருக்கற. அப்படியே நீயும் உம் பிள்ளைங்களை முன்னுக்குக் கொண்டுவரணும்’ என்றாள்.

‘ஆமாம்மா. நீதான் என்னெ வளர்த்தவ. நீதான் எனக்குக் கல்யாணம் செஞ்சி வைச்சவ. நீயே ஒரு வார்த்தை சொல்லிடு. சொல்றதுக்கு எனக்கு ஒரு மாதிரி இருக்குது’ என்றாள் காவேரி.

‘அப்படியில்ல. உடம்புல தினவெடுத்தப்ப எதுருல யாரும் இல்லங்கற மாதிரி நாம நடந்துக்கக் கூடாது’ என்றாள் மாச்சம்மா.

காவேரிக்கு மிகுந்த வெட்கம் உண்டாயிற்று. மாச்சம்மா என்னென்னத்தைப் பார்த்தாளோ என்று போபண்ணன் மேல் கோபம் வந்தது. ஆண் வர்க்கமே இப்படி எனக் கோபம் கொண்டாள். பிள்ளைகள் அழுதாலும் எழுந்து போகவிடாத போபண்ணனின் சிருங்காரச் சேஷ்டைகள் அவள் நினைவுக்கு வந்தன. அவன் கோபம் எல்லை மீறியது.

‘எனக்கென்னமோ நம்ப வீடு போஸ்ட்டாபீசானது சரின்னு தோணல. தானு ஒரு பெரிய ஆபீசருன்னு இவுருக்கு ஜம்பம் வந்திருக்குது. இந்த மாசச் சம்பளத்தில் ஒரு கருப்புக் கண்ணாடி வாங்கிட்டு வர்றேன்னு சொல்லிக்கிட்டிருக்குறாரு’ என்று காவேரி போபண்ணனைத் திட்டினாள்.

யார்யாருடையவோ கார்டுகளைப் படிப்பது, யாருக்கே னும் ஏதேனும் புத்தகம் வந்தால் அதைச் சூட்சுமமாகப் பிரித்துப் படிப்பது, அதன் பிறகு அதைக் கொண்டுபோய்க் கொடுப்பது முதலானவை சுவாரசியமற்ற போஸ்ட்டாபீஸ் வேலையில் போபண்ணனுக்கு ஒரு வகையான மனக்கிளர்ச்சியைக் கொடுத்து வந்தன. அஜீஜ்க்கு வந்த அனைத்தும் நிர்வாணப்படங்களே என்று நினைத்தான். மாத இதழோ வாரப்பத்திரிகையோ யாருக்கேனும் வந்தால் அதன் மூலைமுடுக்கெல்லாம் நிர்வாணப்படங்களுக் காகத் தேடினான்.

இந்தச் சந்தர்ப்பத்தில் எங்கிருந்தோ ஒரு கார்டு பேலாயுதன் என்னும் ஒருவனது முகவரிக்கு வந்தது. அவன் சாராயக்கடை மரசப்பனிடம் வேலைக்கிருந்தான். காலையில் எழுந்து மரசப்பன் கள்ளுக்காகக் குத்தகை எடுத்திருந்த மரங்களிலிருந்து பானைகளை இறக்கிக் காலிப் பானைகளைக் கட்டுவது பேலாயுதனின் வேலை. அவன் முதியவனாயிருந்ததால் அவனுக்கு மரமேறும் வேலை வேண்டாமென எல்லோரும் சொல்லிக்கொண்டிருந்தார்கள். அதுவே தன் பரம்பரைத் தொழிலென்றும் தன் உயிர் போனாலும் அந்த வேலையிலேயே போகவேண்டுமென்றும் பேலாயுதன் சொல்லிக்கொண்டிருந் தான். அவன் மனைவியும் மகள் பத்மியும் அபசூருக்கு அருகி லிருந்த இன்னொரு ஊரான மூசூரின் முதலாளியின் தோட்டத்தில் வேலைக்கிருந்தார்கள். அதற்கும் அபசூருக்கு மூன்றே மைல் தூரமானதால் பேலாயுதன் நேரம் கிடைக்கும் போதெல்லாம் பெண்டாட்டி வீட்டுக்குப் போவான். போகும் போது ஒரு பானைக் கள் எடுத்துக்கொண்டு போய்க் கொடுத்து, உடம்புக்கு எண்ணெய் தேய்த்துக் குளித்து ஓய்வெடுத்துக் கொண்டு திரும்புவான்.

பேலாயுதனுக்கு வந்த கடிதத்தை வழக்கம்போலப் போபண்ணன் படித்தான்.

பேலாயுதனின் மகள் பத்மி விபரீதமாக நடந்து வழிதவறிப் போகிறாளென்றும் உடனே வந்து அவளைப் பாதுக்காக்க வேண்டுமென்றும் மூசூர் முதலாளியின் தோட்ட மேஸ்திரி பத்மியை ஒரு மாதம் தன் வீட்டில் விடவேண்டுமென்று பத்மியின் தாய்க்கு நூறு ரூபாய் கொடுத்திருக்கிறானென்றும் பேலாயுதன்

ஊருக்கு வராதிருந்து பல நாட்களானதால், அந்தக் கடிதத்தை எழுத நேர்ந்ததாகவும் எழுதியிருந்தது.

போபண்ணன் எந்த உணர்ச்சியுமற்றுப் படித்து, அதை ஒரு பெரிய ஜாதிக்காய்ப் பெட்டியில் போட்டான். வந்த கடிதங்களையெல்லாம் அதற்குள் போட்டுவைப்பது அவன் வழக்கம். முகவரிதாரர்கள் தத்தமக்கு நேரம் கிடைத்தபோது தேடிப்பிடித்து அதற்குள்ளிலிருந்து தங்கள் கடிதங்களை எடுத்துப் போவார்கள். அந்தச் சந்தர்ப்பத்தில் முகவரியைப் பார்க்கும் சாக்கில் மற்றவர்களுக்கு வந்த கடிதங்களையெல்லாம் படிப்பார்கள். சிலரோ தங்களுக்கு வந்த கடிதங்களில் அவர்களுக்குப் பெருமை சேர்க்கக்கூடியது ஏதாவது இருந்தால் முடிந்தளவு அது மற்றவர்களுக்கும் பிரசாரமாகட்டுமென்று படித்து அங்கேயே விட்டுப்போவார்கள். செங்கல் அறுக்கும் ஜிம்பண்ணனுக்கு மூடுகெரெயின் ராஜ்யோத்சவத்தில் பாட அழைப்பு வந்திருந்தது. அதைப் படித்த பிறகு ஜிம்பண்ணன் முடிந்த அளவு ஜனங்கள் படிக்கட்டும் என்று அதை அங்கேயே போட்டிருந்தான். யாரோ ஒருவர் அவனுக்கு வந்த கடிதத்தை எடுத்துக்கொண்டுபோய் அதை மறுநாள் திரும்ப வைத்தபொழுது ஜிம்பண்ணன் உள்ளுக்குள்ளேயே எரிச்சல்பட்டுக்கொண்டு, மீண்டும் தனக்கு ஏதேனும் கடிதம் இருக்கிறதா என்று பார்க்கும் சாக்கில் போஸ்ட்டாபீசுக்குச் சென்று அந்தக் கடிதத்தை மறுபடியும் அதே பெட்டிக்குள் போட்டான். யாரேனும் வந்து 'போஸ்ட்டாபீஸில் உங்களுக்கு ஒரு கடிதம் இருந்தது' என்று தெரிவித்தால், சுவாரஸ்யமில்லாதவன்போல, 'யாரிடமிருந்து? என்னவாம்? என்றெல்லாம் சொன்னவர்களிடமே கடிதத்தின் சாராம்சத்தைக் கேட்டுத் தெரிந்துகொண்டிருந்தான்.

சாயங்காலமான பிறகு தினமும் போபண்ணன் யாருக்கே னும் கடிதம் எழுதவேண்டியிருந்தால் அதை எழுதித்தரும் வேலையையோ படித்துக்காட்ட வேண்டியிருந்தால் படித்துக் காட்டும் வேலையையோ செய்துகொண்டிருந்தான். நாலைந்து பேர் அமர்ந்து எல்லோரும் ஒவ்வொரு வகை அபிப்ராயத்தைச் சொன்ன பிறகு அதை ஒட்டு மொத்தமாக உள்வாங்கி அப்படி யானால் இப்படி எழுதலாமா என்று கேட்டு, எல்லோரும் சரிசரி எனத் தலையாட்டிய பிறகு எழுதிக்கொடுத்துக்கொண்டிருந்தான். கடிதம் எழுத வந்தவரிடம் அதை எழுதுவதற்கு அடிப்படையாக வந்த கடிதங்கள், தாஸ்தாவேஜுகள் இருக்கும். போபண்ணன் அவசியமான போது அவற்றை உரசிப் பார்த்தான்.

அப்படிப்பட்டதொரு ஆலோசனைக் கூட்டம் நடந்து கொண்டிருந்தது. அப்போது மூகூரின் பிரைமரி ஸ்கூல் வாத்தியார் தாசண்ணன் வந்தான்.

‘என்ன போஸ்ட்மாஸ்டர், எங்க ஊருக்கு ஏதாச்சும் கடிதம் இருக்குதா?’ என்று போபண்ணன் கேட்டான்.

‘இல்லீங்க, ஐயா. உங்க ஊரிலிருந்தே ஒரு கடிதம் வந்திருச்சு.’

‘என்ன மாதிரிப்பா, என்ன சமாச்சாரம்?’

‘என்னான்னு சொல்றது. நீங்களே போய்ப் பாருங்க. அப்புறம் சொல்றேன்.’

‘ஐயோ, கடவுளே. என்ன எழவோ!’ என்று தாசண்ணன் ஜாதிக்காய்ப் பெட்டியில் கைவிட்டான்.

‘அதில்ல. பாருங்க இது. ஹாங் இதே இதே’ என்று போபண்ணன் வழிப்படுத்தினான். தாசண்ணன் பிரம்மசாரி. அவனது ஸ்கூல் பிரைமரி ஸ்கூலானாலும் கொஞ்சம் பெரிய பெண்களும் வருவார்கள். வேறொன்றும் செய்யாது போனாலும், அவர்கள் உடம்பின் மேல் சுதந்திரமாகத் தடவித் தன் பிரம்மச்சரியச் சபலத்தைத் தீர்த்துக்கொண்டான் என்று மிகுந்த அவப்பெயருக்கு உள்ளாகியிருந்தான் தாசண்ணன். அவன் நரிமுகத்தோடு வெளியே போனால், பெண்கள் எல்லோரும் முகத்தைத் திருப்பிக்கொள்வார்கள்.

தாசண்ணன் கடிதத்தைப் படித்து ‘நல்ல கதையாயிருக்குது இந்தப் பத்மியோடது’ என்று அதை மீண்டும் ஜாதிக்காய்ப் பெட்டிக்குள்ளேயே போட்டான். பிறகு அவன் போபண்ணனின் அரட்டைக் கோஷ்டியில் சேர்ந்தான்.

‘இல்லீங்க தாசண்ணா, மூகூருல உங்கள விட்டாக் கடிதம் எழுதித்தர வேற யார் இருக்காங்க? நீங்களே எழுதிட்டுத் தெரியாதுன்னு நாடகமாடுறீங்களே!’ என்று போபண்ணன் கேட்டான்.

‘சே. சே. நான் எழுதுனா இங்கேயில்ல தபால்ல சேர்க்கனும். நீங்கதானே முன்ன ஊருக்கு வந்து கடிதங்கள இங்கியே தபால்ல சேர்க்கனும்னீங்க! அதை நானே எல்லாருக்கும் சொல்லி யிருக்கேன். அது இருக்கட்டும். கடிதத்தை எடுத்து முத்திரையைப் பாருங்க எங்கேருந்து வந்திருக்குதுன்னு’ என்றான். போபண்ணனுக்கு அது தோன்றவேயில்லை. உடனே பெட்டியிலிருந்து கார்டை எடுத்து வந்து அது எங்கிருந்து வந்திருக்கிறதெனப் பரீட்சித்தான். போஸ்ட்டாபீஸ் முத்திரையின் தேதி ஒன்றைத் தவிர வேறெதும் இல்லை.

அந்தக் கடிதத்தின் முத்திரையைச் சோதிக்கும் சாக்கில் இன்னொரு முறைக் கோஷ்டியின் எல்லா உறுப்பினர்களும் அதைப் படித்து ரசித்தார்கள். அதிலொருவன் ‘பேலாயுதனோட

பொண்டாட்டிக்கு ஏனோ இந்தப் பழக்கம் இருக்குது. அதுக்குதான் பேலாயுதன் அவன் பொண்டாட்டியவிட்டு இருக்குறான்னு சொல்றாங்க' என்று முனகினான்.

தாசண்ணன் 'சே. சே. வயசாயித் தொங்கிப்போன கிழவி. அதுக்கு என்ன ஆசை இருக்கும். யாரும் ஒத்துக்கற பேச்சில்ல இது' என்றான்.

அதற்கு முதலாமவன் 'ஹும். ஹும். உனக்குத் தெரியாது வயசானவங்களுக்கு இருக்கற ஆசை' என்று முசுமுசுவெனச் சிரித்தான். அந்தக் கூட்டத்திலிருந்த கொஞ்சம் வயசான ஆசாமி ஒருவன் அந்தப் பேச்சு தனக்கே பொருத்தமென பாவித்து அது ஒரு புகழ்ச்சி என்று கணித்துப் பெருமையுடன் சிரித்தான்.

முதலில் பேசிய ஆசாமி 'அப்படியில்லை போஸ்ட்மாஸ்டரே! வயசானவங்களுக்கு வயசானவங்க மேலே சபலம் இருந்தா சரியாயிருக்கும். கிழவிங்களுக்குப் பையனுங்களக் கண்டாத்தான் ஆசை அதிகம்' என்றான்.

'அப்படியானா வயசானவங்க சகவாசம் கஷ்டந்தான். இவங்ககிட்ட கொஞ்சம் எச்சரிக்கையா இருக்கணும்' என்றான் போபண்ணன். அவன் பேச்சுக்கு எல்லோரும் முசுமுசுவென்று சிரித்தார்கள்.

அவர்கள் கோஷ்டி கலைந்தது. ஆனால் அந்த தினம் போபண்ணனின் வீட்டில் ஓர் அதகளமே நடந்தது. திண்ணையில் உட்கார்ந்து கிழவன்கள், கிழவிகளைப் பற்றிச் சுபாவமாகப் பேசிய பேச்சு அவன் அத்தையைத் தாக்கியது.

வீட்டைப் போஸ்ட்டாபீசாகச் செய்த பிறகு கடிதம் எழுத முதலானவைகளுக்குக் கூடிய அந்தக் கோஷ்டி நாளடைவில் கிளப்பில் கூடி கும்மாளமடிக்கும் கும்பல்களைப்போல மாறுவதை மாச்சம்மா கவனித்திருந்தாள். துவக்கத்தில் கடிதம் மட்டும் எழுதிக்கொடுத்த போபண்ணன் கடைசியில் கடிதம் எழுதிக்கொள்ள வந்தவர்களோடு அதன் ஆதியந்தம் எல்லா வற்றையும் குறித்து அரட்டையடித்தான். பிறகு அது அப்படியே விரிவடைந்து இருவர் மட்டுமே ஆலோசித்து எழுதியது போகப் பலபேர் கலந்தாலோசித்து எழுதினார்கள். மாச்சம்மாவும் காவேரியும் பலமுறை அப்படிக் கும்பல் கூடி அரட்டையடிக்கக் கூடாதென்று எச்சரித்தபோது போஸ்ட்டாபீசின் மூலம் கடிதப் போக்குவரத்துக் குறைந்தால் அதை மூடிவிடுவார்களென்றும் அதற்காகவே பெருவாரியான கடிதங்கள் எழுதத்தான் தூண்ட வேண்டியிருக்கிறதென்றும் போபண்ணன் சமாதானம் சொன்னான். அது இப்போது மேலும் முன்னேறி மற்றவர்

கடிதங்கள் தொடர்பாக அரட்டையடிக்கும் எல்லையைத் தொட்டது. மாச்சம்மாவுக்கு இதை மட்டும் பொறுத்துக்கொள்ள முடியவில்லை. காவேரியிடம் வந்து, 'பாரு, அந்தப் போக்கிரி தாசண்ணனை உட்கார வச்சிக்கிட்டு இவன் அரட்டையடிக்கி றானே. எங்கே வந்திருக்குது நம்ம வீட்டோட அவஸ்த்தை?' என்று பல்லைக் கடித்தாள். காவேரிக்கும் அடக்க முடியாத கோபம் வந்தது.

போபண்ணன் வீட்டுக்குள் வந்தான். யாரும் எதுவும் பேச வில்லை. சில தினங்களாக இந்த விதமாக ஓர் இறுக்கமான சூழ்நிலை வீட்டில் தொடர்ந்தது. அப்படியிருந்தும் போபண்ணன் வளர்ந்து சிறிது பெரியவளாயிருந்த தன் மகளிடம் பேசி விளையாடிக்கொண்டிருந்தான். மாச்சம்மாவின் முன்னிலையில் காவேரி மேலும் அதிக இறுக்கத்துடன் இருந்தாள். தன் தாயின் மேலுள்ள அன்பினாலேயே அவள் அப்படியிருக்கிறாளென்று தெரிந்து போபண்ணனுக்கு அளவற்ற துக்கமுண்டாயிற்று. போபண்ணன் வீட்டிலுள்ள சமாதானமற்ற சூழ்நிலையைச் சற்றுக் குறைக்க ஏதாவது முயற்சி செய்தால் அது மேலும் தொல்லைக்கும் சிக்கலுக்கும் வழிவகுக்கக்கூடும்.

போபண்ணன் வீட்டிற்குள் வந்த போது எல்லோரும் எதிலும் விருப்பமில்லாதவர்களைப்போல அவரவர் வேலையை அவரவர் செய்தபடி மௌனமாக இருந்தார்கள். போபண்ண னின் மகள் சீதா வந்து, 'அப்பா, அப்பா இங்கப் பாரு' என்று சட்டையைத் தூக்கி வயிற்றில் போஸ்ட்டாபீஸ் முத்திரை குத்தி யிருந்ததைக் காண்பித்தாள். 'ஐயோ, கண்ணு. நீயும் போஸ்ட்டாபீஸ் வேலையில் இறங்கிட்டியா?' என்று போபண்ணன் அவளைக் கேட்டான்.

அதற்குள் மாச்சம்மா பெண்கள் அப்படிச் சட்டையைத் தூக்குவது கூடாத வழக்கம் என்பதுபோல 'த்தூ' என்று அவள் சட்டையைக் கீழிறக்கி உதறினாள். 'போதும் இந்த வேலை' என்று முனகிக்கொண்டே உள்ளே போனாள்.

சாப்பாட்டுக்கு உட்காரவும் போபண்ணனுக்கு வெட்கமாக இருந்தது. இதுவரைக்கும் தோட்டத்தில் கிடைத்த சம்பளம், போஸ்ட்டாபீஸ் வேலையில் கிடைத்த சம்பளம் எல்லாவற்றை யும் வீட்டுச் செலவுக்கு கொடுத்தாலும், அதெல்லாம் தான் சம்பாதித்த பணமென்றே அவனுக்குத் தோன்றவில்லை.

ஆனால் போபண்ணன் போக்கிரியோ, முன்கோபியோ, துடுக்கானவனோ அல்ல. தன் வாழ்க்கையில் புரட்சிக்கரமான மாற்றம் எதையும் பார்த்தவனல்ல. அல்லாமல் அதற்கு விருப்பப் படவும் இல்லை.

தன் அம்மாவுக்குப் போபண்ணன் எரிச்சலை உண்டாக்கு கிறானென்று காவேரி ஆத்திரப்பட்டாள். அவன் மேல் பலவந்த மாக ஒருவகை துவேசத்தை வளர்த்துக்கொள்ளத் தொடங்கி னாள். போபண்ணனைத் தான் ஆசையுடன் கட்டியணைத்தால் அது தன் அம்மாவுக்குச் செய்யும் துரோகம் என அவள் நினைத்துக்கொண்டாள். தினமும் இரவில் ஏதாவதொரு சண்டையை இழுத்து முகத்தைக் திருப்பிக்கொண்டு படுக்கத் தொடங்கினாள். போபண்ணன் எந்தச் சந்தர்ப்பத்திலும் தன் காம இச்சை தீர்ந்தால் போதுமென்ற மிருகமாக மாறவில்லை. அதனால் காவேரியுடன் அன்புடனிருக்க ஏதுவான சூழ்நிலையை நிலைநிறுத்த முயற்சித்தான். ஒரு நாள் காவேரி போபண்ணனைத் தூக்கத்தில் கட்டியணைத்துக்கொண்டிருந் தவள் அப்படியே முழிப்பு வந்து அவனைத் தள்ளிவிட்டுத் திரும்பிப் படுத்தாள்.

அன்றைய தினம், காவேரி 'நீங்க அந்தத் தாசண்ணனோட அந்தளவு குஷியாகப் பேசறதுக்கு என்ன இருந்துச்சு?' என்று போபண்ணனோடு சண்டை போட்டுத் திரும்பிப் படுத்தாள். அவன் துக்கத்துடன் வீட்டுக் கூரையை வெறித்துப் பார்த்தவாறு தூங்க முயற்சித்தான். அஜீஜ்க்கு வந்த அம்மணப் படம் ஒரு தேவதையைப்போல ஏதோ முடிவில்லாத இச்சைக்கு அடையாள மாக அவன் கற்பனையில் மின்னியது. தான் அவ்வளவு துக்கம் கொண்டிருக்கக் காரணம் மட்டும் போபண்ணனுக்குப் புரிய வில்லை.

கடிதத்தை எடுத்துப் போக பேலாயுதன் வரவேயில்லை. அவன் உஜிரேவுக்குப் போயிருக்கிறானென்று யாரோ சொன்னார்கள். இந்தப் பக்கம் எதேச்சையாக ஊரின் ஜனங்க ளெல்லாம் பேலாயுதனின் மகள் விஷயத்தைச் சாப்பாட்டுக்கு ஊறுகாய் தொட்டுக்கொள்வதைப்போலப் பயன்படுத்தி னார்கள். வெற்றிலை பாக்கினை நடுவே வாயில் போட்டு மென்றார்கள். போபண்ணனின் போஸ்ட்டாபீஸ் கோஷ்டியில் தினசரி பத்மியின் விஷயம் சுற்றி வந்தது. கேள்விப்பட்டவர்கள் எல்லாம் அந்தக் கடிதத்தை ஜாதிக்காய்ப் பெட்டியிலிருந்து எடுத்து கலந்தாலோசித்தபடி இருந்தார்கள். இப்படியாகக் கடிதம் முழுவதும் நைந்து அழுக்காகி அதன் எழுத்துகளெ ல்லாம் அழிந்துபோகும் நிலைக்கு வந்தது. ஒருநாள் மாலை போபண்ணனின் போஸ்ட்டாபீசில் நாலைந்து பேர் உட்கார்ந்து அந்தக் கடிதத்தின் பாழான நிலையைக் கலந்தாலோசித்தார்கள்.

ஒருவன் சொன்னான் 'அந்தக் கடிதத்தச் சுக்குநூறாகக் கிழிச்சி எறிஞ்சிட்டா இந்தத் தொல்லை இருக்காது. பேலாயுதன்

வந்தப்புறம் இப்படி ஒரு கடிதம் வந்திருச்சுன்னு நாமே சொன்னால் போதும்..'

இதற்கு அந்தக் கூட்டத்திலிருந்தவர்கள் எல்லோரும் ஒரேயடியாகத் தங்கள் அதிருப்தியையும் எதிர்ப்பையும் தெரிவித்தார்கள்.

'என்னா, போஸ்ட்மாஸ்டர் வேலைன்னா பீடாக்கடை வேலையின்னு நீ நினைக்கிறாப்ல இருக்குது. போஸ்ட்டாபிஸ் ஆரம்பிச்சன்னிக்கு நீ வரலன்னு தெரியுது. இது அரசாங்க வேலை. கொஞ்சம் ஏறுமாறாப் போனாலும் டில்லியிலிருந்து சிப்பாய் வருவான். ஊர்க்காரங்களுக்கெல்லாம் விலங்கு போட்டு இழுத்துட்டுப் போவான். அரசாங்கம் அவ்வளவு கவனம், நம்பிக்கை வைச்சிருக்குதுன்னா போபண்ணன் அந்த மாதிரி வேலை செய்யக் கூடாது' என்று ஒருவன் சொன்னான். அவன் பேச்சிலிருந்து போபண்ணனுக்கு ஒரு பிடிப்பு ஏற்பட்டது. கள்ளச்சாராயம் முதலான ஏதாவதைப் போலீசார் பிடித்தால் சாட்சிக்கு போபண்ணனையே கூப்பிட்டார்கள். அதனா லெல்லாம் போபண்ணனுக்கு ஏற்கனவே ஒரு நல்ல கௌரவம் கிடைத்திருந்தது. அதனால் 'தெரியுதா, ஆயிரக் கணக்கான ரூபா முதலீட்டை என் வசம் கொடுத்திருக்குறாங்க. வேறு யாரு இது போலக் கொடுப்பாங்க, சொல்லு பார்க்கலாம்!' என்று ஜம்பத்துடன் கேட்டான்.

'ஆமாம். ஆமாம். இல்லியா பின்ன?' முதலான குரல்கள் கூட்டத்திலிருந்து கிளம்பின.

'யாரோ யாருக்கோ கடிதம் எழுதிக்கட்டும். போஸ்ட்மாஸ்ட ரோட டூட்டியை அவன் செஞ்சே ஆகணும். டூட்டின்னா டூட்டி போஸ்ட்மாஸ்டருன்னா ஸ்கூல் வாத்தியார் மாதிரியா?' என்றான் இன்னொருவன்.

'போஸ்ட்மாஸ்டருன்னா மினிஸ்டர்போல. போலீஸ் காரங்களும் தொட முடியாது' என்றான் மற்றொருவன்.

இப்படி ஒவ்வொருவரும் ஒவ்வொரு வகையாகப் போஸ்ட் மாஸ்டர் பதவியைப் புகழ்ந்தார்கள். ஆனால் பேலாயுதனுக்கு வந்த கடிதத்தை என்ன செய்ய வேண்டும் என்பது தொடர்பாக யாருக்கும் எந்தத் தெளிவான கருத்தும் இருந்ததாகத் தெரிய வில்லை.

போபண்ணனுக்கும் என்ன செய்ய வேண்டுமெனத் தெரியவில்லை. ஆனாலும், அந்தக் கடிதத்தைக் கழித்து வீசி யெறிந்து அதைக் கல்லறைக்குள் புதைக்க அவன் தயாரில்லை.

நிர்வாணப் படம், பத்மி எல்லாம் ஏதோவொரு துக்கக் கடலுக்குள்ளிருந்து துள்ளியெழும் துளியாக மின்னினார்கள்.

அன்று போபண்ணன் பேலாயுதனுக்கு வந்த கடிதத்தை மற்றொரு கார்டில் பிரதியெடுத்து அதை அவனுடைய உஜிரே முகவரிக்கு அனுப்பிவைத்தான். கவலை நிரம்பியிருந்த போபண்ணன் ஏதோவொரு அத்தியாயம் முடிந்தது என்று எண்ணி கடமையைச் செய்தவனைப்போல ஒரு கணம் நிம்மதி யடைந்தான். அத்தை மாச்சம்மா அன்று முணுமுணுத்தபோது 'டூட்டி, டூட்டி. என்னோட டூட்டி எனக்கு. உன்னோட டூட்டி உனக்கு. என் டூட்டியில நீ குறுக்கிடாதே. உன் டூட்டிக்கு நான் குறுக்கே வரமாட்டேன்' என்று பதிலுக்கு அதட்டினான்.

காவேரிக்கு அன்று ஒரு நாளுமில்லாத குரோதம் வந்தது. ஆனால், போபண்ணன் காவேரியின் பேச்சுகளை மறந்து விட்டிருந்தான். இரவு படுத்தபோது பழக்கத்தினாலோ, ஆசையி னாலோ, சபலத்தினாலோ போபண்ணனின் கை காவேரியின் மேல் விழுந்தது. அவள் அளவற்ற கோபத்துடன் அவன் கையைத் தூக்கியெறிந்தாள்.

எத்தனையோ நாட்களாகத் தடுத்து நிறுத்தியிருந்த கோபம் எல்லாம் போபண்ணனுக்கு மூட்டிக்கொண்டு வந்தது போலாயிற்று. தன் உயிரைக் குடிக்க வந்த சனி இவள் என்று நினைத்துக்கொண்டான். எல்லார் வீட்டிலும் எல்லா பெண்களும் இப்படியே இருப்பார்களோ என்று தன்னையே கேட்டுக் கொண்டான். ரோசத்துக்காகவேனும் அவளைப் பலாத்காரம் செய்ய வேண்டுமென யோசித்தான். ஒரு காலத்தில் கொஞ்சி முத்தமிட்ட அந்த உடம்பை எப்படித் தண்டிப்பது என்று அவன் மனம் ஊசலாடத் தொடங்கியது.

'த்தூ. தரித்திரம் பிடித்தவளே. உனக்கு ஆசை அதிகமானப்போ கிழவிக்குத் தெரியாமத் திருட்டுதனமா வந்துட்டிருந்த. இப்போ இப்படிச் சொல்லுறியே. உன்னவிடத் தேவடியா மேல். சிடுசிடுக்காமப் பணத்தை வாங்கிட்டு முந்தானை விரிப்பா?' என்று திட்டினான். ஏனோ போபண்ணன் தேவடியாள் வீட்டுக்குச் செல்லவில்லை – காவேரியை மனம் நோக வைக்க ஒரு குத்துமதிப்பாகச் சொன்னான். காவேரிக்கும் அது தெரிந்திருந்தது.

காவேரிக்கும் கோபம் வந்தது. 'அப்படியே பத்து இடத்துல ஆசையைத் தீர்த்துக்கிட்டிருந்தாலே வீட்டுல இப்பிடியாவும்' என்றாள்.

போபண்ணன் கோபத்துடன் இன்னும் என்னென்னவோ சொன்னான். பேச்சின் அம்பு, எதிர் அம்புப் பிரயோகம் கொட்டும் மழையானது. காவேரி மௌனமாக அழத் தொடங்கினாள்.

அதிலிருந்து நிலைமை நாளுக்கு நாள் மோசமாயிற்று. காவேரி போபண்ணனோடு அதிகம் பேசவில்லை. போஸ்ட்டாபீஸ் ஒரு வகையான சோகநிலைமானது. எல்லோரும் இழவு வீட்டைப் போலக் களையிழந்த முகத்தோடு இருந்தார்கள்.

காவேரிக்குப் போபண்ணனிடமிருந்த அன்பு எல்லாம் போன பிறகு அவனுடைய சகவாசம், சரசம், சல்லாபம், சம்போகம் எதற்கும் எந்த அர்த்தமும் இல்லாமல் ஒழுங்கின்றிப் போனது. அவன் காமச் சேட்டைகளெல்லாம் அவளுக்கு எங்கெங்கோ கைவைத்துக் கிச்சுகிச்சு மூட்டியது போலாயிற்று. கட்டியணைத்தால் உடம்பின் மேல் புருபுருவெனப் புழு ஊர்வது போல இருந்தது. அதைத் தட்டிவிட்டு எழ வேண்டும்போல இருந்தது. அவையே ஒரு காலத்தில் காவேரியைக் காமத்தின் ஜ்வாலாமுகியாகச் செய்துகொண்டிருந்தன. போபண்ணன் எதுவும் செய்ய முடியாதவனாக இருந்தான். என்றென்றும் அவளுக்கு உற்சாகம், ஆதரவு கொடுக்க முடியாதவனாக அவன் இருக்கிறானென்று எண்ணியபோது அவனுக்குப் பைத்தியம் பிடித்தது போலத் தோன்றியது.

வருடக் கடைசி நெருங்கிக்கொண்டிருந்தது. தோட்டத்துக்குப் புதிய ஆட்களைச் சேர்க்கும், பழைய ஆட்களின் கணக்கைப் பார்த்துப் பாக்கியைக் கொடுக்கும் வேலை தொடங்கியது.

அதே சந்தர்ப்பத்தில் மாச்சம்மா போபண்ணனின் திருமணத்துக்கு வாங்கிய கடனை அவனே தீர்க்கவேண்டு மென்று தோட்டத்து முதலாளியான சாயபுவிடம் கேட்டுக் கொண்டாள். அவளது வாதம் இவ்வளவே: அந்தப் பணத்தை அவள் போபண்ணனின் கல்யாணத்திற்குச் செலவழித்தாளே ஒழிய தனக்காக அல்ல. கல்யாணமானதிலிருந்து காவேரி வேலைக்கு வருவது மட்டுப்பட்டு அவளுக்கு வருமானம் குறைந்துள்ளது. போபண்ணனுக்குப் போஸ்ட்மாஸ்டர் சம்பளம், போஸ்ட்டாபீஸ் வாடகை முதலான புது வருமானம் வந்துள்ளது...

போபண்ணன் என்னென்னவோ வாதம் செய்தபோது, அதை அவன் கணக்கிலேயே கழித்துக்கொள்ள வேண்டுமெனத் தீர்மானமாயிற்று. மாச்சம்மா அவளுடைய மகள் கல்யாணத்திற்கு வாங்கிய கடனுக்குத் தான் எப்படிப் பொறுப்பாக முடியும் என்று போபண்ணன் கேட்டதற்கு, சாய்பு ‘அவளோட மக யாரு? உம் பொண்டாட்டி இல்லியாடா?’ என்று அவன் வாயை அடைத்தார்.

போபண்ணனால் கோபத்தைக் கட்டுப்படுத்த முடிய வில்லை. அப்படியானால் தான் வேறு வீடு பார்த்துக்கொள்வ தாகச் சாயபுவின் முன்னிலையில் சத்தம் போட்டான்.

மாச்சம்மா அப்போது 'இத்தன நாளா வளர்த்தது அவள உம் பின்னாடி வீதியில் அனுப்பறதுக்கா? என்று மட்டந்தட்டிப் பேசினாள். அப்போது காவேரியும் அங்கேயே இருந்தாள். மாச்சம்மா அப்படிச் சொன்னபோது போபண்ணன் காவேரியின் பக்கம் பார்த்தான். போபண்ணன் யாரோ எவரோ என்பதுபோலக் காவேரி அவன் பக்கம் வெறித்துப் பார்த்துக்கொண்டிருந்தாள்.

தான் விட்டுவிட்டுப் போவதானால் அதற்கும் அவள் தயார் என்பதைக் கண்டு போபண்ணன் ஏமாற்றமடைந்தான். தன் குழந்தையையும் மகளையும் நினைத்தான். தன் போஸ்ட்மாஸ்டர் பதவியை நினைத்தான். சரி ஆகட்டும் என்று தானே கடனைத் தீர்ப்பதாகச் சொன்னான். அப்படிச் சொல்லும் போது அவனுக்குத் தொண்டை அடைத்தது.

அன்று மாலை வரைப் போபண்ணன் அமைதியாக உட்கார்ந்திருந்தான். வாழ்க்கையில் தான் எந்தத் தோரணையை அனுசரிக்க வேண்டுமென்பதே அவனுக்குப் புரியவில்லை. எல்லாவற்றுக்கும் 'ஊம்', ஊஹும்' என்னும் இரண்டே பதில் களைச் சொல்லிக்கொண்டிருந்தான். யாரோ கடிதம் எழுதித்தரக் கேட்டார்கள். வெறுமனே எந்திரத்தனமாக எழுதித் தந்தான். மாலை முடிந்து இருட்டத் துவங்கியது. வீட்டிற்குள் போகலாமா வேண்டாமா எனத் தியானித்துக்கொண்டிருந்தான்.

அந்த நேரத்துக்குச் சரியாகத் தூரத்தில் யாரோ பேசிக் கொண்டே வருவதுபோலத் தோன்றியது. பத்துப் பதினைந்து பேரிருக்கும் கூட்டம் திருப்பத்தில் தெரிந்தது. யாரென்று பார்த்த படியே போபண்ணன் நின்றான். இருட்ட ஆரம்பித்திருந்ததால் யாரும் தூரத்திலிருந்து தெளிவாகத் தெரியவில்லை. யாரோ ஒரு பெண் அழுவது மட்டும் கேட்டது. போபண்ணன் கண்ணில் பட்டதும் யாரோ ஒருவன் 'இந்தக் கூட்டிக்குடுக்கறவனுக் கெல்லாம் போஸ்ட்மாஸ்டர் பதவி கொடுத்தா வேறென்னாவும்?' என்று கத்தியபடி வந்தான். அது போபண்ணனின் நொந்த மனத்தில் கொதிக்கும் நீரை ஊற்றியது போலாயிற்று. கூட்டம் அருகில் வந்தபோதே, மூசுர்த் தோட்ட மேஸ்திரி 'யாருடா அவன் தேவடியா மவன் இல்லாதது பொல்லாததையெல்லாம் எம்மேலே சொல்லியிருக்கறது? அவன் சரியான ஆம்பிளையா யிருந்தா இப்ப சொல்லட்டும்' என்று சத்தம் போட்டான். அந்தக் கூட்டத்திலிருந்த பேலாயுதன், அவன் மனைவி, மகள் என ஒவ்வொருவராகப் போபண்ணன் பார்வையில் பட்டார்கள்.

எல்லோரும் சாராயம் குடித்துவிட்டுக் கமகமவென வாசனை வீசிக்கொண்டிருந்தார்கள். வந்த உடனே போபண்ணனை மானம், மரியாதை போகும்படித் திட்டினார்கள். போபண்ணன்

மூசுவர்த் தோட்ட மேஸ்திரியை 'நாக்கடக்கிப் பேசுடா, மவனே. உன்னப்போலப் பத்துப் பேரு எங்கீழ வேலைக்கிருக்குறாங்க தெரிஞ்சுதா' என்று திட்டினான்.

'ஒரு அப்பனுக்குப் பொறந்தவனாயிருந்தா இந்தக் காகிதத்த எழுதி ஒரு பொண்ணோட மானத்தக் கெடுக்கற காரியத்த ஏன் செஞ்சே?' என்றது ஒரு குரல்.

'எவன் எழுதுனானோ அவனேக் கேட்டுக்கோ. எங்கிட்ட எதுக்கு வீரத்தக் காட்டுற?' என்று போபண்ணன் அந்தக் கூட்டத்திலிருந்து வந்த அசரீரிக்குப் பதிலளித்தான்.

போபண்ணன் அப்படிக் கூறிய உடனே, 'வேறே யாரு உங்கப்பனா எழுதினான். பொய் வேறே சொல்றியா?' என்று போலாயுதன் ஒரு கார்டைப் போபண்ணன் முன்னால் பிடித்தான். போபண்ணன் பார்த்தான். பார்த்தால் அது பேலாயுதனுக்கு வந்த கடிதத்தைப் போபண்ணன் பிரதியெடுத்துப் போட்டது. போபண்ணன் அதை எழுதியது தான் தானென்றும், ஆனால் அது பேலாயுதனுக்கு வந்த கடிதத்தைப் பிரதியெடுத்துப் போட்டது என்றும் சொன்னான். அதைக் கேட்கக் கூட்டத்தில் யாரும் தயாரில்லை.

அவர்கள் அந்தச் செய்தியின் பொய்யை நிருப்பிப்பதென்பது அந்தக் கடிதத்தை எழுதியவனைத் தண்டிப்பதைப் பொறுத்தேயிருந்தது. அதுவும் இல்லாமல் மூசுவர் மேஸ்திரியும் சிலரும் அந்த வாய்ப்பைப் பயன்படுத்தி பேலாயுதனின் மகள் பத்மியின் மதிப்பைப் பெற முயற்சித்தார்கள்.

இந்தக் கலாட்டாவைக் கேட்டுக் காவேரி, மாச்சம்மா எல்லோரும் வீட்டுக்குள்ளிருந்து வெளியே வந்து நின்றார்கள். பேலாயுதன் நடந்தையெல்லாம் விவரிக்கத் தொடங்கினான். தன் மகளை மூசுவர் மேஸ்திரி வைத்துக்கொண்டிருப்பதாகப் போபண்ணன் ஊரெல்லாம் கதை கட்டியதெல்லாம் உஜிரேக்குக் கடிதம் எழுதினானென்றும் தான் உஜிரேயில் இல்லாமல் பெழுத்தங்கடிக்குச் சென்றிருந்ததால் அந்தக் கடிதத்தை அந்த வூருக்கே அனுப்பினார்களென்றும் ஆனால் கடிதம் அங்கு வந்த சமயத்தில் தான் அங்கும் இல்லாமல் பண்டவாளத்துக்குப் போனதாகவும் அதனால் அந்தக் கார்டைப் படித்துவிட்டு அனுப்பியதால் தன் சொந்தக்காரர்கள் மத்தியில் தன் மரியாதை முழுவதும் கெட்டுவிட்டது என்றும் மாச்சமாவிடம் விவரித்தான்.

அவன் தன் மகளுக்கு மாப்பிள்ளை பார்ப்பதற்காகப் போயிருந்தாகவும் ஆனால் தற்சமயம் யாரும் அவளைக் கல்யாணம் செய்துகொள்ளும் வாய்ப்பே இல்லையென்றும்

மாப்பிள்ளை கிடைக்காமல் தன் ஜாதியில் நிறைய பெண்கள் வழிதவறிப் போய்விட்டார்களென்றும் கோவென்று அழுதான்.

அத்துடன், பேலாயுதன் தன் மகளை அடித்தே கொல்ல இருந்ததாகவும் ஏதோ புண்ணியத்தால் அதற்குள் தனக்குத் தெரிந்து ஓடிப் போய் ஒரு பெண்ணின் உயிரைத் தான் காப்பாற்றிய தாகவும் மூசுவர் மேஸ்திரி தற்புகழ்ச்சியுடன் சொன்னான்.

மாச்சம்மாவும் அவனோடு சேர்ந்து, ‘ஊர் விவகாரத்துல இவன் ஏன் மூக்கை நுழைக்கணும். என் வீட்டைப் போஸ்ட்டாபீசா மாத்தி எம் மரியாதையை எல்லாம் கெடுத்து விட்டான். இந்தப் போஸ்ட்டாபீஸ் வந்ததுனால ஊருக்குப் பீடை பிடிச்சிருக்கு’ என்று சத்தம் போடத் தொடங்கினாள்.

போபண்ணன் சார்பாகப் பேச எவனையும் காணவில்லை. பேலாயுதனுக்கு வந்த மூலக் கடிதத்தைப் பார்த்தவர்கள் ஒன்றிரண்டு பேர் அங்கே இருந்தார்கள். அவர்களுக்கு ஏன் போபண்ணனே அதை எழுதியிருக்கக் கூடாது என்ற சந்தேகம் ஆரம்பமாயிற்றோ என்னவோ. அவர்கள் யாரும் வாய் திறக்கவே இல்லை. அப்படியாக, அங்கே வந்திருந்தவர்களெல்லாம் போபண்ணனைத் தாறுமாறாகத் திட்டத் தொடங்கினார்கள்.

தன் தவறு என்னவென்றும் புரியாமல், அனைவரும் திட்டித்திட்டிக் களைத்துப் போவார்களென்றும் எல்லா வற்றுக்கும் முடிவு என்று ஒன்று இருக்கிறதென்றும் போபண்ணன் எதுவும் பேசாமல் மாடுபோல நின்றிருந்தான். அனைத்துக்கும் மேலாக அவனுக்கும் துக்கம் ஏற்படுத்தியதென்றால் அது காவேரி யின் மௌனம். ஒரு பேச்சு மூச்சில்லாமல் அவள் அமைதியா யிருந்தாள். அவமானத்தைப் பொறுத்துக்கொள்வதைக் காட்டிலும் கொடூரமான நரகம் வேறெதுவும் இல்லை என்று போபண்ணனுக்குத் தோன்றியது.

‘பாரு பேலாயுதா, என் டூட்டியை நான் செஞ்சிருக்கிறேன். உன் கடிதம் இங்கே பாழாப்போய்க்கிட்டு விழுந்திருந்துச்சு. அதை வேறொரு கார்டுல எழுதி அனுப்புனேன். உம் மவ எப்படிப்பட்டவளோ நீ எப்படிப்பட்டவனோ எனக்கென்ன தெரியும்’ என்று பேலாயுதனிடம் சொன்னான்.

‘ஆமாம்மா. நீ ஒருத்தன் தான் மரியாதையெஸ்தன். ஊருலே இருக்கறவங்க எல்லாம் கேப்மாறிங்க. உன் வீடு, பொண்டாட்டிய பந்தோபஸ்து செஞ்சிட்டு ஊராரைப் பத்திப் பேசு. உங்கை பிடிச்சவ எத்தனைப் பேர் வீட்டுக்குப் போயிட்டு வந்தாளோ பாத்துக்கோ’ என்று மூசுவர் மேஸ்திரி போபண்ண னின் மனம் நோகடிக்கச் சொன்னாள்.

அதுவரைப் பொறுமையுடன் பேசிக்கொண்டிருந்த போபண்ணனுக்கு உடனடியாகக் கோபம் தலைக்கேறியது.

மூசுவர் மேஸ்திரியின் பேச்சால் அங்கிருந்தவர்களெல்லாம் திக்பிரம்மை பிடித்து போனார்கள். ஒரு கண நேரம் அங்கே மௌனம் கவிழ்ந்தது. போபண்ணன் என்ன அபவாதம் செய்தா னென்று கூறி அங்கு வந்திருந்தார்களோ அதே போன்ற மோசமான வேலையில் மூசுவர் மேஸ்திரியும் இறங்கியிருந்தான். ஆனால் அதை யாரும் கண்டித்துப் பேசவில்லை. ஏனென்றால் மூசுவர் மேஸ்திரி யாரை உத்தேசித்து அதைச் சொன்னானோ அவரிடமிருந்து முதலில் எதிர்வினையை எதிர்பார்த்தார்கள். போபண்ணன் காவேரியின் பக்கம் பார்த்தான். காவேரியின் கண்ணிலும் ஏதோ திக்பிரம்மை. அவள் ஏனோ பேசாமல் தன் தாயின் பக்கம் திரும்பினாள். மாச்சம்மாவும் போபண்ணன் மீதிருந்த துவேஷத்தால் மௌனமாக நின்றாள். அவர்கள் மீதான அக்கறையின்மையால் அந்தப் பழிச்சொல்லைத் தாங்கிக் கொள்ளவும் தயாரானதைக் கண்டு போபண்ணனுக்குக் கண் சிவந்தது. 'என்னடா சொன்னே தேவடியா மவனே?' என்று முஷ்டியை மடக்கிப் பலமாக மூசுவர் மேஸ்திரி முகத்தில் குத்தி னான். மேஸ்திரி விகாரமாகக் கத்திக்கொண்டு தொப்பென்று நிலத்தில் விழுந்தான். அவன் விழுந்த விதத்தைப் பார்த்து போபண்ணன் அவன் கதை முடிந்ததென்று நினைத்தான். கூட்டத்திலிருந்த யாரும் மூசுவர் மேஸ்திரிக்கு உதவ முன்வர வில்லை. அவன் சார்பாக இனி யார் வருகிறார்களோ வரட்டும் என்று போபண்ணன் முஷ்டியை மடக்கிக்கொண்டு கோபாவேசத்துடன் நின்றிருந்தாள்.

மாச்சம்மா பார்த்தாள். போபண்ணனின் கை ஓங்கு மென்று தெரிந்தது. கூட்டத்தில் பெரிய வீரனைப்போலப் போபண்ணன் வளர்கிறானென்று அவளுக்குச் சந்தேகம் வந்தது. காவேரியின் மனம் அவன் பக்கம் திரும்பிவிடுமோ என்று பயந்தாள். மௌனமாக நின்றிருந்த கூட்டத்துக்குள் நுழைந்து விழுந்து கிடந்த மேஸ்திரியின் அருகில் உட்கார்ந்து, ஐயய்யோ, கொன்னே போட்டுட்டியே, உன் வீடு பாழாப் போச்சு. உன்னைப்போல வீட்டைப் பாழாக்குறவனுக்கு எம் மவளக் குடுத்து அவ வாயில மண்ணள்ளிப் போட்டுட்டேனே' என்று ஊளையிடத் தொடங்கினாள். அவளுடன் இன்னும் இரண்டு பேர் இருந்திருந்தாற்போல மூசுவர் மேஸ்திரிக்குத் தாங்களும் நெருங்கியவர்களென்று நினைத்துக்கொண்டு, 'ஐயய்யோ, போயிட்டியா. நாளைக்கிப் போலீஸ்காரங்க வருவாங்களே' என்று உளறத் தொடங்கினார்கள்.

போபண்ணன் பார்த்தான். நிலைமை அவனுக்கு எதிராகத் திரும்புவதைப்போலத் தெரிந்தது. மூசுவர் மேஸ்திரிக்கு மூச்சே நின்றுவிட்டதோ என்னவோ என்று அனுமானித்தான்.

எதிர்பாராமல் விருப்பமின்றித் தொல்லைகளின் விபத்தில் சிக்கி நொறுங்கிப் போயிருந்த போபண்ணனின் இறுகிய முஷ்டி நெகிழத் தொடங்கியது. காவேரி தண்ணீர் கொண்டுவர உள்ளே போயிருந்தாள். 'சாவுங்கடா, தேவடியா மவனுங்களே' என்று போபண்ணன் கொஞ்சம் பேரைத் தள்ளிக் கூட்டத்தை விட்டுப் புறப்பட்டான்.

'அட, எங்க போற?'

'அட, கொஞ்சம் பொறு.

'நில்லுயா?'

முதலான பேச்சுகள் கூட்டத்திலிருந்து வந்துகொண்டிருந்த போதே, போபண்ணன் எல்லோரையும் தள்ளிவிட்டு வேகமாகப் புறப்பட்டுப் போனான்.

'ஏ. ஏ. ஏ. பிடி அவனை!' என்று யாரோ எவனுக்கோ சத்தமாகச் சொன்னான். யாரோ வழியில் வந்தவன் வேகமாக வந்துகொண்டிருந்த போபண்ணனைத் தடுக்கக் குறுக்கே பாய்ந்தான். போபண்ணன் அவன் வயிற்றில் இழுத்து உதைத்து முகத்தில் குத்தினான். அவன் ஏறக்குறைய மூச்சற்று நிலத்தில் விழுந்தான். அவன் பின்னால் வந்துகொண்டிருந்த இன்னொருவன் முதலாமவனுக்கு நேர்ந்த கதியைப் பார்த்துத் தன் காலுக்குப் புத்திமதி சொன்னான். இரண்டு மூன்று பேர் சாலையில் ஓடுவதைக் கண்டு யாரைப் பிடிக்க வேண்டுமோ என்ன கதையோ என்று சுற்றியிருந்த மக்கள் ஒன்றும் புரியாமல் நின்றார்கள். கோபத்தில் சிவந்திருந்த போபண்ணன் நுகத்தடியைச் சுமந்து குறுக்கோ வந்த இரண்டு எருதுகளில் ஒன்றை வயிற்றில் இருந்ததையெல்லாம் வாந்தியெடுக்கும்படி உதைத்தான். அவைகளுக்கு வெறி பிடித்து நுகத்தடியுடன் கூட்டத்திற்குள் நுழைய நாலைந்து பேர் நசுங்கி நிலத்தில் விழுந்தார்கள். போபண்ணன் பின்னால் திரும்பிப் பார்க்காமல் ஓடி ஓடி இருட்டில் கரைந்துபோனான்.

மறுநாள் போஸ்ட்டாபீஸ் விதிமுறைகளின்படி மூடப் பட்டது. காவேரி மாச்சம்மாவுடன் தோட்ட வேலைக்குப் போகத் தொடங்கினாள்.

●

நவம்பர் 1999

பூர்ணச்சந்திர தேஜஸ்வி

1938ஆம் ஆண்டு சிவமொக்கே மாவட்டத்தின் குப்பளியில் பிறந்த தேஜஸ்வி மைசூர் மஹாராஜா கல்லூரியில் ஆயு (கன்னடம்) படித்தவர்.

இன்று சிக்மகர் மாவட்டத்தில் மூடுகெரெயில் தன்னுடைய எஸ்டேட்டில் வசிக்கும் தேஜஸ்வி இதுவரை எழுதி வெளியிட்டவை: ஒரு கவிதை தொகுப்பு, ஒரு நாடகம், நான்கு சிறுகதைத் தொகுதிகள், இரண்டு நாவல்கள், பல கட்டுரைத் தொகுப்புகள். இளமையிலிருந்தே அவரது வாழ்வின் ஒரு பகுதியான இயற்கை அவரது எழுத்திலும் ஒரு பகுதியாகியுள்ளது.

கர்நாடகத்தின் ராஷ்ட்ரகவி என்னும் கீர்த்திக்குரிய ஞானபீடப் பரிசு பெற்ற மகாகவி குவெம்புவின் மகனாகப் பிறந்திருந்தாலும் தேஜஸ்வி தனக்கான இலக்கியப் பாதையை அமைத்துத் தனித்த அடையாளம் பெற்றவர். கர்நாடகவின் பிரபல லோஹியாவாதிகளில் ஒருவர். பல்துறை விற்பன்னர். சிறந்த புகைப்படக் கலைஞர். பிரசித்தமான விவசாயி. நாள் கணக்கில் இயற்கை, விலங்குகள், பறவைகளை ஊன்றிக் கவனித்து அவை தொடர்பாக ஏராளமாக எழுதியுள்ளவர். கணிபொறி, இணையத்தை வசப்படுத்திக்கொண்டவர். மூடுகெரெயின் கார் மெக்கானிக்குகளுக்குத் தேஜஸ்வியின் மேல் ஏக வருத்தம். அவர் தன் காரைத் தானே ரிப்பேர் செய்வதால்.

அபச்சூர் போஸ்ட்டாபீஸ் திரைப்படமாக எடுக்கப்பட்டு 1973இல் மாநில விருது பெற்றது. இவரது தபரண கதை, திரைப்படமாக எடுக்கப்பட்டு தேசிய அளவிலான தங்கத்தாமரை விருதளிக்கப்பட்டது.

சிதம்பர ரகசியம் நாவல் தேஜஸ்விக்குக் கர்நாடக மாநில சாகித்திய அகாடமி விருதை 1985இலும் மத்திய சாகித்திய அகாடமி விருதை 1987இலும் பெற்றுத் தந்தது.

தேஜஸ்வியின் சிதம்பர ரகசியம் ப. கிருஷ்ணசாமி மொழிபெயர்ப்பில் சாகித்ய அகாடமியின் வெளியீடாக வர உள்ளது.

இக்கதை 1971இல் எழுதப்பட்டது.

❍

உமாபதியின் ஸ்காலர்ஷிப் யாத்திரை

கன்னட மூலம்: பி. லங்கேஷ்

பார்த்துக்கொண்டிருந்தேன்; கேட்பார் கொள்வாரில்லை வீட்டின் முன்னால் தானே வளர்ந்த புல். அது சின்னதாக இருந்ததால் குதித்துக் கும்மாளம் போட்டுக் காற்றில் பறந்துவிடுமோ என்னும்படி ஓடியாடும் கோழிக்குஞ்சுகள். பள்ளம் மேட்டின் மேல்கூட ஓடியாடக் கூடிய சேவல். அதற்குத் தேவையோ தேவையில்லையோ சுற்றிலும் காத்துக்கிடக்கும் கோழிகள். அவை பெட்டைகள் என்று சொல்லியிருந்தான் கசன்யன். கயிறு திரித்த படிக் குப்பை மேட்டின் அருகில் சப்பணமிட்டு உட்கார்ந்திருந்த கசன்யன் அவைகளின் மீதோ அவற்றின் அங்கங்களின் மீதோ ஈடுபாடு இல்லை என்பதைப்போல அலட்சியமாகச் சொல்லியிருந் தான். நான் ஆர்வத்துடன் பார்த்தேன். அதற்குக் கொண்டை இல்லை; அலகுக்குக் கீழே தொங்கும் சதை இல்லை. சதா ரத்தம் தோய்ந்தது போலத் தோன்றும் சிவந்த கால் விரல்கள். ஓடியோடும் தெம்பு இல்லை. சாம்பல் நிறக்கோழி. அதற்கு வெட்கமிருக்கலாம், எரிச்சலிருக்கலாம் அல்லது யாரிடமும் சொல்ல முடியாத ஆசையிருக்கலாம். சேவலைச் சுற்றி ஓடியாடிக்கொண்டிருந்தது. அது வந்தவுடனே, அதாவது தன் தெம்பு, வலிமை எல்லாவற்றையும் பயன்படுத்தி வந்தவுடனே, விசித்திரமான சத்தம் எழுப்பியபடிப் பின்தங்கிக் கொண்டிருந்தது. தப்பி ஓடிக்கொண்டிருந்தது.

நஞ்சுண்டன்

சேவலுக்கு அதன் பின்னடைவு தெரிந்திருக்க வேண்டும் – அதன் பின்னாலேயே ஓடி அதன் முதுகின் மீது பறந்து தன் கூரான கால்களால் முதுகைப் பிடித்து அழுத்திக் கொத்தியது. பெட்டை சீறுகிறவரை. எங்கள் வீட்டு நடுவிலிருந்த குட்டைச் சுவரின் மேலிருந்த கூடையில் உட்கார்ந்து முட்டை போடும்போதும் வெறுமனே யோசித்தபடி அடைகாத்த போதும் கோழிக்கு ஒருவிதமான அந்தஸ்து வந்துகொண்டிருந்தது. எனக்கு ஆசை. முட்டைகள் எப்படி உடைகின்றன, எப்படிக் குஞ்சுகள் வெளியே வருகின்றன, எப்படி முதல் சத்தம் எழுப்புகின்றன என்று பார்க்கும் ஆசை. ஆனால் ஓய்வு கிடைத்து நான் பார்க்கும் போதெல்லாம் அப்படியே அசையாமல் நாட்கணக்கில் உட்கார்ந்திருக்கும் கோழி. வெளியே செல்கிறேன்; புழக்கடைக் குப்பைக்கருகே வளர்ந்து நின்ற சூர்யகாந்தி. காராமணிக் காயைக் கிள்ளி அதனுள் இன்னும் விதை உண்டாகவில்லை என்று அப்படியே நாக்கில் தேய்த்துக் கேழ்வரகு அளவு இருக்கும் விதையை மெல்லுகிறேன். சூரியகாந்தியின் மேல் தானாகச் செல்லும் கை, பப்பாளி இன்னும் பழுக்கவில்லை. எப்படியாவது ஒரு துரட்டி கிடைத்தால் மூன்று பழங்களும் எனக்கே. கசன்யன் நான் சும்மா நின்றதைப் பார்த்து 'வா சமர்த்துல்ல, கயிறப் புடிச்சிக்கோ' என்றான். அதைக் கேட்காத வனைப்போல நான் புழக்கடை மூலைக்குச் சென்று அம்மன் விக்கிரகத்தின் மேல் போட்டிருந்த பூ, சந்தனத்தைப் பார்க்கிறேன். அதைச் சுற்றி அடர்ந்து வளர்ந்த கள்ளி, செம்பருத்திப் புதர். அம்மனுக்குப் பக்கத்திலேயே கொன்றை, காய்களை ஒவ்வொன் றாகப் பறித்து நாக்கில் வைத்துக் கொஞ்சமாக அழுத்தினாலும் சாறு பரவுகிறது. முந்தின நாள்தான் மழை பெய்து நிலம் கமகமத்தது. நானிருப்பது தெரியாமல், சேலையை அகலமாக விரித்து உட்கார்ந்து மூத்திரம் பெய்யும் மூலை வீட்டுச் சித்தம்மா. அப்படியே பார்க்கிறேன்.

'கயிறப் புடிச்சிக்க வேண்டாம். வா, கண்ணு. நிங்கே கௌடரு கூப்புடுறாரு. அதென்னத்த கொளந்த மாதிரி நின்னுட்டுப் பார்க்கற, வா' என்றான் கசன்யன். எனக்கு உடல் லேசாக வேர்த்தது. அதோடு நான் சின்னப்பையனல்ல என்னும் தெளிவும் வந்தது. செம்பருத்திப்பூவின் மடல்கள் எத்தனை, அதனுள்ளிருக்கும் மகரந்தங்கள் எத்தனை என என்றாவது கவனித்திருந்தால் எம்ஆர்கே என்னும் ஆசிரியரின் பாராட்டைப் பெறலாமெனத் தோன்றியது. அதற்குள் சித்தம்மாவை அடுத்த வீட்டு ராமன் கூப்பிட்டான். வெட்கப் பட்டாள் சித்தம்மா. நானிருப்பது தெரிந்திருந்தால் மேலும் அதிகமாக வெட்கப்பட்டிருப்பாள் எனத் தோன்றியது. நானே

பால் மீசை

கூப்பிட்டிருந்தால் என்று நினைத்தவுடனே சந்தியாவின் முகம் நினைவுக்கு வந்தது.

‘எப்படியிருக்குது பாருங்க! இவன் ஒருத்தன்தான் ஜீனியஸ்’ என்று நான் வரைந்த நேருவின் படத்தைக் கரும்பலகையின் மேல் பிடித்துப் புகழ்ந்தார் எம்ஆர்கே. நானோ புழக்கடையில் உட்கார்ந்து என்னை யாரும் தடுக்காமல் இருந்திருந்தால் இன்னும் நன்றாக வரைந்திருப்பேன் என்று சொல்லிக்கொண்டேன். தரித்திரம் பிடித்த சித்தம்மா ராமுவுடன் அரட்டையடித்துக் கொண்டிருந்தாள். ‘அவளே இவளேன்னு கொஞ்சறதுக்கென்ன குறைச்சல்? நீ என்ன எனக்கு பவளமாலயா கொண்டாந்து போட்டிருக்கற. . . களவாணிப்பயலே. . .ராமன் அசரவில்லை. முன்னே சென்று அவள் தோளைத் தொட்டு, ‘ஏன் ஜாக்கெட் கிழிஞ்சிருக்கு?’ என்றான். அவன் விரல்கள் முலைவரைக்கும் சென்றிருக்க வேண்டும்.

அம்மா கலகலவென்று ‘பாழாப் போனவனே. . . வம்சத்த நிர்மூலஞ் செய்யப் பொறந்தவனே. நிங்கேகௌடரு கூப்புடுறா ருன்னு தொண்டை கிழியக் கத்துனாலும் அங்கே நின்னு அதென்னத்தப் பாக்கற? வெவஸ்த கெட்டவனே’ என்றதுமே வந்தேன். பச்சைப் பசுமை பொங்கும் பாத்தியிலிருந்து முற்றத்துக்குச் செல்லும் வழியில் நின்றேன். நிங்கேகௌடர் சிரித்துக்கொண்டிருந்தார். அவரது இடது கன்னத்தின் மேலிருந்த மச்சம்கூடக் காதருகே செல்லுமளவுக்குச் சிரித்தார். அவரது சிரிப்பு என்னைப் பார்த்த சந்தோஷத்தினால் இருக்காது, அம்மா திட்டிய விதத்தைக் கேட்டதால் இருக்கலாம். காந்தி குல்லாயைச் சரிசெய்துகொண்டார். என் முதுகின் மேல் கைவைத்து, ‘ஈரம்மா அப்படியெல்லாம் திட்டக் கூடாது விடு. உம் மகன் பேரு சிமக்கி டவுன் பூரா பரவியிருக்குது. தெரியுமா? என்னன்னு நெனச்சிட்டு இருக்கற அவன? ஸ்கூல்லயே பஸ்ட்டுன்னா சும்மாவா?’ என்றார். அம்மா திட்டியது சும்மா என்று எனக்குத் தெரிந்திருந்தது. நான் தூங்குவதைப் போல நடித்தபோது என் கன்னம், தோளின் மேல் விரலால் நீவியபடி உட்கார்ந்திருந்தது எனக்கு தெரியும். அம்மா நிங்கேகௌடரின் பேச்சுக்கு எதிர்ப் பேச்சில்லாமல் அமைதியாக நின்றுகொண் டிருந்தாள். கசன்யன் மட்டும் தன் மெச்சுதலைச் சொன்னான். ‘அப்படீங்களா கௌடரே, சிமிக்கியிலே பஸ்ட்டுன்னா, ஆங்! என்று கயிறு திரிக்கும் வேலையைத் தொடர்ந்தான். நான் உள்ளே சென்றேன். நான் பிறந்த வளர்ந்த வீடு, இரண்டே அறைகள், இடையில் இருந்த குட்டைச் சுவரால் உண்டான அறைகள். அங்கேயே வைத்திருந்த கூடை, புளியம்பழம் நிறைந்த மண்பானை. நீளமாகத் தொங்கிக்கொண்டிருந்த உரிகள். கூரைக்கு

அருகில் பின்பக்கமிருந்த ஜன்னல். யோசித்தபடியே உட்கார்ந்த கோழி நான் சாப்பிட அமர்ந்ததைக் கண்டு 'கொக்' என்கிறது. அக்கா லிங்கி கூடைகளை நகர்த்திச் சத்தம் எழுப்பியபடி இருக்கிறாள். 'வா சாப்பாடு போடு' என்றேன். லிங்கி வரவில்லை. இவள் இப்படியே தாமதித்தால் ரயில் போய்விடும், ஸ்கூலுக்கு மட்டம் போட வேண்டியிருக்கும். ஏன்? ஏன் சாப்பாடு போட மாட்டேங்கிற?' என்றேன். ஆனால் அந்தக் கேள்விக்குப் பதில் சொல்லும் தொல்லைக்கு ஆளாகாமல் சோளியை அவிழ்த்துச் சேலை உடுத்துக்கொள்கிறாள். நான் ரொம்பவும் சின்னப் பையன் என்பதைப்போல உடுத்திய சேலையை அவிழ்த்துப் பக்கத்தில் வைத்து வேறு சேலையை எடுத்து நிதானமாகக் கொசுவத்தை மடித்து உடுத்தாள். எனக்கு வெட்கம், கோபம் வந்தது. தலை கவிழ்ந்தேன். ஆனால் அவள் உடல் மனசிலிருந்தது. அம்மா முணுமுணுத்தபடியே வந்து வட்டிலில் சாதம் போட்டுத் துவையலை வைத்தாள். தலையைச் சொறிந்துகொண்டு சந்தைக்குக் புறப்படப் பரபரத்துக்கொண்டிருந்தாள். இன்று ஒரு நாள் முழுவதும் வீட்டுக்குச் சொந்தக்காரனான கசன்யன், வெளியே நிங்கேகௌடருடன் பேசிக்கொண்டே இருந்தான். லிங்கி சேலை உடுத்துக் தலைவாரி சுவற்றில் மாட்டிருந்த கண்ணாடியின் எதிரே நின்று நீண்ட நேரம் பார்த்தவாறே உதடு, முகத்தை அழகுபார்த்ததுக்கொண்டாள். நிங்கேகௌடர் வெளியிலிருந்தே, 'இன்னும் முடியலியா ஈரம்மா?' என்று கத்தினார். நான் லிங்கியிடம் கொஞ்சம் கோபத்துடனே, 'நீயும் வர்றியாடி சிமக்கிக்கு?' என்றேன். எனக்கு, 'சிவமொக்கே' என்று சொல்ல வந்தாலும் முழு உதாசீனத்துடன் அப்படிச் சொன்னேன். லிங்கிக்கு அது புரிந்து பதில் சொல்லாமல் அமைதியாக இருந்தாள். 'ஆங்?' என்றேன். அப்போது அவள் முறைத்து முறைத்துப் பார்த்து, 'ஏண்டா எஜமானே?' என்றாள்.

'ஒண்ணு வர்றேன்னு சொல்லு. இல்ல வரலேன்னு சொல்லு' என்றேன்.

'உனக்கேண்டா – உன் வேலயப் பாத்துட்டு இரு. ரயிலு என்ன உம் பாட்டனுதா?' என்றாள். அவள் பேச்சில் எரிச்சல் இருந்தது.

'பாட்டன் ரயிலா இருந்தா வந்துடுவியா?' என்றேன். அதற்கு அவள் வெறித்துப் பார்த்துப் பேச்சு மூச்சற்றுப் போனாள். மீண்டும் நான் ஏதேனும் கேள்வி கேட்கலாமென்று அவள் பயந்திருக்கலாம். 'என் பையை மாத்திரம் உனக்குக் குடுக்க மாட்டேன்' என்றேன். அவள் வேண்டுமென்றே அதை எடுத்துக்கொண்டாள். நான் கலாட்டா செய்து பிடுங்கிக்கொண்டேன்.

'சின்னப் புள்ளங்க மாதிரி சண்டை போடுதுங்க பாத்தியா ஈரம்மா' என்று நிங்கேகௌடர் உள்ளே வந்தார். அம்மா

சிரித்தாள். அவர் லிங்கியின் காதைத் திருகினார். அவன் கன்னத்தில் அறைய வேண்டுமெனத் தோன்றியது. மீண்டும் மீண்டும் உடை, காது, கன்னம் இவைகளைப் பிடித்து லிங்கியைத் தொந்தரவு செய்தான் நிங்கேகௌடன்.

புறப்பட்டாயிற்று. நிங்கேகொளடன் இன்று வரக் காரணம் இருந்தது. அனேக நாட்களாக உமாபதிக்கு (அதாவது எனக்கு) ஸ்காலர்ஷிப் வாங்கித் தருவதாகச் சொல்லி அம்மாவிடம் ஆசையை வளர்த்திருந்தான். ஃபீசைக் கழித்து வருடத்துக்கு என்பது ரூபாய் வருகிறதென்றால் அம்மாவின் பார்வையில் அது லேசுப்பட்ட தொகையல்ல. நான் ஸ்காலர்ஷிப் வேண்டா மென்று சொல்ல முடியாது. அது தேவையென்றால் அந்த நிங்கேகௌடனின் சகவாசத்திலிருந்து தப்ப முடியாது. சரக்சரக்கென்று சத்தம் போடும் செருப்பணிந்திருந்த அவன் கடுக்கன் போட்டிருந்தான். கழுத்தில் போட்டிருந்த செயின் சில்க் ஜிப்பாவிலிருந்து வெளியே எட்டிப்பார்த்துத் தன் பளபளப்பை உலகத்துக்குக் காட்டியது. அரசியல் விவகாரம், தனக்குப் பரிச்சயமான பிரமுகர்கள் தொடர்பான செய்தியென்றால் அவனது நாக்கு சுழன்று அனுபவிக்கும். பெண்கள் இருவரையும் முன்னால் போகச் சொல்லி என்னைப் பக்கத்தில் நடக்க வைத்துத் தன் நகைச்சுவைக்குத் தானே சத்தமாகச் சிரித்துக் கொண்டிருந்தான். அவன் பேச்சு புரிந்ததோ இல்லையோ அம்மா கூடச் சிரித்து, ‘உங்கள விடுங்க நீங்க தொரை வீட்டு மகன் மாதிரி’ என்று தன்னுடைய பாராட்டைச் சொன்னான். கௌடன் சத்தமாகப் பேசிக்கொண்டிருந்தாலும் எனக்கு அவனது பேச்சு கேட்கவே இல்லை. கேட்டாலும் புரியவில்லை. அவ்வப் பொழுது புரிந்தாலும் அவனது மூர்க்கத்தனமான பேச்சால் எனக்குள்ளேயே எரிச்சல் பட்டுக்கொண்டிருந்தேன். இப்படி ரயில்வே ஸ்டேஷனுக்கு நான், அம்மா, அக்கா, நிங்கெகௌடன் நடந்துகொண்டிருக்க ஊர் முழுவதும் எங்களையே பார்த்தது போல எனக்குத் தோன்றியது. எதனாலோ விசித்திரமாக விஷமத்தோடு சிரித்ததுபோல இருந்தது. கௌடனிடமிருந்து விலகிச் செல்வதற்காக வேகவேகமாக நடந்தேன். ஆனால், அவன் எந்த முயற்சியும் இல்லாமல் என் பக்கத்திலேயே நடந்தவாறு இருந்தான். இப்படி நடந்துபோய்க்கொண்டிருக்கும் போது பலவகையான நினைவுகள். பந்து செய்யும் தொம்பர் வீட்டுச் சந்திரன் எனக்குப் பந்து செய்து தருவதாகச் சொல்லி; நான்கு வெல்ல உருண்டைகளை வாங்கியிருந்தான். பந்து செய்த பிறகு கேட்டால் நான் இரண்டே உருண்டைகளைக் கொடுத்ததாகச் சொல்லி ஏமாற்றியிருந்தான். நான் அழுதேன். அம்மாவிடம் சொல்வதாக மிரட்டினேன். ஆனால், நான் வெல்ல உருண்டைகளைத் திருடிக் கொடுத்திருந்ததால் அம்மாவிடம்

சொல்ல மாட்டேன் என்று அவனுக்குத் தெரிந்திருந்தது. அவன் தைரியத்துக்கான காரணத்தை அறிந்து விவாதம் செய்தேன். உண்மையிலேயே நான்கு உருண்டைகளைக் கொடுத்ததாக அழுத்தமாகச் சொன்னேன்.

'இல்ல உமா, நிங்கேகௌடருக்கு ஏதாவது குடுத்திருக்க லாம் யோசி' என்றான் அவன். நான் கோபத்தால் சூடேறி, 'ஏன் ?' எதுக்கு நிங்கேகௌடருக்கு ?' என்றேன்.

'அவன் உனக்குச் சித்தப்பனோ மாமாவோ ஆகணு மில்லியா ?' என்று சொல்லியிருந்தான் அவன்.

அன்றிலிருந்து நிங்கேகௌடனைச் சூட்சுமமாகப் பார்த்தேன். சந்தேகத்துக்கிடமான சங்கதி எதுவும் தென்பட வில்லை. லிங்கியின் காதைத் திருகுவது, முதுகைக் குத்துவது முதலானவற்றை விட்டால் அப்படியொன்றும் துஷ்டத்தனமாகத் தெரியவில்லை. ஆனால் என் கண்காணிப்பில் கல் விழுந்தது. சிவமொக்கேயின் ஹைஸ்கூலில் சேர்ந்தேன். கௌடன் வாரத்துக்கு நான்கு முறை ஸ்கூலுக்கு வந்து விசாரித்தான். ஹெட்மாஸ்டர் என்னைப் பற்றி நல்லவிதமாகச் சொன்னதால், கௌடன் மகிழ்ச்சியில் பூரித்துக்கொண்டிருந்தான். என் மதிப்பிற்குரிய ஆசிரியரான எம்ஆர்கே,'கௌடரு வந்திருந்தாருப்பா உமாபதி – உன்னைப்பத்தி இன்னிக்கு சொன்னேன்' என்று சரளமாக, எனக்குத் தோன்றியபடி முயற்சி பூர்வமாக இயல்பான தொனியில் சொல்லிக்கொண்டிருந்தார். அவருக்குக் கௌடனின் விசித்திரமான உறவு தெரிந்திருக்கலாமென எனக்குப் பயம். ஆனால், அதைக் காட்டிக்கொள்ளாமலேயே, 'கௌடரா, சார் ?' என்று மட்டும் சொல்லித் தலை கவிழ்த்துப் போய்க் கொண்டிருந்தேன்.

அந்த ஸ்காலர்ஷிப் யாத்திரையின் முந்தின நாள், நான் பார்த்தவுடனே மூலை வீட்டுச் சிக்கி பேசுவதை நிறுத்தினாள். அவள் பேசுவதைக் கேட்டுக்கொண்டிருந்த நுக்கரே சென்னபசவன், அதென்னவோ கூடை வந்துச்சாமே லிங்கிக்கு ? அதுக்காகச் சிமக்கிக்குப் போறாளாமே நாளக்கி ?' என்றான்.

பாழாய்ப் போகட்டும், இதெல்லாம் எப்படியோ போகட்டும் என்று மனசைக் கல்லாக்கிப் போய்க்கொண்டிருந்தேன். இன்றைய தினத்துக் காரியங்கள் ஏறக்குறைய துல்லியம். அது யாரோ சேகரப்பா என்பவனைப் பார்க்க வேண்டுமாம். அவன் ஸ்காலர்ஷிப் கமிட்டி உறுப்பினனாம். என் பொருட்டே நிங்கேகௌடன் சிவமொக்கேக்கு வருகிறானாம். எனக்காக எதையும் செய்ய இவன் தயாராம். நான் ரொம்ப புத்திசாலியாம். சிவமொக்கெயின் எழுதப் படிக்கத் தெரிந்த ஒவ்வொருவருக்கும்

என் பெயர் பரிச்சயமாம். அம்மா நிங்கேகௌடனின் பேச்சுக்கு ஆமாமென்று தலையாட்டியபடியே நடந்துகொண்டிருந்தாள். கௌடன் சொன்னதை அவள் சிவமொக்கெயில் சோதித்துப் பார்த்ததே இல்லை. யாரைப் பார்த்தாலும், 'உன்னைப் போலவே எம் மவனும் – உமாமதி தெரியுமா? ஹைஸ்கூலுக்குப் போறான்!' என்று கேட்டுக்கொண்டிருந்தாள். என் சக மாணவர்கள் மேலும் மேலும் கேள்வி கேட்டு நான் அவளுடைய மகன்தான் என்பதை உறுதிப்படுத்திக்கொண்டு, 'உங்கம்மா கிட்ட நாலு கட்டு அரைக்கீரை வாங்குனோம்டா' என்று சொல்லிக்கொண்டிருந்தார்கள்.

அது புகழ்ச்சியா இகழ்ச்சியா? அல்லது என் வர்க்கம், என் ஏழ்மையை நினைவுபடுத்தும், நினைவுபடுத்திக்கொள்ளும் முறையா? அல்லது வகுப்பில் நான் புத்திசாலியாயிருந்ததால், பெண்களும்கூட ஒரு விதமான பார்வையை என் மேல் செலுத்தியதால் என்னை அவர்கள் நோகடிக்கும் முறையோ?

சேகரப்பனென்னும் ஸ்காலர்ஷிப் கமிட்டி மெம்பரைப் பார்க்க நானும் நிங்கேகொளடனும் செல்வது சரி. ஆனால் அந்த வேலைக்கு எங்கள் இருவருடன் அம்மா, லிங்கியும்கூட வருகிற ஏற்பாடு. அம்மா சந்தைக்காகச் சிவமொக்கெக்கு வந்திருக்கிறாள். அவள் தலைமேல் காய்கறி, வெண்ணெய்க் கூடை. இந்த லிங்கி எதற்காக சிவமொக்கெக்கு வந்தாளோ? அல்லாமல் அவர்கள் இருவரும் நாங்கள் போன இடத்திற் கெல்லாம் உடன் வந்துகொண்டிருந்தார்கள்.

'அம்மா, நீ எதுக்கு எங்களோட? நீ சந்தக்கிப் போ. லிங்கியக் கூட்டிட்டுப் புறப்பட்டுப் போ' என்று சொல்வதற்கு நாழெவில்லை. இதற்குள்ளாகச் சேகரப்பாவைச் சந்திக்க நிங்கே கௌடன் எனக்குப் பயிற்சி கொடுத்துக்கொண்டிருக்கிறான்.

'சேகரப்பா யாருன்னு தெரியுமா உமாபதி?'

'ஸ்காலர்ஷிப் கமிட்டி. . .'

'காலர்சீப்பு ஒண்ணுல மட்டுமில்ல, அவரு வேறெ எடத்துலயும் பெரிய ஆளா இல்லாமயிருந்திருந்தா அவர யாரு காலர்சீப்பு வேலைக்குப் போடுவாங்க சொல்லு. முதல்ல என்னைப்போல இருந்தாருன்னு வச்சிக்க. நானு யாருன்னு தெரியுமா உனக்கு?'

கோபத்தை அடக்கிக்கொண்டு தெரியாதென்று சொல்லி நிங்கேகௌடனின் பக்கம் பார்த்தேன். அவன் தானே சொல்லிக் கொண்டான் 'தாலுக்கா போர்டு மெம்பரு, ஜில்லா காங்கிரஸ் மெம்பரு. அதனாலத்தான் சேகரப்பாவத் தெரியும். சென்ட்ரல்

கமிட்டி மெம்பருப்பா அவரு. யுனிவர்சிடியில செனட் மெம்பரு, தெரிஞ்சுதா? நீ நல்லா படிக்கிற தெரியும். அது யாருக்குத்தான் தெரியாது சொல்லு. ஆனால், அதனால ஒண்ணும் நடக்காது. நாலு பேரெத் தெரிஞ்சிருக்கணும். சும்மா புத்தகத்தப் படிச்சிட்டா என்னா வருது சொல்லு' என்றான்.

'இன்னொருவாட்டி அதைச் சொல்லுங்க அவனுக்கு' என்றான் அம்மா, அவன் பேச்சை மெச்சிக்கொண்டே 'படிக்கிறத உட்டா வேறெ வேலயேயில்ல' என்றாள். அவளை உதைக்க வேண்டுமென்றிருந்தது எனக்கு.

'அப்படியில்லம்மா, படிக்கவும் வேணுமின்னு சொல்லு. இப்ப நீ எவ்வளவு புத்திசாலிங்கறதைச் சேகரப்பாவுக்கு நெத்தியில அடிச்சாப்ல காட்டணும். அவரு ஏதாவது கேட்டா இங்கிலீசுலயே பதில் சொல்லு, தெரிஞ்சுதா?'

'ஊம்'

'உம் பேரென்னான்னு கேப்பாரு. அதுக்குப் பதில் சொல்லு பாக்கலாம்! என்று நிங்கேகௌடன் கேட்டான்.

'உமாபதின்னு சொல்லுவேன்' என்றேன். அதில் நிங்கே கௌடனுக்குத் திருப்தி உண்டாகவில்லை. என் பெயரை எப்படி இங்கிலீஷில் சொல்வதென்று தெரியாத நான் அமைதியாக நடந்தேன். ஆனால் அந்த மூவரும் நின்றார்கள். என்னிடமிருந்து ஒரு முழு இங்கிலீஷ் வாக்கியத்தைக் கேட்கும் ஆர்வத்தில் நிங்கேகௌடன் அப்படியே நின்றுவிட்டிருக்க வேண்டும். அவன் யோசித்துக்கொண்டிருந்தான் என்பது சரி. ஆனால், அம்மாவும் லிங்கியும் என் எதிரிலிருந்த பெரிய வீட்டின் காம்பௌண்ட் கேட்டைத் திறந்தார்கள். நான், 'ஏன்? எங்க போறீங்க? என்றேன். அந்த வீடு என்னைவிட அவர்களுக்கு நன்றாகப் பரிச்சயமாகியிருந்ததைப் போலிருந்தது.

'இதான் சேகரப்பாவோட வீடு – தெரியாதா?' என்றாள் அம்மா. லிங்கி என் அறியாமையைப் பார்த்துச் சிரித்தபடி அம்மாவைப் பின் தொடர்ந்தாள். பயமில்லாமல் அவர்கள் நுழைந்த விதத்தைப் பார்த்தால் பல நாட்களாக அம்மா அங்கே காய்கறி விற்க வருவதைப்போல இருந்தது.

நிங்கேகௌடன் என் வெளுத்த முகத்தைப் பார்த்து, 'ஏன் நின்னுட்டே வா. சேகரப்பாவோடப் பேசி நீ அசத்தணும்!' என்று நான் சின்னப்பையன் என்பதைப்போல என் கையைப் பிடித்துக்கொண்டான். நான் அவனிடமிருந்து என் கையை விடுவித்துக்கொண்டு, 'நானும் வரணுமா?' என்றேன்.

நான் தயங்கியதற்குக் காரணம் அது என்னுடன் படிக்கும் சந்தியாவின் வீடு. என்றைக்கும் கேட்டைத்தாண்டிப் போன தில்லையென்றாலும். அந்த வீட்டிற்குள் சந்தியா இருப்பது எனக்குத் தெரிந்திருந்தது. சில மாலை நேரங்களில் அந்த வீட்டிற்கு எதிரில் சுற்றி வந்ததுண்டு. அவன் என்னைப் பார்க்கும்போது எதையாவது பேசுவாளோவென்று இதயம் தடதடவென அடித்துக்கொள்ள அங்கிருந்து புறப்பட்டுப் போனதுண்டு. மறுநாள் விசித்திரமாகப் பார்ப்பாள் அவள். இப்போது தெரிந்தது அம்மா அதென்னென்னவோ சந்தியாவிடம் சொல்லியிருக்க வேண்டும். என் யோசனை அறியாத நிங்கேகௌடன்,

'வாடா வீட்டுக்குள்ள' என்று கையை மறுபடியும் பிடித்துக் கொண்டு கேட்டுக்குள் இழுத்தான். அதற்குள் அம்மா லிங்கியுடன் திண்ணை மேல் அமர்ந்து வீட்டைச் சுற்றிலும் பார்த்து, தோட்டம் முழுவதும் எதிரொலிக்குமாறு 'அம்மா. . . யாரிருக்காங்க?' என்று கத்திக்கொண்டிருந்தாள். நிங்கே கௌடன் சுத்தமான நடைபாதையில் நடந்து வீட்டு வாசற் படியை அடைய, அவனிடமிருந்து விடுவித்துக்கொண்டு நான் பக்கத்திலிருந்த தென்னை மரத்தின் மறைவுக்குச் சென்று 'வந்துடறேன்' என்று நிங்கேகௌடனிடம் சொன்னேன். நான் சிறிது நேரமாவது அவர்களிடமிருந்து மறைந்து இதயத்தைச் சமனப்படுத்திக்கொள்வது அவசியமாக இருந்தது. தென்னை மரத்தைத் தாண்டிப் பலா மரத்தடியின் மறைவுக்கு வந்து, சப்போட்டாச் செடியின் அருகில் நின்றேன். கைக்கெட்டும் பழம், காய்கள், அங்கிருந்து தலை தூக்கினால் கிழக்குத் திசையில் முழுமையாகத் தெரியும் வீடு. அதன் முன்பக்கத்தி லிருந்து எழுந்த மிக அழகான இரண்டு தூண்கள் விசாலமாக அழகாக நிறைந்திருந்தன. அவைகளுக்கு இடையில் கடப்பைக் கற்களைப்பாவி அவற்றின் அழகையே பயன்படுத்தி அலங்காரம் செய்திருந்தார்கள். அதற்குப் பக்கத்திலிருந்து தோட்டத்திற்குச் சரிந்த பால்கனி.

அந்தப் பால்கனியில் இரு பளிங்குத் தூண்கள். கிளைகள் சதா வெயிலை மறைக்கிறபடி, குளிர்ச்சியை வீசுகிறபடி வளர்ந்த செண்பக மரம். கீழே வரிசைவரிசையாக வளர்ந்து உள்ளங்கை, முக அகலத்துக்கு மலர்ந்திருந்த சிகப்பு, மஞ்சள், வெளிர் சிகப்பு ரோஜா. பால்கனியில் நின்றால் இந்த ரோஜாவுடன் கலக்கும் மருத மரத்து வாசனை. யாரும் பார்க்கவில்லை என்று உறுதி செய்துக்கொண்டேன். அங்கேயே உட்கார்ந்து விடவேண்டுமென்று மனம் நினைத்தாலும், நிங்கேகௌடன் கூப்பிடலாமென அவசரமாக ரோஜாவைத் தடவும்போது 'யாரூ' என்று சத்தம் கேட்டது. தோட்டக்காரன் தன் குடிசையிலிருந்து என் பக்கம்

வருவதைப் பார்த்து அவனிடமிருந்து தப்பித்துக்கொண்டு நெருக்கமாக வளர்ந்திருந்த எலுமிச்சைச் செடிகளுக்கு இடையில் நுழைந்து வீட்டின் எதிரே வந்தேன். நிங்கேகௌடன் என்பக்கம் வந்ததைப் பார்த்த தோட்டக்காரன் திரும்பிப்போனான். அம்மாவும் லிங்கியும் காத்திருந்தபடியே உட்கார்ந்திருந்தார்கள். நிங்கேகௌடன் நான் வந்ததால் திருப்தியடைந்து வாசலுக்குச் சென்று அழைப்பு மணியின் பொத்தானை அழுத்தினான். சித்திர வேலைப்பாடுடன் கூடிய தேக்குமரக் கதவு. அச்சித்திரத்தில் கை, கால்களை விரித்து விதவிதமான நிலைகளில் தேவதைகளைப் போல நின்ற பெண்கள். கதவு திறக்கக்கூடாதென்ற ஆசையுடன் நிங்கேகௌடனின் பக்கத்தில் நின்றிருந்தபோது தோட்டக்காரன் வந்து காய்கறி வாங்கும் சாக்கில் அம்மாவிடமும் லிங்கியிடமும் பேசத் துவங்கினான்.

‘சின்னம்மா வருவாங்க இரு’ என்றான் அவன். நிங்கே கௌடனுக்கு ஏமாற்றம் உண்டாகத் தொடங்கியது. சேகரப்பா இருக்கிறாரோ இல்லையோ என்று அவன் என்னிடம் முணுமுணுத்தான்.

‘இல்ல போலத் தெரியுது. திரும்பிப் போயிடலாமா?’ என்றேன் நான். ஆனால் கௌடன் விடவில்லை. மற்றொரு முறை பயந்துகொண்டே பெல் அடித்தான். இந்த முறை வீட்டுக்குள் எங்கோ தடதடவென்ற சத்தம். அது அருகே அருகே வந்தது. வாசல் அகலத் திறந்த ஓசை. திறந்த வாசலில் முகம். சந்தியா! அவள் கண்கள் முதலில் பார்த்தது அம்மா, லிங்கியை. அம்மா கூப்பிட்டாள், ‘வா, சந்தியாம்மா. வா. எம் மகன் வந்திருக்கான். வா’ என்றவாறே என்னைப் பார்த்தாள். சந்தியாவுக்கு மகிழ்ச்சி ஏற்பட்டதுபோலத் தெரிந்தது. கதவை அகலத் திறந்து, நிற்காமல் படபடவென மாடிப்படியில் ஏறினாள். அவள் ஏறிக்கொண்டிருக்கும்போதே, நிங்கேகௌடன். ‘அப்பாவைக் கொஞ்சம் பாக்கணுமாயிருந்துச்சம்மா’ என்று கத்தினாள். சந்தியா ‘ஊம்’ என்று தலையைத் திருப்பாமலே படியேறிப் போனாள்.

அம்மா சந்தோசத்துடன் தோட்டக்காரனுக்கு வியாபாரத்தைத் தொடர்ந்தாள். அவன் அதெதற்காகவோ லிங்கியுடன் பேசியதைப்போல எனக்குத் தோன்றியது. அந்தத் தோட்டக்காரனின் அருகில் போக வேண்டுமெனத் தோன்றியது. ‘நால்னா வியாபாரத்துக்கு எத்தினி நேரம் பண்ணுற’ என்று திட்ட வேண்டும்போல இருந்தது. ஆனால் லிங்கி, அம்மா, தோட்டக்காரன் மூவரும் சத்தமாகப் பேசிக்கொண்டிருந்தார்கள். மீண்டும் மாடியிலிருந்து ஓசை. பேசிக்கொண்டே இருவர் வருவதைப்போல இருந்தது. நானும் நிங்கேகௌடனும் வரப் போகிற நிமிடங்களுக்காகத் தயாராகிக்கொண்டிருந்தோம்.

அவன் இருமினான். நான் சுருக்கம் விழுந்த என் சட்டையைச் சரிப்படுத்திக்கொண்டேன்.

சேகரப்பாவும் சந்தியாவும் சேர்ந்து மாடிப்படி இறங்கிக் கொண்டிருந்தார்கள். அவள் முழு உற்சாகத்துடன் அப்பாவின் தோளைப் பிடித்தபடி இங்கிலீஷில் அவரிடம் அதென்னவோ சொல்லிக்கொண்டிருந்தாள். சேகரப்பா உயரமாக, தடியாக இருந்தார். சிவந்த நிறமுடைய அவரது ஜிப்பா மிகவும் நீளமாக இருந்தது. எவ்வளவு நீளமாக இருந்ததென்றால் அவர் சுத்தமாக மடிப்புக் கலையாமல் உடுத்தியிருந்த வேட்டி ஒரு ஜான் அளவு மட்டும் எனக்குத் தெரிந்தது. அவர்களிருவரும் மகிழ்ச்சியாக இருந்ததைப் பார்த்தால் அப்பொழுதுதான் திருப்தியாக சாப்பிட்டிருக்க வேண்டும்போல இருந்தது. சேகரப்பா மாடிப்படியிலிருந்து மகளுடன் இறங்கி எங்கள் முன்னால் நின்றபோது மேலும் உயரமாக, தடித்துத் தெரிந்தார்.

'என்ன விசேஷம் கௌடரே, எப்படி இருக்கு நிலமை?' என்றார். நிங்கேகௌடன் உள்ளூர் அரசியலைப் பற்றிப் பேச்செடுத்தவுடனே சந்தியா, 'நான் அப்பவே சொன்னே னில்லியா அப்பா. இவருதான் உமா. என்னோட கிளாஸ்மேட். எங்க கிளாஸ்ல இவருதான் பர்ஸ்ட்' என்றாள். இதைச் சொல்லும் போது அவள் சிறிதும் சங்கோஜப்படவில்லை. ஏதோ ஒரு செய்தியை சொல்வது போலச் சொன்னாள்.

'உமாவா! என்னா தம்பி பொண்ணுங்க பேரை வச்சிருக்கற?' என்று சிரித்தார். இந்தப் பேச்சு நிங்கேகௌட னுக்குக் கேட்டது.

'நம்மூருல முதலாளி உமாபதியப்பா ஸ்ரீராமனைப்போல இருக்காருல்ல? அவரு மாதிரி இருக்கான்ல எம் மகன்!' என்று உற்சாகத்துடன் சிரித்தபடியே வந்தாள் அம்மா. தொடர்ந்து சொன்னாள், 'எம் மகன் மாதிரி யாரு படிக்கிறாங்க இந்தச் சி மிக்கி ஸ்கூலுல? எல்லா கிளாசிலயும் பர்ஸ்ட்டு!' என்றாள். அதற்குள் காய்கறி, வெண்ணையைத் தட்டினால் மூடி, நாங்க ளெல்லாம் இருந்த இடத்துக்கு வந்து லிங்கியும் தூண் மறைவில் நின்றாள்.

'அது உமா சிஸ்டர் மாதிரி தெரியுது' என்று சந்தியா அவள் அருகில் போனாள். லிங்கியின் கண், அரைகுறையாகத் தெரிந்த உடம்பையே பார்த்தபடி சேகரப்பா, 'பையன் ரொம்பப் புத்திசாலிங்குறாங்க! வெண்ணெய் வித்துச் சம்பாரிச்ச பணம் உங்கிட்ட நிறைய இருக்கணுமில்ல ஈரம்மா' என்றார்.

அம்மா இந்தப் பேச்சுக்கு வெட்கப்பட்டவளாகத் தான் பணக்காரியென்று அதன் மூலம் காட்டியபடி, 'எங்கேங்க

இருக்குது சேகரப்பா? நம்ப நிங்கேகௌடருக்கு தெரியாம எந்தப் பணம் எங்கிட்ட இருக்குது?' என்றாள். தன்னிடம் பணம் உள்ளதை மறைக்க முயன்றாள்.

ஆமாம்மா, நிங்கேகௌடரு உனக்கு அண்ணனா இருக்கணுமில்லியா?' என்றார் அவர். எதற்காகவோ புன்சிரிப்பைக் காட்டினார். அம்மா சிறிது பயந்து, 'அண்ணனைப்போல அவரு ஒருத்தரு இல்லாமப் போயிருந்தா படிக்க முடிஞ்சிருக்குமா எம் மகனுக்கு? இப்ப எதாவது செஞ்சி. . .'

அவளது பேச்சை அப்படியே நிறுத்திய நிங்கேகௌடன். 'அதுக்குத்தான் ஸ்வாமி பையனக் கூட்டிக்கிட்டு வந்திருக்கறது. அதென்னமோ காலர்சீப்புக்கு நீங்க மெம்பராமே! பையன் புத்திசாலி. நீங்க எப்படியாவது வாங்கிக் கொடுத்தே தீரணும்' என்றான்.

'ஐயோ, அதுக்கென்னா! உமாபதி, போன பரீட்சையில் எவ்வளவு பர்சன்ட் மார்க் வாங்கியிருக்கற?'என்றார்.

'எம்பது பர்சன்ட் என்றேன். நான் முழுவதும் ஆங்கிலத்தில் பேசாததினால் நிங்கேகௌடன் சிறிது ஏமாற்றமடைந்தவனாக என்னைப் பார்த்தான்.

'பையனுக்கு இங்கிலீஷ் நல்லா பேச வரும்' என்றான்

'So!' என்று சேகரப்பா சிரித்தார். *'So you know English well?'* என்றார். அந்தச் சூழ்நிலையில் வேர்த்துப் போயிருந்த நான் திக்கித் திக்கி,'எஸ் சார்' என்றேன். அதற்குள் சந்தியா என் அக்கா லிங்கியை உள்ளே அழைத்துப் போக முயற்சித்து, முடியாமல் தான் மட்டும் உள்ளே சென்றாள்.

தான் அங்கேயே இருந்தால் உள்ளே போகவேண்டிவரு மென்று லிங்கி கேட்டின் பக்கம் அம்மாவின் அருகில் போய்த் தோட்டக்காரனுடன் பேசிக்கொண்டிருந்தாள். 'உசேன் அண்ணா' என்று அவள் தோட்டக்காரனிடம் சொன்னதும் நான் இங்கிலீஷில் பேசுவதைச் சொல்லிக்கொண்டிருந்ததும் கேட்டது. சேகரப்பா மிகவும் நல்லவராகக் காணப்பட்டார். ஆனால், அவரது கண் லிங்கியின் பக்கம் மட்டும் பார்த்ததாக எனக்குத் தோன்றியது. அப்போது உள்ளேயிருந்து வந்த சந்தியா தன் தந்தையின் கையைப் பிடித்துக்கொண்டு, 'எல்லோரும் உள்ளே வரட்டும், வாப்பா' என்றாள். அவள் குஷியாக இருந்தாள். அவளுக்கு என்னைப் பற்றி என்ன எண்ணமோ என்று அவள் மனசைத் துருவிப் பார்க்க வேண்டுமென்று எனக்கு ஆசையாக இருந்தது. சேகரப்பா மகளின் யோசனையை ஏற்றுக்கொண்டு,

287

பால் மீசை

'All Right' லிங்கி கிங்கி எல்லோரையும் கூப்பிடு' என்று சொல்லி எங்களை உள்ளே அழைத்துக்கொண்டு நடந்தார்.

'அவுங்க வரலியாம்' என்று லிங்கியை உள்ளே அழைத்து ஏமாற்றமடைந்த சந்தியா ஓடிவந்து சொன்னான். நான் எல்லாவற்றையும் கவனித்தேன். ஈட்டி மரப் படிக்கட்டுகளின் நடுவில் நீளமாகக் கடைசிவரைக்கும் விரித்திருந்த சிவப்புக் கம்பளம் பிடித்துக்கொண்டு மேலே ஏறிய எங்கள் கையில் வழுக்கிய தேக்குக் கைப்பிடி. சுற்றிலும் கம்பீரமாகத் தோற்றமளித்த தேசத்தலைவர்களின் படங்கள். படிகளை ஏறிவந்த உடனே ஜன்னல் வழியாக என் உயரத்துக்குத் தெரிந்த தோட்டத்துத் தென்னை மரம். மருத மரத்துப் பச்சைப்பசேல் இலைகள், மூக்கைத் துளைக்கும் வாசனையான சந்தனம். நிங்கேகௌடன் எங்களூரின் முக்கியஸ்தனாக இருக்கலாம். ஆனால், இந்தப் பேரழகில் அவன் ஓர் எலியைப்போல சேகரப்பாவின் அருகில் நடந்துக்கொண்டிருந்தான். வெளியே தோட்டத்தில் அம்மா பேசிக்கொண்டிருந்த சத்தம் கேட்டு எனக்கு மனம் அல்லாடியது. சந்தியா தன் தந்தையுடன் ஸ்கூல் விஷயங்களைப் பேசிக்கொண்டிருந்தாள். ஸ்கூல் ஆண்டு விழாவுக்குக் கிசா– கௌதமி நாடகம். அதில் தான் போடவேண்டிய உடைகளுக்கான செலவைச் சொல்லிக்கொண்டிருந்தாள். கேட்டுக்கொண்டே படியேறிய சேகரப்பா, கிசா – கௌதமி நாடகத்துக்கு எதுக்கும்மா அவ்வளவு துணி – அது புத்தர் கதையில்லியா?' என்று சொல்லிக்கொண்டிருந்தார். அப்பாவுக்குத் தெரியாதென்று, கடுகு வெடிப்பதைப்போலப் படபடவென்று பேசிக்கொண்டிருந்த சந்தியா, போங்கப்பா' என்று செல்லமாகக் கிள்ளினாள். அவர்களுக்கு நடுவே நடந்த எனக்கு ஏனோ கோழி, அதன் முட்டையின் நினைவு வந்தது. நானில்லாத போதும்கூட அந்தக் கோழி அவ்வாறே முட்டையின்மீது உட்கார்ந்திருக்கக்கூடும் என்று நினைத்துக்கொண்டேன். அம்மாவும் லிங்கியும் வெளியே பேசியபடியே இருந்தார்கள். என் பெயரைச் சொல்வதைக் கேட்டுக் கலக்கமடைந்தேன்.'

படியை ஏறியவுடனே பெரிய வராண்டா. அங்கிருந்து முன்னால் போனால் வெயில் மறைக்கும்படிச் செய்த அழகான இடம். அங்கேயே நின்று பார்த்தால் படிக்கட்டுக்கு இட்டுச் செல்லும் ஈட்டி, தேக்கு மரங்களின் பளபளவென்று மின்னும் பகுதி. பயந்து பின்தங்க முயன்ற என்னைச் சேகரப்பா தோளைப் பிடித்து அழைத்துச் சென்றார். என் சங்கோஜத்தைப் போக்க முயன்றார்.

தனியாகப் போடப்பட்ட விசாலமாக இருந்த சோபா வுக்கு அழைத்துக்கொண்டு போய் 'வாங்க நிங்கேகௌடரே,

உங்களை நான் இந்த மாடிக்கு அழைச்சிட்டு வந்ததே இல்லைன்னு தோணுது இல்லியா?' என்று சிரித்து, 'இனிமே இந்தப் பையனப் பத்தினக் கவலைய விடுங்க. ஸ்காலர்ஷிப்தானே' என்று மேஜை டிராயரை இழுத்து ஒரு ஃபைலை எடுத்துக்கொண்டார். 'இது ஸ்காலர்ஷிப் ஃபைல். பாருங்க கிராமத்துப்பசங்க சில பேருக்குப் புத்திசாலித்தனங்கறதே இல்ல. அப்பாவோட வருமானம் எவ்வளவுன்னா அஞ்சாயிரமுன்னு எழுதிடறாங்க. அவங்களுக்கு அப்படி எழுதுறதுல பெருமையோ என்னவோ தெரியல. கிராமப் பசங்க சைக்காலஜியே என்னான்னு உங்களுக்குத் தெரியாதில்லியா? உனக்குத் தெரியுமா உமாபதி?' என்றார்.

'அஃப் கோர்ஸ்' என்றேன் நான். என் உடனடியான பதிலைக் கேட்டுச் சேகரப்பாவுக்கு மகிழ்ச்சி. ஆச்சரியமடைந் ததைப்போல புருவத்தை உயர்த்தினார். *'Of course', 'as well as', 'in spite of'* உபயோகித்தால் நல்ல இங்கிலீஷ் என்று எம்ஆர்கே சொல்லியிருந்ததால், ஒவ்வொரு வாக்கியத்தையும் அதைப் போன்ற ஒன்றிலிருந்து துவங்குவது எனக்குப் பழக்கமாகி யிருந்தது. 'மனத்தோடு தொடர்புடையது' என்று சொன்னேன். *'You are a genius'* என்றார் அவர்.

'அஃப். . .' என்று சொல்வதற்கு வாய் வந்தது. ஆனால் அதற்குள் நான் சொல்ல வந்த வேகத்திலேயே சந்தியா *'Of course!'* என்று சிரித்தாள். அதில் கேலியிருந்ததைப்போலத் தெரிந்தது. சந்தியா முதற்கொண்டு அனைவரும் சிரித்தார்கள். நிங்கேகௌடனுக்கு அதிலிருந்த கேலி புரிந்திருக்காது. ஆனாலும் வயிறு குலுங்கச் சிரித்து 'ரொம்பப் புத்திசாலி ஸ்வாமி, ரொம்ப' என்று பெரிதாகச் சிரித்தபடியே உட்கார்ந்தான். அவ்வளவே சொல்லிச் சந்தியா போனாள் – ஏனென்றால் கீழே கலாட்டா உருவாகிக்கொண்டிருந்தது. அம்மா பெருங்குரலில் பேசிக் கொண்டிருந்தாள். நானும் திகிலடையத் தொடங்கினேன். ஆதங்கத்தை அடக்க முடியாமல் உட்கார்ந்த நிலையிலிருந்து எழுந்தேன். சேகரப்பாவும் எழுந்து என் தோள்மீது கை போட்டுக்கொண்டு படியில் இறங்கத் தொடங்கினார். நிங்கேகௌடன், 'அதென்னமோ கலாட்டாவைத் தொடங்கி யிருக்குறா இந்த ஈரம்மா' என்று மெல்லிய தொனியில், எனக்கு மட்டும் கேட்கும்படிச் சொன்னான். வாசலைத் திறந்து கொண்டு வெளியே வந்தவுடனே கலாட்டா முழுசாகக் காதில் விழுந்தது. காட்சி என்னை சிலிர்க்க வைத்தது.

அம்மா சேகரப்பாவின் தோட்டக்காரன் உசேனைத் திட்டிக்கொண்டிருந்தாள். 'ஊர் மேயிறவனே நான் யாருன்னு தெரியலியா? உமாபதியோட அம்மா. உங்க சேகரப்பா

எனக்கொன்னும் தெரியாதவனல்ல. . .' என்று சத்தம் போட்டுக் கொண்டிருக்க, லிங்கியும் அதெதற்கோ திட்டிக்கொண்டிருந் தாள். உசேன், 'தோட்டம் என்ன உங்கப்பனோடதா? ரொம்ப பேசுனா பல்ல உடைப்பேன். . .' என்று வீரிட்டான். அவன் தலை கலைந்திருந்தது. அம்மாவின் மடியில் அதேதோ தொங்கிக் கொண்டிருந்தது. அவள் கையில் இரண்டு பெரிய ரோஜாக் கன்றுகள், இரண்டு நந்தியாவட்டைச் செடிகள் 'பாருங்க சார். பொம்பள லேசுப்பட்டவ இல்ல. திருடிகிட்டுப் போறா' என்றான் உசேன் சேகரப்பாவிடம் திரும்பி.

'போகட்டும் விடு' என்றார் அவர்.

'போனதடவ செடி, பழத்தையெல்லாம் யாரோ புடுங்க றாங்கன்னு சொன்னேன்ல சார். இன்னிக்கு மாட்டிக்கிட்டா பாருங்க திருடி.'

நீ தாண்டா திருடன். முண்டமவனே. என்னத் திருடிங்கறியே' என்று அம்மா நாங்கள் எல்லாம் வந்ததில் தைரியமடைந்து இன்னும் அதிகமாகத் திட்டி உசேனின் சட்டையைப் பிடித்து நாலு போடு போட்டாள். இதனால் சேகரப்பாவுக்கு எரிச்சல் வந்திருக்க வேண்டும். 'பாரு ஈரம்மா' என்று கூப்பிட்டார். சந்தியா திண்ணை மேல் நின்று சிரிப்பதை நிறுத்திக் கோபப்படாமல் பார்த்துக்கொண்டிருந்தாள்.

நிங்கேகௌடன் பஞ்சாயத்துக் செய்யும் தொனியில், 'ஈரம்மா எஜமானி' என்று ஆரம்பித்தவுடனே, 'நீ மூடிக்கிட்டிரு கௌடா' என்றாள். அவள் சரசரவென்று ஓடியாடி எந்தளவு தன் கோபத்தைக் காட்டினாளென்றால், மடியிலிருந்த சப்போட்டாப் பழங்கள் கீழே விழுந்தன. இனியும் பொறுத்துக்கொள்ள முடியாதென்று எண்ணி, நான் 'அம்மா, அதையெல்லாம் அங்கே வை. மரியாதையா இங்கிருந்து போயிடு' என்றேன்.

அம்மா இடறிவிட்ட புலியாய் என்பக்கம் திரும்பி, 'நீ வேற வந்துட்டியா புத்தி சொல்றதுக்கு? உம் மூஞ்சிக்குக் கற்பூரங் காட்ட பெத்து வளர்த்ததுக்குக் கொண்டாந்து கொடுத்தியே மூட்டை' என்று கத்தினாள். உசேன் அவள் திருடியென்றும் அவளை போலீசில் ஒப்படைக்க வேண்டுமென்றும் அடம் பிடித்தான். அந்தப் பழங்களை அம்மா எனக்காகவே எடுத்துப் போவதாகச் சொல்லித் திட்டினாள். நிங்கேகௌடன் 'பைத்தியக் காரப் பொம்பள' என்று சேகரப்பாவிடம் சமாதானமாகச் சொல்லிக்கொண்டிருந்தபோது, 'நீ அதுங்கள அங்க வைக்கிறியா இல்லியா?' என்றேன். அந்தச் செடிகளையும் பழங்களையும் கூடையில் போட்டுக்கொண்டு புறப்படும்போது அதென்னவோ எனக்குச் சவாலாகத் தோன்றி, 'அங்கே வை' என்று கூடையைப்

பிடித்து 'அங்க வச்சிட்டுப் போ' என்றேன். கிழவியின் கூடை அல்லாடிச் செடிகளும் சப்போட்டா பழங்களும் நிலத்தில் விழுந்தன. அம்மா என் ஜேபியில் கை வைத்து இழுத்தவுடன் சட்டை டர்ரென்று கிழிந்தது. விடுவித்துக்கொள்ளப் பின்னால் சாய்ந்த போது அதெதற்கோ என் கை அவள் முடியைப் பிடித்திழுத்ததால் அம்மா சாய்ந்தாடி விழுந்து கோபத்துடன் மேலெழுந்து என் முகத்தில் குத்தி, கீறித் திட்டினாள். அதற்குள் சேகரப்பாவும் உசேனும் கெட்டியாகப் பிடித்துக்கொண்டு 'பாழாப் போவட்டும் உடு' என்று சீறியதால் அம்மா பெருமூச்சு விட்டுத் தான் தோல்வியடையத் தயாரில்லை என்பது போலச் செடிகளையும் பழங்களையும் பொறுக்கிக்கொண்டு திட்டிக்கொண்டே புறப்பட்டுப் போனாள். இதற்குள் நிங்கே கௌடனையும் தன் திட்டில் சேர்த்துக்கொண்டாள். நான் யாரையும் ஏறெடுத்துப் பார்க்கும் நிலையில்லை. அங்கிருந்து வெளிச்சத்தில் பார்த்துக்கொண்டிருந்த எல்லோரிடமிருந்தும் தப்பித்துக் கேட் வரைக்கும் வந்தேன். நிங்கேகௌடன்கூட அவமானத்தாலோ ஏனோ தலைகாட்டாமல் புறப்பட்டுப் போயிருந்தான். சேகரப்பா பேசாமல் நின்றிருந்தார். சந்தியாவும் கூடக் கவனித்தப்படியே நின்றிருக்கலாமென்று என் உள் மனசுக்குத் தோன்றியது. நேராக ஊருக்குப் போகலாமெனக் கேட்டை மூடி அடி எடுத்து வைத்தபோது பின்னாலிருந்து சேகரப்பாவின் குரல், 'வா இங்க. உங்கூடப் பேசணும்' என்றது.

தலை கவிழ்ந்து நின்றவன் திரும்பினேன். ஒருவிதமான பிடிவாதம், தண்டனைக்குட்பட்ட கைதியின் குருட்டுத் தைரியம் என்னிடமிருந்தது. சேகரப்பாவின் நீண்ட சட்டையின் கீழ்பகுதியும் செருப்பணிந்த அவர் கால்களும் மட்டுமே எனக்கு தெரிந்தன. சூரியன் உச்சிக்கு வந்திருந்ததால் அவர் நிழல் குறுகி யிருந்தது. கிழிந்த என் சட்டையில் வெயில் ஊசியாகக் குத்தியது. அவர் எண்ணி அடியெடுத்து வைத்தாற்போல் நடந்தார். திண்ணையின் படி, திண்ணையின் பளிங்குக் கல், வாசல், சிகப்புக் கம்பளம், படிக்கட்டு. . . தலையை மட்டும் தூக்கவில்லை. நாங்கள் சிறிது நேரத்துக்கு முன்பு இருந்த அதே அறை. என்னை இப்பொழுது மூச்சடைக்க வைக்கும் காற்று, பச்சையெல்லாம் சிவப்பாக மாறியதுபோல. . .சேகரப்பா இருமினார். 'சந்தியா, கொஞ்சம் காபி குடும்மா' என்று பலமாகச் சொன்னார்.

'எனக்குக் காபி வேண்டாம்' என்றேன்.

'எனக்கு வேணும்' என்று என் முகத்தில் அடித்ததுபோலச் சொல்லி, 'உன் நடவடிக்கை எனக்குப் பிடிக்கவில்லை' என்றார்.

'சரி' என்று நினைத்துக்கொண்டேன். சொல்லத் தைரிய மில்லை. அவர் முகத்தைப் பார்த்தேன். அங்கே கோபம்,

தாபம் எதுவும் காணவில்லை. நான் பேசாமலிருந்ததைக் கண்டு 'But I can Understand you' என்றார். அவர் பேச்சு எனக்கு இதமாக இருந்தது. ஆனால், சேகரப்பா என்னைப் புரிந்துக் கொண்டிருந்ததால் அவர் பேச்சு எனக்கு அவ்வளவு இதமாக இருக்க வேண்டிய அவசியமில்லை. நிங்கேகௌடன்கூட அம்மாவின் நடவடிக்கையில் வெட்கப்பட்டுப் புறப்பட்டுப் போயிருந்தான். சேகரப்பா மேற்கொண்டு பேசுவதற்குள், அவர் பேச்சின் Under, Stand என்பவைகளின் கன்னட வடிவங்களைக் கற்பனை செய்துகொண்டேன் ('கீழே', 'நில்' என்றது மனம்) ஆனால் அந்தக் கற்பனையும்கூடத் தப்பித்துக் கொள்ளும் ஒரு வழியாயிற்று.

'And your mother, I can really see her point' என்றார். 'அவ ஒன்னும் திருடுறவ இல்லை. கிராமத்து பொம்பள' என்று சொல்லி யோசித்தார். 'அது உனக்கும் தெரியும். நீ கிராமத்துல பொறந்து பத்துப் பதினஞ்சி வருசம் வளர்ந்திருக்கற. அங்கத்திய ஜனத்தை உனக்குத் தெரியாம இருக்கச் சாத்தியமே இல்ல. அதுலயும் பெத்தவள உனக்கு நல்லாத் தெரிஞ்சிருக்கணும்.'

நான் நினைத்துக்கொண்டேன், 'உங்களுக்கு அதெல்லாம் தெரியலங்கறதாலேயே நான் இப்படிச் சொல்ல வேணுமாச்சி.' உண்மையில் அவரது பச்சாதாபத்தை நான் விரும்பத் தொடங்கினேன். யோசித்தபடிக் கையிலிருந்த பேப்பர் வெயிட்டை மேஜைமேல் உருட்டிக்கொண்டே, பேச வேண்டிய போது என் முகத்தை பார்த்துப் பேசிக்கொண்டிருந்தார். நான் அவரது குரலின் கம்பீரத்தால் தலை நிமிர்ந்து உட்கார்வது சாத்தியமாயிற்று. சேகரப்பா தம் யோசனைக்கு வடிவம் கொடுத்தார். 'பெற்றவளும்கூட ஒரு பொம்பளதாங்கறதெ நாம மறந்துடறோம். நீ பொறந்த நாலோ அஞ்சோ வருசத்துல உன்னோட அப்பா செத்துப் போனாரு. அப்போ அவளுக்கு இருவதோ இரவத்திரண்டோ வயசிருக்கணும். இளரத்தம். பட்டணத்து இளரத்தப் பொம்பளங்க பாகவதம் அது இதுன்னு கேட்டு அவுங்களே அவுங்களக் கட்டுக்குள்ள வச்சிக்கிறாங்க. ஆனால், கிராமத்து இளரத்தம் பொங்கி வழியுது. நிங்கேகொளடனின் விவகாரம் எனக்கு நல்லாத் தெரியும்.'

'இனி நான் கிளம்பறேன்' என்று எழுந்தேன். சேகரப்பா எனக்குப் பூடகமாக இருந்த சங்கதிகளை எடுத்துக்கொண்டு தன்னுடையதே ஆன முறையில் விவரித்தபடித் தெளிவு படுத்தத் தொடங்கியிருந்தார். அவரது பேச்சும்கூட ஊகமாக இருக்கலாம் அல்லது முழு உண்மையாயிருக்கச் சாத்திய மிருந்தது. இரண்டுமே எனக்கு தேவையில்லை. 'உட்காரு காபி

வந்தாச்சுல்ல' என்று நான் ஏற்கனவே வேண்டாமென்றிருந் தாலும் காபியை என் முன்னே நகர்த்தி பலவந்தப்படுத்தினார். 'எனக்கு வேண்டாம்' என்று அடியெடுத்துவைத்துப் படிக்கட்டுக்கு வந்தேன். சேகரப்பாவும் எழுந்து என்னோடு வந்தார். சொல்லக்கூடாததைத் தான் சொல்லிவிட்ட பச்சாதாபம் அவருக்கு இருக்க வேண்டும் என்று நினைத்துக்கொண்டேன். திண்ணைக்கு வந்தபோது சந்தியா தூரத்தில் உசேனிடம் என்னென்னவோ சொல்லிச் சிரித்துக்கொண்டிருந்தாள். அவள் அருகிலேயே அக்கா லிங்கி. அவள் அம்மாவுடன் போயிருக்கவில்லை. நான் திண்ணையிலிருந்து இறங்கியதுமே சந்தியா மிகுந்த நட்புடன் 'பை பை' என்றாள். அவள் இப்போது என்ன யோசிக்கிறாள். என்னைப் பற்றி அவளுக்கு உண்மையில் என்ன தோன்றுகிறது என்று எனக்கு ஆர்வமுண்டாயிற்று. ஆனால் சேகரப்பா பேசிக்கொண்டே இருந்தார். 'ஓ. உன் அக்கா லிங்கி போகவே இல்லியே! '*Nice girl*' நீங்க ரெண்டு பேரும் ஒரே வயித்துல பொறந்தாலும்; எவ்வளவு வித்தியாசம் பாரு. அவ மூஞ்சி குண்டா, உன்னோடது நீள மூஞ்சி, அவ தோலு தேன் மாதிரி. . . அம்மா லிங்கி, அடிக்கடி வந்து போயிக்கிட்டிரு' என்றார். வெயில் அதிகரித்துக்கொண்டிருந்தது. லிங்கி வெட்கத்துடன் நின்றுக்கொண்டிருந்தாள். அவளை அங்கிருந்து விரைவில் அழைத்துச் செல்ல வேண்டுமெனத் தோன்றியது. ஆனால் அவசரப்படுத்தத் தயக்கம். இந்தப் பட்டணத்து ஜனங்கள் அவசரப்படாமல் எல்லாவற்றையும் நன்றாகச் செய்யக் கூடியவர்கள். ஆனால், நான் ஏதாவது செய்து லிங்கியை அங்கிருந்து அழைத்துச் செல்லாதிருந்தால் பட்டணத்திலும் ஊரிலும் தலைகாட்டுவது சாத்தியமில்லை. 'போகலாம் லிங்கிக்கா, ஏன் நின்னுட்டிருக்கறே?' என்றேன். அவள் வெயிலைக் கையால் மறைத்துக்கொண்டு பார்த்தவாறே, 'சுட்டெரிக்கற வெயில் – கொஞ்சம் பொறுடா' என்றாள். அக்கா அம்மாவுடன் போயிருக்கவில்லை. அது இயல்பானதல்ல. என்னிடம் சொல்ல விரும்பாத சங்கதி ஏதோ அவளிடமிருந்தது போலத் தெரிந்தது. கேட்டின் அருகில் நின்று, 'வா' என்றேன். சேகரப்பா திண்ணை யின் மேலிருந்து பார்த்துக்கொண்டிருந்தார். உசேன் செடி களுக்குத் தண்ணீர் விட்டபடியே என்னையும் லிங்கியையும் ஓரக்கண்ணால் பார்த்துக்கொண்டிருந்தான். லிங்கி அம்மா விட்டுப் போயிருந்த சின்னக் கூடையின் அருகில் போய் அதைத் தலையில் தூக்கி வைத்துக்கொள்ளலாமா என்ற தடுமாற்றம் சூழ நின்றாள். வெயில் அதிகரித்தபடியே இருந்தது, தீக்கங்குகளைச் சொரிந்ததுபோல. அங்கே தோட்டத்துச் செடிகளின் நிழல் தன் வாசனையையெல்லாம் இழந்து, சருகுகளைப்போல,

வெப்பத்தால் நாக்குத் தொங்கிப்போன நாயைப்போல... கடும் வெயில் நிசப்தமாக எல்லாப் பக்கமும் பரவிக்கொண்டு...

சிகப்பு நிற லிங்கி புறப்படும்போது கைநிறைய தேங்காய் எண்ணெய் தடவியிருந்ததால் கன்னம், கழுத்துக்கு வழிந்திருந்தது. நான் அவளது கஷ்டத்தைப் புரிந்துகொண்டேனோ இல்லையோ என்று கலக்கமுற்று அவள் என்னைப் பார்த்ததுபோல இருந்தது. அல்லது என் குரோதம் வெடிக்குமோ என எதிர்பார்த்துப் பயந்ததைப் போலவுமிருந்தது. இறுதியாக சேகரப்பா உள்ளே போன பிறகு, நானே என்னைக் கட்டுப்படுத்திக்கொள்ள வேண்டியிருந்தது. அதற்காக மெல்லிசாக விசிலடித்தேன். லிங்கி அப்படியே நின்று என்னைப் பார்த்துக்கொண்டிருந்தாள். உசேன் கொஞ்சம் அடங்கியதைப் போலிருந்தது. கொட்டிய வெயிலில் என் விசில் சத்தம் நிதானமாகத் தெளிவாக லயசுத்தமாக விசித்திரமாக இருந்தது. உசேன் என் விசிலுக்குச் சவால் விடுபவனைப் போல, 'அதான் சொன்னேனே லிங்கம்மா, உங்கம்மாவும் நீயும் சாயங்காலமா வாங்க, மருந்து வாங்கி வர்றேன். நாலு ரூபாயாவும். வேற பேச்சுக்கே எடமில்ல புரிஞ்சுதா?' என்றான்.

உதட்டைக் கடித்த எனக்குக் கேட்காதபடி அவள், 'ஊம்' என்றாள். எனக்கு இருந்திருந்தாற்போல 'பாவம்' எனத் தோன்றியது. கோடை வெயிலில் பூமியில் ஒட்டிக்கொண்டு நின்ற மரம், பேச்சில்லாமல் லிங்கியின் பக்கம் முதுகைத் திருப்பிக் கேட்டிலிருந்து வெளியே நடந்தேன். கடைசியாக ஒரு முறை அவளைப் பார்த்திருக்க வேண்டுமென நினைத்து மனத்தை மாற்றிக்கொண்டு பலமாக விசிலடித்தபடியே நடந்தேன்.

●

ஜனவரி 2000

பி. லங்கேஷ்

லங்கேஷ் கன்னடப் பத்திரிகை உலகில் ஒரு மந்திரச் சொல். 'தலித்துகளின் அத்தியந்த நண்பன்', 'சிறுபான்மை மக்களின் காவலன்' என்ற அடைமொழிகளுக்குச் சொந்தக்காரரான லங்கேஷ் 1935இல் சிவமொக்கெவுக்கு 14.4 கி.மீ. தொலைவிலுள்ள கொனகவள்ளி கிராமத்தில் பிறந்தார். படிப்பு: பெங்களூர் சென்ட்ரல் காலேஜில் B.A. Hons. (English), மைசூர் மஹாராஜா கல்லூரியில் M.A. (English).

சிவமொக்கெயின் சயாத்ரி (இண்டர்மீடியட்) கல்லூரியில் ஆசிரியர் பணியைத் தொடங்கிய லங்கேஷ் பின் பெங்களூர் சென்ட்ரல் காலேஜில் (1962–65) அரசுக் கல்லூரியில் (1965-66) அதைத் தொடர்ந்து பெங்களூர்

பல்கலைக்கழகத்தில் பன்னிரண்டு வருடங்கள் (1966-78) பணியாற்றிப் பதவி விலகினார்.

1978இல் லங்கேஷின் பல்லவி திரைப்படம் வெளியானது. 1980இல் அவரது நான்காம் திரைப்படம் எல்லிந்தோ பந்தவரு வெளியானது. 1980இல் லங்கேஷ் பத்திரிகை துவக்கம். அதிலிருந்து 24 ஜனவரி, 2000 அன்று இயற்கை எய்தும்வரை அதன் ஆசிரியர். விளம்பரங்களின்றி அதை நடத்தியது குறிப்பிடத்தக்கது.

1988இலேயே காவிரிப் பிரச்சினையில் தமிழர்களுக்கு ஆதரவாகத் தலையங்கம் எழுதியவர். லோஹியாவாதி. தன் பிறந்தநாள் என்ற சாக்கில் ஒவ்வொரு ஆண்டும் கன்னட கலை, இலக்கிய விழா கொண்டாடியவர்.

இவரது சுயசரிதை ஹுளிமாவின மர (1997) வெளியான 20 நாட்களிலேயே 2,000 பிரதிகள் விற்றுத் தீர்ந்தது. லங்கேஷ் எழுதியவை: ஐந்து சிறுகதைத் தொகுதிகள், ஒரு கவிதைத் தொகுதி, மூன்று நாவல்கள், மூன்று நாடகங்கள், மூன்று கட்டுரைத் தொகுதிகள், மொழிபெயர்ப்பு நூல்கள் சில. பல்லவி திரைப்படத்திற்காக மத்திய சாகித்திய அகாடமி விருது லங்கேஷ் பெற்ற கீர்த்திகள்.

'கல்கரையும் நேரம்' பாவண்ணனால் தமிழாக்கப்பட்டுச் சாகித்திய அகாடமி வெளியீடாக வந்துள்ளது.

இக்கதை 1973இல் எழுதப்பட்டது.

ஏற்புரை

என் மொழிபெயர்ப்பு அனுபவங்கள்

நஞ்சுண்டன்

என் பள்ளிக் கல்வி, தமிழ்நாட்டின் சேலம் புறநகரில் என் பிறந்த ஊரான கொண்டலாம்பட்டியில் உள்ள பனமரத்துப்பட்டி ஊராட்சி ஒன்றிய மேல்நிலைப் பள்ளியில் 1965இல் தொடங்கியது. இரண்டாம் வகுப்பை முடிப்பதற்குள் என்னைச் சரளமாகத் தமிழ் படிக்கவைக்கும் அர்ப்பணிப்பு மிக்க ஆசிரியர்கள் எனக்கு வாய்த்தனர். எனக்கு அந்த வயதில் வீட்டில் வேலை எதுவும் இல்லை. என் வீட்டிலிருந்து 200 மீட்டர் தொலைவில் அரசு நூலகம் இருந்தது. நீண்ட கோடை விடுமுறையில் நூலகம் செல்ல ஆரம்பித்தேன். காலை 8:00 மணிக்கு நூலகம் திறக்கும், நான் அங்கேயே இருப்பேன். முதலாவதாக நூலகத்திற்குள் நுழைந்து, மதிய உணவுக்காக நூலகம் மூடப்படும் நேரமான மதியம் 12:30 மணிவரை படிப்பேன். பின்னர் மாலை 4:00 மணிக்கு நூலகம் திறக்கப்படும். தினமும் நூலகம் மூடப்படும் இரவு 7:30 மணிவரை தொடர்ந்து அங்கு இருப்பேன். வெள்ளிக்கிழமை நூலகத்துக்கு விடுமுறை. நூலகர் மேஜையில் குழந்தைகளுக்கான கதைப் புத்தகங்களின் தொகுப்பு இருந்தது. அந்தப் புத்தகங்கள் 14 புள்ளி எழுத்துக்களில் அச்சிடப்பட்டிருந்தன. இதனால் குழந்தைகள் படிக்க வசதியாக இருந்தது. அந்தத் தொகுப்பிலிருந்து நான் படித்த முதல் புத்தகம்

இன்றும் எனக்கு நன்றாக நினைவிருக்கிறது. ‘நல்லவனும் நயவஞ்சகனும்’. அந்த அடுக்கில் உள்ள அனைத்துப் புத்தகங் களையும் படித்தேன். பின்னர் நூலகர் மற்றொரு அலமாரியிலுள்ள சற்றே பெரிய புத்தகங்களைப் பரிந்துரைத்தார். இதற்கிடையில் செய்தித்தாள்களையும் படிக்க ஆரம்பித்தேன். அப்படித்தான் என் வாசிப்புப் பழக்கம் வளர்ந்தது. நான் நூலகத்திற்கு மிகவும் நன்றியுள்ளவனாக இருக்கிறேன். அதை எப்போதும் அன்புடன் நினைவில்கொள்கிறேன்.

பின்னர் நான் உயர்நிலைப் பள்ளிக்குச் சென்றபோது சித்திரக் கதைகளையும் தமிழிலுள்ள பிரபலமான எழுத்தாளர்களையும் படிக்க ஆரம்பித்தேன். நான் பியுசி, பிஎஸ்சி (புள்ளியியல்) படித்த சேலம் செளடேஸ்வரி கல்லூரியில் சில ஆசிரியர்கள் தமிழ்ச் சிற்றிதழ்களையும் ஆங்கில நாவல்களையும் அறிமுகப் படுத்தினார்கள். அன்றிலிருந்து தீவிர இலக்கியம் என் வாழ்வின் அங்கமாகிவிட்டது.

என் தாய்மொழி கன்னடம் என்றாலும் அந்த மொழியில் எழுதவும் படிக்கவும் தெரியாது. சேலத்தில் நாம் வீட்டில் பேசும் கன்னடம், தமிழின் தாக்கத்தை அதிகமாகக் கொண்டுள்ளது. என் கல்வி தமிழில் இருந்ததால், நான் எப்போதும் தமிழன் என்றே உணர்ந்தேன். கல்லூரி நாட்களில் தமிழில் எழுத ஆரம்பித்தேன். 1986, ஆகஸ்டில் பெங்களூரு பல்கலைக்கழகத்தில் சேர்ந்தேன். எனது தாய்மொழியான கன்னடத்தைக் கற்க விரும்பினேன். சொந்தமாகக் கன்னட எழுத்துக்களைக் கற்றுக்கொண்டேன். வில்சன் கார்டனிலிருந்து ஞானபாரதிக்குப் பல்கலைக்கழகப் பேருந்தில் எப்போதும் ஜன்னல் இருக்கை கிடைக்கும். அப்போது கடைகளின் பெயர்ப் பலகைகளில் எழுதப்பட்டிருந்த ஆங்கிலப் பெயர்களையும் கன்னடப் பெயர்களையும் ஒப்பிட்டுப் பார்த்தேன். விரைவில் கன்னட எழுத்துக்கள் என் மனதில் பதிந்தன.

என்னால் கொஞ்சம் சிரமப்பட்டுக் கன்னடம் படிக்க முடிந்தது. நான் சிறிய செய்திகளுடன் தொடங்கினேன், பின்னர் சிறுகதைகள்; இறுதியாக நாவல்கள். எனக்கு எந்த வார்த்தையாவது புரியாதபோது மற்றவர்களிடம் கேட்கத் தயங்கியதில்லை. கன்னடம் – ஆங்கிலம், கன்னடம் – கன்னடம் அகராதிகளையும் வாங்கினேன்.

யு.ஆர். அனந்தமூர்த்தி, ராகவேந்திர காசனீஸ், பி. லங்கேஷ், சாந்திநாத் தேசாய், பூர்ணச்சந்திர தேஜஸ்வி ஆகியோரின் சிறுகதைகளைத் தேர்ந்தெடுத்துத் தமிழில் மொழிபெயர்த்தேன். அவர்களின் உரைநடைப் பாணியிலுள்ள வேறுபாடுகளை என்னால் தமிழிலும் கொண்டுவர முடிந்தது. அந்தத் தொகுப்புக்கு

‘யுகாதி’ என்று பெயரிட்டேன். புத்தகத்திற்கு நல்ல விமர்சனங்கள் வந்தன. தமிழகத்தின் பல்வேறு பகுதிகளிலிருந்தும் பாராட்டுக்கள் குவிந்தன; நன்றாக விற்பனையானது. இப்போது பிரதிகள் கிடைப்பதில்லை.

கன்னடத்திலிருந்து தமிழில் நான் மொழிபெயர்த்த இரண்டாவது புத்தகம் யு.ஆர். அனந்தமூர்த்தியின் ‘பவா’ நாவல்; காலச்சுவடு பதிப்பகம் 2001இல் ‘பிறப்பு’ என்ற பெயரில் இதை வெளியிட்டது. இது இரண்டு முறை மறுபதிப்பானது. 2006ஆம் ஆண்டு நல்லி–திசை எட்டும் விருதை அந்நூல் பெற்றது.

பிறகு கன்னடத்திலிருந்து இன்னொரு சிறுகதைத் தொகுப்பைத் தமிழில் கொண்டுவந்தேன். இத்தொகுப்பில் உள்ள ஏழு கதைகளும் மரணத்தை மையமாகக் கொண்டவை. யஷவந்த் சித்தால, எஸ். திவாகர், யு.ஆர். அனந்தமூர்த்தி, ஏ.கே. ராமானுஜன், பி.சி. தேசாய், பூர்ணச்சந்திர தேஜஸ்வி ஆகியோர் எழுதியவை. இதையும் காலச்சுவடு 2006இல் ‘மரணம் மற்றும்’ என்ற தலைப்பில் வெளியிட்டது. இந்தப் புத்தகமும் நல்ல வரவேற்பைப் பெற்றது.

குடும்பத்தை வளர்ப்பதில் ஆண்களைவிடப் பெண்களின் பங்களிப்பு அதிகம் என்பது எனது உறுதியான நம்பிக்கை. உலகெங்கிலும் உள்ள அனைத்துக் கலாச்சாரங்களிலும் இதுவே உண்மை. எனவே கன்னடப் பெண் எழுத்தாளர்களின் சிறுகதைகளின் பிரதிநிதித்துவத் தொகுப்பை வெளியிட விரும்பினேன். கன்னடத்திலிருந்து தமிழில் செய்ய மொழி பெயர்ப்பாளர் இல்லாததால், நானே இந்தத் திட்டத்தில் இறங்க வேண்டியிருந்தது. கன்னடத்தின் அனைத்துப் பெண் எழுத்தாளர்களின் சிறுகதைகளின் முழுத்தொகுப்பையும் என்னால் படிக்க முடியாது. எனவே கதைகளைத் தேர்ந்தெடுப்பதில் பல இலக்கிய நண்பர்களுடன் விவாதித்தேன். நான் பல்கலைக்கழகத்தில் பணிபுரிந்ததால் இது சாத்தியமானது. எங்கள் பல்கலைக்கழகத்திற்கு வெளியே இருந்த லிங்கதேவரு ஹாலமனே போன்ற நண்பர்களும் எனக்கு உதவினார்கள். ஒவ்வொரு எழுத்தாளருக்கும் பரிந்துரைக்கப்பட்ட கதைகளைச் சுருக்கமாகப் பட்டியலிட்டேன். அவற்றைப் படித்து என்னைக் கவர்ந்த ஒன்றைத் தேர்ந்தெடுத்தேன்.

ஒவ்வொரு கதையையும் மொழிபெயர்த்த பிறகு கன்னடம், தமிழ் இரண்டும் தெரிந்த இலக்கிய நண்பர்களுக்குக் கொடுத்தேன். மூலங்களுடன் மொழிபெயர்ப்புகளைக் கவனமாக ஒப்பிட்டுப் பார்த்த பிறகு, அவர்கள் முக்கியமானதாகக் கருதிய சில திருத்தங்களைப் பரிந்துரைத்தனர். அந்தத்

திருத்தங்களை மேற்கொண்டேன். எனக்குத் தோன்றியவற்றையும் இணைத்தேன். இப்படியே பத்துக் கதைகளையும் முடித்து, முழுத் தொகுப்பையும், தமிழையும் நிகராக அறிந்த சென்னைப் பல்கலைக்கழகக் கன்னட முன்னாள் பேராசிரியர் சி. ராமசாமியிடம் கொடுத்தேன். முழு மொழிபெயர்ப்பையும் மதிப்பாய்வதற்குக் கணிசமான நேரம் எடுத்துப் பல திருத்தங் களைச் சுட்டிக்காட்டினார். அவை மிகவும் பயனுள்ளவையாக இருந்தன, மொழிபெயர்ப்பை இன்னும் பெருமளவில் மேம்படுத்தின.

மொழிபெயர்க்கப்பட்ட புத்தகம், கன்னடம் படிக்க முடியாத தமிழ் வாசகர்களுக்கானது. எனவே எப்போதும் ஒன்றை நினைவில் கொள்வேன்: தமிழ் வாசகருக்கு எந்த வாக்கியத்தையும் புரிந்துகொள்வதில் சிரமம் இருக்கக் கூடாது. அத்தகைய வாசகருக்கு மொழிபெயர்ப்பு புரியவில்லை என்றால், அது எதற்கும் பயன்படாது. எனவே கன்னடம் தெரியாத எனது இலக்கிய நண்பர்கள் சிலரைப் படிக்குமாறு கேட்டுக் கொண்டேன். அவர்கள் கடினமான அல்லது தெளிவாக இல்லாத பல வாக்கியங்களைச் சுட்டிக்காட்டினர். பிறகு அவை அனைத்தையும் நன்கு செழுமைப்படுத்தினேன். மீண்டும் புத்தகத்தை முழுமையாகப் படித்தேன். பின்னர் அதைப் பதிப்பகத்திற்கு அனுப்பினேன்.

2012ஆம் ஆண்டுக்கான சாகித்திய அகாதமியின் மொழிபெயர்ப்புப் பரிசை 'அக்கா' என்ற இந்தப் புத்தகத் தொகுப்பு பெற்றுள்ளது. பெண்களின் சிறுகதைத் தொகுப்புக்கான தலைப்பை நினைத்தபோது, முதலில் எனக்குப் பளிச்சிட்டது அக்கா என்று அழைக்கப்படும் அக்கமகாதேவி. அவர் 12ஆம் நூற்றாண்டில் வாழ்ந்த கன்னட வீரசைவ இயக்கத்தைச் சேர்ந்த கவி. கன்னடக் கலாச்சாரத்தின் பெண்மையைப் பிரதிநிதித்துவப்படுத்த அக்காவைத் தவிர வேறு எந்தக் குறியீடும் இருக்க முடியாது. எனவே தலைப்பு 'அக்கா' என்றானது. தொகுப்பிலுள்ள பத்துக் கதைகள், வீணா சாந்தேஷ்வரா, சாரா அபூபக்கர், பி.டி. ஜானவி, வைதேகி, எம்.எஸ். வேதா, ஹெச். நாகவேணி, பானு முஷ்தாக், நேமிசந்திரா, சுமங்கலா, சுனந்தா பிரகாஷ் கடமெ ஆகியோரால் எழுதப்பட்டவை. முன்னணி விமர்சகரான ஆஷாதேவி அறிமுகம் வழங்கியது என் அதிர்ஷ்டம். அக்கமகாதேவி பற்றி எல்.ஜி. மீரா எழுதினார். இவையனைத்தும் தொகுக்கப்பட்டு முழுமைபெற்றன.

ஒருவகையில், கன்னடத்திலிருந்து தமிழில் மொழி பெயர்ப்பது எளிது. இந்த இரண்டு மொழிகளின் வாக்கிய

அமைப்புகளும் கிட்டத்தட்ட ஒரே மாதிரியானவை. ஆனால் மற்ற சிரமங்கள் உள்ளன. வேற்றுமை உருபுகள்பற்றி கவனமாக இருக்க வேண்டும். கன்னடத்தின் நான்காம் வேற்றுமை உருபு, தமிழின் ஐந்தாம் வேற்றுமை உருபுக்குச் சமம். மிகவும் கவனம் தேவை. இரண்டு மொழிகளுக்கும் நிறைய தவறான நண்பர்கள் உள்ளனர். அதாவது அதிகமாகவோ அல்லது குறைவாகவோ ஒரே மாதிரியான, ஆனால் வெவ்வேறு அர்த்தங்களைக் கொண்ட சொற்கள். உதாரணமாக, கன்னட தூள் என்பது தூசி. தமிழ் தூள் என்பது தூள். இத்தகைய தவறான நண்பர்கள் மொழி பெயர்ப்பாளர்களைச் சிக்கவைக்கும் எளிதான பொறிகளாகும்.

மூல மொழியில் அடிக்கடி பயன்படுத்தப்படும் சொல்லுக்கு இலக்கு மொழியில் பொருத்தமான வார்த்தையைக் கண்டுபிடிப்பது மிகவும் கடினமாக இருக்கலாம். மொழிபெயர்ப்பாளர் நிறைய பொறுமையுடன் சரியான வார்த்தைக்காகக் காத்திருந்து தேட வேண்டும். யு.ஆர். அனந்தமூர்த்தி தனது சிறுகதை களிலும் நாவல்களிலும் அடிக்கடி 'கெலுவு' என்னும் சொல்லைப் பயன்படுத்துகிறார். தமிழில் கெலுவு என்பதற்குச் சரியான சொல் பல ஆண்டுகளாக எனக்குக் கிடைக்கவில்லை. அவருடைய அவஸ்தையை மொழிபெயர்த்தபோது, ஒரு நாள் 'தெம்பு' என்ற வார்த்தை என்னைத் தாக்கியது. உற்சாகமானேன். பாவண்ணனுடனும் பிறருடனும் 'தெம்பு' பற்றிப் பகிர்ந்து கொண்டேன். அவர்களும் அந்த வார்த்தைக்கு மிகவும் மகிழ்ச்சியடைந்தனர். மொழிபெயர்ப்பாளர்களின் வாழ்வில் இத்தகையவை அரிய, மகிழ்ச்சியான தருணங்கள். ஒவ்வொரு மொழிபெயர்ப்பாளரும் இதுபோன்ற காலகட்டங்களைச் சந்தித்திருப்பார்கள் என்று நம்புகிறேன்.

சில கன்னடச் சொற்கள் உள்ளன, அதற்கு இணையான சொற்கள் இப்போதும் கிடைக்கவில்லை. ஓர் உதாரணம் சொல்கிறேன். கன்னடத்தில் பானந்தி என்றால் பிரசவித்தவர் என்று பொருள். பனந்தனா என்பது பனந்திக்கு அளிக்கப்படும் கவனிப்பு. இதுவரை என்னால் தமிழில் பனந்தனாவுக்கு நிகரான வார்த்தையைக் கொண்டுவர முடியவில்லை. என் மொழிபெயர்ப்பு களில் அதை ஒரு சொற்றொடராக விவரித்துள்ளேன்.

சில வார்த்தைகள் கலாச்சாரத் தன்மையுடையவை. இலக்கு மொழியில் இணையாகக் கிடைக்காதவை. அப்படிப்பட்ட ஒரு வார்த்தைதான் 'கோதாடி'. கர்நாடகாவின் மேற்குத் தொடர்ச்சி மலையின் வடக்குப் பகுதியில் பெண்கள் கர்ப்பமாக இருக்கும்போது பழைய வேட்டிகள், புடவைகள் போன்ற ஆடைகளைச் சேகரித்து அவற்றைச் சிறிய துண்டுகளாக

வெட்டி அவற்றில் சிலவற்றைக் குவித்து வைப்பார்கள். இவை தோராயமாகத் தைக்கப்பட்டுத் தயார் நிலையில் வைக்கப்படுகின்றன. பிரசவத்திற்குப் பிறகு அவை குழந்தைக்கு நாப்கின்களாகப் பயன்படுத்தப்படுகின்றன. இவை மிகவும் கலாச்சாரம் தொடர்பானவை. இந்த நடைமுறை தமிழ்நாட்டில் இல்லை. எனவே தமிழில் 'கோதாடி'க்கு இணையான வார்த்தை இல்லை. அதே 'கோதாடி'யை நான் பயன்படுத்தி அடிக்குறிப்பு அளித்தேன். இதுபோன்ற பிரச்சினைகளை இப்படித்தான் தீர்க்கிறேன். கன்னடத்திலிருந்து தமிழில் மொழிபெயர்ப்பதில் எனக்கு வேறு பல சிக்கல்கள் உள்ளன. நேரமின்மையால் அவை அனைத்தையும் என்னால் விளக்க முடியவில்லை.

ஒரு மொழிபெயர்ப்பாளராக, எனது மொழிபெயர்ப்பு இறுதியானது என்று ஒருபோதும் நினைக்கவில்லை, என்னுடையதை எப்போதும் சந்தேகிக்கிறேன். எனது மொழிபெயர்ப்புகளை மீண்டும் படிக்கும்போதெல்லாம், அவை மேலும் செம்மையாக்கப்பட வேண்டியதை உணர்கிறேன். ஏ.கே. ராமானுஜன் ஒருமுறை கூறியதுபோல், 'மொழிபெயர்ப்பு என்பது முடிவற்ற செயலாகும்.' நான் அவருடன் முற்றிலும் உடன்படுகிறேன்.

என் உரையை அன்புடன் கேட்டமைக்கு மிக்க நன்றி.

இது 2012ஆம் ஆண்டின் மொழிபெயர்ப்புக்கான சாகித்திய அகாதெமியின் விருது விழாவில் வாசிக்கப்பட்ட ஆங்கில உரையின் தமிழாக்கம்.